ĐƯỜNG CHỮ SAU LƯNG

Luân Hoán
Bìa: Luân Hoán
Trình bày: Nguyễn Thành
Đọc bản thảo: Tiểu Nguyệt & Trần Thị Nguyệt Mai
Nhân Ảnh Xuất Bản 2020
ISBN: 978-1989705834

LUÂN HOÁN

ĐƯỜNG CHỮ SAU LƯNG

HỒI KÝ HÀNH TRÌNH ĐỜI THƠ

NHÂN ẢNH
2020

(Luân Hoán qua nét vẽ Trương Đình Uyên)

LỜI VÀO SÁCH

Theo tự điển mở Wiktionary, từ Chữ được định nghĩa: *"là hệ thống ký hiệu bằng đường nét, đặt ra để ghi tiếng nói"*.

Thơ có chữ, văn có chữ... Dựa vào kiến thức, văn hóa được tiếp nhận, chữ của từng người sẽ được thể hiện khác nhau trên mặt giấy. Cao, thấp, trong, tối như những nét riêng để nhận biết, phân biệt.

Tiếng nói cùng chữ viết hình thành ngôn ngữ.

Ngôn ngữ không là cái mũ riêng cho bộ môn biên khảo, nhận định thuần chất văn học. Ngôn ngữ liên quan đậm đà đến mọi thể loại sáng tác, kể cả hội họa, ảnh chụp, động tác của cơ thể.

Thời tôi bán sách cò con, đã cả gan dùng hai chữ Ngôn Ngữ để làm bảng hiệu rồi. Nên không dám đưa thêm ý riêng. Xin lỗi tôi hơi lực bực điều chi trong lòng nên cố tình lạc đề khi đưa đẩy ít dòng đầu cho cuốn hồi ký, cũng gọi là văn học, không giống ai.

Sinh hoạt văn học nghệ thuật, dù bề thế hay khiêm nhường, ít nhiều cũng có dính đến, dựa vào những người đồng hành, bối cảnh thời cuộc. Viết, kể lại những công việc đã làm để có một cuốn sách cũng là việc nên làm. Kiểu hồi ký này không hấp dẫn, không lôi cuốn, thậm chí không cần thiết, nhưng có để biết thêm chuyện bên lề "cũng tốt thôi!". Nghĩ cạn như vậy, nên từ thói quen viết văn vần, tôi tập sự viết văn xuôi, xin trình làng nếu có giờ đọc chơi. Đa tạ.

Luân Hoán

"VỀ TRỜI", MẶC CẢM CHẾT YỂU

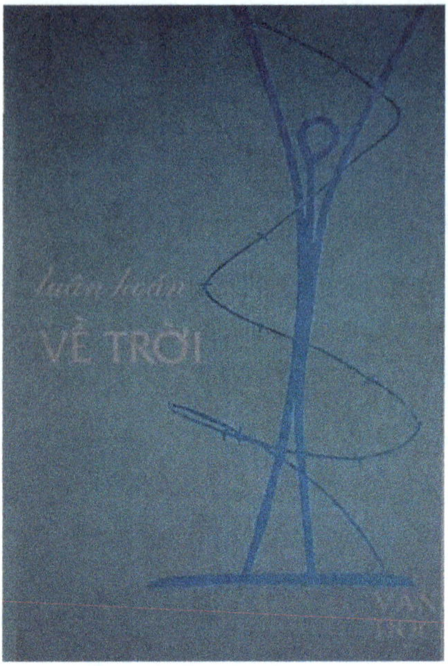

Sau khi có tên trong Ban Biên Tập tạp chí Văn Học, (do các anh Phan Kim Thịnh sáng lập, làm chủ nhiệm và Luật sư Dương Kiền làm chủ bút, báo quán đặt tại số 61 đường Lê Văn Duyệt, thủ đô Sài Gòn) tôi nôn nóng được in một tập thơ.

Ngoài tạp chí Văn Học, anh Phan Kim Thịnh chủ trương Nhà Xuất Bản mang cùng tên. Đến thời điểm này, nhà xuất bản của anh đã cho phát hành hai (2) tác phẩm:

1. Người Cân Linh Hồn, của bác sĩ Hoàng Văn Đức phóng tác.
2. Sân Khấu, tập kịch của nhà văn Dương Kiền.

Tập thơ Về Trời của tôi là đầu sách thứ ba của nhà xuất bản.

Những cuốn sách sẽ in tiếp theo được rao trước ở trang cuối tập Về Trời gồm:

1. Biển Trầm Lặng, truyện dài của Dương Kiền.
2. Thần Thoại Sisyphe, của Albert Camus Trần Nam dịch.
3. Con Đường, truyện dài của Nguyễn Đình Toàn.
4. Ngoài Đêm, truyện ngắn của Thế Uyên.

Con đường từ bản thảo đến thành hình tác phẩm chung chung ra sao tôi không rõ. Riêng với Về Trời tuy được chọn in, nhưng nhà xuất bản chỉ hỗ trợ các công việc: đánh máy bản thảo, trình bày, cung cấp giấy in, chạy giấy phép và chăm sóc ấn loát. Tôi phải trả chi phí xếp chữ, ấn loát.

Với một người đang kèm trẻ tài tử, tôi hoàn toàn không có

khả năng. Rất may tôi có một người cha thương quý sở thích của con. Tuy nhà khá đông anh em, nhưng chúng tôi mỗi người đều được chia phần, đứng tên sở hữu trong trích lục một số ruộng đất. Ba tôi gợi ý bán một ít của phần tôi để in sách. Sự hoang phí này không khi nào tôi ân hận nhất là bây giờ, lý do không cần nêu lên.

Về bìa sách, anh Phan Kim Thịnh cho biết đó là một bản vẽ của một người Đức, hiện ở Sài Gòn, anh quen thân, nhờ vẽ và trình bày. Tên họa sĩ hình như có in trang sau cùng, như thường lệ. Rất tiếc, để bảo quản, tôi tự làm lại bìa cứng và trang này bị dán vào bìa nên không thể đọc được. Đây là bản duy nhất tôi còn giữ.

Nội dung tranh bìa, dựa vào tên tập thơ để minh họa. Do đó chúng ta thấy một thân người khẳng khiu, hai tay đưa cao, trong ý thức tâm nguyện muốn vươn lên trời xanh (nền màu bìa) vượt qua những trói buộc bằng dây kẽm gai, hình ảnh của chiến tranh đương thời. Bìa không nhiều màu mè nhưng phản ảnh đôi nét nội dung, thật hoàn hảo với riêng tôi.

Vào thời điểm in sách, tôi chưa biết mặt mũi hai anh Phan Kim Thịnh và Dương Kiền ra sao. Tôi còn chưa đặt chân đến Sài Gòn lần nào. Dân thành thị tỉnh lẻ không quê lắm nhưng cũng thừa ngờ nghệch, đủ ngây thơ, và yêu đời lắm lắm.

Được luật sư Dương Kiền, ưu ái viết lời bạt, tôi thật sự hãnh diện và sung sướng. Với làng bút Sài Gòn, tôi hoàn toàn vô danh. Một đôi bài thơ thỉnh thoảng được đi trên vài tạp chí Mai, Bách Khoa... chưa tạo được sự chú ý nào. Những người lãng mạn sinh hoạt thơ văn tại tỉnh lẻ, háo hức khởi hành nhưng khó khăn hội nhập sân chơi lớn. Riêng tôi lựng chựng đi từ Tuổi Xanh đến Mai... không quên ghé qua những Văn, Thời Nay, Ngàn Khơi... nhưng không thấy thú vị với các trang đặc biệt của bất cứ nhật báo nào tại thủ đô. Tôi cũng gần như không biết đến những trang thơ mộng, thanh xuân Tuổi Hoa, Tuổi Ngọc... Tôi gần như già trước tuổi.

Mục lục nội dung Về Trời:

Gồm 60 bài, với các thể loại: bốn chữ, ngũ ngôn, sáu chữ, bảy chữ, tám chữ, lục bát, thơ tự do, thơ xuôi. Và đầy đủ như sau:

Gõ đời phân vân (lục bát-lb), Mùa xuân (thơ tự do -ttd), Đầu quân (ttd), Trình bày (ttd), Đầu thai (6 chữ), Tâm sự cùng em trai (8 chữ), Chiến tranh (5 chữ), Nhân vật (ttd), Cần Thiết (ttd), Con đường (ttd), Ngụy biện (lb), Thi Ca (8 chữ), Quê hương một loài chim (ttd), Vọng ngôn (4 chữ), Y (ttd), Người qua sườn đồi (8 chữ), Lính rừng mây núi (8 chữ), Huy Chương (4 chữ), Cánh cửa lớn (ttd), Hành quân (5 chữ), Minh oan (8 chữ), Bậc đàn anh (8 chữ), Phần thưởng cho chàng chiến sĩ (ttd), Thơ tình yêu (thơ xuôi), Vui lòng (lb), Chúng mình mất nhau (ttd), Giọt cười (lb), Sầu biếc (lb), Chải tóc (lb), Giọng ngâm của em (lb), Về nguồn thanh xuân (ttd), Buồn thật không (5 chữ), Liên tưởng (4 chữ), Chiến bại (lb), Ba hoa (lb), Lòng sớm mai (lb), Môi trưa (lb), Mắt chiều (lb), Bắt bóng (5 chữ), Quà tặng (lb), Chiều phố yêu em (lb), Trưởng thành (lb), Lý do (ttd), Bóng tay (4 chữ), Dặn dò (ttd), Muôn năm (lb), Giọng hát (7 chữ), Đôi lòng xuân xanh (lb), Cuối đời gọi em (lb), Nét buồn ca dao (lb), Mưa vào thành phố (5 chữ), Chân dung thân yêu (8 chữ), Bài hoài niệm Sa Mạc (8 chữ), Tâm hồn (lb), Cha con (ttd), Niềm mỏi mệt (8 chữ), Tháng Bảy nhớ người (lb), Tiếng hát loài không tên (ttd), Vòng đua (lb).

Xin trích đôi bài ngắn ngắn:

TRƯỞNG THÀNH

đôi tay anh nhỏ như là
chân chim sâu nhảy la cà trong cây
anh tìm những nét thơ ngây
trong màu lá biếc xanh đầy mắt em
chong sầu vỗ giấc lãng quên
niềm bi quan nhẹ bay lên niết bàn
còn nguyên anh nỗi rộn ràng
yêu em chín ửng cả ngàn ý thơ.

BÓNG TAY

bàn tay lá mạ
cài hoa cúc vàng

khép tà áo lụa
bay chiều thu sang

tôi qua mấy dặm
phố xa bóng chàng
đôi dòng nước lũ
đẫm cồn má ngoan

guốc cao tiếng rụng
sầu xanh lòng chàng
ôi còn gì nữa
ngoài niềm bi quan

bàn tay lá mạ
bày trên mặt bàn
anh nhìn không thấy
những lời than van
em nhìn không thấy
từng giây phai tàn

CHIỀU PHỐ YÊU EM

anh ngu như thể con bò
lên yên xe đạp
lò dò theo em

phố dài gót đỏ lênh đênh
thương con bóng vỡ hoài trên mặt đường

lòng anh chứa vạn mùi hương
đổ ra lót gót chân nương bóng chiều
em đi
khép nép trong chiều
hai bàn tay thở dập dìu gió bay
sợi bụi sau áo thành mây
cuốn anh trôi nổi hết ngày thanh xuân

đều chân em nhé
đừng ngừng

kẻo anh thành trụ điện lưng phơi trời

thong dong mặc sức rong chơi...

(*ghi chú: có thay đổi*)

CHIẾN TRANH

một con gà trống đỏ
một con gà trống đen
cùng nhìn về phương đó
khát vọng và bản năng
cả hai cùng hăm hở
đánh nhau không nói năng.

TÂM HỒN

ai đang gõ cửa hiên ngoài
đừng vào, vỡ tiếng thở dài cuộc tôi
trái tim đã hết chỗ ngồi
vỏ bia tàn thuốc lá phơi phận người
ngọn đèn soi tôi thấy tôi
đầu kê giữa gối tìm đời dưới chân
tôi thu tôi nhỏ lại dần
vừa tròn một tiếng thở bâng khuâng buồn
tâm hồn tôi, một giọt sương
nằm chờ nắng bốc về nguồn cội xưa.

Đương nhiên không thể không trích một số câu trong lời bạt của anh Dương Kiền:

"... Tự thơ anh đã nói lên tất cả những lời chân thành mà anh muốn gởi tới người đọc, tôi viết những lời vô vị này thật thừa thãi. Nhưng tôi vẫn viết, có lẽ chỉ để chứng tỏ chúng ta sẵn sàng bên nhau, không phải để chia sẻ vinh quang, mà là chia sẻ những nhọc nhằn của một thế hệ mở mắt và có lẽ sẽ nhắm mắt trong cay đắng tủi nhục.

...

Chính thơ anh đã đưa tôi vào thế giới ấy. Nhận vinh dự viết lời bạt, tôi nghĩ rằng không bắt buộc phải ca ngợi anh. Phê phán anh đã có độc giả của anh, dù tôi có gian dối viết lên đây đôi lời tán tụng phù phiếm, cũng không làm thay đổi cái nhìn của người đọc.

Nhưng tôi nghĩ rằng, tôi bắt buộc phải ghi lên giấy, một ý nghĩ có thực của tôi: thơ anh là những âm thanh tình tự thiết tha và tất cả giá trị của anh là ở điều đó. Vì thế đôi khi anh bất chấp những xảo thuật của ngôn ngữ để làm tăng vẻ đẹp hình thức; anh chỉ quan tâm tới một điều: nói tiếng nói của con người, tìm thấy nhau trong nhịp điệu của sự sống đầy yêu mến thiết tha".

Sàigòn tháng 11-1964.
Dương Kiền

Tập thơ sau khi phát hành, bày bán ở nhà sách Lam Sơn và Sông Đà, (cả hai đều nằm trên đường Độc Lập, Đà Nẵng). Tôi cùng hai bạn thân Châu Văn Tùng, Hoàng Trọng Bân, dạo phố trước Tết gặp được. Điều này cho thấy sách báo gởi cho các hiệu sách luôn đến sớm hơn sách tặng, hoặc sách đặt mua dài hạn.

Về Trời cũng được đôi tạp chí quảng cáo hộ. Và tạp chí Tin Sách cũng có bài điểm, không còn nhớ ai viết và giới thiệu trong số nào. Hy vọng sẽ tìm thấy để bổ sung cho Dấu Tay Một Thời, tôi đã thực hiện kiểu lưu niệm riêng.

Một chi tiết cũng nên biết để mà biết cho vui, Về Trời mang số kiểm duyệt: K.D 3737B.T.T/BC ngày 10-12-1964.

Tôi đã đánh máy lại toàn bộ tập thơ, hoàn tất ngày 23.3.2017 tại tư gia, số 11351 đường Armand Lavergne Montreal P.Q H1H 5W3 Canada. Trong khi đánh máy có thuận tay chỉnh ít chữ, đôi dòng trong vài bài.

(4 giờ 38 chiều 21-12-2018, tại đúng vị trí ngồi gõ năm 2017 ghi trên).

"TRÔI SÔNG",
NHỮNG DÒNG TÌNH MỚI LỚN

Thời mới lớn chưa nhận ra rõ rệt
từ phút nào, những thay đổi ra sao
có chi đó dường như là trục trặc
manh nha từ những vụn chiêm bao...

Thời mới lớn, đồng nghĩa với giai đoạn biết có cái gì khác lạ ở con gái, khiến mình ưa nhìn, ưa vẩn vơ suy nghĩ, nặng phần mơ mộng. Một thời kỳ đẹp rực rỡ như vậy, nhưng tôi ôm nặng mặc cảm về sự èo uột của mạng sống mình. Tôi sớm có cảm tưởng sẽ chết yểu, chết bất đắc kỳ tử. Chính vì thế, khi lòng dạ nhập chung với thơ, tên gọi các thi phẩm của mình mang đậm sự bi quan này. Một Về Trời chưa đủ, phải thêm Trôi Sông, thậm chí tô đậm rõ nét hơn với Chết Trong Lòng Người, vào các năm tiếp sau lênh đênh trên dòng tình si đầu đời...

Nói đến Trôi Sông, hình như nhiều người liên tưởng đến Lạc Chợ - trôi sông lạc chợ - Câu chữ dính liền trong dân gian, để nói lên một kiếp sống nổi trôi không ra gì. Thế nhưng cái "thứ trôi sông lạc chợ" ở đây lấp lánh cái gì rất ư màu mè thi ca. Và tôi hình như đã có chút vịn vào hình ảnh này.

Sẽ thật bất ngờ, nếu bạn đến với Trôi Sông. Bởi bạn chẳng gặp những suy tư non nớt về cuộc sống, trái lại bạn sẽ đụng đầu với nguồn tình phơi phới. Một trái tim tập yêu, nhưng chưa tập thất tình. Cái gọi là "suy tư cuộc chiến" chỉ mờ nhạt, thấp thoáng trong này. Đây là tập thơ tình, trai chưa trên gái chưa dưới, rất đúng là chân chất tinh khiết. Tóm lại một tập thơ có khá nhiều bài, tôi cưng và nâng niu rất mực trân trọng.

Nội dung khởi từ Đẩy Đưa Mấy Lời, có công dụng thay lời mở, chặt chẽ vần vè lục bát, nhưng tôi phân thân từng cặp 6/8 theo phong trào thời bấy giờ:

"người từ tám hướng
đi ngang
bốn phương
sẵn dịp lang thang chốn này
mời
nghiêng chân, nhướng lông mày
mũ khăn vẫn đội
guốc giày vẫn mang
bước vào...
từng bước thanh nhàn
chẳng cần nhón gót khẽ khàng hồ nghi
từng đường hoa dưới chân đi
không mìn bẫy
chẳng có gì
ngoài ra:

một vườn chim đứng dâng hoa
một nguồn nước nhú dòng ra sữa vàng
và tôi
(có thể mơ màng)
là thân sinh của sữa vàng, chim, hoa...

lượm tôi lên
ngắm qua loa
giữ tâm bình lặng
thế là
cảm ơn
sợi tơ vừa lót trong lòng
sợi tình được thở vài năm
cũng là
tôi tan vào được bao la

(trang 5 & 6)

Để dẫn ngay đến hình ảnh Nhập Thế, đại khái như:

"hành trang vài bộ áo quần
một xấp giấy trắng lừng khừng vai mang
con đường bụi nắng chang chang
vuốt mồ hôi bước hoang mang theo đời...".

Tôi đi đâu ở những bước đầu?

Sinh gần cùng thời với thế chiến thứ hai. Theo gia đình, tôi có cuộc hành trình đầu tiên, đã có tên gọi "Trên Chặng Đường Tản Cư", cô đọng những diễn tiến:

"... nằm ngửa giữa khoang ghe
lắng nghe mái dầm tre
chao nghiêng vào sóng nước
trôi lựng chựng e dè
...
tôi ngồi trong thúng tre
nắm quai gióng lắng nghe
tiếng cú cầm chừng nhắc
- coi chừng con ma le
...
tôi ngồi mở nút phơi
lỗ rún không được lồi
đọng bao nhiêu là đất
mắn ra vài cục chơi
... "

Bài thơ chia ba phần gồm 19 khổ, đều là những nhận xét trẻ con nhưng gom lại những hình ảnh có thực, đủ để tôi kết bài:

"mỗi ngày mỗi thặng dư
chân tình ở trong tôi
hẳn nhiên nhờ có được
trên chặng đời tản cư"

(trang 12).

Tiếp liền với bài này là bài "Tiên Phước, 1946". Theo chủ

quan, đây là bài thơ chủ đề quê hương, tôi viết ấm tay nhất, bao nhiêu năm tôi chưa có bài nào mình yêu thích hơn bài này. Tiên Phước là nơi tuổi lên 5 của tôi kéo dài đến lên 8. Đây là vùng đất thay đổi cả âm giọng của tôi, nặng trịch đến bây giờ. Bài khá dài, nhưng tôi trích trọn như thêm một lần nữa cảm ơn con người và cỏ lá của một miền rừng núi, đã thu hút và ảnh hưởng thật lớn với riêng tôi.

"bốn hướng mù mù mây giáp đất
thọc tay xuyên thủng, xé không ra
ngùn ngụt khí hàn trồi mặt đất
máu tưởng chừng như đọng dưới da

rừng dạy cây vươn cành tự tại
chen vai dựa bóng thở vào nhau
nghìn năm chuyển bước không dợn nét
âm thuần, dương chuẩn tận ngàn sau

hương núi lừng lừng nuôi hổ sói
đá chồng đá dưỡng dế giun sinh
mạch suối mang mang dòng nhạc tấu
chim gọi tình nhau âm tái sinh

Tiên Phước đội trời nghênh ngang đứng
tôi chào ra mắt thuở lên năm
lòng như vạt đất mời cây mọc
xin gọi một lần, thay viếng thăm:

cây quế, cây tiêu, cây đủng đỉnh
cây ưi, cây ráy, cây dầu lai
cây mây, cây sơn, cây lật mất
rau sưng, rau má, cải tàu bay....
còn bao tên gọi không kịp nhớ
vẫn trổ hoa trên gót chân ngày

lòng như nhánh đậu cho chim hót
thả giọng lại xem những cánh bay
bìm bịp, cú mèo, vàng anh, khướu

họa mi, chất quạch, sáo, bù chao...
những tiếng hót vàng chưa tên gọi
đang thổi âm thanh đến cõi nào?

lòng như ổ ấm trùm muôn thú
mái gầm, bò cạp, vắt, đỉa, mang...
hiền lành, hung dữ để huề sống
ngôn ngữ riêng: chung một diễn đàn

lòng như thảm bạch mời ông lão
búi tóc tròn vo một củ hành
hai ngón cái chân còn quay lại
tìm nhau trong bước ngại đi nhanh

Tiên Phước ôm tôi năm bốn sáu
xưởng chè rộng bỏ gió tan hoang
úp lưng trong mái đình Tiên Hội
tôi vẽ i tờ xuống mấy trang

củi lượm mấy que dồn cho chị
chà là mấy nhánh bẻ cầm tay
trái sim mập ú như bụng nhộng
vui miệng lai rai cắn cả ngày

đi xuống đi lên đồi tiếp núi
con đường dủ dẻ gọi bâng quơ
sông Tứ Hòa xanh lòng đá lát
ba năm nằm chưa nổi bao giờ

Tiên Phước buồn ơi, tôi đã bỏ
con cá lia thia, con rạm đồng
con gà tự túc lông chưa đủ
sấm chớp ào ào chiều mưa dông

tôi đã đi rồi, tôi xuống núi
một lần ghé lại cũng đành không
bom có dội nhằm vào bụi duối
lòi con rắn mối thuở tôi chôn?

(trang 11-16)

Tiên Châu, Tiên Hội, Tiên Phước không chỉ thở cùng tôi chừng ấy. Mà còn sản sinh: Cùng Đá Tiên Châu, Một Ngày Ở Núi, Cái Thời Lên Tám Ưa Quên, Nhắc Tôi Một Chút Mẹ Hiền, Người Bạn Ngoài Bụi Cây, Những Góc Rừng Khó Quên, Những Buổi Trưa Xanh Ở Tiên Châu, Tiên Châu Chiều Cuối Năm... là những viên ngọc của hồi ký thơ. Đẹp với riêng tôi và hy vọng cũng tương đối xinh với những ai đồng cảm.

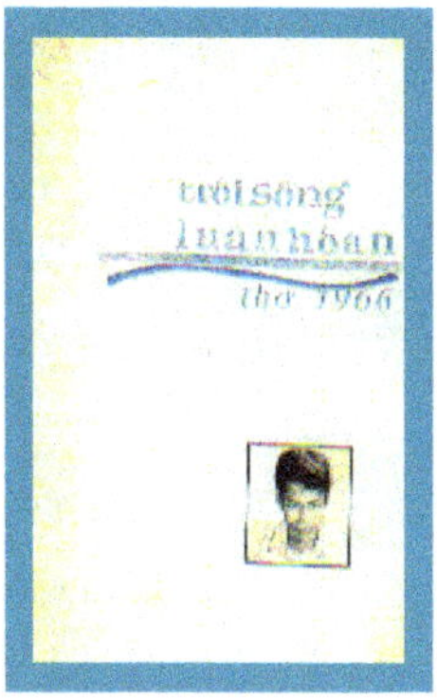

Muốn nhưng tôi chưa tự viết phê bình cho thi phẩm của mình. Tôi chỉ nêu những điểm kỷ niệm rất cần có trong hồi tưởng lúc tuổi xế chiều. Trong cuộc sống, chúng ta được khuyến cáo không nên nhớ về quá khứ, hoa hòe hơn như ai đó đã từng dùng "ăn mày dĩ vãng", nhưng tôi gần như thực hành ngược lại. Sắp 78 năm với cuộc đời, thiếu hụt chân bước từ năm tuổi 28, tôi vẫn chưa chống gậy. Đúng ra tôi đang đi tiếp đoạn đời còn lại bằng cây gậy hoài niệm.

Tôi vẫn quanh quẩn viết về cái tôi, không dám lơ mơ cái khác vì hiểu rõ khả năng của mình. Làm thơ (kiểu trời ơi của tôi) là việc dễ nhất. Nó chẳng mấy tiến bộ, bạn chỉ cần đọc thử đôi bài lục bát, sẽ thấy cách viết bừa bãi, không cần phân xác câu chữ của tiền nhân, tôi gắng giữ từ ngày đầu chơi thơ đến bây giờ, dù thỉnh thoảng cũng làm dáng. Mọi cái mới giống nhau thành cái cũ.

Ở Trôi Sông:

"câu thơ lục bát mọc chân
từ ca dao nó đi lần sang tôi
khi mô nó sẽ qua đời?
chắc sống vĩnh viễn với trời đất thôi
mai sau khi tôi chết rồi
xin lấy nó đắp mặt tôi sau cùng"

(trang 104)

Và thử viết ngay ít câu bây giờ, không đợi hứng:

"làm thơ nịnh gái cả đời
khen mi tán mắt tụng môi ca cằm
hết khuôn mặt đến tay chân
từ cái mắt cá khen dần dần lên
hông thon ngực dựng chênh vênh
phần nào mô tả cũng trên điểm mười
chừng nấy chữ xào tới lui
rõ chưa mòn được những lời khoa ngôn
để hù thiên hạ hết hồn
vẽ luôn chân tướng lũng cồn em xinh
cội nguồn của cái huê tình
không gọi tên tục mất linh thơ liền
yêu em mà chẳng biết ghiền...
thì yêu mới nửa cái duyên làm người..."

(lúc này là 8 giờ 40 phút sáng thứ bảy, 22-12-2018)

Cái ba-nhe trong lục bát tôi cỡ này có từ thời *"anh ngu như thể con bò/lên yên xe đạp lò dò theo em..."* lận. Gần đây thấy đã hơi chán, nên tôi bình dân hóa trong thi phẩm đang viết Liên Hoa Thi. Học lại cái tinh hoa cổ.

Tán dóc về thơ dễ lạc đề, xin trở lại với Trôi Sông.

Tập thơ đếm được 55 bài dàn đầy 118 trang, kể cả phụ bản in màu của Thái Tuấn, Rừng, Nguyên Khai, Vũ Thái Hòa, Khánh Trường, Trịnh Cung. Đây là bản in lại năm 2001, với bìa tranh Nguyên Khai do nhà thơ Song Vinh trình bày.

(Nhìn từ bìa in, các chữ trên bìa nổi lên như kỹ thuật ba bốn chiều gì đó, nhưng scan, chụp lại thì ảnh mất vẻ đẹp này). Tập thơ do em tôi, Lê Hân chăm sóc ấn loát.

Yêu chưa nhiều thất tình chẳng bao nhiêu, nhưng Trôi Sông vẫn rất là thơ mê gái, thơ tán gái. Vài bạn thơ đã tâm đắc hùn sức tán thêm. Công kỹ nhất là nhà thơ Nguyễn Đông Giang. Anh công bố hẳn những nét riêng từng nhân vật hiện diện trong bài Qua Ngõ Mỹ Nhân, (in ở trang 52 đến trang 58). Bài này giới thiệu ngoài mười một người đẹp một thời của Đà Nẵng, mỗi người mười câu trong 11 đoạn. Không có giờ viết thành trường ca, nên số người đẹp còn lại, tôi nhốt hết vào đoạn 12 bằng cách gọi quý danh: Quý Phẩm, Thạch Trúc, Ỷ Vân, Bích Hà, Xuân, Đông, Hồng, Phú, Phước, Nga. Những bạn từng sống ở thành phố này hẳn không xa lạ với những tên gọi gợi lên sự nhớ nhung dù rất vu vơ.

Đã lỡ ưu ái cho 11 người đẹp tôi từng lẩn thẩn qua ngõ, nên nay không thể không trích đoạn mỗi người hai câu mời các bạn đọc cho biết:

"... lòng tôi phiêu lãng mười phương
bỗng về ở trọ trên trường túc hoa" (Minh Xuân)

"... trầm hương từ cõi thịt da
trải xanh ngọn gió ngấm ra sông Hàn..." (Như Thoa)

"... cho tình thức cũng chiêm bao
cho tình ngủ cũng nhả thơ nhớ đời..." (Trân Châu)

"... trông qua cổng thấy em cười
Chúa tha tôi tội yêu người sau lưng" (Lâm An)

"lò dò qua ngõ Bích Quân
Giấu bàn tay ở túi quần, đăm chiêu..." (Bích Quân)

"... gáy ngà đỡ mái tóc cao
rõ ràng có hạt bụi thao thức nằm..." (Thu Hà)

"... nắng không vào lọt chỗ nằm
hạt thơ đâu dễ bén mầm bên hoa..." (Quỳnh Chi)

"... ai cho phép một con ruồi
yêu người hóa điểm son tươi bên cằm... (Thúy Oanh)

"... bâng khuâng qua ngõ Ái Cầm
chợ Cây Me ngó, thì thầm trên vai..." (Ái Cầm)

(bài này đúng nghĩa viết lách, khó bởi phải né bạn tôi).

"... nhạc luôn theo những ngón tay
xoay lưng ong những vòng quay vật vờ..." (Diệu Minh)

(hồi này nhà thơ Nguyễn Bá Trạc chưa xuất hiện)

"... giá bứng được cánh môi tươi
lấy thơ lấp lại cho đời khỏi ghen..." (Phước Ninh)

Qua những tán tụng này cho thấy tôi dẻo miệng, nhưng cũng nói lên tình thiệt, tôi không dám mê ai, nên may cũng chưa yêu ai đến độ thất tình. Cái dở của tôi ở điểm này. Tôi luôn lượng sức, biết mình biết ta, và toan tính tránh cho mình những bầm dập. Tôi khoái nhìn mỹ nhân, nhưng thường thuởng ngoạn như họa phẩm, trân trọng nhưng hơi kém chân tình. Nguyên nhân cũng dễ hiểu thiếu tiếp xúc, gần gũi.

Khi tập Trôi Sông được tái bản ở Montréal, nhà thơ Nguyễn Đông Giang cư ngụ tại San Jose USA, đã dựa vào bài Qua Ngõ Mỹ Nhân để viết một bài dài dưới tên Sống Đời Với Thơ in báo, sau đó đi lại trong cuốn Luân Hoán Một Đời Thơ. Xin trích đoạn đầu và đoạn kết bài:

"Trên chiếu thơ Luân Hoán, những người đẹp trong thập niên 60, 70 của Đà Nẵng đã được anh ưu ái dành cho nhiều chỗ ngồi rất trang trọng. Làm thơ tình, ba hoa ngợi ca nhan sắc là một chuyện bình thường. Nhưng nịnh gái, ve gái bằng nghệ thuật thi ca, Luân Hoán quả có phần chơi lấn hơn những người bạn thơ đồng hương, đồng thời với anh, trong đó có tôi.

Mê sắc đẹp chưa hẳn là mê gái. Bào chữa này khó đứng vững, nếu không có những câu thơ sinh động biện minh. Căn cứ vào thơ, tôi quả quyết Luân Hoán đã đi qua hầu hết những ngõ nhà của mỹ nhân. Hơn thế nữa, anh đã từng nghiêng chào tất cả những tiểu thư xinh đẹp của thành phố.

Phương danh trong đội ngũ hoa hồng này, có lẽ được sắp xếp theo từng thời điểm bắt gặp đối tượng của tác giả. Một điều có thể tin chắc, anh không xếp hạng. Với một nhà thơ bản tính ba phải là chuyện thường, huống chi Luân Hoán, hình như, chỉ chú tâm đến việc vẽ vời, cùng hiệu đính thêm những xúc cảm của mình. Những họa phẩm của anh do đó bức nào cũng tuyệt vời, bởi cội nguồn của nó đã là một sản phẩm đẹp của tạo hóa. Trò chơi lẩn thẩn của Luân Hoán tưởng chừng vô ích, nhưng không, ngày nay nhờ những họa phẩm bằng chữ nghĩa này, chúng ta thấy lại được thành phố Đà Nẵng thân yêu của chúng ta, một thời đã có quá nhiều người đẹp đến như vậy...

Luân Hoán, bạn tôi, bạn của chúng ta đã từng bất thường và còn đang ao ước được khác thường hơn những cái bất thường đã có. Nếu vậy anh sẽ còn quấy nhiễu những người đẹp đến bao giờ? Và chúng ta sẽ phải mệt vì đọc thơ vớ vẩn của anh đến bao giờ?"

(Nguyễn Đông Giang - 2004)

Trong Trôi Sông cũng không thiếu nét riêng cá nhân tôi trong giai đoạn "báo động ở Thanh Bồ/máu chảy ở Đức Lợi...". Rất đậm hình ảnh "ngồi suy tư cuộc chiến/bên cốc cà phê đen/dòm phớt tờ nhật báo/ngó trời, không nói năng...", hoặc vào nghề kiếm đủ cà phê thuốc lá "những ngày tôi trốn lính/làm précepteur/gặp em đâm lính quính/cô học trò bé thơ... bài toán tôi lơ giảng/bài thème tôi quên xem/lo khoe vài tờ báo/có người đề tặng em...".

Nội dung toàn tập ít nhiều cũng dễ thương. Đã có vỏn vẹn hai câu thay lời vào tập:

"thả lòng theo gió trôi sông
nở thơm đôi ngọn phù vân bên đời - LH"

nên kết tập, cũng là lục bát như vầy:

"hăm lăm năm sống tà tà
hăm lăm năm sống xuề xòa hồn nhiên
sáu mươi năm nữa, đương nhiên
vẫn thanh đạm một cõi riêng đời mình
làm thơ, dạo phố, làm tình
làm ông vua của những tình nhân ta
làm con của quả đất già
làm cha của đám lá hoa xanh vườn

cuộc đời sẽ rất dễ thương
nếu em chung chiếu chung giường với ta

làm thơ để khỏi chóng già
câu thơ bất tận chính là trái tim
bây giờ xin tạm ngồi im"

(trang 115)

Cho thanh xuân này trôi sông kể cũng tội. Nhưng con đã đặt tên trước nên đành vậy.

Thi phẩm này bị hẩm hiu vì nó ra đời hạn chế dưới dạng in ronéo. Và các bạn biết không, tôi đã thực hiện 10 bản đặc biệt viết tay trên giấy pelure. Trò này tôi học từ bạn tôi, Nguyễn Nho Sa Mạc. Một tờ giấy để ngang được gấp đôi có thể viết như hai mặt, theo cách đóng hai mép tờ giấy sẽ nằm phía gáy sách.

Nguyễn Nho Sa Mạc thường viết bằng mực tím, chữ anh rất giống chữ con gái, mềm mại thiệt thà. Tôi, trái lại viết không gò bó cũng không cố tạo nét bay bướm. Chữ tôi tự nhiên có hoa tay theo nhận xét của nhiều bạn, đẹp hơn chữ Huy Giang nhưng kém hơn chữ Phan Duy Nhân, hai bạn trong thời này của tôi.

Tào lao thiên địa cũng để khen mình thêm một phát, đời còn vui mà. Chả xin lỗi ai làm gì.

ngưng viết lúc 10 giờ 09, ngày 22-12-2018.

"CHẾT TRONG LÒNG NGƯỜI", NHỮNG SUY TƯ BI QUAN NON NỚT

Tên tác phẩm là ngôn ngữ chào hàng của người sáng tác. Với sứ mệnh chuyên chở tổng quát nỗi niềm cùng ý tưởng, tên sách thường tạo cho người đọc những ấn tượng lôi cuốn, cạnh những tò mò, thiện cảm và tin tưởng.

Hai thi phẩm đã xuất bản của tôi, tên gọi khởi đầu bằng hai động từ bình thường Về và Trôi. Mỗi động từ cõng thêm một chữ, làm gợi lên tính cách bi quan. Tuy vậy mức độ yếm thế chỉ phảng phất. Đến thi phẩm thứ ba, một động từ, đời thường ít dám dùng, đã được tôi chọn. Rất may, cõi đến của nghĩa động từ ấy khá nhẹ nhàng thanh thoát. Nhưng dù sao bốn chữ "Chết Trong Lòng Người" cũng tạo ra cái không khí bâng khuâng, ảm đạm. Nội dung tác phẩm dựa lưng vào xã hội đã đành, phần khác, như đã nói, do tiên đoán lệch lạc về số mạng chính mình mà có. Sự bi quan này từ đâu. Có lẽ nên xin phép lặp lại vài nét ấu thơ tôi:

Thân phụ tôi bay bướm đào hoa, ông có bốn bà vợ được lập hôn thú và lố nhố nhân tình dọc theo đời sống ít ưu tư của ông. Ông cũng chơi đủ bộ: thuốc lá, cà phê, trà, rượu và cả bàn đèn, để rồi tự chọn giờ buông bỏ cuộc đời lúc 84 tuổi, khi còn rất minh mẫn, đủ sức đi bộ non non nửa cây số.

Người mang nặng tôi chín tháng mười ngày hoặc hơn nữa, là người vợ thứ ba của ông, tôi gọi bằng Má. Bà họ Nguyễn người làng La Qua, Điện Bàn. Nhà ngoại tôi nhìn ra đường xe chạy, cách chừng hai trăm thước, bên trái từ ngã ba Vĩnh Điện rẽ về hướng Hội An.

Người vợ đầu và vợ hai của ba tôi là hai chị em ruột, mang họ Ông, người làng Phong Lệ, hình như có bà con với tướng quân Ông Ích Khiêm? (một vị tướng liên tục có sự thăng trầm chóng mặt, trải qua nhiều thời vua Thiệu Trị, Tự Đức, Hiệp Hòa, Kiến Phúc để rồi phải tự sát trong quân lao Bình Thuận, đến thời Hàm Nghi mới phục hồi Hàm Thị Độc). Tôi gọi vợ cả của ba tôi bằng Mẹ. Bà có công nuôi dưỡng và rất mực thương yêu tôi trong vòng ba năm, từ giữa năm 1949 đến gần cuối năm 1951.

Tôi có về Phong Lệ nhiều lần thời lên Chín. Vì là người ba hoa thơ thẩn, nên nơi nào tôi đã đến đều ít nhiều ghi lại địa danh cùng vài nét đặc thù trong chữ nghĩa có vần. Vĩnh Điện, Phong Lệ, hai quê mẹ đó không tránh được sự làm phiền của tôi. Dẫu biết dài dòng lạc xa tinh thần bài viết, tôi cũng xin dẫn ra đây hai bài, minh chứng:

bài 1:

"Vĩnh Điện Hát"

(chỉ phổ biến trên Facebook năm 2015)

"Vĩnh Điện chong mắt ngã ba
ngã xuống Cửa Đại ngã ra Sông Hàn
ngã vào Câu Lâu mênh mang
một dòng sông chảy từ ngàn năm xưa

Vĩnh Điện trầm buồn chiều mưa
tươi vui khi nắng sớm trưa rộn ràng
phố nằm ngay thẳng hai hàng
ôm quốc lộ một cây quàng khăn xanh

sông Vĩnh Điện trôi hiền lành
cây cầu yểu điệu trở thành cánh tay
đưa người đi đến mỗi ngày
là nguồn máu dưỡng phố đầy tiếng chim

mỗi gốc cây mỗi trái tim
che dân thị trấn an nhiên vui đời
bến xe rộn rã tiếng cười
vài câu văng tục rất người bình dân

tôi về đây chẳng một lần
một tháng vài bận dừng chân nơi này
lỡ mê đôi mắt bàn tay
em Nguyễn Duy Hiệu thở đầy mùi thương

yêu-một-chiều, có hơi buồn
nên tôi đi khắp ngả đường chưa quen
nhiều lần ngồi dưới bóng trăng
nghe Vĩnh Điện hát bằng tim chính mình"
Luân Hoán - 9.2015

bài 2:

"Khi Không Nhớ Về Phong Lệ/cúi đầu đụng tiếng thở ra"
(in trong CƠĐĐTT-LTHBVVBH)

"mon men thả bước theo đường sắt
về thăm Phong Lệ giữa mùa xuân
gặp con chiền chiện trên đồng nắng
vừa hót vừa bay khéo quá chừng

chân bước mặc chân lòng ngoái trông
cánh cò tha đất lạng qua sông
bên kia Giáng Động đìu hiu quá
biết có ai cùng ngó viển vông?

Phong Lệ bây chừ buồn quá thôi
ngoại ngồi rờ rẫm lá trầu hôi
dưới chân, con mực thiu thiu ngủ
chừng cả hai đang quên lửng đời

tréo ngược tay treo cột gỗ lim
nhìn kèo nhìn rượng mộng lim dim
giữa không gian lặng như tờ ấy
có tiếng ngáy trầm Ông Ích Khiêm

rờn rợn ngóc đầu đảo mắt quanh
nổi da gà nhón gót đi nhanh
nghiến răng tre nhái lời ma gọi
làng vắng buồn phơi vàng mái tranh

Phong Lệ ầu ơi, Phong Lệ ơi
ngủ ngon, đừng lẫy đạp lòng tôi
ví dầu kỷ niệm thành hơi thở
cũng thổi không tan nỗi ngậm ngùi"

Luân Hoán - 1991.

(Thật tình tôi cũng muốn tuân thủ việc trích dẫn một vài câu tiêu biểu, nhưng lại không có tính giấu những câu vụng khoe những câu được, nên tốt hơn trích nguyên bài, giúp bạn đọc khỏi có ý niệm hồ nghi bất ngờ nào).

Xin nhắc tiếp thời ấu thơ. Chuyện ra đời của tôi, quả thật cũng có thể gọi không được bình thường như đa số trẻ khác. Đại khái, trung thực như sau, (lại là thơ)

"... ở Hội An có một bà/ăn chay cầu tự đã ba năm rồi/chẳng cần suy nghĩ lôi thôi/ta chui vào bụng bà ngồi tỉnh bơ/ngộ thay có ả tiên khờ/cũng chui vào đó đợi giờ khai hoa/tính ta sớm ngại đàn bà/nên nhường ra trước gọi là chị luôn/nửa năm bò lật trên giường/nhờ đái nhờ ỉa bình thường lớn mau/chị ta tính trước suy sau/sợ đời hành hạ chuồn mau về trời/còn ta chắc sớm chịu chơi/trơ thân ra nhận ngón đời thăng hoa/từ bầm dập đến tróc da/thế nhưng vẫn muốn la cà sống lâu...".

Qua đoạn trả lời phỏng vấn cho chính mình trên, hẳn bạn biết được, tôi đã ra đời cùng gần lúc với một người khác. Một người chị. Chị Hạc, một cánh chim hiện diện lộng lẫy trong thơ cổ bên Tàu. Gia đình ba má tôi lúc này lập nghiệp ở Phố (Hội An). Ba tôi tuy học nội trú trường Tây ở Huế, nhưng cuộc sống ông vẫn chỉ lè phè ở ngành ngân khố. Má tôi có cửa hàng buôn bán tạp hóa sỉ và lẻ. Khi chúng tôi ra đời vì bận rộn công việc, má tôi giao chị Hạc của tôi cho người em gái nuôi giúp. Dì Quyên thương cháu, tận tình nhưng chị tôi có thể không chấp nhận thiếu hơi ấm của người mẹ, nên chị lẫy và bỏ đi khi tôi chưa kịp biết được mặt chị. Điều này tôi không nguôi buồn ngay khi viết những dòng này. Đã có viết vài bài thơ về chị, nhưng thôi không dám lạm dụng nữa, khi chủ đích bài viết này dành cho tập thơ thứ ba "Chết Trong Lòng Người".

Sự mặc cảm yếu kém về sức khỏe của tôi có thể đúng cũng có thể không. Bởi qua kể lại của nhiều người thân, lúc bé tôi khá kháu khỉnh bình thường. Nhưng sau này khi lớn lên so với anh chị em khác, tầm vóc tôi đứng hạng chót. Thời đăng lính, nhờ cân đo tôi biết được mình chỉ khiêm nhường một thước sáu mốt, với 43 kg, trong khi anh và các em sau này đều trên thước bảy và có bề dày da thịt bề thế hơn. Tôi nghiệm có mấy nguyên nhân: sự chia dinh dưỡng khi thai nhi cùng chị, hoặc tôi hoang đàng khá sớm. Dù lý do gì cũng sự đã rồi. Ám ảnh chết yểu, dẫn đến tên gọi cho vài tập thơ ? Có lẽ ít thôi. Những suy tư về xã hội đang sinh động chiến tranh mới là chính xác cường điệu dùng câu từ.

Tập Chết Trong Lòng Người, mảnh khảnh kiểu tôi từng nói, chỉ 112 trang, vóc dáng như loại livre de poche, nhưng mỏng hơn.

Hình thức: bìa tranh của Hoàng Trọng Bân, người bạn chung lớp. Anh vẽ vừa hiện thực vừa trừu tượng cảnh chiến tranh. Thời bấy giờ kỹ thuật in bìa còn cần phải làm bản kẽm, và lệ thuộc về chi phí in ấn. Bìa sách không khả năng in màu làm hỏng bức tranh. Tôi cũng buồn như Bân, nên cười huề, rủ nhau kéo theo Châu Văn Tùng, cũng một tay vẽ cùng lớp, đi uống trà cúc, ăn pâté chaud ở Thành Ký, trước nhà thờ Con Gà Đà Nẵng là xong.

Tập Chết Trong Lòng Người có hai cái đặc biệt:

- Đặc biệt thứ nhất.

Ấn quán Văn Học của anh Phan Kim Thịnh ở Sài Gòn lo việc in, phát hành, nhưng đứng tên xuất bản là Ngưỡng Cửa. Đây là "nhà xuất bản" tỉnh lẻ do tôi chủ xướng cù rủ thêm các bạn Hà Nguyên Thạch, Thành Tôn, Đynh Hoàng Sa, Vương Thanh thực hiện. Logo nhà xuất bản tôi lượm đại ảnh trên một tờ báo Pháp ngữ, điếc không sợ súng, bỏ qua một bên luật bản quyền. Logo có hình một con ngựa vóc dáng lạ, tạo khí thế tang bồng, tôi cho đứng trên đầu chữ Ngưỡng Cửa do tôi viết, chữ tượng trưng con đường có khoảng trống phía trước.

Ở lưng bìa sau, quảng cáo nhà xuất bản (xem ảnh), với nội dung:

Nhà Xuất Bản
NGƯỠNG CỬA

Luân Hoán, Hà Nguyên Thạch,
Thành Tôn, Đynh Hoàng Sa,
Vương Thanh.

Đã phát hành:

CHẾT TRONG LÒNG NGƯỜI
thơ Luân Hoán

Sẽ phát hành:

NỖI TÌNH CỜ (thơ)
NGOÀI KIA, MẶT TRỜI (truyện)
Hà Nguyên Thạch

VẾT THƯƠNG (truyện)
Vương Thanh

VÀNG LẠNH (thơ)
Nguyễn Nho Sa Mạc

LUẬT THỜI CHIẾN (truyện dịch)
Nguyễn Kim Phượng

100 CÂU LỤC BÁT.
THẮP TÌNH (thơ) Thành Tôn

TRÁI TIM TRÊN CAO NGUYÊN
Đynh Hoàng Sa

Địa chỉ Liên Lạc:
Sài Gòn: Lê Hân, 161 Yên Đổ, Sài Gòn.
Đà Nẵng: Luân Hoán, 96 Triệu Nữ Vương.
Quảng Ngãi: Hà Nguyên Thạch, 43 Phan Bội Châu.

Lúc này Lê Hân (em tôi) đang nội trú tại Trung Tâm Đắc Lộ (Alexandre de Rhodes) còn gọi là Cư xá Sinh viên Đắc Lộ, và dùng địa chỉ nơi đây. Lê Hân liên lạc thường xuyên với anh Phan Kim Thịnh khi in sách. Chú ấy thật có duyên điều hành nhà xuất bản như với Nhân Ảnh tại Hoa Kỳ hiện nay | địa chỉ của tôi là số nhà của Châu Văn Tùng thời bấy giờ | địa chỉ của Hà Nguyên Thạch, sau này tôi cư ngụ hơn một năm, có tên gọi khu Trùng Khánh, của một người Tàu cho thuê (gồm nhiều phòng cá nhân). Nhà văn Vương Thanh, họa sĩ Nghiêu Đề thay nhau ở chung một phòng với tôi trong thời gian này. Bây giờ cả hai anh đều đã qua đời. Họ phương phi tốt tướng hơn tôi nhiều, hưởng bóng mát cuộc sống cũng hơn tôi, ai biết cái tôi ròm ròm, ốm ốm ấy lại dai dẳng đến bây giờ, dù mùa đông nào cũng lo không biết có qua khỏi khối tuyết lạnh hay không. Khổ thơ cuối trong bài Tâm Sự Cùng Em Trai, luôn luôn thao thức trong lòng:

"... khuya rồi đó, em về vui cha đợi
đầu em thơm anh gói cả làn môi
cha hôn xuống nghẹn ngào rơi tiếng lệ
- thằng anh mày rồi chết sớm con ơi!

Hóa ra trời thương, chỉ mới lấy đi một đoạn chân, chuộc tội cho những bay bướm bên lề.

Ngưỡng Cửa chỉ phát hành được hai đầu sách: Chết Trong Lòng Người của tôi và Thắp Tình của Thành Tôn. Tôi rất muốn in Vàng Lạnh của Nguyễn Nho Sa Mạc nhưng chưa thực hiện nổi. Còn các bạn khác nhìn ra sự bế tắc trong việc phát hành, nên đành đưa sách in ở Sài Gòn. Tôi nhớ hình như anh Trần Phong của Văn có đùa: "Mấy cậu chỉ ra khỏi Ngưỡng Cửa một bước là chùn chân rồi...".

Tôi hơi chán nhưng chưa bỏ cuộc, nên sau này có "nhà xuất bản" Thơ, sẽ có dịp nói sau.

- Đặc biệt thứ hai:

Trong CTLN không có phụ bản vẽ nào, nhưng có một phụ bản là thơ phổ nhạc, xưa nay tôi chưa thấy có. Thật sự điều này tôi cũng không biết chắc. Bản nhạc này do nhạc sĩ Phạm Thế Mỹ phổ, không sửa, không thêm bớt chữ nào, kể cả tên bài thơ. Khung nhạc được Lê Hân kẻ khung, nốt và chép lời. Nhạc có lợi thế phổ biến rộng hơn thơ, nên bài này không qua được kiểm duyệt. Bài hát được in lại trong tập Trái Tim Việt Nam, nữ ca sĩ Đăng Lan hát đầu tiên, nhưng anh Miên Đức Thắng hát trong Băng nhạc Việt Nam 1 - stereo, tuy vậy cũng không thể nêu tên ca khúc trên mặt giấy mục lục, để qua mắt kiểm duyệt (điều này anh Phạm Thế Mỹ cho biết). Đây là bài thơ đầu tiên của tôi được phổ nhạc, bị nhận diện là phản chiến, nhưng được hát nhiều lần ở đại học Vạn Hạnh Sài Gòn. Bài này tôi viết qua một vụ việc có thật, nhưng nguyên nhân của tử tội không phải là người hoạt động chính trị. Mà là một gian thương, có thể như vậy. Mục kích chớp nhoáng cảnh xử bắn tại Sân Chi Lăng, trước mặt nhà tôi ở, tôi viết một bài ngũ ngôn. Lời thơ chỉ nói lên thân phận con người chung chung vậy thôi.

Tập thơ CTLN có 34 bài, đa số thể loại tự do, thơ xuôi, ít bài ngũ ngôn, không có bài lục bát nào. Nội dung thao thức thân phận con người, nhưng suy tư còn yếu kém, kiểu "ăn chưa no lo chưa tới", cái tôi thiếu niềm tin là chỗ dựa, cho phép những hình ảnh không tươi đẹp của xã hội tự do ăn bám ở nhờ. Một tập thơ thường thường của một thanh niên mới lớn còn rất hời hợt trong cuộc sống. Nhưng cũng lắm hình ảnh đáng ngậm ngùi suy ngẫm. Vài bài dài đọc đến phát mệt.

Nói về thơ, không thể không trích vài đoạn:

"giản dị như ăn và thở
bài thơ ra đời
em có thấy nó không?
em bắt được nó chưa?
con bò chết lẩn trong hồn tôi
và những điệp khúc bòn hút
báo động từ những vết thương
đó là tiếng nói
giản dị

thơ tôi ra đời,
sống.
...
bây giờ như thế đó
tôi trẻ và tôi già
tôi sống và tôi chết
cùng một lúc
ôi tự do!
...
đó là một tiếng nói
tiếng nói của bài thơ bày bán trong suốt đời tôi
nhức nhối
giản dị như ăn và thở

(Một Đồng Cho Một Tiếng Nói - trang 56)"

1.

mưa.mưa.mưa.mưa

dĩ nhiên

bây giờ là mùa đông. mùa đông trong thị trấn miền trung. nơi anh đang ở cùng ba. nơi em đã ở. đã mục kích thảm họa của mùa đông năm ngoái. ôi nước, ôi nước trắng xóa và trời. trời trắng mưa bão. chỉ có thế. không hơn được khi nói về mùa đông. mùa đông ở đây. ở trong thị trấn buồn miền trung. nơi anh đang ngồi viết bài thơ này. gió, gió không ngớt. và anh. anh không ngớt nghĩ về mùa đông đời người. mùa đông đời chúng ta. đã qua. đã qua từ lâu. lâu lắm chừ cần có lại, chừ cần sống lại trong trái tim. trong bàn tay, trong thi ca. để làm gì? không làm gì hết, nhưng anh muốn, anh muốn phải trở về. mùa đông, mùa đông cũ ơi phải trở về trong trí óc anh. phải trở về trong bàn tay anh ướt át bằng con đường gần. con đường gần như dĩ vãng. ôi dĩ vãng buồn. mưa. mưa..."

(Mùa Đông Cũ, trích 1 trong 4 đoạn).

"đợi một người bạn thân
trên sân ga vắng
tôi đọc thấy bài thơ

- tôi đầy 20 năm
nước nhà đầy cộng sản
súng đạn tôi lên đường
thản nhiên vì đã sống
mọi người đừng vỗ tay -

tiễn một người bạn thân
trên sân ga rộn rịp
tôi đọc thấy bài thơ

- tôi đầy 20 năm
nước nhà đầy cộng sản
đầu đạn đầy trên tim
dĩ nhiên vì đã sống
mọi người đừng thắp hương -

nhớ một người bạn thân
tôi cầm con dao nhọn
xóa bỏ hai bài thơ
mọi người vừa đánh giá

cảm ơn, ừ cảm ơn"
(Thơ Rời - trang 52-53)

"mãi mãi ta là loài hai chân
là loài mặc quần mặc áo
mang trái tim tìm giọt nước trong
mang ước mơ làm chiếc thuyền lãng du tiêu khiển
mang thanh xuân đắp giấc ngủ say
mang tình yêu quét đường nằm im sống
mang đớn đau làm của cải riêng

mãi mãi ta là loài hai chân
là loài có trí khôn cao nhất
mang tự do làm sự nghiệp kinh doanh

mang trí khôn đốt xóm làng rừng núi
mang danh thơm giết bạn hữu anh em

lịch sử nào hơn nụ cười của mẹ?
lịch sử nào hơn tiếng hát của em?
lịch sử nào hơn bài thơ tôi viết?
(đầy máu người xối rửa bàn tay)

mãi mãi ta là
loài hai chân
là loài biết yêu biết ghét
biết ngồi chơi
đập phá hết đời thường
biết tự do treo cờ
chào chơi
rồi chết

mừng có hai chân, ta còn làm loài người"
(Tự hào - trang 100).

Thơ trong tập này cũng thành hình từ những việc rất linh tinh, như khi tôi bị mất chiếc xe đạp. Nhà nghèo, ăn theo đồng lương của thân phụ, nên mất vật gì cũng trống rỗng trong lòng, tôi không thể không lấp lại bằng ít câu:

"... nhưng mày, thôi vĩnh biệt
đã đến lúc đôi chân tao thở cùng mặt đường
không nương tựa
không nhờ ai lăn nhẹ cuộc đời vui
không nhờ ai bước xa một buồn thảm
mày đã đi
mày đã ngoại tình
cứ xem như vậy
thôi cũng được
chiếc xe đạp già ơi con ngựa sắt thân yêu
tôi phải làm thơ về mày như thế này
nữa đấy...
...

thương cho tao xui xẻo hao tài
thương cho tao không bao giờ quên được lòng gian tham
của đồng loại thân yêu
thôi cũng được
mày cứ tiếp tục lăn ngoan dưới con người
dưới một lời chửi đổng của tao
vĩnh biệt
đọc đi con
con ngựa sắt già
tên trộm cũng như tao,
người, con người cả đấy
(Con ngựa sắt già đã mất - trang 90-91)

Có khi thơ đến từ sự việc liên quan mật thiết đến bản thân:

"... thôi vĩnh biệt tóc mai
vĩnh biệt râu
vĩnh biệt áo rằn ri
vĩnh biệt quần ống túm
vĩnh biệt hết các em
anh đi làm công chức
hỡi gương
dạy cho ta cách chải đầu
dạy cho ta làm quen vẫn cặp kính trắng
chọn giúp ta bộ quần áo dáng ông thầy
chọn giúp ta đôi giày làm chân trí thức
tập ta đi
tập ta biết cúi đầu
tập ta nói
tập ta nghe
tập ta ngoan ngoãn
tập ta trung thành
tập ta trong sạch
còn những gì
ta xin tập hết
cảm ơn gương soi

ta đã có tác phong
ta đã thành công chức
hơn anh em ta, không thua bè bạn ta
cuối tháng lãnh lương
ta là một phần của chính phủ
cảm ơn cảm ơn"
(Đi Làm Công Chức - trang 92-93)

Làm thơ là thời khắc linh hiển nhất, với riêng tôi xưa kia cũng như bây giờ. Cảm giác sung sướng gần như đồng đều ở hai màu tóc đen và bạc. Nhưng sự hiện diện bài thơ gây ra nhiều cảm xúc khác nhau. Có bài viết xong đọc đi đọc lại, nhưng chẳng chỉnh sửa gì. Có bài sửa tới sửa lui để rồi hủy bỏ. Xúc cảm, hứng thú trước khi chọn chữ, dàn câu đều như nhau, điều này, ít nhất là với tôi. Không hứng thì không viết. Nhưng viết cũng không cần đợi hứng. Không có thời điểm nào thú vị hơn thời điểm đang làm, đang viết, hoặc nói lớn lối hơn là đang sáng tác. Không có thời điểm nào khó khăn, nặng nề hơn lúc đọc lại. Và cảm nhận mỗi lần đọc lại thường rất khác nhau. Tôi chỉ có thể kết luận được vậy, nhưng không dễ dàng có những nhận xét rõ ràng hơn, khi đọc lại Chết Trong Lòng Người của mình.

Các bạn giúp tôi nếu thấy thích thú, cảm ơn.

Xin lưu ý, những đoạn viết về các tập thơ đã in, đúng là những đoạn hồi ký rời, nói về chuyện làm thơ, chơi thơ. Nhưng đã là hồi ký nên cuộc sống đời thường cũng như thân thế riêng tôi cũng dựa đà nói đến, mong không là rườm rà quá đáng.

12 giờ 33 chiều 28-12-2018

"ĐIỂM TRANG CHO VỢ" THI PHẨM Ở MÃI TRONG DẠNG BẢN THẢO

(bìa và trang đầu)

Tôi và Lý - gọi là Lý Phước Ninh, vì cô ấy được sinh tại quận Phước Ninh, một trong hai quận chính nằm giáp nhau của thành phố Đà Nẵng. Quận kia là quận Hải Châu, nơi tôi trưởng thành - Cuộc tình của cặp đôi chênh lệch nhau 11 tuổi này, thật không bằng phẳng trong giai đoạn đầu.

Từ cô bé tôi thường sai vặt mua thuốc lá, mang trà vào phòng... cho đến một hôm trời mưa, cô bé bỗng lớn lên dưới mắt tôi, khi em đứng vọc nước mưa trước hiên nhà. Diễn tiến cuộc hành trình thương yêu, được viết lại chân thật trong bài Chiều Mưa, in trong thi phẩm Đưa Nhau Về Đến Đâu (1989).

"Ta đến trọ nhà em từ thuở
em chưa qua hết tuổi mười ba"

Mười ba, con số thời gian chính xác của bé Lý có được kể từ khi ra đời, không phải dựa thơ Nguyên Sa lãng mạn hóa. Còn tôi lúc bấy giờ đã hâm đến bốn lần rồi. Khoảng cách chênh lệch là trở ngại đầu tiên và cũng là trở ngại duy nhất.

"... Ở chung nhà nhưng tương tư từng bữa
càng giận hờn càng tha thiết yêu thương"

trong khi:

"mẹ em bảo biết được ruồi đực cái
vừa bay ngang huống chi chuyện tình yêu
càng giấu quanh càng bại lộ thêm nhiều..."

Sự bại lộ ấy suýt nữa làm tôi phải "vác chiếu ra hầu tòa" nếu không có sự khôn khéo và thân thế của ba tôi can thiệp. Trước đó, các bạn tôi những Đặng Văn Hải, Nguyễn Nho Sa Mạc, Hồ Luân, Nguyễn Văn Đài...(trong số này ngoài NNSM đã qua đời, các bạn còn lại hiện đang sống tại Việt Nam) đã bao bọc, che chở trên chặng đường tôi dẫn em vị thành niên này trốn nhà ngao du cả tuần.

Chúng tôi cử hành hôn lễ năm 1968, nhưng hôn thú được ba tôi lo lập từ ngày 30 tháng 11 năm 1966 sau khi đích thân ông chạy làm trích lục khai sinh tăng hai tuổi cho con dâu. Theo ông, làm hôn thú sớm để tránh những trở ngại có thể xảy ra, khi tôi đã vào KBC (khu bưu chính). Sự lo xa này khởi từ bà con bên mẹ của Lý ở miền quê Cổ Cò, dính khá nhiều đến thành phần "nhảy núi". Thân phụ tôi là một người cha vô cùng tuyệt.

Nói về bản thảo một tập thơ tình, nhưng khai dông kể dài như trên có lạc đề chăng? Hy vọng là không vì những lỉnh kỉnh này chính là cái gốc cái nguồn của tập thơ. Xin đi vào cụ thể:

Điểm Trang Cho Vợ, một tên sách quê quê, có vóc dáng mong manh, trọng lượng nhẹ hều, chỉ gồm 37 trang với hai mươi bài thơ được chép cẩn thận, đóng bìa chắc chắn để kỷ niệm cho ngày cái xương sườn của mình lộ ra ngoài; ngày khởi sự trăng hoa trên giường chiếu tinh khiết; ngày chung sức sáng tác, mưu cầu có những tác phẩm biết nói, biết cười, biết làm người... Chuyện vĩ đại ấy đâu phải là chuyện tầm phào. Một tập thơ viết nắn nót đi kèm với chiếc nhẫn cưới, trị giá cả hai có thể bèo, nhưng tính chất lãng mạn quả không nhỏ.

Ghi nhận "Điểm Trang Cho Vợ" là một thi phẩm hay khiêm nhường hơn, là một tập thơ, có quá đáng chăng?

Hình như trước đây nhiều người sáng tác văn thơ Việt Nam quan niệm rằng: Văn phải có vóc dáng, thân thể đầy đặn, dày dặn; trái lại thơ nên mảnh khảnh, nhẹ nhàng. Một tập thơ không nên dầy cộm, nặng nề; phải thích hợp với bản chất kiệm lời, chữ ít mà hồn vía nhiều, tư tưởng rộng.

Một tập truyện ngắn, truyện dài, tùy bút, tạp ghi... càng giàu trang càng tốt, càng tỏ ra đúng là một tác phẩm. Một cuốn sách mang danh thơ không cần phải quá giàu có trang chữ. Nhiều khi sự bề thế của hình thức làm vơi bớt chất trang trọng, sang cả? Bù lại giấy in thơ trước đây thường được chọn loại giấy đặc biệt. Giấy có tên gọi riêng đầy phong cách đài các, rất ư tiểu thư, tỉ như: Hoa Tiên, Thiên Thanh, Hồng Điều, Bạch Vân, Chi Thảo... Và dẫu mỏng bao nhiêu cũng thành tập thơ nếu thơ hay.

Trong kho thi ca Việt Nam, từ trước đến nay, có những tập thơ không có gáy vẫn thành danh thi phẩm, kể tiêu biểu theo trí nhớ: Mưa Thuận Thành của Hoàng Cầm, Lục Bát Cung Trầm Tưởng (25 trang, Con Đuông), Trong Cơn Yêu Dấu của Hoàng Trúc Ly (28 trang), Men Đá Vàng của Hoàng Cầm (64 trang), Hòa Bình Và Tôi của Hà Thúc Sinh (30 trang), Mênh Mông Chiều của Hồ Đắc Thiếu Anh (83 trang)... Cỡ 120 trang trở lại thì rất nhiều. Đã thế nhiều thi phẩm rất phí phạm giấy, có trang chỉ in 4 hoặc 2 câu, gọi là bảo quản không gian cho thơ có chỗ thở. Thật ra, hữu ích đích thực là thành hình một tập thơ mà không phải đợi thời gian sáng tác quá lâu. Người viết nhanh viết nhiều sẽ sớm có số lượng tác phẩm khả quan. Với 10 tập thơ, mỗi tập 100 trang, nghe vẫn bề thế hơn là chỉ một tập, dày năm sáu trăm trang.

Nói gì thêm với "Điểm Trang Cho Vợ" của tôi? Chắc các bạn cũng không muốn nghe gì thêm. Đọc thử là hợp lý nhất. Tập thơ mỏng, đọc lại thấy vụng nhiều, tôi không che giấu, nên gõ trình làng hết, xem như đây là bản in chính tập "Điểm Trang Cho Vợ".

TÌNH KHÚC

1.

tôi bắt đầu sống cùng mặt trời
cùng trái tim một người khác
vĩnh viễn xin anh em lời chúc mừng
là bài thơ tình thứ nhất
tặng em

2.
ôi em ôi em ôi em
đời hiền từ bao bọc chúng ta
chiếc khăn xanh nét nhạc nhỏ
cơn mưa đầy mặt người
xối rửa tay đeo nhẫn

không cần phấn trắng phấn hồng
anh vẽ em ngoài đường phố
anh vẽ em ngoài cánh đồng
anh vẽ em ngoài bờ sông
anh vẽ em nơi nào con người có mặt
biết tặng nhau
tiếng ca từ bài thơ tình thứ nhất.

3.
ơi em ơi em ơi em
đời hiền từ che chở chúng ta
đời đớn đau vỗ về chúng ta
hãy hát cùng gót giày
cùng bàn tay đầu chợ
không phấn không son
anh vẽ em lên ngực đau vết đạn
lên buổi chiều
lên tiếng thở anh em
quây quần làm bài thơ tình thứ nhất
có miếng ăn
bằng hình ảnh
của con người

4.
ơi em muôn năm em muôn năm
kiều diễm
chẳng phải trốn về đâu
trong bài thơ tình anh duy nhất
thay trái tim
chúng ta bắt đầu làm người sung sướng.

TIẾNG THỞ ĐÊM MÙA XUÂN

có một người sắp chết
đêm vắng không
đột nhiên nụ cười vang lên niềm man dại.
tôi vùng vẫy kêu gào
hỡi tên khốn nạn
đời sống của mày đang bắt đầu
đang xâm lấn đàn áp ta
không phải là em đâu
tôi biết
tôi biết từ lâu
hơi thở hèn mọn này
em cứ ngủ
cứ yêu
cứ bình an giấc mơ thời con gái
cho tôi niềm hân hoan kiêu hãnh

tôi biết
tôi biết tên khốn nạn đó
mày đang làm gì trên da thịt ta?
ôi cảm giác cháy từng phút giây
hằn thù
hỡi tên dã man
không phải là em đâu
tôi biết
tôi biết
có một người sắp chết
đêm vắng không
đột nhiên nụ cười vang lên niềm man dại.
tôi vùng vẫy thét la hỡi tên nô lệ
mày đánh cắp trái tim chủ mày
hành hạ ta
đồ khốn, đồ khốn

ôi âm thanh kêu gào đập dội tim tôi, từng phút giây
ôi cảm giác cháy từng hơi treo đầu giường

hai bàn tay níu chặt.
vùng cát bỏng vuốt ve
tại sao
tại sao tại sao em vắng mặt?
hỡi nét thơ ngây con nai muôn đời anh nuôi bằng vần điệu
em bỏ đi đâu?
em bỏ đi đâu?
đồ khốn đồ khốn đồ khốn
ta sẽ vạch mặt mày
ta sẽ đặt tên cho mày
một danh từ thấp kém
em hỡi
em hãy ngủ say cùng giấc mơ thời con gái
tôi sẽ viết thêm một bài thơ
rồi sau đó
hỡi con dao
hãy giúp ta giết nó
giết nó
giết thật tình thản nhiên

em có biết
có một người sắp chết
đêm vắng không
và tôi
hỡi thằng khốn nạn
mày chạy đâu cho thoát
mày
chạy đâu
cho thoát?

CA DAO

ba hoa lắm sợ lạc đàng
chân em sang lệch đôi hàng âm thanh
đời thừa đôi nét xuân xanh
lòng anh cõi sống để dành cho em.

ĐÓN EM

một mình ngủ giấc chưa ngon
đón em về góp vui tròn chiêm bao
trong chăn chiếu sợi tơ nào
góp nhau hơi thở ra chào đời sau

một mình cấu xé chưa đau
đón em về vuốt ve sầu châu thân
ôi tim đường mộng nào gần
cửa thăm địa phủ đêm lần tay nhau

một mình sống chẳng vui đâu
ta thành khẩn đón em cầu thân chung.

VÀO ĐỜI NHAU

vào nằm trong đời nhau
cơn mưa đầy gối thẹn
tóc nép sát da người
hồn đầy nhau nỗi hẹn

vào nằm trong đời nhau
lời ru choàng thơm áo
hạnh phúc choàng run người
từng khắc giây rực rỡ

vào nằm trong đời nhau
nụ hôn hằn trán mỏng
sầu biếc hằn thân ngà
hằn lên hồn nóng bỏng

vào nằm trong đời nhau
ôi một đời trắng phau
ơi một đời trắng phau
sẽ dài đời đớn đau?

NHỜ VẢ

nhờ em tôi ngủ yên tâm
trong chiêm bao gặp chiếc hầm trú thân
phận trai đến đoạn giam cầm
cái thân hèn mọn mòn dần thịt da

nhờ em tôi biết ba hoa
trong lời vui chợt lộ ra nét buồn
yêu là đóng trọn vai tuồng
hai thân nô lệ cuống cuồng theo nhau

nhờ em đời biết về đâu
gọi là khởi điểm bắt đầu lớn khôn
lập hậu cung vững để còn
tiến trên quan lộ núi non bình thường

LỜI XƯA

hơi thở thơm thơm từ môi em
khi lời thỏ thẻ nhẹ vang lên
ngỡ như em đọc thơ hay hát
gió thoảng qua vai gầy trước thềm

tôi sớm chiều theo nhặt tiếng chân
đường vui vết cỏ đọng thanh xuân
nhịp tim không chỉ trong lồng ngực
tiếng mộng miên man nỗi ngập ngừng

ngộ được em rồi hỡi tiếng ca
sầu như sao lạc thoáng bay qua
em xinh hơn cả muôn hoa nở
tay ngọt ngào vun lòng thiết tha

đời có còn tôi hay đã tan
sắc hương em lấp kín dung nhan
nam nhi chi chí tôi tàn lụn
hay sẽ bùng lên ngọn nắng vàng

TUYÊN BỐ

tình em đàn áp tôi rồi
hơn hai mươi tuổi quên đời độc thân
tra cùm vào hai ống chân
dù người cai ngục lâng lâng ngọt ngào

giữa ban ngày được chiêm bao
âu yếm thùy mị dễ cao hứng cười
em rạng rỡ nét an vui
lùa nhau vào cuộc rung đùi làm thơ

hoàn thành tốt đẹp ước mơ
tôi em hạnh phúc xóa mờ thần linh
ai ngồi lệch bóng bình minh
nghìn sau xin vẫn là tình nhân tôi

chia vui, thầm lén nhận rồi
còn tình trọn vẹn em tôi gối đầu
kể từ nay chỉ có nhau
hai tên trong bản hôn rồi thú sau

HỎI LẠI

em đã bằng lòng thật sao
tội mưa rớt hột sa vào vườn hoang
thân em sắc đượm nồng nàn
biết đâu mai mốt phai vàng nhạt hương

suy nghĩ kỹ nghe cô nương
ta đây gã lắm bất thường ham chơi
đừng ham vui lạc bước đời
mai này hối tiếc đất trời còn dung?

tạ ơn em biết ung dung
ủi giùm quần áo đấm lưng hôn kèm
ta trọng tình nghĩa của em
quyết cai bỏ hết lem nhem đã từng

hỏi lại em cho có chừng
cũng xin thú thật rất mừng có em
thành gia thất là đi lên
cuộc đời đã sắp đặt trên ông trời.

LỜI NÀNG

bằng mái tóc thanh xuân chiều gió thổi
bằng mi dài phủ lá mắt chiêm bao
bằng tay ngọc nâng niu sầu tinh khiết
bằng yêu đời nuôi trái mộng ngọt ngào

tôi khôn lớn làm người yêu thi sĩ
nên cuộc đời như thời tiết mùa thu
có lá chết theo gió buồn rên rỉ
có trăng vàng trong mây xám âm u

tôi nằm gối những chùm mơ nhung nhớ
yêu thương nhau còn vời vợi xa xôi
hồn chàng mở lời chim trời ca hót
cho muôn người hay dành tặng riêng tôi?

sao vần điệu bay hoài không định chỗ
mang chàng bay lãng đãng tìm tương lai
tôi muốn khóc để tặng chàng ngấn lệ
đủ trôi xuôi những tiếng hát ngân dài

tình ân ái đã nói bằng đôi mắt
bằng môi thơm vụng dại nhẹ dìu nhau
nhan sắc tôi xin dâng làm chất liệu
nuôi thơ chàng lướt cánh mãi muôn sau

tim gõ nhịp trong lời tôi cầu nguyện
thi sĩ ơi tôi lãng mạn hay người?

THÀNH HÔN

rực rỡ như ngọc bích
quý giá như hoàng kim
em ngã lên trái tim ngôn ngữ
em ngã lên bàn tay tài hoa

tình tứ như bóng tối
ấm áp như giấc mơ
em trải xuống hồn tôi vùng hạnh phúc
em đắp lên đời tôi đất tình dựng lều
(trồng hoa nuôi chim đào ao thả cá)
giản dị thơm nụ cười trẻ thơ

mời mọi người uống mừng chúng tôi ly rượu ngọt
thành thật cảm ơn quà kỷ niệm

em hãy nắm đầu dây kẽm gai này
tặng phẩm của bằng hữu anh
em hãy nắm thêm cọc sắt này
tặng phẩm của bè bạn em
và chúng ta bắt đầu rào vùng hạnh phúc
chúng ta bắt đầu tạo sản nghiệp riêng

trái tim anh là cái búa
trái tim em là nắm tay
em đóng
em đóng từng gốc trụ
chúng ta cùng vỗ những lời tình ca
cho chim trong vườn tập hót
cho cá bơi quanh hồ trong
và cây yêu cây ra hoa đơm trái
dĩa sính lễ ngọt vị quê hương

em hãy giữ giúp lòng tinh khôi ta
báu vật từ mẹ cha ta đó
em hãy vịn lòng trung trực
sản phẩm của giống dòng

và đương nhiên em thêm vào
tình yêu thương lứa đôi mặn nồng muôn thuở

em không đội khăn che mặt
vợ chồng không giao bái
nhưng trân trọng tin yêu

nào chúng ta bắt đầu
nắm tay
nhắm mắt
không học từ sách vở nào
vẫn môi dán liền môi
không nghe tiếng tim đập
chỉ ngấm dần nỗi ngọt ngào
đêm nôn nao tắt nến

NỤ SẦU

trông cho rõ mặt kẻo lầm
ta đôi mắt biếc thâm trầm lắng sâu
mắt em vào đậu lần đầu
lời yêu thương nối xanh màu tình hoa

em thành ngay vị sao sa
định cư trong mắt ta tha thiết mời
nụ sầu em tan trên môi
cả hai ta nhập chung đời sống thơ

không mai sau, ngay bây giờ
hai ta chấm hết bài thơ nụ sầu
cả hai thật sự bắt đầu
không giữ gìn chuyện hôn nhau thế nào...

NHẠC BIẾC

nỗi vui không dâng trong lòng
mà lâng lâng giữ mấy tầng âm thanh
nhạc nào chải chuốt lời anh
điệu ca nào dỗ em thành phu nhân
có nhau chừ tới trăm năm
ly tình đi đứng ngồi nằm uống chung

CÕI TA

từ đây em ngự cõi ta
vốn riêng ta tặng nhưng mà của chung
không chừng có muỗi trong mùng
có rệp trong chiếu bò lùng da thơm

máu ta muỗi rệp đã lờn
một cõi lộn xộn đẹp hơn gọn gàng
em làm vợ là quá giang
không đi đâu khỏi trần gian con người

cảm ơn em giữ nụ cười
từng hồi từng chặp suốt đời như nhau
cảm ơn ta sẽ thuộc làu
tính em, đủ để luôn hầu hạ em

CƠN MỆT

xe vui nổ máy đến giờ
đón em anh chạy có cờ khổ chưa
dù ngồi không, ngó như thừa
thân thể trong áo quần mua còn hồ

nhìn người thân rất nôn nao
ông vua thái giám ra sao hiểu liền
lạ lùng lòng chợt không yên
môi tay mắt ấy đã ghiền khá lâu

vài giờ nữa em làm dâu
có chi khác khác trong đầu phân vân
ai bảo vợ chồng nợ nần
từ những kiếp trước thành thân bây chừ

xe chạy đôi lúc lắc lư
đường phố bằng phẳng tưởng như ổ gà
hóa ra sợ mắc cỡ mà
tính ta lụt lịt vậy mà đón dâu

không dám hít thở thật sâu
cơn mệt vô cớ thành câu thơ tình

VÔ TÌNH

từ tim nhịp trỗi quên ngừng
đem nhau lên được mấy từng chiêm bao
đời vui tay ngượng quên chào
và ta lúng túng quên rào âm thanh

TÓC RU

cho anh những sợi tóc này
sợi đen sợi lạnh sợi gầy sợi chao
sợi mơ ước sợi chiêm bao
sợi cười sợi nói sợi chào sợi ru
sợi thương sợi ghét sợi thù
sợi che chở mộng sợi trù ếm nhau
sợi nhung nhớ sợi buồn rầu
sợi lau nước mắt sợi khâu tình người
sợi ngồi vào giữa cơn vui
sợi bay nối nỗi ngậm ngùi giọng ca
sợi thân yêu sợi hiền hòa
sợi trăm sợi triệu sợi là ca dao
anh ru, anh ngủ chưa nào?
đời trăn trở gối thở phào mấy hơi?

MẶT TRỜI

còn nằm-không một đêm nay
chiếu chăn giường nệm mai đầy hiển linh
căn phòng sẽ rất lung linh
trăng sao thay nến soi hình ảnh nhau

mặt quen mặt đã từ lâu
nhưng vẫn mới rợi như hồi liếc ngang
lòng ta ơi chớ vội vàng
em đã là vợ nồng nàn của ta

nhẹ tay đừng nổi da gà
em là thục nữ không ma tình nào
còn ta mặt trời trên cao
sáng soi sũng hạnh ngọt ngào tinh hoa

hai thân nhập một mở ra
mầm nhân sinh mới cũng là tự nhiên
không cần ngừa rào chủ quyền
đại diện tình ái ưu tiên ra đời

lơ mơ nằm giữa đêm trôi
đêm mai không rõ hạ hồi ra sao
ông trời nếu biết làm thơ
thì chắc cũng viết ca dao là cùng

RƯỚC DÂU

xích lô mươi cái chàng ràng
ta ngồi xe jeep giữa đoàn rước dâu
vẫn quân phục có hơi nhàu
sẫm màu cứt ngựa đã lâu ôm người
bên ta ông anh thật vui
bên chị hí hửng tươi cười tự nhiên
ta cố hết sức ngồi yên
nên càng cảm thấy vô duyên lộ dần
liếc nhìn trầu cau vài mâm

cái tính lập dị xuống chân bất ngờ
em mười bảy tuổi, có sao
tăng lên mười chín hao hao giống mà
ta sẽ cho em mau già
sau đó giữ lại thịt da xuân tình
nửa dân sự nửa nhà binh
Hải Châu cùng với Phước Ninh nối liền
mấy giờ trời đất bình yên
ngón tay nhột chiếc nhẫn hiền sáng trưng.

CHÀO NHAU CHIA VUI

hộp quẹt trên góc bàn
chậu thủy tinh con cá nhỏ
cành rong xanh
cây bút chì nằm trên cuốn vở
tôi ngồi
tất cả thành tranh tĩnh vật

cơn gió chao màn cửa
tiếng nắp zippo
tôi châm thuốc
thở hơi như làm duyên
mùi bastos nặng
không ghiền
vì ít có tiền mua thuốc
ơi cái tôi ghiền
sắp hoàn toàn thỏa mãn

không có tấm thiệp nào chúc mừng
ngoài vài dòng chữ
trên vài tờ pelure xanh màu da trời
bè bạn có thằng chúc
mày yên thân, ngon nhé
có thằng vô cớ chửi thề
mẹ kiếp

thế thôi
chẳng ai biết
ngày trọng đại tôi
tôi khép kín
vụng giao hảo
em thành bị thiệt

tuần san tạp chí chẳng ai tin
tôi giấu biệt
ngày lên xe bông
bởi hôn thú ký trước ngày vào lính
ngại lộn xộn điều tra
thân phụ lo xa và thực hiện

thôi cũng xong
thật nhẹ nhõm
tôi chuyển từ tĩnh sang động
ngay lúc bật zippo
có cái cày mà thường thiếu con trâu
nhiều khi bật nghe tiếng kêu cũng khoái
riêng tình yêu
mừng đủ bộ
đã ghiền.

CẢM GIÁC ĐỦ ĐÔI

ký tên vào hôn thú
chính thức cuộc đổi đời
được tự do hơn nữa
dù giảm bớt rong chơi

lập dị nghĩ ngược ngạo?
uốn lưỡi ba hoa lời?
hay tạo trò chơi nổi?
tỏ ra vẻ khác đời?

những câu hỏi to tướng

không dễ gì cười tôi
cưới vợ là bước tiến
tự do riêng mỗi người

từ nay đã có thể
hôn hít em tha hồ
cắn nhằn em chút đỉnh
đương nhiên cũng không sao

1967

THÒNG THÊM

Lợi dụng chuyện thơ thẩn, xin kể qua vài nét đời thường. Tôi bản tính giàu tự ái, hay mắc cỡ, nên đám cưới chúng tôi giản dị đến mức kỳ cục. Tôi mặc quần lính màu cứt ngựa, áo sơ mi trắng bỏ ngoài quần. Ngoài mái tóc và đôi mắt tôi không còn gì đáng giá. Lý khả quan hơn, áo dài hồng và chút ít son phấn. Rất tiếc chúng tôi không chụp một tấm ảnh nào, dù có máy ảnh. Đón dâu bằng hai xe jeep Đại Hàn tân trang của ông anh tôi, Lê Ngọc Hiển, với non mười chiếc xích lô (từ chối không trưng dụng xe đò của nhà vợ để chở hai họ).

Sống với nhau đã 51 năm, 4 đứa con (hai trai hai gái) chúng tôi chưa tổ chức kỷ niệm thành hôn bao giờ. Tấm ảnh chúng tôi trong trang phục hôn lễ, chỉ là chụp chơi trước khi cho đi áo cưới của trưởng nữ Hòa Bình. Nghĩ thật mừng: áo cưới của chúng tôi là sự thương yêu nhau hơi trên tuyệt vời một chút. Tạ ơn Trời Phật.

12 giờ 06 trưa 27-12-2018

THƠ TÌNH
THI PHẨM ĐẦU TIÊN IN CHUNG

Giới từ "nếu" mở ra những sự việc khác với thực tế đã và đang có; thường dẫn dắt người dùng giới từ này có những mơ mộng tốt đẹp hơn, dù không hẳn luôn luôn như thế.

Ở đây, tôi cũng dùng chữ "nếu" để vu vơ hình dung những diễn tiến khác hơn cho cả một cuộc đời riêng.

Nếu không có các bạn Đynh Hoàng Sa, Hà Nguyên Thạch, Vương Thanh, Tô Yên Lê Văn Nghĩa, Phan Nhự Thức, Huỳnh Bá Dũng... chắc chắn tôi đã không chọn về sư đoàn 2 Bộ Binh với địa bàn hoạt động chính: Quảng Ngãi. Tôi có nhiều cơ hội với những đơn vị kề cận thủ đô Sài Gòn hơn. Và nếu như vậy, có thể tôi đã "anh dũng đền nợ nước" hoặc thương tích của tôi có thể khác, đẹp hơn nữa tôi cũng có thể còn "ngao du cùng vũ khí" cho đến ngày của lịch sử sụp tối, trong màu đỏ quá đậm chất máu. Hoang tưởng hơn, nếu tôi còn tại ngũ, Việt Nam Cộng Hòa biết đâu vẫn còn ngon lành!!!. Và chắc chắn con đường chữ tôi đi sẽ khác hẳn bây giờ...

Tôi đang gõ những dòng hồi ký rời, về "con đường chữ" riêng mình, nên thấy cần tỉ mỉ dẫn đến dông dài như trên. "Con đường chữ", tên gọi tôi chợt nghĩ ra, và sẽ thêm vào hai chữ "sau lưng" nhằm nói lên sự việc đã qua. **Con Đường Chữ Sau Lưng** sẽ là tên gọi cuốn hồi ký rời thứ tư này. (trước đây là Quá Khứ Trước Mặt, Dựa Hơi Bè Bạn 1, Dựa Hơi Bè Bạn 2)

Tôi vào Quảng Ngãi đầu tháng 11 năm 1967. Đã có ghi khá rõ trong cuốn Quá Khứ Trước Mặt, nên không nhắc lại nhiều. Tại đây tôi có nhiều bạn văn mới, và thân thiết nhất là anh Nguyễn Khắc Minh. Một chút tiểu sử của người bạn này (dựa theo Tác Giả Việt Nam - Lê Bảo Hoàng):

Khắc Minh tên thật **Nguyễn Khắc Minh**, bút hiệu khác Nguyễn Thiên Bút, Nguyễn Quảng Ngãi, sinh ngày 26-11-1937 tại phường Chánh Lộ, Quảng Ngãi; Cựu giáo chức, cựu quân nhân Việt Nam Cộng Hòa, phục vụ tại tiểu khu Quảng Ngãi. Sau 1975 ở lại quê nhà. Hiện định cư tại thành phố Quảng Ngãi. Bắt đầu viết năm 1958, lai rai có bài trên các tạp chí tại Sài Gòn. Đã cùng Phan Như Thức, Luân Hoán, Nghiêu Đề, Đynh Hoàng Sa, Hà Nguyên Thạch, Vương Thanh chủ trương tạp chí Trước Mặt, Tập Hợp tại Quảng Ngãi trước 1975; Cùng Thái Gia Hòa, Lâm Anh, Trần Thuật Ngữ, Lê Văn Thành, Lê Văn Trung, Vương Phúc Gia, Đinh Hoài An thực hiện chương trình đọc thơ trên đài phát thanh Quảng Ngãi thập niên 70; Cùng nhiều bạn khác góp tay xây dựng, thành lập trường Quảng Ngãi Nghĩa Thục (nay là đại học Phạm Văn Đồng!).

Tác phẩm đã xuất bản: Thơ Tình (thơ, cùng Luân Hoán, 1968), Ca Dao Tình Yêu - Chân Mây Điệp Khúc (thơ, cùng Luân Hoán, nxb Thơ 1969), Một Khúc Sông Trà (in chung nxb Văn Nghệ tp HCM, 1988), Những Nẻo Tình Thơ (thơ, in chung, nxb VHTT Hà Nội, 2002), Gói Mây Trong Áo (thơ, in chung, nxb Trẻ, 2003), Vườn Thơ Tao Ngộ (thơ, in chung, nxb Thanh Niên, 2006), Tứ Ngũ Lục (thơ, in chung, nxb Thanh Niên, 2006), Tuyển tập Thơ Nhạc Quảng Ngãi (in chung, 2006).

Khắc Minh ra đời trước tôi bốn năm, vui tính, thân thiện, lè phè và chắc chắn lười biếng. Anh làm thơ đúng với nghĩa tiêu khiển, tùy hứng. Chúng tôi nhanh chóng thân nhau. Trước khi được vào đại gia đình quân lực Việt Nam Cộng Hòa, trước khi làm lính gác giặc cho Quảng Ngãi, tôi đã có ba đầu sách thơ, số lượng nhiều hơn các bạn chơi chung ở thành phố màu ô-liu này. Tôi có tính xấu, sợ lẻ loi, ưa đốc sử, nên thường xúi hết bạn này đến bạn khác in sách, nhưng hầu hết chỉ nhận được những nụ cười trừ. Khắc Minh con nhà giàu, anh có điều kiện in sách, nhưng không nhiều hứng thú. Tôi rủ, anh thuận với điều kiện có tôi đứng chung. Anh đã gãi đúng chỗ người một người háo danh. Vậy là tập Thơ Tình có mặt.

Trước khi vào Quảng Ngãi, Hà Nguyên Thạch đã thuê phòng giúp tôi tại chung cư nhỏ Trùng Khánh. Phòng như bàn tay nhưng nửa tháng đầu đựng đến bốn ông chuẩn úy, Trần Mỹ Lộc, Châu Văn Tùng, Nguyễn Văn Pháp, Lê Ngọc Châu. Lộc tử trận ngay trong "cuộc hành quân ra mắt cuộc đời binh nghiệp" ở Xuân Phổ. Tùng và Pháp chuyển về Quảng Nam Đà Nẵng, gần như tức thời sau cái "anh dũng đền nợ nước" của Lộc. Tôi một mình đóng cửa đi về chừng mươi ngày thì Nghiêu Đề từ Sài Gòn về. Ông họa sĩ chịu chia tiền phòng cùng tôi. Anh rong chơi, tôi hành quân. Chúng tôi thường ở chung vào vài ngày đầu mỗi tuần, thời gian ít có những trận đánh. Thời kỳ này "khu Trùng Khánh" thật vui. Ăn nhậu và nói chuyện văn nghệ, bò lạc cũng thỉnh thoảng theo từng cá nhân mà đến. Tôi hối thúc Nghiêu Đề vẽ mẫu bìa từng ngày. Cái lười của ông này thuộc loại vô cùng. Thêm vào đó sự thận trọng trong nghệ thuật, không dễ gì anh chiều ai. Các bạn đừng ngạc nhiên khi tôi gọi "ông", lúc tôi xưng "anh". Thói quen giữa chúng tôi đa phần là mày, tao nhưng cũng không thiếu lúc "ông", "tôi". Một hôm sau cuộc hành quân, tôi mang về phòng mấy quả lựu đạn tự chế của Việt Cộng. Loại lựu đạn thủ công này có hình dáng không giống nhau, trông khá ngộ, tôi mang về để chưng bên giường. Nghiêu Đề hoảng hồn ra ngay điều kiện: ông đem giùm mấy của nợ này đi, tôi sẽ hoàn tất bìa cho hai ông ngay hôm nay. Tôi bất ngờ một cách thú vị. Nghiêu Đề giữ đúng lời hứa. Bìa anh làm thật tuyệt, rất thích hợp với điều kiện không thể in nhiều màu. Khắc Minh và tôi thật vừa ý. Có mẫu bìa của tên tuổi Nghiêu Đề, tập thơ như đã có giá trị nghệ thuật gần một nửa rồi. Dù sung sướng tôi vẫn giỡn: "Nghiêu Đề ơi, phần vẽ phía trên tên tác giả sao mà giống vỏ lựu đạn quá chừng, nhiều gân, nhiều vân thật!" Nghiêu Đề vừa thở khói Rubi vừa gật gù, "chữ viết phản ảnh quân phục của mấy quan đó". Hình thức tập thơ in chung thứ nhất diễn tiến như vậy.

Phần nội dung. Tôi viết lời mở gọi là "Bày Tỏ", nhằm thanh minh thanh nga việc làm thơ tình yêu trai gái, giữa lúc nên tập trung tư tưởng cho cuộc chiến. Bài viết như một bài thơ xuôi, đầy hai trang.

Phần thơ Khắc Minh từ trang 9 đến trang 41, gồm 15 bài lục bát, 3 bài 8 chữ và 1 bài 7 chữ. Thơ Khắc Minh đa phần ngắn.

Phần thơ của tôi từ trang 45 đến trang 101 gồm 17 bài lục bát, 7 bài thơ tự do. Thơ tôi bài nào cũng lắm câu.

Sau trang mục lục là trang in quảng cáo thi phẩm của hai tác giả, bao gồm: sách đã xuất bản, sách đang ấn hành, sách sẽ xuất bản.

Ở sách sắp ấn hành của tôi, là tập Viên Đạn Cho Người Yêu Dấu, cuốn này sau đó được xuất bản. Hai cuốn ghi sẽ xuất bản có tên Ngợi Ca Quê Hương và Nhìn Mặt Người đều không thành hình.

Với Khắc Minh thơ đã xuất bản gồm Nhớ Thương (1958) và Vùng Buồn Của Biển (1963), tôi đều chưa được đọc. Phần thi phẩm của anh sẽ in gồm 2 tập, có tên Trên Yên Ngựa và Bóng Chim cũng không thành hình sau này.

Việc thông tin trước tác phẩm sẽ in không phải là ba hoa bày đặt, nhưng đa số hình như có thay đổi tên tác phẩm, vì thế khi tôi sưu tập Tác Giả Việt Nam, tôi loại đi thông tin này, sợ sau này thành tin thất thiệt.

Không nên tự mình khen bài viết của mình, nên trong hồi ký này tôi không nhận xét về hồn vía, kỹ thuật nội dung, nhưng không vì thế không trích vài bài tiêu biểu.

Mời quý bạn đọc:

NGÓN THƠ
(tặng Tâm)

của em mười búp tay ngà
búp nào đeo nhẫn búp nào trao hôn?
búp nào che bóng tình buồn
búp nào hờn nũng yêu thương mặn nồng

thôi son mười búp tay hồng
nửa ru kỷ niệm nửa bồng bế con
Khắc Minh.

LỜI CHÀO

khi mây theo gió về nguồn
tiễn nhau còn lại trời buồn vợi ru
tàu đi bến dỗ hoang vu
dấu ghi kỷ niệm sương mù phủ che
Khắc Minh

SAY

tay vương đồi ngực em mềm
mắt ru mắt ngủ môi tìm môi ôm
lời trao tim loạn từng cơn
vị thơm tình ái vào hồn thương yêu
Khắc Minh.

BÀI ĐẤT MẸ

Quảng Ngãi đó lâu rồi xa rất nhớ
mưa trải dài chiều xõa tóc hong sương
con phố cũ đường quen ru tuổi nhỏ
ta trở về nghe bão hót trong tim

từ trở lại con đường mòn cuối phố
khói mù sương vờn lấp dấu chân đơn
chiều Thiên Ấn bóng chìm mờ xuống thấp
sáng Sông Trà mưa từng vệt nghiêng che

xin Thiên Bút viết thơ tình thứ nhất
cho thơ ta thắp sáng tận đỉnh trời
khi về đó người theo chân dấu nắng
dẫu rưng rưng đừng khóc động thơ buồn

làm lính chiến mất vàng son tuổi trẻ?
có bao giờ người nuối tiếc tình quên
ta bàn tay vẫn ươm vàng khói thuốc
tóc vẫn bồng bềnh trời trở gió sang đêm

thành phố đó vẫn điêu tàn lửa khói
ta trở về nghe lạc lõng bước chân đơn
và ngày mai thôi trở về đơn vị
trả tình yêu cho cuộc chiến bây giờ
Khắc Minh.

THƠ TRÊN CÁT BIỂN

1.
đã bảy ngày liền tôi ngồi đó
buổi sáng xanh buổi chiều vàng
em nào biết tên em và lớp sóng kia
đập trong tôi những sầu khúc
trời thì cao mây thì bao la giấc mơ thì đã cạn
tôi bẻ gập đời tôi ru ngủ
giấc thảnh thơi xa vắng bóng em
mà không một giây chịu được
em hỡi em
đã bảy ngày liền như vậy
những ngón tay tôi chìm dưới cát sâu
vẽ đôi lời yêu mến
mong sự tình em huyền diệu bắt qua
lưới đời tôi sẽ rộng
giữ được luôn một chút hồn xanh
dù trái tim đã rụng.

2.
đã bảy ngày liền tôi ngồi đó
buổi sáng xanh buổi chiều vàng mặt biển
em nào biết
tên em và lớp sóng kia
vật vã trong tôi những khao khát
trời thì cao mây thì bao la giấc mơ thì đã cạn
tôi ngồi xuống đời tôi
tôi không bao giờ có nữa
một ngọn đèn treo cho tỏ bóng em

trên bức tường tình đã đổ
thật cô đơn như dấu thời gian
trên cành lá biếc
em hỡi em
hãy nhớ giùm tôi
biển không bao giờ đẹp
biển không dễ gì đẹp
nếu tôi không ngồi đây
cùng nỗi nhớ nhung em

3.
đã bảy ngày liền tôi ngồi đó
buổi sáng xanh buổi chiều vàng mặt biển
em nào biết
con cá nào lãng du
trong lòng tôi băng giá
trời thì cao mây thì bao la giấc mơ thì đã cạn
tôi biết sẽ làm gì
khi gọi tên em và lớp sóng kia
em hỡi em
có bao giờ em nghĩ
cuộc đời ta như những ngón tay co
trong những hồi thủ thế
thật tự nhiên
thôi gắng nhớ giùm tôi
tôi yêu em nên đời tôi chấm hết
Luân Hoán

Tập thơ mang số Kiểm duyệt 331 UBKD/VICT ngày 19-10-1968.
In xong ngày Giáng Sinh 1968 với 1000 ấn bản
do nhà xuất bản Thơ ấn hành.

13-4-2019, Montréal, Canada

CA DAO TÌNH YÊU
CHÂN MÂY ĐIỆP KHÚC
THƠ TÁN GÁI VÀ MƠ MỘNG TRONG THỜI CHIẾN

Vào thập niên 60 và nửa thập niên 70 thơ vẫn còn là bộ môn có nhiều bạn đọc ở miền Nam Việt Nam. Người làm thơ không đến nổi ê ẩm mặt mày như hiện nay. Cá nhân tôi và một số bạn thơ tôi quen biết trong cùng khu vực như Đynh Hoàng Sa, Nguyễn Nho Sa Mạc, Vũ Hữu Định, Phan Duy Nhân, Hà Nguyên Thạch, Thành Tôn, Hoàng Quy, Hoàng Lộc, Thái Tú Hạp... đăng thơ ở Thủ đô Sài Gòn ít nhiều đều được trả nhuận bút. Dù hình như chỉ duy nhất tạp chí Bách Khoa có nghĩa cử này. Và quan trọng thi phẩm vẫn tiêu thụ được.

Thời bấy giờ kỹ thuật ấn loát chưa tiến bộ, vẫn cần dùng đến thợ sắp chữ kẽm cho những máy in cổ xưa cồng kềnh. Điều này tốn nhiều chi phí nên số lượng sách in thường bắt buộc phải 1000 cuốn trở lên cho mỗi đầu tác phẩm. Việc phát hành là một trở ngại lớn cho việc in sách ở tỉnh lẻ. Một ngàn cuốn Thơ Tình của Khắc Minh và tôi, in ra không biết phân phát đến các quầy sách khắp miền Nam như thế nào; vốn in Khắc Minh thu lại được bao nhiêu? Tôi không hề biết cũng không có ý định muốn biết, bởi dễ hiểu bạn tôi lỗ vốn đến chín phần mười là chắc chắn. Tôi ích kỷ, chỉ biết có thơ được in là vui. Khắc Minh quả lì đòn lẫn ham vui, anh tiếp tục rủ tôi chơi liền một thi phẩm nữa, chỉ sau chưa đầy một năm. Giáng sinh 1968 chúng tôi có Thơ Tình. Đến ngày 14 tháng 6 năm 1969 chúng tôi nhận được Số kiểm duyệt 74 của Ủy Ban Kiểm Duyệt Vùng I, để cho ra đời **Ca Dao Tình Yêu - Chân Mây Điệp Khúc.**

Về hình thức, người trau chuốt mặt mũi cho "đứa con tinh thần" vẫn là anh hội viên Hội Họa Sĩ Trẻ Sài Gòn, họa sĩ Nghiêu Đề (1939 Quảng Ngãi - 1998 San Diego USA; người đoạt huy chương bạc Hội Họa Mùa Xuân 1961).

Tranh Nghiêu Đề lúc nào cũng đẹp (khen cụ thể bình dân, gọn như thế) nhưng việc ấn loát ở nhà in tỉnh lẻ chắc chắn làm hư hao rất nhiều mỹ thuật của họa phẩm. Nghiêu Đề hiểu như thế, nhưng thương bè bạn anh vẫn hết lòng làm tặng không.

Tập thơ không in phụ bản, không lời mở đầu, dĩ nhiên cũng im ru không lời bạt, không nhận xét, giới thiệu.

Trong đúng 100 trang, bề dày thường có của nhiều tập thơ, lần này thơ của tôi in trước, từ trang số 7 đến trang đến trang 56. Khắc Minh từ trang 63 đến trang 98 - hai trang cuối là mục lục và đính chính lỗi ấn loát.

Cả tập thơ đều cùng một thể loại lục bát.

Giới thiệu phần nội dung, căn bản phải đưa ra những hay dở của tác phẩm, đi từ suy tư tình cảm đến trình độ kỹ thuật viết của tác giả. Tôi nên làm công việc này với CDTY- CMĐK chăng? Câu trả lời không thể khác một chữ Không.

Mình khen mình hay bạn mình đều là trò cười. Mình chê mình, chê bạn mình đúng ra rất tốt, nhưng dễ bị cho là lập dị, dẫu thành thật đến mấy vẫn bị nghi ngờ. Chính vì thế việc giới thiệu bắt buộc phải có của tôi ở đây, vẫn chỉ là ghi lại phần mục lục.

Ca Dao Tình Yêu, là thơ lục bát, tôi dựa vào thể phách của ca dao mà có, nhưng dông dài hơn, thiếu tinh tế hơn, nghèo hình ảnh hơn, lưng màu sắc hơn, lạt thi vị hơn, có điều thật gần với không gian tôi sống, diễn tiến cuộc đời tôi chung đụng.

Vào sách, theo thói quen, tôi trình bày một mớ lý do hiện diện, gồm đến 3 đoạn. Đoạn đầu 20 câu; đoạn 2 gồm 12 câu và đoạn 3 còn đúng 10 câu. Sáu câu đầu:

"tôi đâu có viết thơ tình
để làm cái bẫy rập rình bắt em

gió đưa trăng đợi ngoài thềm
lẻ loi tôi thức suốt đêm cũng buồn
đời khuyên lòng tạo vốn hùn
"thắt-lưng-buộc-bụng" góp thương nhớ này..."

Hai câu cuối bài:

"... lửa vui là một chỗ ngồi
tôi muôn năm sống với lời vu vơ"

Sau Trình Bày đến Ướm Lời, 10 đoạn, 142 câu không đồng đều, Ướm Lời ở đây chỉ sự ve vãn, tán gái. Ngón nghề này tôi kém ở đời thường, nhưng có thể khá lẻo mép, và ba hoa sành điệu, tuy vẫn thuộc dạng bình thường, đánh giá, nhận biết được vì không có bạn tình nào đã vì thơ mà mang tặng tôi những nụ hôn môi cả.

Lục bát, thể loại níu kéo vần điệu, câu này sinh ra câu kia, với chủ yếu là vần "bằng". Vì sự liền lạc âm vận sinh ra câu vụng câu được rất thường xuyên, khá tùy nghi. Tôi khoái mang tục ngữ hoặc những câu đời thường nói vào thơ. Bài Ướm Lời trích đại khái:

"... sao em chưa ghé đây chơi,
vườn tôi có đủ chỗ ngồi ngâm thơ..." (đoạn 1)

"tim tôi như vết son hồng
trên môi em nở nụ nồng nàn hôn" (đoạn 2)

"hồn em lạnh đã bao giờ
thơ tôi đủ lửa ngồi hơ giọng sầu..." (đoạn 3)

"bao giờ được nắm tay nhau
viết lên môi ấy ngàn câu thơ tình" (đoạn 4)

"mời em gắng ngủ trong tôi
một đêm lấy thảo cho đời có duyên" (đoạn 5)

"trưa vàng bóng ngả cành tre
nhớ em theo giọng chích chòe lên mây" (đoạn 6)

"gốc đa chiều nắng nhạt dần
nào em đã chịu ngồi gần bên tôi" (đoạn 7)

"em ơi đừng có u mê
yêu tôi là cả vấn đề đó em" (đoạn 8)

"đâu cần thuận gió thuận mưa
với yêu thương đủ cũng vừa áo cơm" (đoạn 9)

"tôi thừa biết em hay lo
mâm đời tôi chịu ngồi so đũa mời" (đoạn 10).

Trích thơ, chuyện không thể không có khi giới thiệu một tập thơ. Trích thơ điều đương nhiên phải chọn những câu hay, tuy vậy khi trích ít và cho sát với chủ đề, nhiều khi sự chọn lựa khó như ý.

10 đoạn thơ mang tên Hẹn Hò, 138 câu. Những trích dẫn dưới đây không mang đúng tính chất hẹn hò như trong bài viết, mà thường là những sinh nở bên cạnh.

"chiều trôi theo nắng ngập ngừng
tôi trôi theo chút tin mừng hắt hiu" (đoạn 1)

"em là em của thi ca
tôi là tôi của bóng ma ưu sầu" (đoạn 2)

"anh ngồi trên bãi giờ này
buồn tay vọc cát nhìn mây nhớ người" (đoạn 3)

"nhớ giùm, tôi rất thật tâm
yêu em không dám hỗn cầm tay em" (đoạn 4)

"và đâu cần hút salem
khói anh nhả mới có em hiện hình" (đoạn 5)

"hẹn em ở góc chợ trời
hẹn em đốt cháy cuộc đời mới nghe" (đoạn 6)

"nhớ nhau "xương bọc lấy da"
yêu nhau đừng có trách xa trách gần" (đọan 7)

"nước sông chiều chắc ngậm ngùi
hôn chân cỏ động bóng người đứng trông" (đoạn 8)

"anh ơi thèm nụ hôn đầu
bảy ngày chờ đợi có sâu mắt buồn?" (đoạn 9)

"chắc là tôi đã dại khờ
mang em làm dáng cho thơ tôi buồn" (đoạn 10)

Cắp Đôi là trò chơi thời mới lớn, thường có ở năm cuối bậc tiểu học qua đến đệ thất đệ lục bậc trung học đệ nhất cấp. Trò đùa này là ghép hai bạn nam nữ lại với nhau thành một cặp nhân tình. Người được ghép đa phần mắc cỡ nhưng sung sướng và có thể nảy sinh mơ mộng thầm kín. Theo kinh nghiệm riêng tôi những cặp đôi này khó thành tình nhân của nhau về sau. Đây có thể là trò chơi đánh dấu sự chuyển tiếp giữa thơ ngây qua phát triển tính dục tự nhiên. Tôi viết 10 đoạn theo hình ảnh năm tháng xa xưa của mình. Nhân vật trong thơ là những gợi nhớ, dù có lúc tôi xướng tên có thật như anh Trai (một tên gọi khác của họa sĩ Nghiêu Đề).

"nghe anh Trai bủng bây giờ
nuôi con sao Sáo đọc thơ trường kỳ
phòng anh cao gió ghé ghi
hộ tôi những tiếng thầm thì đó không
Sáo ơi sáo đã có lồng
đừng lo sơn cọ vẽ hồng tô xanh
gặp nhau tôi sẽ thưa anh
và xin hỏi chị để dành tiền chưa
chắc nội trong mùa mưa
thì tôi có cháu để đưa đẩy rồi
ca dao tôi viết cho đời
ru con anh chị không lời cũng ru"
(Thơ Cắp Đôi - đoạn 8)

Ghi chú: lúc này tôi và NĐ ở chung phòng, gần sát hiệu ảnh Lệ Ảnh tại Quảng Ngãi, hiệu ảnh có hai con gái tên Sáo và Sẻ)

Sau bài Thơ Cắp Đôi, vẫn chưa chấm dứt các bài có nhiều đoạn. Hai bài cuối của tôi trong tập này: Buổi Chiều Cho Một Người gồm 5 đoạn và Bài Nhớ Nhung, 10 đoạn.

"... chưa nhìn đã rõ mặt nhau
chưa yêu đã nở cơn sầu muộn thôi
phòng không chật bóng ta ngồi

vuốt lông chân hát những lời vu vơ..."
(Buổi Chiều Cho Một Người - đoạn 1)

"... mấy lần thắp đuốc đam mê
mấy lần cởi áo cho thuê tình người
sao tôi mãi mãi không vui
môi khô thèm một nụ cười đớn đau
ơi đêm nào mút lưỡi nhau
giờ trên môi nở nụ sầu trăm năm..."
(Bài Nhớ Nhung - đoạn 5)

Những bài lục bát cực kỳ vu vơ này, có cảm tưởng như viết ra để tán gái. Thật sự trong thời điểm bấy giờ, tâm tư tôi tám phần mười dồn vào cuộc sinh tử tôi trực tiếp tham dự. Tôi đặt tên cho thành phố tôi tạm trú là thành phố đồng phục màu cứt ngựa. Người dân đa phần có trên người súng đạn. Cái ổ của Sư Đoàn 2 Bộ Binh cộng thêm nhiều đơn vị yểm trợ thường trực. Ngả đường nào cũng hiện diện xe nhà binh. Trong không gian luôn sẵn sàng cho những cuộc chạm súng ấy nổi bật một trường nữ trung học. Đa tạ nơi này đã cho một bông hồng tỏa hương trong thi ca. Đa tạ mé cầu Sông Vệ. Tất cả Quảng Ngãi đã cho tôi những câu thơ sờ được, nắm được, sinh muộn sau này, không phải trong vớ vẩn Ca Dao Tình Yêu.

Phần thơ của Khắc Minh, gồm:

Chân Mây (12 câu)
Điệp Khúc Chân Mây 1 (14 câu)
Điệp Khúc Chân Mây 2 (8 câu)
Điệp Khúc Chân Mây 3 (14 câu)
Điệp Khúc Chân Mây 4 (10 câu)
Điệp Khúc Chân Mây 5 (12 câu)
Điệp Khúc Chân Mây 6 (12 câu)
Điệp Khúc Chân Mây 7 (14 câu)
Điệp Khúc Chân Mây 8 (16 câu)
Điệp Khúc Chân Mây 9 (12 câu)
Điệp Khúc Chân Mây 10, gồm các tiểu đề:
- Trên Đồi Thiên Ấn Thăm Mộ Cụ Huỳnh Thúc Kháng (6 câu)

- Đêm Thu Xà Gởi Nghĩa (6 câu)
- Trên Đồi Thạch Trụ (10 câu)
- Qua Mỏ Cày (7 câu)
- Ba Gia (7 câu)

Lục Bát của Khắc Minh có ưu điểm ngắn gọn, súc tích dễ nhớ, dễ ngâm ngợi khi buồn buồn ngồi không. Anh viết trong phong cách một thi sĩ có hứng từ cảm nhận. Cô đọng câu chữ một cách cần thiết. Mời đọc bài Chân Mây:

mây nghiêng chạm đỉnh đèo chiều
chênh vênh đá dựng hắt hiu ngọn trời
mép xa bờ dỗ sóng dồi
bãi chao bóng nước chân đồi thông ru
dưới cồn lá động vàng thu
đỉnh trên gió chở sương mù khỏa che
lưng triều dốc đứng cheo leo
lỏng cương ngựa hí khuya se sắt buồn
chợt nghe thoáng mộng trở hồn
chiều mưa phố nhớ tháp ngàn động chuông
lênh đênh sông chở tình nguồn
bồng bềnh xuống núi mênh mông biển chờ
(Biển Chờ)

Không gian êm đềm, cảnh sắc đẹp và lạnh, không khí ngàn xưa, thật rõ là thơ của người nhàn nhã.

Nghĩ về một người bạn, thiếu tá thiết giáp Lê Văn Nghĩa, một sĩ quan cận kề ngày đêm bên chiến xa, trận mạc, Khắc Minh vẫn vô vi nhẹ nhàng:

"Khuya vàng từng sợi mưa thu
mùa se sắt động cồn tư duy buồn
buổi xa nắng chết trong hồn
cái tôi hiu hắt cũng mòn đường đêm
ngủ thôi cơn mộng ưu phiền
mai quay về núi ru mềm đời nhau"
(Đêm Thu Xà Gởi Nghĩa)

Ca Dao Tình Yêu | Chân Mây Điệp Khúc, hiện diện không lâu thì tôi ngã đẹp một phát cuối cùng. Máu của người Quảng Nam tưới trên đất Quảng Ngãi như một sính lễ cho một cuộc tình với một hoa khôi chóng buông tay nhưng bền lưu luyến. Đã xa, chưa xa, còn gần, đã mất, mơ mơ hồ hồ, cũng vui thôi, quà tặng cho cuộc đời làm thơ linh tinh mua vui.

Sau hai thi phẩm về tình yêu in chung với Khắc Minh. Trong thể loại lục bát, tôi còn in chung hai tập nữa, bằng ronéo. Tập Nhịp 6/8 cùng Lê Vĩnh Thọ, không rõ anh còn giữ không? Và tập Lục Bát cùng Nguyễn Văn Đài, một người bạn làm thơ không phổ biến, tập thơ cũng đã thất lạc.

Nguyễn Văn Đài người Bắc di cư, trước ở gần biển Thanh Bình, bây giờ không rõ anh sống chết nơi đâu? Buồn lắm, nhớ lắm.

ngừng viết lúc 7 giờ 57 sáng 16-4-2019

NÉN HƯƠNG CHO BÀN CHÂN TRÁI, VẾT THƯƠNG CỦA ĐỜI THƠ TÔI

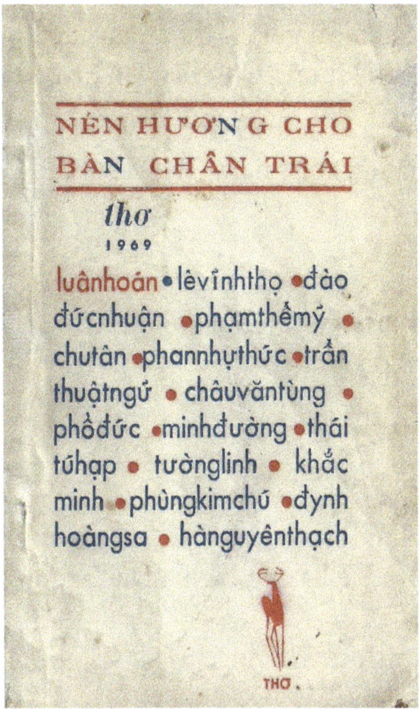

Năm 1959 ngoài việc có căn cước trong túi áo, tôi còn có cho riêng mình một hàng tám chữ số, sau này cần phải thuộc lòng. Hàng chữ số đó gọi là số quân mà mỗi thanh niên đúng 18 tuổi, ở miền Nam, thời bấy giờ được nhận, ngay sau khi rời phòng trưng binh quân dịch, chưa cần phải nhập ngũ.

Số quân của tôi là 61/203.905.

(Lấy hai con số đầu trừ đi hai-mươi sẽ có năm sinh của người mang số đó. Ví dụ : 61 - 20 = 41, là năm sinh của tôi).

Số quân này khi nhập ngũ sẽ được khắc giống nhau trên 2 tấm thẻ bài bằng inox với ba dòng:

tên họ | số quân | loại máu.

Mỗi quân nhân tác chiến đeo cả hai tấm trên cổ. Mục đích sẽ dùng trong việc bị hoặc tử thương sau này. Tôi có thói quen cất chúng trong túi áo trên bên trái.

Hai tấm thẻ bài của tôi được người Mỹ đem ra dùng vào chiều ngày 11 tháng 02 năm 1969, khi trực thăng Hoa Kỳ hạ xuống vùng Thi Phổ, bốc tôi về đỉnh Núi Vàng thuộc địa phận Đức Phổ - Quảng Ngãi, nơi đặt bản doanh căn cứ Bronco thuộc lữ đoàn 11 Kỵ Binh Hoa Kỳ, nơi có bệnh viện dã chiến Mỹ. Lúc bấy giờ tôi là thương binh duy nhất người Việt Nam. Cũng tại đỉnh núi này, một phần chân trái tôi lìa bỏ cơ thể, mang luôn hai tấm thẻ bài đi biệt tăm.

"Núi Vàng Nghĩa Địa Một Bàn Chân", là tên bài thơ tôi viết ngày 04 tháng 3 năm 2010 (đi trong tập Thanh Thi do Thư Quán Bản Thảo của anh Trần Hoài Thư in trong năm 2011).

Thật ra, 41 năm trước, tôi đã có cái gọi là "thi phẩm" để lưu niệm biến cố lớn của đời mình, "Nén Hương Cho Bàn Chân Trái".

Tập thơ mang số kiểm duyệt: 35/UBKD/VI/CT ngày 09 tháng 4 năm 1969, được in 1100 cuốn, xong ngày 31-5-1969.

Thi phẩm gồm hai phần:

Phần 1, từ trang 5 đến trang 77 cưu mang các bài thơ tự do tôi viết trong những ngày dưỡng thương:

01. Thơ Lót Huyệt (thay lời tựa)
02. Nén Hương Cho Bàn Chân Trái
03. Trên Bàn Mổ
04. Nói Với Nạng Gỗ.
05. Bức Điện Tín Của Mặt Trời.
06. Xin Lỗi Những Người Đã Về Trung Nghĩa Đài Trường Bộ Binh Thủ Đức.
07. Về Với Giấc Mơ Của Tình Yêu Thương.
08. Vết Thương Cho Lý.
09. Cuộc Họp Mặt Đầu Năm Kỷ Dậu.
10. Xóa Kỷ Niệm.
11. Ngôi Nhà Dự Định Cùng Chu Tân.
12. Nụ Hôn Cho Người Bạn Thân.
13. Một Giải Thích Nhỏ.
14. Những Điều Nói Sau Cùng Với Binh Sĩ.
15. Lời Chia Tay Thành Phố Mặt Trận Quảng Ngãi.
16. Thơ Mừng Con Đầu Lòng Ra Đời.
17. Viết Cho Tôi.

Trước khi vào phần 2, sách dành một trang in quý danh của các bạn chia buồn cùng chúc mừng. Và một trang tôi viết gọi là: Giọt Nước Trà Cho Những Bàn Tay Thắp Hương. Cụ thể, vụng về như sau:

"Cũng như ông chủ gia đình có người chết, sau khi an táng kẻ xấu số xong, thẳng thốt xin lỗi, cảm ơn những người đã đến giúp đỡ chia buồn, tôi thành thật cảm ơn những bàn tay đã thắp cho bàn chân trái tôi một nén hương. Đã thắp cho bàn chân đại diện muôn ngàn bàn chân khác, đã đi, đã dẫm nát mặt quê hương để gọi là gìn giữ. Ôi một bàn chân, một hình ảnh trong muôn ngàn đớn đau tang tóc của hoàn cảnh đất nước, lịch sử và dân tộc chúng ta, tôi sẽ không dám nói nhiều ở đây.

Và để mở đầu, tôi xin giới thiệu bài "Luân Hoán Ơi Về Đâu" của anh Lê Vĩnh Thọ đã khóc trước cho tôi, trong một dịp tôi về phép ghé thăm anh. Cũng như nhiều bạn hữu khác, anh vẫn đinh ninh tôi sẽ chết ở chiến trường Quảng Ngãi. Mười chín ngày sau khi nhận, đọc và gìn giữ bài thơ này, tôi đã ngã xuống. Nhưng rồi sẽ phải đứng lên với nạng gỗ, chân giả để tiếp tục chờ đợi đi vào cõi chết".

Nếu bây giờ viết lại những câu lịch thiệp đa tạ này, chắc tôi sẽ viết khác. Khác những gì chưa rõ, nhưng hẳn nhiên loại ra câu: "*... bàn chân đại diện muôn ngàn bàn chân khác, đã đi, đã dẫm nát mặt quê hương để gọi là gìn giữ"* một ý niệm hời hợt phản chiếu ám ảnh tôi hồi đó, để đưa đến một hậu quả đáng ân hận xảy ra chỉ sáu năm sau, tiềm ẩn nhức nhối đến bây giờ.

Tôi đã định bụng, không trích dẫn thơ của mình, nhưng sau khi bài viết chấm dứt, đọc lại không khỏi băn khoăn, có nên hé lộ chút ít những giọt nước mắt của mình? Để bạn khỏi hình dung cách tôi khóc, tôi trở lại khúc giữa bài này, lúng túng thêm vào:

Gần như toàn bộ tôi viết cho cái tôi của mình trong tổn thất thịt xương này đều là thơ tự do. Tên gọi thể loại thơ nhiều câu, lắm chữ và dễ nói những gì trong đầu trong lòng, nhất là hướng đến chủ đích bất mãn, chỉ trích. Tôi xin trích suông, không minh giải chi.

"tôi không nói cùng mọi người
tôi nói với chính tôi
...
đây là vạt đất táng huyệt tốt nhất
tôi bắt đầu thắp hương

...
xin cảm ơn toàn thể bạn bè tôi
cảm ơn các trái tim
đã có nhã ý tặng tôi những bàn chân mới
những bàn chân đó
là nhạc
là thơ
là tình thương của các bạn
...
(Thơ Lót Huyệt - trang 5 và 6).

"... dù em ở suối vàng
dù em ở trong hầm rác
anh cũng thắp cho em một nén hương
một nén hương không có khói bay
nhưng ẩm đầy nước mắt
đó chính là bài thơ này
hỡi em linh thiêng về hưởng"
(Nén hương cho bàn chân trái - trang 7 - 11)

"... ngôn ngữ của đau đớn đã chết
ngôn ngữ của vui mừng cũng đã chết
...
hỡi máu và những máu...
cũng đã đến với ta
ta xin máu đừng thay đổi tâm hồn ta
đừng sửa sang trái tim ta...
(Trên bàn mổ - trang 12- trang 14)

"... mất một chân tôi đã có trăm ngàn chân khác
có cần giới thiệu không
bàn chân bằng tâm hồn cha già tôi
bàn chân bằng giọt lệ vợ hiền tôi
bàn chân bằng tuổi thơ con đầu lòng tôi
bàn chân bằng thơ bằng nhạc của bạn hữu tôi
ôi cả ức triệu bàn chân đó
đưa tôi đi những đâu?

hãy đến tất cả các bưu điện Việt Nam
đánh hộ tôi bức điện tín trên
và đừng hỏi
đánh cho ai
gởi cho những ai..."
(Bức điện tín của mặt trời - trang 19 - 21)

"... em yêu dấu
năm nay em vừa 18 tuổi
mà đã hai ba lần vào nhà thương
hai ba lần đẩy xe cho chồng qua những hành lang trắng
và sẽ mãi mãi trọn đời
dìu chồng bước qua từng ngày tháng
...
thôi cầu mong em ngủ
cánh tay đừng vắt ngang đầu
bàn tay đừng đặt lên ngực trái
thế nào rồi anh cũng về với em
về trong giờ em chuyển bụng
về trong giờ em đớn đau hân hoan làm mẹ
làm một chiến sĩ bao dung
con sẽ bú sữa em khôn lớn
anh sẽ uống tình em sống còn..."
(Vết thương cho Lý - trang 28 - 33).

"... hỡi luân hoán
hỡi thằng bạn bất cần đời của ta
thằng bạn đã xem mặt trận như phòng ngủ
phòng ngủ như thành phố
thành phố như cầu tiêu
hãy nghe ta nói
mày không phải là con người
mày không phải là thú vật
mày không phải là Thích Ca hay Jésus
mày là hòn sỏi
hòn sỏi có mồ hôi

mồ hôi đã được chan ướt quê hương
bây giờ mày đã bỏ cuộc
đã nghỉ ngơi
đồ khốn nạn
...
(Viết cho tôi - trang 75 - trang 77)

Đại khái, tôi khóc than na ná như trên, bạn đọc có thể dựa vào tên từng bài viết, chắc sẽ đoán ra. Nhìn sự tàn phế của bản thân, buồn sinh ra quan trọng hóa vết thương da thịt và tâm hồn mình, nay nghĩ lại càng thấm thía buồn.

Trang sách được kế tiếp, bằng phần bài của một ít bạn văn:

01. Luân Hoán Ơi Về Đâu - Lê Vĩnh Thọ.
02. Bài Thơ Cho Một Người Sống Lại - Lê Vĩnh Thọ.
03. Thơ Cuối Năm Cho Luân Hoán - Đào Đức Nhuận.
04. Bàn Chân Nối Liền Nam Bắc - nhạc và lời Phạm Thế Mỹ.
05. Chào Mừng Luân Hoán - Chu Tân.
06. Chia Buồn Chia Vui - Phan Nhự Thức.
07. Tặng Máu Luân Hoán - Trần Thuật Ngữ
08. Bài Thơ Đầu Tay Cho Người Bạn Thân - Châu Văn Tùng.
09. Bất Hạnh - Phổ Đức.
10. Thơ Viết Trong Cơn Sốt - Minh Đường.
11. Những Đoản Khúc Cho Người Trở Về - Thái Tú Hạp.
12. Nói Với Luân Hoán - Tường Linh.
13. Thơ Viết Cho Con Gái Luân Hoán - Khắc Minh.
14. Thư Cho Luân Hoán - Phùng Kim Chú.
15. Chàng Về Nay Đã Cụt Chân - Đynh Hoàng Sa.
16. Khoảng Trống Khi Nhìn Xuống - Hà Nguyên Thạch.

Số bạn quen biết góp bài không nhiều, một phần thời gian từ khi tôi cởi bỏ đôi giày trận đến khi tập thơ nạp kiểm duyệt chỉ hơn hai tháng. Người lo thực hiện thi phẩm, anh Lê Vĩnh Thọ, luôn bận công vụ ở Tiểu đoàn 10 Chiến Tranh Chính Trị Đà Nẵng. Từ việc liên lạc góp bài đến đánh máy chậm chạp không như hiện nay. Tôi đang thời kỳ nằm ở Tổng Y viện Duy Tân chợt hứng thú chợt chán nản thất thường. Ngoài Lê Vĩnh Thọ gặp mỗi ngày, anh Phạm Thế Mỹ thỉnh thoảng ghé thăm, tôi không còn ai trong thời gian này chia sẻ góp ý. Chưa quen nhạc sĩ Vĩnh Điện, nhà thơ Thành Tôn bận làm phụ tá Tỉnh Trưởng Quảng Tín, anh Tống Nhạn cũng đang kề cận bên Đại tá Thị trưởng Đà Nẵng. Hoàng Trọng Bân trình bày bìa đơn giản bằng những dòng chữ, loại chữ kẽm cũ mềm ở nhà in. Dĩ nhiên nhà xuất bản Thơ (kiểu giỡn chơi) của tôi đứng tên ấn hành, với logo nhà xuất bản do họa sĩ Phạm Cung ở Quảng Ngãi vẽ cho.

Về nội dung, các bài viết của bạn văn, tôi chỉ có thể giới thiệu qua loa một vài bạn, mong sự thiếu sót này được thông cảm.

- **"Luân Hoán Ơi Về Đâu"** là một bài thơ thật dài của Lê Vĩnh Thọ, bắt đầu bằng các câu, gây giật mình cho người đọc:

"mày đã chết
hỡi thiếu úy Lê Ngọc Châu
hỡi Luân Hoán
mày đã ngã xuống
mày đã anh dũng đền nợ nước
người ta nói thế
tao cũng tin thế chăng
anh dũng đền nợ nước
tổ quốc ghi ơn
nhưng vợ mày chắc oán
vợ mày và đứa con trong bụng
đứa con sắp ra đời mùa xuân sắp tới
dù gái hay trai
cũng là nỗi bi thương
mày đã đền nợ nước
một món nợ nào đó hỡi Luân Hoán
người ta đã cố đòi cho kỳ được
và mày đã trả xong
vậy là hết thắc mắc
phải không..."

Với những câu trên được đăng tải lên tạp chí giữa lúc chiến cuộc khốc liệt, người quen kẻ chưa biết, đều nghĩ rằng tôi đã tử trận thật sự. Bài thơ cũng được số đông bè bạn tôi cho là điềm gở. Nhưng tôi thời ấy, cái gian nan tôi gặp trong những lần hành quân quả không là gì so với những mục kích, chung đụng sát rạt với vũ khí và cái chết của đồng đội. Tôi nhận bài thơ với một niềm hãnh diện. Đã đọc ngoài mặt trận, cũng không quên cho binh sĩ xem. Lê Vĩnh Thọ nêu từng nét riêng, vẽ những điểm chung một thời kỳ chính xác và tinh tế. Trong phạm vi thân tình gia đình tôi, anh nhắc:

"... hòa bình chưa đến
ngưng chiến cũng không
cắm trại trăm phần trăm
những ngày phép đầu xuân làm gì có
và đứa con sắp ra đời không có cha bên cạnh
mãi mãi không có cha
có cần xin lỗi gia đình mày
có cần xin lỗi vợ mày
ôi người vợ rất hiền rất trẻ rất ngây thơ bẽn lẽn
tuổi vợ mày chưa bằng tuổi chiến tranh
người vợ mày thường gọi trong những bài thơ
dĩ nhiên không phải thơ tình..."

Về cá nhân tôi, gần như anh tổng quát đầy đủ:

"... hỡi Luân Hoán
tao đang tưởng tượng
mày đang mang ba lô súng đạn
chỉ huy một trung đội
đi hành quân
tao đang nhớ lại
những bài thơ mày đã viết
trên bao thuốc lá trên giấy vệ sinh
trong lúc bị thương, trong cơn bệnh
hỡi thi sĩ
của những bài thơ bất diệt
đã viết và sẽ viết

những bài thơ dự tính viết
những bài thơ còn trong trái tim..."

"... ôi những bài thơ rất hiện thực
đầy tình thương
nói với mọi người như nói với chính mình
nói với chính mình như nói với quê hương
ôi những bài thơ như những lời di chúc
của một người biết mình sắp chết
viết bằng máu bằng hơi thở cuối cùng
ôi những bài thơ của một người can đảm
can đảm khi làm thơ
can đảm khi cầm súng
dù muốn dù không
bị đẩy xô vào cái chết
bình tĩnh và dửng dưng
dù phản đối chiến tranh
và mơ ước hòa bình"

Chuyện tôi chơi, việc tôi làm, kể cả tên thi phẩm cũng được nhắc. Thật là một bài ai điếu bi tráng, có sức hấp dẫn người đọc, để kịp thở phào:

" ... hỡi Luân Hoán
tao đâu muốn đùa dai
tao đâu muốn tàn ác
tao tưởng tượng mày đã chết
mày còn sống khác chi
trước sau mày cũng chết
thử khóc mày một bài thơ
để mày đọc trước
dù vợ mày giận tao
tao cũng khóc mày thế thôi
mắt tao vẫn ráo hoảnh
lòng tao vẫn thản nhiên
thương mày tao còn nổi niềm tin

trái tim mày bất diệt
trái tim sẽ kết tinh
mà nước mắt vợ hiền
mà nước mắt bạn thân
không làm tan thành nước
chỉ có giọt lệ thơ
và giọt lệ quê hương
mới làm mày xúc động..."

Bạn có thể trách chúng tôi tầm thường vái sống lẫn nhau. Nhưng chả sao. Giữa thế giới sự sống sự chết không có ranh giới rõ ràng, những thân tình là phần thưởng ấm áp cần thiết nhất, tôi đã xem đây là niềm tin yêu cuộc sống, tôi được người bạn thân tiếp viện trên những bước đi săn người bắt buộc.

- **"Bài Thơ Cho Một Người Sống Lại"**, tự đề bài đã mở nội dung của nó, Lê Vĩnh Thọ vẫn giữ chân tình, tha thiết cùng bằng hữu. Khuyến khích, vực dậy niềm tin sống hơn là chia buồn, tiếc than. Tôi học ở anh bài học:

"... mày hãy sống
dù sống chỉ để làm thơ
cũng là điều đáng quý
có gì đáng buồn
có gì đáng chán
mày hãy ngó xuống
trong những nạn nhân chiến tranh
mày là kẻ ít thiệt thòi nhất
tao nói thật
không phải xã giao
...
vào đời đủ hai chân
bây giờ mất một
mày vẫn đứng vững
mày hãy đứng vững
từ giã đời vẫn thong thả ngang nhiên

việc gì phải tuyệt vọng
đủ hai chân đã chắc gì không lạc lõng cô đơn?"

- **"Thơ Cuối Năm Cho Luân Hoán"**, Đào Đức Nhuận dành cho tôi sự xót xa não lòng. Anh nhắc đến việc tôi sắp về trong bóng mát, ham vui cùng đồng đội trong lần hành quân sau cùng, để từ một người lành lặn chuyển sang tàn phế như một định mệnh:

"... gần tìm được bóng mát
lại cụt mất một chân
tết không còn đoàn tụ..."

- **"Bàn Chân Nối Liền Nam Bắc"**, Phạm Thế Mỹ nhắc lại một chút ước mơ của tôi, lời viết chân thành đơn giản, tôi được nghe anh đàn và hát trước khi đọc bài viết. Giọng anh không như ca sĩ chuyên nghiệp, nhưng truyền cảm, nhất là cách diễn đạt. Anh từng hát cho tôi nghe những Bóng Mát, Áo Lụa Vàng, Lời Nguyện Pháp Trường... Gần như anh không hát trọn vẹn một bài nào, mà chỉ ngân lên những câu thích ý nhất. Ở Bàn Chân Nối Liền Nam Bắc cũng vậy, anh đi liền vào:

"... rồi mai đây và mai sau mày sẽ nói sẽ nói gì với con mày khi nó hỏi: sao bố đi chân gỗ, bàn chân bố đâu? Chẳng lẽ mày im chẳng lẽ nói..." Anh ứa nước mắt trước tôi đang bàng hoàng lặng im. (Ghi chú: bài này đã được nhạc sĩ Vĩnh Điện hát, họa sĩ kiêm nhạc sĩ Nguyễn Trọng Khôi thực hiện PPS cho lên Youtube).

Sẽ rất là lòng thòng dông dài, nếu tôi giới thiệu đại khái như trên cho mỗi bài tôi được khuyến khích, an ủi. Từ các anh Phùng Kim Chú, Phổ Đức, Tường Linh là những người tôi không có nhiều cái duyên cụng ly, tán dóc, đến các bạn quen hơn mức xã giao như Minh Đường, Trần Thuật Ngữ, Đào Đức Nhuận đến các bạn từng ăn chung, nằm chung, làm việc chung, như Châu Văn Tùng, Hà Nguyên Thạch, Đynh Hoàng Sa, Phan Nhự Thức, Khắc Minh, tất cả đều cho tôi một nắm tay, đỡ tôi đứng trở lại, dù thân thể thiếu thăng bằng, tâm hồn vi vu một khoảng nào đó trống không. Và không phải chỉ những người cùng hiện diện trên những trang sách, mới vực tôi dậy. Những Nghiêu Đề, Vương Thanh, Trần Phong

Giao, Phan Kim Thịnh, Lê Ngộ Châu, Thành Tôn... và cả những bạn đọc thơ tôi, đã thả từng mối dây thân ái, kéo tôi trở lại niềm tin, ở lại cùng mặt đất. Vô vàn đội ơn, ngàn lần đa tạ.

Tập thơ quả là một chứng cứ cụ thể kỷ niệm. Thế nhưng sau này, khi nghĩ về Nén Hương Cho Bàn Chân Trái, tôi thật sự không vui. Tôi đã không ngần ngại xem thi phẩm này như một vết thương có từ vết thẹo của thân thể. Trong bài viết cuối cùng của cuốn "Chân Dung Thơ Luân Hoán" (nhiều tác giả viết về thơ tôi), tôi đã viết:

"Năm 1969, sau khi để lại một chút xương thịt, một chút máu me cho mặt trận Quảng Ngãi, nằm trên giường điều trị, tôi đã thả lòng viết một số thơ về cái mất mát bình thường của người lính; cái tổn thất bất bình thường của tôi. Những bạn văn hồi đó như Lê Vĩnh Thọ, Phạm Thế Mỹ, Phùng Kim Chú... xúi in ra tập Nén Hương Cho Bàn Chân Trái. Tập thơ có kèm những bài viết của một số bạn thơ khác, đã ra đời vội vàng, có thể cẩu thả, mang lại cho tôi một món quà an ủi hơi chua: sự đón nhận không lấy gì làm ưng ý của giới cầm bút. Bạn thơ văn, bạn đọc đã rất hữu lý và rất tinh: không nên mang vết thương cá nhân của mình (dù có thể đại diện cho cả triệu đau buồn tương tự) để làm một đề tài, ép người khác phải thưởng ngoạn. Không thể trách móc bạn đọc bạn văn có ý nghĩ sai lệch: dùng sự không may của cơ thể, thịt xương để tạo tiếng vang trên bước sinh hoạt văn nghệ. Dù oan tình, tôi vẫn thành thật cảm ơn bài học này...".

Hôm nay, khi ghi lại kỷ niệm việc thực hiện của từng cuốn sách mình đứng tên, tôi một lần nữa xác định lỗi lầm trên, và cũng chính vì thế, bài viết này tôi cho mang tên "Nén Hương Cho Bàn Chân Trái, Vết Thương Đời Thơ Tôi".

8 giờ 44 sáng 20-01-2019 trời đang có tuyết.

LỤC BÁT CA,
THƠ NHẠC SÁNH VAI

Có lẽ phải nói ngay, tập sách này tác giả chính là nhạc sĩ Vĩnh Điện. Liệt kê vào danh sách tác phẩm đã xuất bản của anh đúng hơn. Chúng tôi (anh Lê Vĩnh Thọ và tôi) chỉ là người ăn theo, bởi không chủ đích làm thơ để được phổ nhạc, hoặc viết lời nhạc bằng âm điệu của thơ. Nhưng nghĩ lại nhạc sĩ Vĩnh Điện đã dựa vào thơ có sẵn để diễn dịch tình ý theo ngôn ngữ âm nhạc, nên việc cho vào danh sách của Lê Vĩnh Thọ và của Luân Hoán, cũng không lấy gì là sai.Trước khi dông dài chi tiết về cuốn sách, mời đọc ít dòng nhớ lại của Vĩnh Điện về tác phẩm này:

"Năm 1969, khi đang làm việc tại Sở Hành chánh Tài chánh số 2 Đà Nẵng, tôi quen với nhà thơ Lê Vĩnh Thọ, thiếu úy trưởng ban báo chí tại tiểu đoàn 10 Chiến tranh chính trị, thuộc quân lực Việt Nam Cộng hòa, bản doanh đặt tại Đà Nẵng (gần biển Thanh Bình). Qua Lê Vĩnh Thọ tôi quen thêm nhà thơ Luân Hoán, lúc đó đang dưỡng thương tại Tổng Y viện Duy Tân.

Thời gian này ba chúng tôi (Lê Vĩnh Thọ, Luân Hoán, Vĩnh Điện) cùng nhạc sĩ Phạm Thế Mỹ có những sinh hoạt văn học nghệ thuật khá liên tục. Và mặc dù chúng tôi không thành lập hội, nhóm gì, nhưng vẫn thường xuyên gặp gỡ, trao đổi đủ mọi thứ chuyện với nhau. Riêng tôi, trong giai đoạn này, sau những nhạc phẩm được nhạc sĩ Phạm Duy và Nhạc sĩ Ngọc Chánh (Shotguns) giới thiệu ở Sài Gòn, và được giới yêu nhạc bắt đầu biết đến, qua các ca khúc : Tôi Chỉ Muốn Làm Người (Julie), Từ Việt Nam, Vết Thương Sỏi Đá, Đó Quê Hương

Tôi, Hãy Ngồi Lại Gần Nhau (Elvis Phương), Hỡi Người Em Hòa Bình (Thái Thanh), Bài Ca Hòa Bình (Connie Kim), Ca Nguyện (Thanh Thúy), Xa Xôi (Lệ Thu)... Tôi tập trung phổ một loạt thơ lục bát của Lê Vĩnh Thọ và Luân Hoán. Chỉ trong một thời gian ngắn 12 ca khúc được hoàn tất. Thơ Lê Vĩnh Thọ gồm: Ngày Xưa Một Lần, Ưu Phiền Trên Tay, Lời Xin, Dạ Hành, Tiễn Người, Dạ Cảm. Thơ Luân Hoán gồm các bài: Sầu Biếc, Mắt Chiều, Ngõ Trống, Lòng Sớm Mai, Ca Buồn, Giấc Nhớ. Tác phẩm phổ nhạc mang tên Lục Bát Ca.

...

Thơ phổ xong, Luân Hoán lo trình bày bìa, tôi kẻ nhạc và cùng Lê Vĩnh Thọ lo in ấn. Tập nhạc không đẹp, nhưng trang nhã, có in 3 khuôn mặt của chúng tôi ngay bìa trước. Để phổ biến tác phẩm, một buổi chiều ra mắt, với phần trình bày của chính tôi cùng với giọng ca học trò Tâm Nguyên, giọng ngâm Trần Thị Hường, được tổ chức tại thính đường trường trung học Phan Châu Trinh, Đà Nẵng...".

(Vĩnh Điện - nhớ lại thời phổ Lục Bát Ca)

Nhạc sĩ Vĩnh Điện, đã nhớ và nhắc chính xác. Tôi xin ghi thêm:

Sách in bằng ronéo, loại tối tân do Mỹ viện trợ, phân phát cho Tiểu đoàn 10 Chiến Tranh Chính Trị. Xem như chúng tôi lạm dụng phương tiện nhà nước để in vài ba đầu sách.

Lục Bát Ca, khổ rộng hơn sách bình thường, 17,5 x 22,5 cm. Bìa, tôi cắt dán chữ đơn giản, không có tranh vẽ, nhưng có ảnh chân dung, xếp theo chiều dọc, từ trên xuống Lê Vĩnh Thọ, Luân Hoán, Vĩnh Điện. Trong ảnh Thọ và Điện mặc đồ lớn có cà vạt nghiêm trang. Tôi khoe đầu tóc và khuôn mặt nhìn nghiêng. Ảnh của tôi, Lê Vĩnh Thọ thường đùa ảnh treo ở tiệm hớt tóc lề đường. Chữ và ảnh đều in màu mực xanh, trang nhã, cân đối. Có logo nhà xuất bản Thơ nghiêm chỉnh. Mặt sau quảng cáo Nhà xuất bản Thơ do tôi khởi xướng, ghi tên chủ trương bằng ba tên họ Lê: Lê Ngọc Châu - Lê Vĩnh Thọ - Lê Thành Tôn. Nhờ xem lại quảng cáo này tôi nhớ ra tôi với Thọ có in chung một tập lục bát mang tên "Nhịp Buồn Sáu Tám". Tập thơ cũng được máy ronéo của Tiểu đoàn 10 hình thành. Hiện nay tôi không còn giữ được cuốn nào. Tôi đang nhờ anh Đặng Châu Long hỏi Lê Vĩnh Thọ. Liên lạc với người bạn thơ đầy thân tình này không dễ vì anh nhất định không chơi internet.

Xin nhắc trở lại Lục Bát Ca

Phần nội dung:

- Trang đầu đi bài Giới thiệu, viết bởi Lê Vĩnh Thọ, (trích đoạn đầu):

"Lục Bát Ca ra đời như một thí nghiệm - nếu không muốn nói như một mở đường - trở về với tiếng hát quê hương khởi từ những bài lục bát, một thể thơ thuần túy dân tộc. Sử dụng ý thơ hay ý và lời một bài thơ để soạn thành ca khúc không phải là một ý niệm hay một việc làm mới lạ. Người ta đã khai thác khá nhiều các thể thơ 5 chữ, 7 chữ, 8 chữ, lục bát và cả thơ tự do. Riêng về thể thơ lục bát, việc phổ nhạc không phải dễ dàng, vì nhịp điệu lục bát thường đều đặn trầm buồn và dễ rơi vào vết mòn nhàm chán. Nhạc sĩ Vĩnh Điện đã liều lĩnh trong một cố gắng vượt bực, một thức thách khó khăn khi anh thực hiện liên tục và trong một thời gian rất ngắn 12 ca khúc theo sát khuôn khổ những bài thơ lục bát. Anh đã triệt để tận dụng thể thơ này, nhưng sự tuyệt đối tôn trọng nguyên tắc có thể là một gò bó nguy hiểm cho nguồn cảm hứng của người viết nhạc. Anh đã cố gắng vượt thoát bằng những nhịp điệu, những âm giai thường trực thay đổi đồng thời vẫn giữ nguyên vẹn - không thêm bớt sửa đổi - hình thức và lời thơ. Anh đã cố gắng tránh sự dẫm chân, sự trùng lặp. Anh muốn làm mới, làm khác và sự thành công đầu tiên của anh - cần phải ghi nhận - là 12 ca khúc đều khác nhau và không ảnh hưởng lẫn nhau. Mỗi ca khúc là một đổi thay, một hướng tới...".

- Phần chính của nội dung, bắt đầu và liên tiếp sáu bài lục bát của Lê Vĩnh Thọ, dàn trang như sau:

- in trọn bài thơ (1 trang số lẻ)
- in khung nhạc có chở thơ (trang lẻ + trang chẵn)
- in khung nhạc có chở thơ, bài khác (trang lẻ + trang chẵn)
- in trọn bài thơ (của bài vừa có khung nhạc)

cứ như vậy tiếp tục.

- trước khi sang phần thơ Luân Hoán, dành một trang in tên các bài thơ, và sau một trang trắng, phần dàn trang tương tự như phần thơ Lê Vĩnh Thọ.

Sách không ghi số trang theo thứ tự từng trang như bình thường. Ghi theo thứ tự tên bài thơ của mỗi người và tùy theo việc phổ nhạc sớm hay chậm của Vĩnh Điện.

Sau khi sách in hoàn tất, chúng tôi có tổ chức một buổi trình sách, đúng ra là buổi Vĩnh Điện hát Lục Bát Ca. Tôi, tuy là cựu học sinh trường trung học Phan Châu Trinh nhưng khi mượn hội trường để sinh hoạt, tôi vấp phải khó khăn vì ông hiệu trưởng Thái Doãn Ngà ngờ tôi khuynh tả. May nhờ người bạn tốt nghiệp Đại học Sư phạm Huế, Tống Nhạn, cũng đã gia nhập quân đội, đang làm chánh văn phòng cho Thị trưởng Đà Nẵng - Đại Tá Nguyễn Văn Thiện - can thiệp kịp thời.

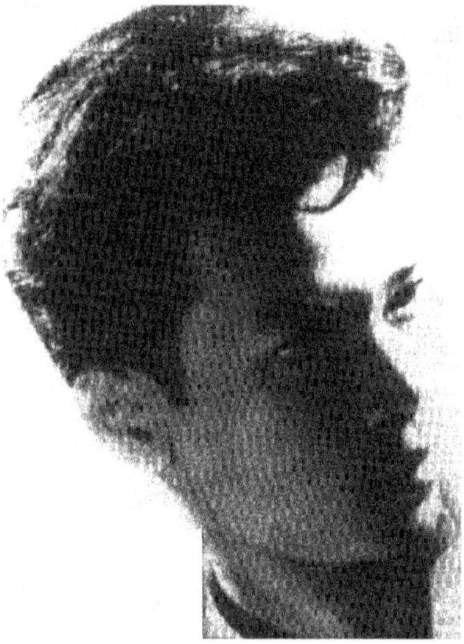

Bạn bè, người quen biết chính thức mừng tôi trở về đời dân sự. Hội trường rộng, đầy người đa số là học sinh lớp đàn em, tôi rất vui. Nhưng ngoài đứng lên chào trả lễ, tôi không nói câu nào. Trong đám quen thân (nhìn theo ảnh cũ) thấy có nhà văn Nguyễn Văn Xuân, nhà thơ Phan Nhự Thức, nhà thơ Hoàng Quy, nhà văn Cung Tích Biền và khá đông bạn bè thân thiết cũ.

Giá trị tập thơ nhạc này với riêng tôi tăng lên nhanh chóng qua buổi ca hát của Vĩnh Điện. Đúng là một kỷ niệm hiếm có và khó quên. Chỉ chừng này thôi, tập Lục Bát Ca với tôi không thể quên liệt kê vào bộ tác phẩm của mình. Nhạc có mang thơ bay cao bay xa đến mấy, những câu thơ vẫn nằm trên trang giấy thầm lặng, chờ đợi những đôi mắt có duyên liếc tới. Tôi không giỏi nhạc lý nhưng biết Vĩnh Điện phổ nhiều bài rất hay. Cô vợ tôi còn ca hát nữa là, nhất là bài khởi đầu bằng các câu:

"tôi buồn mà không nói ra
em nào đã biết thì qua đây ngồi..."

Sáu bài của tôi được Vĩnh Điện phổ thơ gồm hai bài trong tập Về Trời (Sầu Biếc và Mắt Chiều), hai bài trong tập thơ in chung với Khắc Minh, Ca Dao Tình Yêu, Chân Mây Điệp Khúc (Ngõ Trống, Ca Buồn) hai bài chưa nhớ ra ở tập nào, có thể trong Nhịp Buồn Sáu Tám, nhắc trên (Lòng Sớm Mai và Giấc Nhớ).

Thơ Lê Vĩnh Thọ trong tập này, tôi khoái nhất bài Dạ Hành:

"đêm khuya thả bước một mình
chuyện buồn tôi kể cho mình tôi nghe
đèn đêm gục mặt vàng khè
bóng xiêu bóng đổ tôi đè bóng tôi

gió không về để cây buồn
trời không sao sáng để hồn tôi đen
ngày mai khi nắng mới lên
ngày mai tôi chẳng buồn quen với người

em giờ an giấc trong chăn
tay ôm gối lại em nằm em mơ
tôi giờ ngoài phố bơ vơ
nửa đêm gió lạnh thẫn thờ tôi đi

không là một kẻ tình si
ngày mai có nắng tôi về, về đâu".
Lê Vĩnh Thọ.

Lê Vĩnh Thọ hiện ở Bình Dương, nhà đối diện với trường Trung học Bình Dương. Anh đương nhiên từng được liệt vào hàng ngũ mất dạy. Tốt nghiệp Đại học Sư phạm Sài Gòn nhưng luôn là người bất mãn với thời cuộc. Sau một thời gian dài uống rượu giải sầu, anh làm gia sư Anh văn và Pháp văn cho đám người lớn tuổi có nhu cầu thăng tiến hoặc vượt thoát. Lê Vĩnh Thọ sở hữu một số lớn sách quý, có thể hơn cả nhà thơ Thành Tôn. Anh làm thơ mỗi giờ nhưng không thể phổ biến. Nhờ anh Đặng Châu Long "đả tự" tôi có được một số trong Thơ Tình Viết Chơi, Cõi Nhân Giam, Ngụy Tử Loạn Ngữ... để trên Vuông Chiếu.

Vĩnh Điện hiện định cư tại Baltimore, Hoa Kỳ. Phổ thơ viết nhạc là thú tiêu khiển cũng là việc làm thường xuyên của anh hiện nay. Vĩnh Điện có một trang nhà phong phú, trang này cũng có để địa chỉ trên Vuông Chiếu, mời các bạn ghé đọc sẽ biết tường tận hơn về người nhạc sĩ "Tôi chỉ muốn làm người Việt Nam" này.

Montréal, Canada, sáng thứ Năm, 17-4-2019.

HÒA BÌNH ƠI HÃY ĐẾN, THÔI THÚC TỪ NHỮNG VẾT THƯƠNG

Có thể dùng để bài viết này để nói về nguyên nhân có mặt cuốn thơ nhạc này. Tôi thấy không cần trích dẫn thêm phần "lên tiếng" của mỗi tác giả. Riêng tôi, đây là tác phẩm tôi có nhiều hứng thú trước khi in. Nhưng ngay sau khi sách phát hành mãi đến nay, khi viết những dòng này, tôi mới cố gắng đọc phớt lại đôi bài viết của mình. Tôi phủ nhận giá trị nghệ thuật? Hay nghi ngờ quan điểm về thời cuộc một giai đoạn trong đời mình? Thưa không, tôi vẫn quý tác phẩm cần phải có này. Đây rõ ràng là một cuốn sách góp phần trong phong trào chống chiến tranh Việt Nam, gọi gọn là phản chiến.

Kêu gọi hòa bình trong thời chiến là điều không sai. Nhưng những mong muốn góp tay làm lành mạnh hơn chế độ mình đang sống, đã bị lợi dụng để làm vũ khí chống ngược lại, mà không có cách ngăn ngừa, hóa giải đã trở nên sai lầm. Một sai lầm dẫn đến hậu quả bi đát có thật về sau. Cùng với chúng tôi, còn có nhiều cây bút khác của Việt Nam Cộng Hòa đã làm công việc tương tự, tôi không dám nhắc tên ai. Và cũng xin không phân trần, biện minh gì hơn nữa. Công việc tôi đang làm chỉ nhằm nhắc lại diễn tiến việc hình thành cuốn thơ nhạc "Hòa Bình Ơi, Hãy Đến" của ba người chung tay, nhưng chưa hẳn thống nhất tư tưởng.

Duyên sơ khởi từ một buổi chiều, nhạc sĩ Phạm Thế Mỹ và nhà thơ Lê Vĩnh Thọ cùng ghé thăm tôi đang dưỡng thương tại Tổng y viện Duy Tân, Đà Nẵng. Thay vì thương xót cho một bàn chân đã mất, cả hai anh Mỹ và Thọ đề nghị tôi nên làm một cái gì để kỷ niệm có ý nghĩa một chút. Thọ biết tôi đã có một số bài than thở về tai nạn chiến tranh của mình, nên đề nghị làm một tuyển tập thơ. Nén Hương Cho Bàn Chân Trái được nghĩ tới. Nhưng khởi hành trước lại là một tuyển tập khác. Ba chúng tôi đều có sẵn một số sáng tác, in riêng không đủ điều kiện và có phần lẻ loi, khó gây tiếng vang. Nên chúng tôi quyết định khai sinh Hòa Bình Ơi, Hãy Đến. Và như thế cả hai tác phẩm gần như được thực hiện song song.

Việc đánh máy bản thảo Hoà Bình Ơi, Hãy Đến để xin kiểm duyệt do Lê Vĩnh Thọ nhờ binh sĩ dưới quyền Thọ trong tiểu đoàn 10 CTCT lo. Tôi chịu trách nhiệm trình bày, xin bìa và lo phần kiểm duyệt. Anh Phạm Thế Mỹ đang có giờ dạy ở Đại học Vạn Hạnh Sài Gòn, lo tìm nhà in lẫn việc phát hành.

Công việc bàn thật dễ, nhưng thực hiện vấp nhiều trở ngại:

- Cái khó thứ nhất: tài chánh. Mỗi chúng tôi đóng góp chút chút chẳng đến đâu. Sáng kiến giải quyết từ nhạc sĩ Phạm Thế Mỹ. Anh có một số học trò khá đông, nên nghĩ ra cách bán sách trước để có tiền in. Vậy là chúng tôi cho in ngay một số biên nhận và điều này thành công ngoài mong đợi. Nhân đây, hôm nay, tôi xin thay mặt hai người bạn đồng hành, gởi lời trân trọng cảm ơn đến quý vị bạn đọc, các em nam nữ học sinh, Đà Nẵng, Sài Gòn đã nhiệt tình góp tay cho tác phẩm được ra đời.

- Cái khó thứ hai: kiểm duyệt. Mặc dù có sự quen biết anh Nguyễn Rô, đầu tàu Ủy ban kiểm duyệt vùng I chiến thuật, tôi cũng biết nhiều bài khó có thể được phép. Tôi nảy sinh ra gian lận, tráo đổi một số bài nhẹ nhàng để xin phép. Sự thiếu chân thật này tôi đã xin lỗi anh Rô khi anh đã định cư tại Mỹ, và có liên lạc với tôi khi anh thực hiện những Đặc San Quảng Nam Đà Nẵng.

- Cái khó thứ ba: sách in xong bị chận không cho chuyển về Đà Nẵng, nơi đã bán trước đến 600 cuốn. Nhưng trở ngại này cũng đã được anh Phạm Thế Mỹ nhờ quen biết nhiều hóa giải, tuy có phần chậm giao sách.

Tranh bìa, một họa phẩm của họa sĩ Nghiêu Đề thực hiện riêng đúng với chủ đề tác phẩm. Tôi vào ra Quảng Ngãi nhiều lần cuối cùng cũng mang về được bìa sách thật ưng ý này - mời các bạn xem ảnh chụp - Cùng với bìa sách, Nghiêu Đề tặng hai phụ bản trong đó có một phác họa thiếu nữ, nếu làm bìa thơ rất tuyệt. Và họa sĩ Đinh Cường ưu ái tặng một phụ bản thật nghệ thuật. Các phụ bản này đều được in trên giấy trắng láng.

Sách mang số kiểm duyệt: K.D.S.41UBKDVICT ngày 22-4-1969 (xem ảnh chụp giấy phép).

Anh Mỹ cho biết, sách in tại Kim Lai Ấn Quán. Nhưng nhà in lớn này ngại ghi tên quảng cáo như thường lệ. Theo ghi chú, sách in xong ngày 14-5-1969 tại Sài Gòn, ngoài những bản thường còn in thêm 700 bản đặc biệt trên giấy trắng tốt (600 cho anh chị em học sinh Đà Nẵng và 100 cho ba tác giả tặng bạn hữu).

Mục lục nội dung:

*Phần Luân Hoán (từ trang 1 đến trang 53) gồm:

01- Lên Tiếng.
02- Thư Cho Người Hoa Kỳ
03- Câu Hỏi Của Một Người Lính
04- Trình Bày Cùng Tâm Hồn Mũ Sắt
05- Tặng Máu Cho Lịch Sử
06- Choàng Hoa Cho Quê Hương
07- Giòng Sông Giấc Mơ Và Trái Tim
08- Tiếng Nói Của Một Thương Phế Binh
09- Chuyến Xe Mùa Xuân
10- Nụ Hoa Cho Cái Thai Hòa Bình
11- Viết Thư Tình Trên Quốc Lộ Số 1
12- Thời Dụng Biểu Cho Một Ngày Dứt Chiến Tranh
13- Bài Truy Niệm Tôi
Phụ bản của Nghiêu Đề

* Phần Phạm Thế Mỹ (từ trang 59 đến trang 125):

01- Lên Tiếng
02- Tiếng Hát Loài Chim Chiến Tranh (in riêng lời xong in lời chung cùng khung nhạc, tất cả các bài sau cũng cùng hình thức này).
03- Lời Nguyện Pháp Trường (thơ ngũ ngôn Luân Hoán, nhạc Phạm Thế Mỹ, phổ đúng nguyên bản)
04- Tôi Phải Nói Với Anh Điều Này
05- Thầy Phù Thủy Giết Người (ý thơ Trụ Vũ)
06- Nước Sông Nào Chẳng Mát, Chẳng Ngon
07- Hỡi Hồn Mẹ Việt Nam (ý thơ Thái Luân)
08- Rao Bán
09- Sài Gòn Vui Không Em
10- Giấc Mơ Của Mẹ
11- Cây Súng Ngủ Quên
12- Sớm Mai Hồng
13- Hát Cho Quê Hương
14- Người Về Thành Phố
15- Hòa Bình Ơi, Hãy Đến

Phụ bản Đinh Cường

* Phần Lê Vĩnh Thọ (từ trang 130 đến trang 187):

01- Lên Tiếng
02- Ngày Hòa Bình Cho Việt Nam
03- Nói Với Những Người Mỹ Tham Chiến Tại Việt nam
04- Máu Vẫn Còn Chảy
05- Tôi Nghĩ Đến Các Anh
06- Khóc Đi Mẹ, Khóc Đi Em.
07- Phương Trời Đã Mất
08- Tôi Mơ Rằng Tôi Mơ
09- Hoà Bình Ơi, Hãy Đến
10- Máu Đỏ, Da Vàng
11- Giấc Mơ
12- Ngợi Ca Tình Yêu Và Mùa Xuân
13- Ngợi Ca Quê Hương

Phụ bản Nghiêu Đề

Mục lục

Ghi chú cho bài viết này:

Tác phẩm ra đời nhận được ít nhiều khen chê, giới thiệu từ bạn đọc, báo chí. Tôi không còn nhớ và giữ được tài liệu nào. Cuộc chiến đã vãn hồi, nhưng hòa bình không như ý với nhiều người cả hai bên chiến tuyến cũ. Tôi xin không nhắc, không ý kiến gì ở đây.

Tại hải ngoại, tôi có đọc đâu đó một tạp văn của tác giả Đặng Châu Long có nhắc sơ qua về Hòa Bình Ơi, Hãy Đến. Sau này, khi quen biết anh Long trên Facebook. Được anh cho biết, anh đã viết hai bài. Một bài mang tên "Dấu Xưa Còn Vương Trang Sách Cũ". Trong bài này anh nhắc nhiều đến nhạc sĩ Phạm Thế Mỹ, sau khi đã ghé thăm anh Lê Vĩnh Thọ. Bài thứ hai, "Bình Yên Mộng Tưởng Về Giòng Thơ Khát Vọng". Trong bài viết dài này anh đề cập đến thơ Lê Vĩnh Thọ và thơ tôi, khá kỹ công. Nhìn chung cả hai bài đều là những nhận định tốt về chúng tôi. Chủ quan hay chỉ xã giao, bạn đọc có thể gõ tên hai bài anh Long viết vào ô tìm của Google để rõ hơn. Tài liệu này hy vọng được giữ lâu dài.

Bên cạnh hai bài viết cùng một tác giả này, phần thưởng cho riêng tôi thú vị thêm nhờ một bài khác của một nữ tác giả, chưa hề quen biết, nhà giáo Nguyễn Thu Hà, hình như cũng đang sống tại Việt Nam. Chị Hà viết thật cặn kẽ về phần thơ Luân Hoán trong Hòa Bình Ơi Hãy Đến. Sau khi tôi liên lạc qua điện thư được, tôi đã xin phép để đi trong cuốn "Đọc Nhịp Thở Luân Hoán", in năm 2014 tại Hoa Kỳ.

(Đây là cuốn sách thứ ba sau Chân Dung Thơ Luân Hoán, Luân Hoán Một Đời Thơ của nhiều tác giả thương nhận định về thơ tôi). Bài viết của chị Nguyễn Thu Hà tôi cũng phổ biến trên trang Vuông Chiếu.

(www.luanhoan.net). Một lần nữa cảm ơn tác giả.

3 giờ 30 sáng thứ sáu, 19-4-2019, Montréal

VIÊN ĐẠN CHO NGƯỜI YÊU DẤU, TẶNG PHẨM HỜN MÁT CUỘC ĐỜI

Cầm trên tay khẩu súng không thể nào từ bi theo kiểu nhà Phật. Nhưng có thể nói chắc, không thẹn với lòng, tôi chưa hề bắn ai. Bóp cò carbine linh tinh vào cây cỏ bìa làng cũng chỉ vài ba lần trong đôi tháng đầu cầm chức trung đội trưởng, ngay sau lúc trình diện đơn vị thuộc tiểu đoàn 1, trung đoàn 4, sư đoàn 2 Bộ Binh. Tôi may mắn nhanh chóng được dắt lưng quần một khẩu colt 45, và sớm làm dáng thay mũ sắt bằng nón vải rộng vành, dù nửa thân hình được bảo vệ bằng áo giáp (do cha già tìm mua ở Chợ Cồn gởi vào, quân đội không phát).

Đời binh nghiệp ngắn ngủi của tôi được định đoạt ngay trong việc chọn lựa đơn vị - giữa văn phòng hay mặt trận - Với riêng cá nhân tôi, ít nhiều cũng có điều kiện để chọn một chỗ đủ giữ ấm chữ thọ. Nhưng cái lãng mạn bốc đồng, tạo cho tôi cái số không có duyên lâu bền với đời nhà binh. Cũng phải nói rằng sức hút của thi ca, không thoát phần lỗi, tặng tôi khoảng trống dưới chân về sau.

Sự việc diễn ra mau lẹ, đơn giản: khi đã chán thấy bầy nhầy xác chết, và đã có vốn thiết thực để ba hoa về chiến cuộc, tôi tìm được ngay một chỗ về có bóng mát. Tiếc thay vào những giờ sau cùng của trận hành quân tảo thanh cuối năm tôi ngã ngựa. Một "giã từ vũ khí" không được phủ cờ tổ quốc vĩnh viễn.

Không mộng "da ngựa bọc thây" như người xưa, nhưng không nằm trong quốc kỳ để trở về, phải nói vui buồn có đủ, nuối tiếc ân hận có thừa. Thật không gì thấm thía hơn khi nhận hai chữ "Phế Binh". Cho đến ngày thân-phận-phế-binh bỗng mất hết tất cả mọi cấp dưỡng vật chất tối thiểu lẫn lòng tri ân mơ hồ của đồng bào mình.

Đời lính chiến giàu gian nan nguy hiểm là điều đương nhiên, nhưng nhìn một cách thoáng hơn, rõ ràng là thảnh thơi, phiêu bồng rất mực. Thời gian để đầu óc trống không trong một ngày quả rất nhiều. Có lẽ mỗi quân nhân ở ngoài mặt trận đã chọn cho mình một thú vui riêng. Với tôi, việc làm thơ vớ vẩn như một cứu cánh thiết thực. Một cây bút vài trang giấy nhàu, thậm chí phần bên trong bao thuốc lá vừa hút hết, cũng lưu giữ được chút gì đó của lòng mình, của quang cảnh sinh hoạt vừa chung đụng. Tôi làm thơ bất kể giờ giấc, trừ khi cuộc chạm súng đang cuốn hút mình vào thế trận.

Viên Đạn Cho Người Yêu Dấu, một tập thơ cưu mang hầu hết những câu ngắn dài nằm cạnh nhau, tùy nghi chuyên chở hình ảnh cùng hơi thở của những người lính, và một đồng đội trầm tính nhưng rất phung phí chữ dùng thường nhật. Người đồng đội ấy chính là tôi. Suốt tập thơ, tôi không cố tình đặt nó trong sứ mệnh phản chiến, một danh từ thời thượng lúc bấy giờ. Nhưng đã bị cũng như được đông đảo người có duyên đọc, quy liệt như vậy.

Dù phản chiến hay không, tập thơ cũng đã nhúng chữ nghĩa của nó vào trong hơi thở chiến cuộc. Người đọc sẽ sớm cảm nhận qua tên gọi từng bài, xin kê đủ ngay đây:

Một ngày trước khi trình diện | Lục bát trong trại nhập ngũ số 1 | Theo vết | Bài học vỡ lòng | Đêm xuống tóc | Như là thơ | 301 | Chỗ cư ngụ tuổi trẻ tôi | 37 người trong trung đội tôi | Độc kích | Giới thiệu | Trái tim hành quân | Ở ngã tư Ba La | Đôi chân Bộ Binh | Chiều trên sườn đồi | Triển lãm chiến lợi phẩm | Bữa cơm trên Sơn Kim | Dưỡng quân | Thơ trên vách núi Phú Sơn | Đêm 30 trên đồi Lâm Lộc | Bắn bò | Quan tài cho Trần Mỹ Lộc | Trả lời thư xuân hậu phương| Lãnh lương cho thanh niên | Điệp khúc binh sĩ chúng ta, Nhan sắc mặt trận, Một người trên bậc thềm tình tôi | Những lần roi trên thân người 20 | Ngày 18-3-68 | Tiễn một người đi phép dài hạn | Ngày hòa bình cho vợ | Từ bệnh viện 1 Dã chiến gởi tình ra Tổng y viện Duy Tân | Tình khúc cuối ở KBC 4100 | Tự thú.

Chỉ 34 bài choán 86 trang. Đây là tập thơ chỉ có vài bài có vần, còn lại thuộc thể tự do - tên gọi thời bấy giờ - Những bài thơ thuộc thể loại thông thường khác mãi sau này tôi mới nhuận sắc lại, cho phổ biến dưới tên Ngao Du Cùng Vũ Khí (sẽ nhắc rõ sau).

Ngoài việc muốn tập trung thể loại tự do riêng biệt, một lý do khiến tập thơ mỏng mảnh, đơn giản không thể gom nhiều bài cho một lần in, số thành chi phí ấn loát không cho phép. Dù tập thơ này chỉ in ở tỉnh lẻ Đà Nẵng, thành phố được cho là lớn thứ hai của miền Nam lúc bấy giờ, hình như chỉ có nhà in thuộc sở hữu của Thánh Thất Cao Đài là lớn nhất. Tôi chọn in Viên Đạn Cho Người Yêu Dấu tại nhà in Trung Hưng này. Nhưng bạn biết không chỉ in cái mẫu bìa với giấy trắng hơi dày một chút và mực đen. Những dòng thơ khét mùi máu thịt vẫn là chữ, những chữ đến bằng máy ronéo của Tiểu đoàn 10 Chiến Tranh Chính Trị, dưới sự giúp đỡ của Thiếu úy Lê Vĩnh Thọ, một nhà thơ đi cùng đường, khai thác thân phận nhược tiểu.

Viên Đạn Cho Người Yêu Dấu, trong lần tái bản tại hải ngoại, tôi cũng tự mình trình bày theo kiểu tả chân, nghĩa là trưng những hình ảnh cụ thể: cây súng, cái nón sắt, dạng người, bao cát... Cây súng phải cắm đầu ruồi xuống đất, mũ sắt phải đội lên báng súng... ước lệ cho một sự lạnh lẽo tan hoang. Nhìn chung nghệ thuật hội họa lẫn nhiếp ảnh không can thiệp vào. Cách cắt giấy thành chữ cũng là mốt đang thịnh hành, bắt chước từ hai ông bạn họa sĩ Nghiêu Đề và Hồ Thành Đức. Bìa nhờ bố trí chữ tên tập thơ, tên tác giả, trông qua cũng tàm tạm. Một điều nên thưa thiệt. Cuốn sách nào tôi thực hiện bìa, đều phảng phất trước nội dung của tác phẩm đó. Đây không phải lý do tôi ôm đồm một công việc quá tay mình. Đơn giản, tôi nôn nóng, muốn sách có mặt sớm, hiện diện ngay, không muốn phải chờ cái rề rà của mấy ngài trong nghề sơn cọ thứ thiệt - ngoại trừ hai vị Đinh Cường và Khánh Trường, nhưng nhờ chùa hoài cũng phải biết ái ngại. Lưng bìa cuốn tái bản, tôi chơi luôn bản mặt mình trong quân phục đi phép mỗi cuối tuần, xấu không xấu nhưng chẳng đẹp trai, vì thiếu đầy đặn. Cũng chẳng nề hà gì nên chơi luôn mấy dòng "tiểu sử trích ngang".

Nhằm thẩm định nội dung có đáng được xếp loại phản chiến hay không, tôi xin trích một số đoạn theo thứ tự trang sách, không thòng thêm phẩm bình, nhưng có thể có chú thích về nguyên cớ, nơi chốn sinh ra thơ. Mời bạn đọc nhận định giúp. Lưu ý tập thơ có thứ tự diễn tiến, nhưng sự sắp xếp chỉ có lúc dàn trang trước khi in, không tuân theo thời gian sáng tác. Cảm ơn.

"... bỏ lệnh gọi trong túi quần
bắt tay bác cảnh sát
tôi vui vẻ đứng cười
đêm bắt đầu vây phủ
tôi hoàn toàn vô tư"
(Một ngày trước khi trình diện - trang 6)

"... cuối cùng ta cũng xuống tóc
cũng đồng phục
áo quần
tư tưởng
cuối cùng ta cũng ở đó
những bò lết những hít đất
những nhảy xổm
những hình phạt thật súc vật
thường trực..."
(theo vết - trang 7)

"mái tóc bồng bềnh đẹp nhất Đà Nẵng
đẹp nhất miền Trung
đẹp nhất Việt Nam
rụng xuống
rụng xuống

từng tảng từng tảng
trong tích tắc
tôi giống con gà chọi
trống hốc
...”
(Đêm xuống tóc - trang 11)

bài viết ở giai đoạn 1 trong 9 tháng ở trường BB/Thủ Đức

“... từ phòng trọ Trùng Khánh lên sân bay
từ cuộc đời thảnh thơi đến sự nghiệp
tôi là chiếc quan tài
vô tri như đá tảng
nằm hết đời thanh niên
phai nhòa dòng lệ biếc
âm thầm ôi đời ta
bây giờ em ở đâu
trong cõi hư vô đó
con người mang trái tim làm cái trống
đánh quanh em và gọi
bây giờ người ở đâu
bây giờ tôi ở đâu ?
(chỗ cư ngụ tuổi trẻ tôi - trang 17)

gặp ý khi ngồi xe ngựa từ tiền phương tiểu đoàn 1 ở Rừng Lăng về Quảng Ngãi, viết ở khu Trùng Khánh 43 Phan Bội Châu.

“bôi mặt vẽ mày mời các người xem
tôi văng tục luôn như thằng mất dạy
...
lính tráng bây giờ như chiếc đinh đen
đóng chặt đời vào động cơ và nổ...”
(Giới thiệu - trang 20)

“... anh bây giờ là tên lính mù
chỉ huy một trung đội điếc
với chiếc còi trên môi
và hàng trăm câu chửi tục

...
anh bây giờ là tên lính mù
của tiểu đoàn 1/4
thuộc sư đoàn 2 Bộ Binh
chỉ biết ăn ngủ và hành quân
bài thơ này viết ra như một sự tình cờ..."
(Trái tim hành quân - trang 21 đến 25)

vì bài này bị phạt trên giấy tờ mấy ngày vì nêu rõ tên đơn vị đang phục vụ -

"... ngày trần truồng trên sườn đồi
ngồi thở thầm trong lá
tôi nhìn thấy mặt người
tôi nhìn thấy trời cao
tôi nhìn thấy ngón tay
run run trên cò súng
thản nhiên mày
thản nhiên mày, đừng nghĩ..."
(Chiều trên sườn đồi - trang 31)

"mửa vào ruột kèn điệu chào đón mời gọi
trang trọng bàn tay cắt băng
chúng ta khai mạc phòng triển lãm
hướng dẫn viên:
đi về phía bên này
chiếc đầu lâu lạ lùng nhất
nó da vàng, nét mũi tẹt
nó hằn vết chiến tranh
nó là ai?
nó thuộc dân nước nào?
ai biết
..."
(Triển lãm chiến lợi phẩm)

"đến phiên về giữ đồn
vắt vẻo trên núi Dẹp

mây nắm lọt kẽ tay
luyện hoài không thành phép
...
tám tuần chưa làm tình
tám tuần chưa hớt tóc
đụng hoa năm bảy lần
bỏ lơ vì đồi trọc... "
(dưỡng quân ở núi Dẹp - trang 37)

bài viết trong hiên một nhà dân sát quốc lộ 1. Núi Dẹp là một cao điểm nằm trong địa phận Mộ Đức, nơi đây là chỗ đóng quân luân phiên của các tiểu đoàn thuộc trung đoàn 4 BB. Thời gian đồn trú chặn yết hầu đường tiếp tế, chuyển quân của địch cho mỗi tiểu đoàn không nhất thiết đồng đều mà tùy thuộc những cuộc hành quân liên kết bất ngờ. Tôi nằm trên ngọn núi này đâu chừng 4, 5 lần, và cũng tại đây tôi mất hai đồng đội thay chức vụ của tôi trong hai lần tôi đi phép, Thiếu úy Nguyễn Âu và Trung sĩ Minh.

"... đêm ba mươi rồi sẽ qua
ngày ba mươi mốt nữa
xin chạy bằng đôi chân làn gió lạnh kia
chúng tôi muốn về hôn vợ
chúng tôi muốn hôn đàn con
chúng tôi muốn hưởng thật giờ hưu chiến
dù năm mươi phút cũng cam
ôi cây súng trên tay sao mà nặng
bao giờ mới được khóa an toàn
cầm xuống đồi
như cầm một cành hoa xuân của núi
..."
(Đêm 30 trên đồi Lâm Lộc - trang 42)

Ngày N cộng sáu
quân lui về Nghĩa Hưng
áo quần đầy hương máu
tóc râu đầy hương rừng

đang đi, lệnh: đóng chốt
lập vòng đai an toàn
cho đại đội trừ bị
lùa bò cho tướng Toàn

bò mập lông vàng thẫm
rộn rịp tập xếp hàng
lính than thèm thịt quá
nổi máu, ta bắn càn
...
tướng Toàn không ký phạt
nhưng ta chẳng tha ta
một tuần không ăn thịt
không làm thơ, ngắm hoa"
(Bắn bò - trang 44)

khi bài này phổ biến tôi tưởng sẽ lãnh một cú phạt nặng, nhưng không hiểu sao tôi được các cấp trên tử tế dịu dàng hẳn ra.

Dĩ nhiên không phải chỉ có vậy, nỗi bi quan cay đắng đọng ở mỗi bài, nhất là những bài Bữa Cơm Trên Sơn Kim, Một Người Trên Bậc Thềm Tình Tôi v.v... Một số trích dẫn đã được dán trên, nếu các bạn người miền Bắc sau 1975 tò mò đọc chơi, sẽ ngẫm ra ngay sự tự do sáng tác của quân cũng như dân miền Nam. Tôi không tin những người cầm bút bên kia sông Bến Hải toàn là môn đệ của nhà thơ "Từ Đó". Thật buồn những tấm lòng bị ràng buộc, thật đáng tiếc cho nền văn học của hai miền chúng ta. Bốn mươi lăm năm qua rồi, có khá hơn ít nhiều chưa. Hãy tha, hãy để cho con-chữ sống với tấm lòng chân thành của chúng.

9 giờ 58 sáng 23-12-2018.

RƯỢU HỒNG ĐÃ RÓT
THƠ TÌNH NAM NỮ CHƯA TRÒN ĐẦY CHỦ ĐỀ

Sau Viên Đạn Cho Người Yêu Dấu, Nén Hương Cho Bàn Chân Trái cùng một phần ba trong tác phẩm Hòa Bình Ơi Hãy Đến, in chung với Phạm Thế Mỹ, Lê Vĩnh Thọ, tôi trình làng Rượu Hồng Đã Rót. Với mong muốn thi phẩm này sẽ đưa tôi trở về một cách triệt để với thơ cổ hình thức, cùng thống nhất toàn tập một nội dung thơ tình trai gái. Dự định của tôi chỉ thực hiện được một nửa. Bởi nội dung thi phẩm có vần, không thuần nhất tình yêu nam nữ mà cưu mang thêm tình đất nước, tình bè bạn và tình người chung chung.

Theo thói quen ở mỗi thi phẩm, gần như tôi đều có viết lời vào tập bằng thơ. Tôi xem những dòng thơ này là những khinh binh mở đường, sẵn sàng chịu số phận rủi ro như đạp mìn bẫy, bắn tỉa để đại đơn vị phía sau thong dong tiến bước. Ngoài ra đây cũng là cách thông tin đôi nét cụ thể về nội dung.

Ở Rượu Hồng Đã Rót, tiểu đội đi đầu này không nhiều, chỉ bốn lãng tử lơ láo như vầy:

thơ chỉ là sông cho tôi trôi nổi
thơ chỉ là thuyền cho người lênh đênh
vậy người cứ ngồi đây qua sông rộng
vậy em cứ ngồi đây qua hồn tôi...

Xin mở ngoặc để nhắc sớm một kỷ niệm.

Vào khoảng năm 1976, 77 gì đó, một hôm vừa quá thời khắc chạng vạng một chút, chúng tôi đã đóng cửa hàng bán lẻ quần áo, nhà thơ Vũ Hữu Định đến gõ cánh cửa hông. Ông thi tửu này đi với một trung niên, bề ngoài rất đậm chất cán bộ. Tôi lo lắng mở cửa, hồi hộp chào đón. Tâm tư sợ hãi cùng thái độ thủ thế, tôi đã có từ sau 29 tháng 3 năm 1975. May thật, ông trung niên cán bộ sớm toát ra cốt cách nghệ sĩ. Dễ hiểu thôi bởi người đó chính là tác giả những câu thơ tôi rất thích: *"yêu ai cứ bảo là yêu, ghét ai cứ bảo là ghét, dù ai ngon ngọt nuông chiều, cũng không nói yêu thành ghét..."*. Tôi bớt lo lắng khi nghe danh xưng, nhưng vẫn cứ ngờ ngợ. Cái sợ hồ nghi chung chung sau 1975, nhất là mới được rút ra từ trại Ngô Văn Sở để về lại ngân hàng, khó xóa cái gốc Ngụy vẫn sờ sờ ở khoảng trống dưới chân trái. Tôi tiếp chuyện e dè xa cách. Tôi tin rằng nhà thơ Phùng Quán không biết gì tôi trước đó. Nhưng chắc anh đã hỏi Vũ Hữu Định những ai viết lách ở thành phố này. Người bạn khá thân với tôi trong giai đoạn này, vốn hiếu khách, dĩ nhiên không quên cái tên tôi.

Rồi cũng do Vũ Hữu Định bảo, tôi trình diện Rượu Hồng Đã Rót cùng nhà thơ phía chiến thắng. Anh Quán rất tự nhiên đọc thành tiếng bốn câu trên, và nói liền mấy chữ làm tôi vui đến bây giờ "thơ đây rồi, đúng là thơ". Chỉ vậy thôi, anh lật lật trang sách hình như không hẳn để đọc. Thái độ thiếu hiếu khách, thật ra là lúng túng của tôi chắc đã làm anh thất vọng. Anh đâu biết tôi luôn là người kém xã giao. Ngày nay, cả anh và Vũ Hữu Định đều đã qua đời, nhắc lại chuyện này tự nhiên cảm thấy vô duyên như đặt điều... (Tôi có bài thơ "Mừng Gặp Một Nhà Thơ" in trong Hơi Thở Việt Nam về chuyện tri ngộ này) - Xin đóng ngoặc.

Theo thứ tự trang sách, sau bốn dòng mở tập, là một bài bảy lẫn tám chữ, vẫn có chức năng phụ họa cho việc mời mọc trình làng. Thiệp Hồng thi hành nhiệm vụ chu đáo hơn:

tôi đoan chắc là em sẽ đến
sẽ vào thăm cho biết trái tim tôi
cái vạt đất đầy phân tình và nước mắt
cái dòng sông đầy hình ảnh âm thanh...

Lời tha thiết gọi mời lê thê đến những ba trang, trang nào cũng đầy ắp chữ. Dặn cái này, nhắc điều kia, lẫn bày ra một cái tôi thật trân trọng si tình:

đời đã trách tôi dật dờ lẩn thẩn
đời đã khinh tôi lãng mạn điên khùng
tôi muốn nói với em về chuyện người mê gái
mê tình yêu đắm đuối viết thơ tình
...
tôi yêu em, tôi chỉ nói với riêng em
tôi chỉ muốn một mình em đập chén
trong hồn tôi chếnh choáng cơn say
chuyện chi phải ngợi ca từng ngọn lá
bởi nhờ em đời đã đẹp lâu rồi
và hơn nữa, tôi thiếu tài giả dối
không ngụy trang che giấu những riêng tư
đồng ý thế, nào em yêu, hãy đến
trăm bài thơ tôi đã rải lót chân
...
em đã đến dĩ nhiên là đã viết
một đôi dòng lên đó để mua vui
đôi dòng đó xin cho tôi mượn tạm
biến thành thơ thay tấm thiệp mời.

Tự viết về thơ mình là một lố bịch, dù rằng đôi lúc cũng rất cần thiết. Ở đây, tôi không đi sâu vào nội dung cũng như đề cập về kỹ thuật. Diễn tiến hoàn thành một thi phẩm, và những kỷ niệm phát sinh trong đoạn khởi đầu mới chính là điều muốn kể lể để tự ôn lại cái thú vị đã được có. Trang chữ nhiều khi là một cuộc độc thoại có chiều sâu.

Tập Rượu Hồng Đã Rót tự tay tôi đánh máy lại bản thảo, từ những trang nháp viết tay không sửa đổi chi nhiều. Để thực hiện một bản thảo như vậy, tôi gấp đôi tờ giấy thành hai trang, không rọc, hai đầu mí tờ giấy sẽ ở phía gáy sách. Máy in tôi dùng thuộc loại xách tay, chữ hơi mòn. Thảm hơn, ruban mực đã có phần xơ xác, nên con chữ không sắc nét.

Chuyện in ấn vô cùng khó khăn bởi tài chánh, do đó tôi phải thực hiện nhiều bản đánh máy, xong đóng bằng chỉ nghiêm túc, đủ để có dáng dấp một cuốn sách. Bìa bản thảo tôi trình bày, với mẫu in màu một họa phẩm ngoại quốc, không còn nhớ của họa sĩ nào. Nhìn tổng quát cũng khá nghệ thuật. Mọi việc hoàn tất vào tháng 7 năm 1974.

Giấy phép để in được cấp ngày 03-9-1974. Người thực hiện ở tận Đà Lạt, họa sĩ Nguyễn Sông Ba. Tôi chưa hân hạnh gặp mặt anh, kể cả bây giờ. Tôi được biết anh qua giới thiệu của nhà thơ

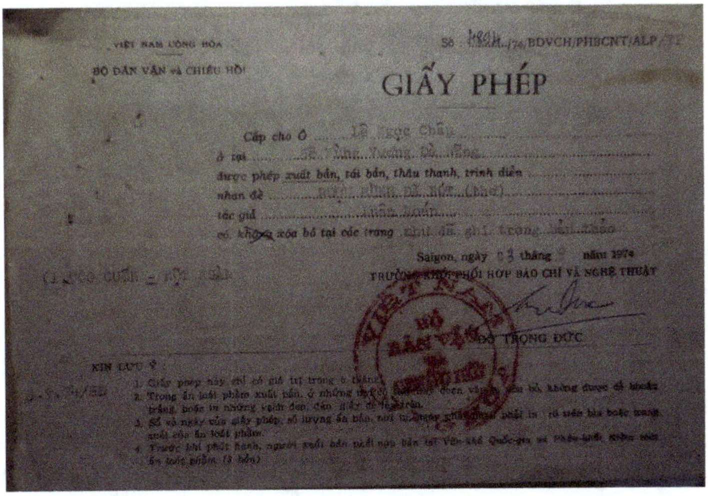

VIỆT NAM CỘNG HÒA
BỘ DÂN VẬN và CHIÊU HỒI

Số ....../74/BDVCH/PHBCNT/ALP/...

GIẤY PHÉP

Cấp cho Ô ....
ở tại ....
được phép xuất bản, tái bản, thâu thanh, trình diễn ....
nhan đề ....
tác giả ....
có không xóa bỏ tại các trang ....

Saigon, ngày 03 tháng ... năm 1974
TRƯỞNG KHỐI PHỐI HỢP BÁO CHÍ VÀ NGHỆ THUẬT

ĐỖ TRỌNG ĐỨC

XIN LƯU Ý
1. Giấy phép này chỉ có giá trị trong 6 tháng.
2. Trong ấn loát phẩm xuất bản, ở những [illegible] không được để khoảng trắng, hoặc in những vạch đen [illegible]
3. Số và ngày của giấy phép, số lượng ấn bản [illegible] phải in [illegible] của ấn loát phẩm.
4. Trước khi phát hành, người xuất bản phải nộp bản tại [illegible] ấn loát phẩm (3 bản)

Thái Tú Hạp. Sau đó chúng tôi làm việc cùng nhau bằng thư tín. Vừa đọc lại vài lá thư còn giữ, xin ghi một vài chi tiết anh Nguyễn Sông Ba đã hết lòng với tôi cũng như với thơ: Ngày 28-10-1974 hoàn tất bản vỗ chữ, bỏ dấu. Ngày 30 -10- 1974 bắt đầu in.

Ngày 2 tháng 11-1974 anh mang về nhà để xếp lại trang và đóng bằng chỉ thay vì bằng kim bấm đóng. Anh làm thủ công cả ngày lẫn đêm với số lượng 1000 cuốn không phải là chuyện ai cũng làm không công được. Ngoài ra anh còn cho in một dây băng choàng vào sách, với chữ Luân Hoán thật bắt mắt. Nhìn chung tập thơ giản dị nhưng trang trọng. Một lần nữa cảm ơn anh.

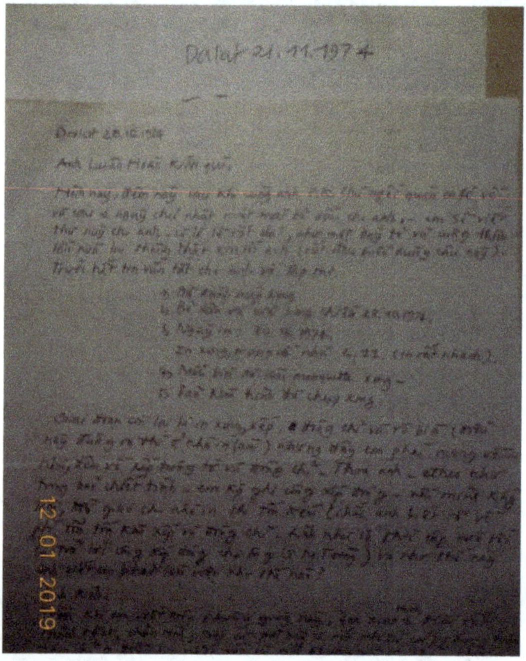
Dalat 21.11.1974

Tập Rượu Hồng Đã Rót được ăn ké dưới hình thức ra mắt sách, trong một buổi sinh hoạt văn hóa của Hội Khuyến Học Đà Nẵng do nhà văn Nguyễn Văn Xuân làm chủ tịch. Trụ sở Bảo Trợ Nhi Đồng Đà Nẵng, nằm ở ngã ba Hùng Vương, Nguyễn Thị Giang là nơi dựng sân khấu, chứa non 1000 khán giả. Nhờ vậy tôi được ủng hộ, tiêu thụ một số lớn ấn bản.

Khi định cư tại Montréal, tôi không mang theo được cuốn sách nào. Rất may một bản thảo đánh máy, Rượu Hồng Đã Rót, trước đây đã gởi tặng người em trai, tôi xin lại. Năm 1995 chính Lê Hân lo tái bản chừng 100 cuốn với mẫu bìa bản chụp tranh Nghiêu Đề.

Bản in của Nguyễn Sông Ba cuối cùng tôi cũng có được hai cuốn, sau khi trưởng nữ tôi về thăm mang qua năm 1996. Hai-mươi-hai năm nhìn lại sách cũ thật cảm động, nhất là bìa đã bị sờn rách lem luốc. Sách vở cũng long đong hẩm hiu như người.

So giữa hai bản mới cũ, về nội dung có một số khác biệt:

1. Tôi có thay đổi một số chữ dùng, một số câu, thậm chí cả một đoạn mươi dòng, tuy vậy không nhiều lắm, ví như bài: Lần Về Nhà Trọ Cuối Cùng Ở Quảng Ngãi.

2. Thêm vào 5 bài ngắn ngắn, có tên Khởi Hành, Ở Hướng Mặt Trời, Vội, Nhắc.

3. Không hiểu tại sao tôi bỏ ra ba bài:

- Qua Giòng Sông Cũ, gồm 6 khổ thơ 8 chữ, khổ cuối như sau:

Thuở tôi đến lòng chưa hề yêu dấu
Nên lạc quan không chịu giữ hồn mình
Em chợt đến nên bây giờ trở lại
Tôi nhận ra vừa đánh mất trái tim.

- Một Thuở Nào, gồm 6 khổ thơ 7 chữ, khổ cuối như sau:

Một thuở nào trốn trong đình rộng
Viết rất nhiều hai cái tên nhau
Than quá đen nên đời không hồng nổi
Nên bây giờ tôi vẫn chưa quên...

- Tạ Rượu Phan Châu Trinh Tiên Sinh (trang 77 bản in đầu tiên). Bài này không hay gì lắm ngoài tỏ ra chút khí khái. Vào lúc đánh máy lại để tái bản, có thể tôi không khoái nên bỏ ra, xin ghi lại đầy đủ 6 khổ:

Cùng với rượu ta chong đèn ngồi đọc
Tiểu sử người sang sảng vang trong đêm

Sao quái lạ cái gì như nước mắt
Nhỏ lên lời ta những mũi tên

Chẳng có lẽ ta khóc người lận đận
Hay khóc ta viên sỏi trải bên đường
Đời đã dạy muôn năm còn tranh đấu
Nỡ lòng nào trang điểm chút bi thương

Ta cũng muốn bắt chước người đập đá
Giữa Côn Sơn ngồi hát thuyết nhân quyền
Ta cũng muốn bắt chước người kêu gọi
Toàn dân mau cởi mở xích xiềng

Sao vẫn cứ ngồi đây cùng cốc rượu
Tự do đâu? Ta vùng vẫy thử thời
Không vào khám, đang ngồi tù có lẽ
Và áo cơm chiếc gông nặng muôn đời

Người buồn chắc, ta hậu sinh hèn kém
Nhưng làm gì? Còn làm được gì hơn
Thơ ta đó đã đầm đìa những máu
Có nghe chăng những kẻ còn tâm hồn?

Thôi chẳng rượu nào hơn lòng ngưỡng mộ
Ta cúi đầu xin dâng tạ tiên sinh
Xin hãy hiểu cho ta chàng thi sĩ
Chưa cong ngòi bút để mưu sinh.

Rất có thể cách xưng hô, một lúc bất chợt thấy như mình thất kính nên rút bài ra chăng? Nhưng thử vào chữ "Tôi" có vẻ yếu hẳn đi.

Như đã kể trên, tập thơ chứa đựng nhiều nhóm tình, xin được kể tên bài theo từng nhóm, dẫu không đọc cũng có thể hình dung đại khái:

- Tình yêu nam nữ gồm 30 bài:

Thiệp hồng, Khởi hành, Thơ cứ mọc như râu như tóc, Mời em ngồi lại, Về nằm lại nơi mới cưới, Đầu nguồn thơ, Cùng lời tỏ tình này, Thơ cho buổi chiều 30-3-1970, Xin Huế một người tình,

Giày hoa, Tạ lỗi một người tình, Chờ một người yêu xứ Bắc, Lần về nhà trọ cuối cùng ở Quảng Ngãi, Bài ca của người thất tình, Già đời gió trăng, Nụ hoa cho người em Hội An, Vẽ em lên thơ lên cuộc đời, Ở hướng mặt trời, Ghé thăm người tình cũ, Hình ảnh, Tập làm gã thất tình, Hạt sương, Trong cõi nhớ, Hồi âm cho người tình Sông Vệ, Thơ ngoài trời mưa, Giọt mưa, Có phải tôi là sở khanh, Vội, Nhắc, Ví như.

- Tình bạn với 4 bài:

Ngủ trong vườn cây Khắc Minh Quảng Ngãi, Thăm chủ quán Gió Khơi Qui Nhơn, Thư cho Lê Vĩnh Thọ, Trên Vuông chiếu đời ta.

- Tình người và quê hương, 13 bài:

Dừng dưới chân đèo Bình Đê, Khói cơm chiều, Khai bút đầu xuân, Đêm và giấc ngủ ta, Tặng các em cô nhi viện An Hòa, Tết ở Tam Kỳ, Tiên đoán, Một giờ trong trường làng, Trên nóc tình tôi, Bài thơ cho Quảng Trị, Đà Nẵng, Tôi sẽ còn làm thơ, Đêm mưa về Hội An.

- Tình gia đình, 3 bài:

Bình minh hạnh phúc, Rước mẹ đầu năm, Trên vầng trán hoàng hôn.

Tập thơ tròn 50 bài, bài ngắn nhất 8 câu, bài dài nhất 6 trang. Số lượng thơ cho tình yêu lứa đôi chiếm tối đa. Rất phù hợp với tên tập thơ. Và có lẽ nhờ điều này, tôi có được một số bạn đọc khá khá. Trước 1975 tôi nhận được khá nhiều thơ gởi mua từ nhiều miền đất nước, cũng quen thêm vài cô em, không phải "em nuôi", "em mưa" như bây giờ, mà là em văn nghệ rất thứ thiệt. (còn lưu một ít thư).

Tuy chủ yếu ghi lại xuất xứ của mỗi thi phẩm, nhưng sách báo miền Nam đã trải qua một sự đốt phá hủy diệt, số lượng sách đã phổ biến chưa chắc còn nhiều người lưu giữ. Thêm vào đó việc tái bản vô cùng hạn chế, số người có thể đọc được sẽ không nhiều, nên ở đây, tôi xin giới thiệu một số trích đoạn:

thôi em chớ u mê như vậy
được tôi yêu là quý vô cùng
thơ không đọc làm sao ngó thấy
cái say mê vời vợi điên khùng

thôi em chớ ngây thơ bẽn lẽn
được ngồi đây, đâu phải chuyện chơi
vần với điệu chính là võng lụa
nằm lên em, nằm đến muôn đời
...
thôi em chớ là em tôi nữa
chắc chi lòng thanh thản trống không
thơ cứ mọc như râu như tóc
tôi cứ già theo mỗi gân thơ

thôi em chớ là em tôi nữa
lại thất tình? giàu vậy hay sao?
(thơ cứ mọc như râu như tóc - 3/5 đoạn, trang 10)
*

ít nhất ngày hai bận
la cà ở nhà em
chân thừa, tay thừa nốt
chỉ duy có trái tim
...
thơ thơm như tóc sữa
thơ ngọt như giọng cười
chép đóng đôi ba tập
tặng em một đời người
...
lẫy tôi, em biếng nói
đôi lúc còn giả lơ
giận em, tôi ti tiện
đòi lại mấy tập thơ
...
yêu nhau yêu lặng lẽ
xa nhau xa âm thầm

trời mưa tiếp trời nắng
lòng tưởng lòng như không

bóng ai chợt lẩn quẩn
giàu một đời phiêu bồng
hóa ra em: ngọn chữ
mở cho thơ thành dòng
(đầu nguồn thơ - 5/12 đoạn trang 16)

*

...
em cứ ngồi ở đây
chỗ của em mười năm trời tôi dành sẵn
môi phai hồng nhưng mong em hãy hôn
hôn một lần cho an phiền muộn
tôi sẽ là son cho em tô môi
tôi sẽ là sầu cho tình em thơm ngát
...
vậy là hết rồi đó em
những lời nồng nàn tôi đã nói
trong một bài thơ
tưởng không bao giờ viết được
muốn ghi tên em ở đầu bài
muốn để tặng
nhưng thôi, trò trẻ con
tên em là tên một loài hoa
màu tình yêu
tên em bỗng tan như giọt nến
tôi cũng bắc ghế ngồi ở đây
chưa say, nhưng cũng vừa chóng mặt
(cùng lời tỏ tình này - một số câu trong 5 trang)

*

...
nước đã rót, dám mong em thành thật
trà chẳng nồng nhưng ai rót tình chung

lệ chẳng chảy nhưng lòng buồn đã vậy
xin được mời em ghé môi hôn

nắng chợt mỏi bóng vàng ngoài hiên vắng
tôi cũng vừa quỳ nép cửa tình ai
trên trời rộng bao nhiêu dòng mây trắng
trong lòng tôi đã giăng chật thơ sầu
...
em gắng kể cho buồn che nỗi thẹn
đời không vui nhưng vừa đoạn tang chồng
chẳng hy vọng lót lòng nhau dải lụa
nhưng tiếc chi không phung phí đời nhau

thôi em đến thăm tôi, ừ hẳn thế
hay chính tôi vừa mới đến thăm tôi
hay chính tôi vừa đến thăm chàng thi sĩ
suốt đời vui vì những chuyện thất tình

em hãy nhận nơi đây lời xin lỗi
lời cảm ơn, vì như vậy đó em
tôi còn lãi được bài thơ này nữa
mà đến bao giờ em mới được xem?

ôi khi tiễn em về cùng bổn phận
làm mẹ hiền, làm góa phụ muôn năm
tôi thấy rõ được tôi, thằng khốn nạn
đã yêu thương để toan tính kiếm lời
...
không giọt lệ nào buồn hơn im lặng
và bài thơ không thể hay hơn
chiều ơi chiều bao la thêm chút nữa
ta vừa cho ngươi trẻ lại mười năm
(thơ cho buổi chiều 3.3.70 - 7/18 khổ trang 25)

*

tôi không có gì, ngoài tình sử
cả đời tôi

đã sống
và sẽ sống
bằng chừng đó

tôi đã mất tuổi thơ
nhưng không có tuổi già
tôi chỉ có tuổi yêu
tuổi thất tình
tuổi mơ mộng
tuổi làm thơ
và triệu bài thơ của tôi
chỉ là một bài thơ
chỉ là một câu thơ
vỏn vẹn
là nụ hôn trên môi em
...
(vẽ em lên thơ lên cuộc đời - 1/2 trang, 42)

*

...
chắc phải có người về đây so đũa
trên mâm đồng san sẻ nỗi tình xưa
cha bạc tóc, anh trán nhăn chìm nổi
cho tôi hùn trời rộng những hạt mưa
...
khói bát ngát hãy chiều lòng gió đợi
triệu hạt sầu tôi đã chín như cơm
ngày hết nắng tôi bao giờ hết đợi
những người về trong một cõi cô đơn
(Khói cơm chiều - 2/11 trang 74)

*

...
bảy mươi tám năm qua rồi có phải
cha chưa già, cha vẫn trẻ trong con
xin nước mắt hãy cho tôi nhuộm tóc

một đời người sắp vĩnh viễn cô đơn

...

(Trên vầng trán hoàng hôn - 1/7 trang 95)

*

...

tình dài giấy đắt in chi thấu
viết để mà chơi, viết đốt chơi
mai sau ta trở thành thi bá
dẫu chết, hậu sinh cũng bắt ngồi
nhớ để cho ta vuông chiếu rộng
ta mời bè bạn của ta luôn
(Trên vuông chiếu đời ta - 6/132 câu, bài cuối tập).

Về hình thức ở tập tái bản do chính tôi trình bày, bìa trước in đầy bản chụp một họa phẩm Thiếu nữ bên tàu lá chuối của Nghiêu Đề, bìa sau có chân dung tôi lên đồ lớn với cà vạt đàng hoàng, râu điểm môi, kính trắng trang trí chững chạc.

Sáu phụ bản in màu:

- giữa trang 14 và 15 là tranh sơn dầu của Trịnh Cung,
- giữa trang 36 và 37 tranh sơn dầu Đinh Cường,
- giữa trang 52 và 53 tranh sơn dầu Hoàng Trọng Bân ,
- giữa trang 64 và 65 in tranh Bé Ký,
- giữa trang 84 và 85 in tranh sơn dầu Thái Tuấn,
- giữa trang 102 và 103 tranh sơn dầu Hồ Thành Đức.

Nhắc đến phụ bản, trong lần in đầu tiên, ở trang 65 bỏ trống, trên mục lục ghi "phụ bản Hạ Quốc Huy" không hiểu sao lúc bấy giờ không in kịp đóng góp này của người bạn quen thân, dù đọc lại thư Nguyễn Sông Ba, vẫn thấy anh lưu ý, nhắc điều này, thật đáng tiếc.

Ở hải ngoại nhìn chung sách tái bản thường không có số lượng nhiều, nhất là thơ. Việc in lại có mục đích giữ đầu sách cho tác giả hơn là đưa đến cùng bạn đọc. Trôi Sông, rồi đến Rượu Hồng Đã Rót của tôi cũng vậy. Rất vui đã từng được nhà văn Phạm Xuân Đài (Phạm Phú Minh) ưu ái giới thiệu trên tạp chí Thế Kỷ 21.

Về tập thơ RHĐR, sau này tôi gặp được một thú vị không ngờ, sau khi tái bản không lâu, bạn tôi gởi cho một bài viết của một nhà giáo dạy trường Phan Châu Trinh, anh Hoàng Dục, nhận định về đôi bài thơ tôi. Ở đây, tôi xin trích đoạn anh viết về bài thơ Đà Nẵng trong thi phẩm này:

"... Đà Nẵng là một mảnh đất dồi dào chất phù sa trữ tình, rất giàu cảm xúc thơ, đã trở thành chất liệu thi ca không bao giờ vơi cạn của hồn thơ Luân Hoán. Có thể nói rằng, Đà Nẵng gieo hạt thơ vào mảnh đất tâm hồn màu mỡ của Luân Hoán và đến lượt mình, hồn thơ ấy đã nở ra những bông hoa thơ làm nồng nàn thêm chất thơ Đà Nẵng. Trong Đà Nẵng, nhà thơ tâm tình:

nhưng thôi nhé, những cành cây, chiếc lá
ta đã nằm trong mỗi một các em
hơi thở ta đã mang đủ họ tên
của Đà Nẵng đi trong đời vời vợi

Những gì nhỏ bé hay lớn lao, những gì là bình thường hay cao cả của Đà Nẵng đều có tên riêng, sống trong hơi thở, điều hòa nhịp thở của nhà thơ để ông "đi trong đời vời vợi", đi bằng trái tim ấm nóng tình quê, đi bằng niềm tin cuộc đời mà quê hương đã hun đúc. Những con đường, những gốc rễ, những địa danh rất lạ, "những cành cây, chiếc lá" đã thoát xác nhập hồn tạo nên những vần thơ của Luân Hoán. Thế nên:

cổ họng khô uống cầm chừng nước lã
ôi quê hương ta xin vẽ lên thơ

chút đỉnh ba hoa, tài nghệ phất phơ
phơi ra hết nỗi tình ta ngờ nghệch
vụng dại đó mong đời tha thứ hết

Như thế là biện chứng. Nhà thơ hút hương mật của quê hương mà nuôi cây thơ, nên đến lượt thơ phải quay về dâng hoa trái làm thơm ngọt quê hương. Đó không chỉ là biện chứng trong mối quan hệ giữa thơ với đời mà còn là nét đẹp văn hóa Việt - nét đẹp tình nghĩa. Thơ Luân Hoán đã tiếp nối và phát huy hằng số văn hóa của dân tộc ấy.

ôi Đà Nẵng nhờ ngươi ta hiện diện
ta nhờ ngươi có những người tình
được nói về ngươi, như nói với chính mình
ta sung sướng trôi cùng thơ bát ngát
dù khổ nhục suốt đời ta vẫn hát
bài ngợi ca nhan sắc của quê hương
...

Yêu Đà Nẵng nên Luân Hoán yêu luôn những phường xóm. Đúng hơn tình yêu Đà Nẵng của nhà thơ bắt nguồn từ tình yêu những vùng đất làm nên sự đa dạng của địa lý Đà Nẵng. Vì vậy, đọc thơ ông, tôi thấy những tên phường, tên xóm cứ tự nhiên hiện ra với dáng vẻ riêng, có yếu tố địa lý riêng và do đó tạo nên nét riêng về không gian nghệ thuật - không gian phường xóm - trong thơ ông.

Ở bài thơ **Đà Nẵng**, phường xóm đã có mặt nhưng chưa có hình sắc riêng, chưa hiện ra cụ thể với đặc trưng địa lý, cảnh quan riêng mà chỉ là một góc của không gian:

nửa dốc Cầu Vồng, hay một khoảng bờ sông
cửa chính Chợ Hàn, hay Xóm Nại Hiên đông
hay dãy phố trên đường Trần Hưng Đạo
hay tất cả đất trời đầy huyên náo
cái hơi người Đà Nẵng thở hôm nay

Những mảnh đất quê hương ấy, trong ứng xử tình yêu, nhà thơ phóng khoáng làm tặng vật cho người tình, kể cả trái tim của mình.

ta tặng em với cả trái tim này
em không nhận? ta tặng ai cho hết?

(Đà Nẵng)

Nhưng với **Cõi bén tình thơ**, không gian phường xóm đã có hình nét rõ ràng cụ thể hơn. Bài thơ được viết theo thể lục bát chia thành nhiều khổ, mỗi khổ bốn dòng bộc lộ cảm xúc về một mảnh đất cấu thành hình hài thành phố Đà Nẵng..." (Hoàng Dục).

Nhắc về điểm sách, giới thiệu, RHĐR có lẽ được nhà thơ Thái Tú Hạp trình giúp sách trước tiên. Xin được trích một đoạn:

"... Rượu Hồng Đã Rót với 49 bài thơ được chia làm hai phần. Phần đầu với chủ đề tình yêu trai gái gồm 26 bài. Đây là một tập thơ được in đẹp nhất của Luân Hoán. Bìa do anh Nguyễn Sông Ba kẻ chữ và trình bày (bìa hai lớp) in tại thành phố Đà Lạt. Chân dung và tiểu sử của tác giả được in trong tập này. Trước khi vào tập có in 4 câu thơ, có lẽ để thay lời tựa:

"thơ chỉ là sông cho tôi trôi nổi
tôi chỉ là thuyền cho người lênh đênh
vậy người cứ ngồi đây qua sông rộng
vậy em cứ ngồi đây qua hồn tôi"

Thơ Luân Hoán ở tập này nhẹ nhàng và cái buồn u uất, bất mãn của thời cuộc đã vơi đi rất nhiều. Không khí tin yêu cuộc đời sống bàng bạc trong thơ. Phải chăng sau khi đã trả xong phần nào cái nợ làm trai, tâm hồn nhà thơ lắng dịu hơn. Hãy nghe anh:

"đố ai biết tôi bây giờ mấy tuổi
đang nghĩ gì và ao ước ra sao
đời thân mật rủ rê tôi trở lại
sống bình thường như điệu ca dao"
(Khai Bút Đầu Xuân)

Đạt được như thế , bởi Luân Hoán đã biết quan niệm "hạnh phúc nào cần tìm ở đâu xa" khi chung quanh "chim hót quanh vườn cây nẩy lộc", "vịt đầy ao gà đầy vườn chuối chín" và "chó băng rào nhảy cỡn gọi nhau vang"... Nhà thơ tưởng tượng:

"sẽ đứng cười trong sân đất sét khô
hút với người láng giềng điếu thuốc rê Cẩm Lệ
bàn chuyện làm ăn
hân hoan như trái tim đều nhịp"

Cùng lúc với những "con cá diếc cá rô... những con nòng nọc... mừng thấy đời hồi sinh" Luân Hoán hứa:

"sẽ làm biết bao nhiêu chuyện khác
như cưới vợ
như sinh con
như làm thơ
như vỡ đất..."
(Trên Nóc Tình Tôi)

Một cuộc sống mới được trang trọng đón nhận, bởi vì "*ta ví như triệu nụ hoa, trong bình trời đầy nước, hương chở hồn thi ca, nở đầy lòng thảo mộc* (Ví Như). Thi sĩ đã ví cuộc sống mỗi một con người như hoa lá, thản nhiên tiếp rước cuộc đời một cách âm thầm nhưng tha thiết. Sông núi không quên kẻ có lòng, kẻ có lòng không quên nhen ngọn lửa tin yêu đời trong trái tim:

"... sông núi nào quên kẻ thiết tha
bạn hỡi hãy nghe hoa lá nở
âm thầm như mỗi một chúng ta
vẫn nhen trong trái tim chút lửa
soi ấm muôn đường ta sẽ qua ..."
(Dừng Dưới Chân Đèo Bình Đê)

Bao nhiêu tăm tối, hờn giận trong cõi phù sinh được xóa bỏ, để đón nhau về, để đãi nhau từng hạt cơm, đã được chắt chiu thổi yêu dấu vào. Cảm động biết bao nhiêu khi đọc bài Khói Cơm Chiều:

"bếp đã nhúm gạo đã vo sạch sẽ
tôi dặn lòng thổi yêu dấu vào cơm
tay từng ngón chắt chiu từng ngọn củi
lửa chiều vui tôi đốt cả căm hờn"
.....

"cha có mỏi gót trời con xin cõng
anh rã rời tay xách em xin mang
hãy vội vã trên lối về trải lụa
trên lòng người chờ đợi những hân hoan"

thật tội nghiệp cho một niềm tin dễ thương:

" chắc phải có người về đây so đũa
trên mâm đồng san sẻ nỗi tình xưa..."

Tin bởi vì "*triệu hạt sầu tôi đã chín như cơm* " và cái hình ảnh "*giậu trưa hồng phà khói thuốc lên hoa*" sao mà thân thương gần gũi quá.

Trái tim nhà thơ quả thật huyền diệu: "*không yêu thương nhưng bỗng nhớ nhung*" huống chi "*tôi không có lịch sử, tôi chỉ có tình sử, cả đời tôi đã sống, và sẽ sống, bằng chừng đó...*" để mà "*vẽ em lên thơ, lên cuộc đời*" mặc dù "*đời đã trách tôi dật dờ, lẩn thẩn, đời đã khinh tôi lãng mạn điên khùng, tôi muốn nói với em về chuyện người mê gái, mê tình yêu đắm đuối viết thơ tình* (Thiệp Hồng). Trong trái tim thi sĩ, trong "*Cái vạt đất đầy phân tình và nước mắt*" đó em cũng trở thành, một "chất liệu" cho thi ca. Biết thế, nhưng rồi thế nào em cũng đến:

" và như thế chắc là em sẽ đến
sẽ vào thăm cho biết trái tim tôi
không có lửa làm sao có khói
không yêu thương làm sao được thất tình
rượu đã rót em hãy say một bận
trong cõi sầu tôi sẽ ẵm em đi".

Thất tình có phải là một cái gì cao quý, xinh xắn nhất của một đời làm người? Một thành công rực rỡ của người biết yêu? Thất tình như luôn luôn tạo thêm cái bề thế, cái cốt cách của một tâm hồn lãng mạn? Không thế, tại sao thi sĩ của chúng ta phải *tập làm gã thất tình*?

Và các thi nhân ngày xưa cũng đều khoe cái khổ đau vì tình của mình. Coi đó như một vinh dự lớn lao của một thời đẹp nhất đời người. Luân Hoán không phải chỉ có "một thời để yêu, một thời để thất tình" mà:

"xin em hãy nhớ cho rằng
tôi già đời vẫn gió trăng tuyệt vời"

(Thái Tú Hạp)

Những nhận định trên của nhà thơ Thái Tú Hạp, được trích trong Chân Dung Thơ Luân Hoán. Để đóng lại bài viết này, xin được trích thêm một đoạn khác của Giáo sư Tiến sĩ Đàm Trung Pháp, ngành Ngữ học tại Đại học Texas Woman's University, viết sau khi Rượu Hồng Đã Rót được tái bản (bài viết in trong LHMĐT):

"... Tập thơ RƯỢU HỒNG ĐÃ RÓT của Luân Hoán đã xuất hiện từ năm 1974 tại quê nhà, nhưng đúng ba chục năm sau tôi mới được đọc tại hải ngoại, tất cả do hảo ý của Lê Hân, em trai của nhà thơ cũng là người đã cho in lại tập thơ này tại Montréal vào năm 2002.

Tứ hải giai huynh đệ, tôi đã được quen biết Lê Hân qua sự giới thiệu nồng nhiệt của em trai tôi ở Toronto, và nay qua Lê Hân tôi lại được biết thêm anh Luân Hoán. Thế gian này nhỏ quá, tôi tự nhủ lòng, sau khi tìm hiểu về cuộc đời anh Luân Hoán qua bài viết của những người quen biết anh từ lâu. Có hai điều thú vị đã làm tôi thấy gần anh hơn: anh và tôi cùng sinh cuối năm Canh Thìn tức là đầu năm 1941, và cùng tốt nghiệp Khóa 24 Trường Bộ Binh Thủ Đức năm 1967. Chín tháng trời "quân trường đổ mồ hôi" với nhau một thời, anh một nhà thơ đang lên, tôi một nhà giáo vừa du học từ Mỹ về. Và lòng tôi chùng xuống khi biết anh đã hy sinh một phần thân thể cho đất nước tại chiến trường trong khi tôi bình an dạy học tại Saigon. Mong sao anh và tôi sẽ có ngày gặp gỡ để nói chuyện đời cho nhau nghe.

Hơn sáu chục năm về trước, khi nhận định về nhà thơ đa tình và mơ mộng Lưu Trọng Lư (tác giả của thi tập TIẾNG THU), nhà phê bình văn học Vũ Ngọc Phan viết: "Cái hay trong thơ của Lưu Trọng Lư ở sự thành thực, tấm lòng sầu não của ông thế nào, sự ước mong của ông thế nào và có thể thổ lộ ra được chừng nào, ông thổ lộ ra chừng ấy". Nhận định của Vũ quân về thơ Lưu Trọng Lư cũng là nhận định của tôi về thơ Luân Hoán. Tôi muốn nói thêm, chân tâm của Luân Hoán chính là nét đẹp nhất trong thơ của anh, nhất là khi ý thơ lại đến từ một sự vỡ nước tràn bờ bất chợt của những xúc cảm mãnh liệt (the spontaneous overflow of powerful feelings) như William Wordsworth đã từng định nghĩa thế nào là thơ, qua nhãn quan của trào lưu lãng mạn tây phương. Sau đây là một vài trường hợp chân tâm hiện nguyên hình trong những cảm xúc mãnh liệt nhất để Luân Hoán thổ lộ ra những câu thơ tuyệt đẹp trong tập RƯỢU HỒNG ĐÃ RÓT.

...

(Chân Tâm của thi nhân trong Rượu Hồng Đã Rót - Đàm Trung Pháp)

Tham lam trích nhiều quá, mong vui thông cảm.

7 giờ 52 sáng 01-02-2020.

HƠI THỞ VIỆT NAM
TỪ NHỊP SỐNG CÒN CỦA MỘT CÁ NHÂN

Thưa thật tôi đã bỏ hơn hai trang đoạn khởi đầu nhằm giới thiệu về thi phẩm này. Trong hai trang đó, tôi đã nêu lên những nhận xét riêng về những ưu thế của một số đề tài sáng tác. Tôi đã không ngần ngại công nhận chủ đề có liên quan đến xã hội, chiến tranh, chính trị dễ giúp cho tác giả sớm thành danh và trở thành xuất sắc. Tôi đưa ra nhiều dẫn chứng cụ thể xác thực. Nhưng đọc lại thấy... lạc đề hoặc ít ra là "lung khởi" quá đà nên bấm bụng bỏ đi, đành nói thẳng đến những nguyên nhân có mặt của Hơi Thở Việt Nam.

Cũng lại thưa thật một điều nữa. Tôi có bệnh, bệnh nặng. Bệnh này là bệnh làm thơ mỗi ngày, và mỗi thường nhật không chỉ một bài mà vụn vặt, ba bốn bài là rất bình thường. Nhưng vào giữa tháng 3 năm 1975, tôi đã phải ngừng cuộc chơi để tích cực tham gia vào công việc rút tiền của khách hàng tại ngân hàng tôi làm việc, ngân hàng Việt Nam Thương Tín chi nhánh Đà Nẵng, nằm ở số 40 đường Độc Lập. Chuyện ngưng làm thơ không định trước này không ngờ kéo dài hơn cả một năm sau.

Qua ngày 29 tháng ba, không còn lòng dạ đâu để làm thơ vớ vẩn. Dù chất liệu thi ca sống thực giàu cảm giác đầy ắp mỗi ngày. Không còn ưu tư linh tinh về chiến cuộc có súng đạn, va chạm ngay với đời thường giữa xã hội đổi mới. Học sống chung với "thế lực thù nghịch" đề tài viết không thể hạn hẹp. Và như thế, tôi đã lén lút... làm thơ chơi. Không thể nhớ bài đầu tiên giữa chế độ đỏ này là bài nào. Nhưng khi đã có ý định tập trung thành thi phẩm đàng hoàng, tôi đã sắp xếp theo nhịp nhàng diễn tiến từ nội tâm đi theo cuộc sống.

Cảm nhận riêng, hình ảnh chung là xương thịt của bài viết. Thoạt đầu bản thảo được viết tay, chữ thật nhỏ trên những "sợi dây giấy được nối dài dễ gấp gọn lại". Cụ thể là một tờ giấy được rọc ra nhiều phần, mỗi phần rộng chừng bề ngang hai ngón tay chụm lại. Bạn nào trước đây đi thi có mang theo tài liệu để "quay" hình dung rõ ngay. Sau vài năm, nhờ chuyên môn, ổn định được vai nhân viên lưu dụng, tôi bắt đầu thực hiện bản chép tay đàng hoàng có hình dạng một cuốn sách nhỏ nhỏ. Và cũng lợi dụng nơi làm việc, vốn tôi thường phải làm thêm trong việc tìm sai số kế toán của đồng nghiệp hoặc thiết lập những bản "bilan", để làm việc riêng khá nguy hiểm này. Tập thơ được viết đến hai bản. Ngoài lưu giữ, tôi còn gởi cho nhà thơ Lê Vĩnh Thọ ở Bình Dương đọc và giữ giúp. Người mang tập thơ đi đường, đương nhiên vô cùng thân tín. Em trai ấy cũng là dân ngân hàng, tùng sự tại Sài Gòn. Lê Vĩnh Thọ đã cùng một người bạn thơ nữa, anh Chu Ngạn Thư, đi nhận. Chuyến đi "cam go" và thú vị của Thọ và Thư được Thọ kể lại bằng Ngũ Ngôn, khá dài và tỉ mỉ. Xin trích một số câu:

"...đường xa, trời sắp tối | tập thơ - của tùy thân | con ngựa già tội lỗi | (xe đạp cũ, chú thích của LH) | đưa về đến nơi chăng | hai đứa luân phiên chở | thằng ngồi sau đọc thơ | rượu ngon thì nếm thử | cần gì đợi tới nhà | tiếng đọc thơ nho nhỏ | xe như gắn động cơ | con ngựa già khốn khổ | chở thêm... mày là... ba |... đạp xe hụt hơi thở | hy vọng

về có cơm | trăng xưa soi đường cũ | thở Hơi Thở Việt Nam...".

Lê Vĩnh Thọ cũng không quên cảm nhận:

"... bình rượu thật xấu xí (hình thức tập thơ, LH chú thích) | như nhân dạng Trương Chi | mà chứa đầy rượu quý | một trái tim diệu kỳ | không nhãn hiệu hoa mỹ | thơ, rượu bất phân ly |... tính mỗi thằng một nửa | mà không nỡ xuống tay | bình rượu tuy không quý | đổ rượu, đổ máu mày | Chu Ngạn Thư giữ cả | phải chiết rượu chuyền tay | sá gì bình mới cũ | miễn có rượu để say | mong một ngày nào đó | có dịp gởi qua Tây...| trong hồn tăng rực rỡ | thèm rượu dù đã say | xa xôi mà bớt nhớ | trong tao vẫn có mày" – LVT, Bình Dương 16-01-1981.

Năm 1979, thân phụ chúng tôi bất ngờ qua đời ở tuổi 84 dù còn khỏe và minh mẫn. Ít lâu sau em tôi làm hồ sơ bảo lãnh gia đình 4 người chúng tôi. Được tin như "mở cờ trong bụng" tôi nghĩ cách cho tập thơ cùng đi. Không gì hơn thêm chân, thêm cánh cho chúng bằng cách học thuộc. Trưởng nữ của tôi giúp tôi một ít, tôi và vợ tôi nỗ lực chính. Khi đến phi trường Thái Lan, yên bụng đã chắc chắn thoát được rồi, định chép lại bởi sợ quên, nhưng một phần lo những thủ tục tiếp theo, một phần mấy đôi guốc cao gót của đám nữ nhi lượn ở sân bay, hồn trí tôi tản lạc hết. Mãi đến khi ngồi chờ ở phi trường nước Ý, câu từ trong Hơi Thở Việt Nam mới bắt đầu thong dong lên mặt giấy.

Những bài thơ đầu tiên trên các báo Việt ngữ ở hải ngoại là những bài tôi mới viết nơi xứ người. Người bạn mới tôi chưa gặp lần nào kể đến hôm nay (07-02-2020), nhà văn Tưởng Năng Tiến hiện ở San Jose là người tận tình giúp đỡ việc viết lách của tôi nhiều nhất. Không thể kể hết những diễn tiến, nhưng phải nói rằng nếu không có Thái Tú Hạp, Tưởng Năng Tiến thi phẩm Hơi Thở Việt Nam của tôi chưa thể thở được trong năm 1986, sau một năm chúng tôi ở xứ lạnh. Một lần nữa tôi xin gởi nơi đây, lời cảm ơn đến quý bạn sau đây đã góp tay bằng nhiều cách cho tập thơ được trình làng:

Bác sĩ Hồ Tấn Phước, Nguyễn Duy Diệm, Nguyễn Lê Quang, Nguyễn Đình Cường, Nguyễn Anh Tuấn, Đỗ Viết Lê, Đặng Phước Nguyên, Trần Đình Quân, Nguyễn Mộng Giác,

Tưởng Năng Tiến, Thái Tú Hạp, Chu Ngạn Thư, Đynh Hoàng Sa, Thành Tôn, Lê Vĩnh Thọ, Hoàng Trọng Bân, Châu Văn Tùng, Thanh Vinh, Trần Huy Bích.

Về hình thức, Thái Tú Hạp thực hiện với tranh bìa của họa sĩ Nghiêu Đề. Nhà xuất bản Sông Thu của Thái Tú Hạp và nhà xuất bản Nhân Văn của Tưởng Năng Tiến đồng đứng tên xuất bản. Thái Tú Hạp viết lời vào tập với tên bài "Bản tường trình trung trực của một nhà thơ Việt Nam", dài hơn hai trang chữ thật nhỏ.

Tập thơ tròn trịa đúng 100 trang thơ, chữ cũng vừa mắt đọc, không lớn như thường thấy ở nhiều tập thơ khác. Mục lục gồm:

Trình diện, Sơ yếu lý lịch tôi, Vết thương, Gác chiều, Theo vết xe lăn, Tuổi trẻ đỏ, Vẫn còn ta, Bốc mộ, Ngủ trên đồi xanh, Đường khuya, Ba ngày tết 1978, Nhan sắc, Sáng- tối, Xin em, Thăm quê, Nợ đời, Đợi khách, Đêm Noel màu đen, Trước cổng trường Hồng Đức, Đêm mưa nghe nhạc Phạm Duy, Bỏ cuộc, Khuyên trâu, Quả mít vườn mẹ, Một chút xuân quê nhà, Gởi em, Ca sĩ, Thơ cho một người mất dạy, Viết giúp ta, Gởi quà lên trại Kỳ Sơn, Chờ, Mừng gặp người bạn thơ, Những đoạn rời..., Cuốc xe chiều 30, Dặn dò, Gỡ mìn chiều tháng tư, Cảnh cải tạo nhà đất, Bỏ phiếu, Ngân hàng Đông Phương chiều ngày..., Tặng người nữ viên chức.

Với chỉ 39 bài, chắc chắn không hiện diện hết số lượng như "trong bình rượu xấu xí" tôi đã gởi cho Lê Vĩnh Thọ trước đây. Những sai chữ, thừa câu chắc rất nhiều. Vài năm trước nhà thơ Chu Ngạn Thư tin tôi biết tập thơ đã in còn thiếu. Tôi có nhờ anh chụp gởi cho lại, nhưng mãi đến nay vẫn chưa nhận được, đường liên lạc với anh cũng đã mất, thật tiếc.

Về nội dung, tôi tin chưa đọc các bạn cũng hiểu ý đồ của những câu thơ. Tôi xin trích một số câu tiêu biểu theo thứ tự trang (xin viết hàng ngang nối nhau thay vì xuống dòng từng câu):

"chúng tôi ngồi chồm hổm - trong sân chùa Hải Châu - mắt lập lòe đom đóm - nắng đổ lửa trên đầu -... - gục đầu che lồng ngực - tiếng loa xoáy vào hồn - các anh là súc vật - nhân dân hằng căm hờn - nhưng

cách mạng sáng suốt - bao dung và khoan hồng - hãy thật thà khai báo - tố cáo thật rõ ràng - lập công đầu chuộc tội - giữa trật tự xếp hàng - chúng tôi là súc vật - hôm nay học làm người - xin chân thành "đăng ký" - chúng tôi thừa trái tim!..." (Trình diện).

"... chẳng may chân tôi rụng - ngân hàng mời về đây - tháng ngày ngồi trừ cộng - nhìn người vay trả vay - rồi thì cách mạng bắt - một hai bảo tôi khai - tôi khai hoài khai mãi - tôi khai mãi khai hoài - lý lịch tôi từ đó - đâm ra thành truyện dài - mai sau in thành sách - may ra thành thiên tài..." (Lý lịch).

"uống nước lã mà say, say như chết - chết mà cười mà hát, hát tự nhiên - đời đẹp vậy sao vội vàng chấm hết - cái trò ta, trò của một tên điên -... - phổi chưa rách vẫn còn quyền quẫy lật - chữ thánh hiền không lẽ cũng mang gông? - ... - em không hỏi, vì sao, em yêu dấu - cứ nuôi ta thằng mất dạy vô lương - cứ yêu ta như nụ tình em vẫn nở - đóa hoa hồng trong cùng tận vết thương" (Vết thương).

"ngày hai bận ba đạp xe đến sở - thân hắt hiu như chiếc bóng không màu - mặt ba cúi trên mặt đường nhựa nóng - tìm xem mình đã thất lạc nơi đâu - ... - chiếc xe mỏi cũng như lười lăn bánh - tim trong người ba nhịp nỗi băn khoăn - sống với chết hình như lẫn lộn - ở trong ba không ranh giới rõ ràng - ... - khi khổ quá ba ôm đầu ngồi nhớ - nghe trong tim từng tiếng nói các con - ba vùng dậy chống từng cơn mệt mỏi - nhịn nhục cười cho đỡ hờn căm - ... - các con hỡi phải chăng ba bất lực - có được ích gì năm bảy câu thơ - vết xe mãi lăn hoài đời gió bụi - giữa quê nhà sao nghe quá bơ vơ? (Theo vết xe lăn).

"... lũ mặt quỷ mang kính màu đố kỵ - trước nụ cười chắc chắn phải quay lui - ... - lũ mặt quỷ có làm đui vần điệu - trái tim ta vẫn mãi mãi tơ vương..." (Vẫn còn ta).

"... mẹ có biết con về đào mả mẹ - theo chủ trương đúng chính sách đề ra - ruộng đất hẹp đời đang cần hoa quả - hỡi quỷ thần hãy trả lại bãi tha ma - ... - mẹ yêu kính mẹ bao dung mầu nhiệm - hãy vui lòng về đậu giữa tim con - nấm mộ đó bạo quyền không san được - và nén hương con thắp cả tâm hồn" (Bốc mộ).

"... mười mấy năm học luật - chưa ra cái kiếp người - bây giờ lên rừng núi - học thêm loài đười ươi - Việt Nam là cộng sản - cộng sản là con người - mạng người đang xuống giá - xin anh đừng quay lui - giáo điều xin gắng thuộc - đạo đức chớ ngậm ngùi - bình tâm như cây cỏ - hạnh phúc thay điếc đui! - ... - anh chết mà chẳng chết - chưa cười nên mỉm cười - sói lang không nuốt được - nhân quyền của con người..." (Ngủ trên đồi xanh).*(bài viết khi nghe tin bạn thẩm phán Hồ Minh qua đời khi đang tù cải tạo, chú thích LH)*

" viết xong đành xé bỏ - dám tặng ai bây giờ - cớ sao vẫn viết mãi - xé hoài đâm ngẩn ngơ - mỗi ngày trăm cảnh sống - mỗi cảnh trăm bài thơ - không viết thì uất ức - viết ra ngục đang chờ...: (Nợ đời).

"... còn thấy đây như các em đang thấy - thân xác này và mủng bánh bột khoai - cái gương trắng chút hương thừa trí thức - râu tóc dài như bóng tối tương lai - ... – kiểng đã đánh các em vào học nhé - cho gởi lời thăm lớp học thân quen - hỡi tuổi trẻ hỡi mầm xanh ngà ngọc - đừng để ai hầm thành những bóng đen!" (Trước cổng trường Hồng Đức).

"em hẹn ta về từ thứ bảy - sáng nay chủ nhật vẫn mù tăm - đường trường xe chạy bằng than củi - bánh vá nhiều lần có nổ không? - ta biết Câu Lâu cầu rất yếu - xe lên đèo Cả chậm như rùa - xe qua mỗi tỉnh hai trạm thuế - thoát chưa Nước Mặn với Ba Ngòi? - ta biết em mua hàng rất ít - vốn lời vỏn vẹn giọt mồ hôi - rủi ro cũng bị tịch thu mất - nhớ hãy vui lòng khóc ít thôi - ta muốn được theo em trôi nổi - ngủ đường đứng chợ chạy lăng xăng - may ra thấy được ta còn sống - quờ quạng mà chơi giữa bóng đen" (Chờ). *(bài viết thời Lý theo xe đò của gia đình để thu tiền xe, kể lại những gì được gặp trong chuyến đi, ghi chú LH)*

"... mỗi đứa mỗi phương trời rách nát - cùng đem hồn bón cỏ xanh cây - bỗng nhiên trời đất vô cùng Đỏ - ta bại bạn nào thắng, ô hay! - sa cơ hai đứa gặp nhau thẹn - trời đất còn riêng mấy cõi say - bạn hỡi nhìn ta đi cho rõ - là thù hay là bạn nhau đây? - ... - (Mừng gặp người bạn thơ) *(bài này viết để nhớ đêm Vũ Hữu Định đưa nhà thơ Phùng Quán ghé thăm nhà, LH ghi chú).*

"... hãy im lặng mà nghe trời nghe đất - đang trở mình cách mạng

hóa như ta - trời không phục, đảng trị cho chết bỏ - nanh đảng hơn móng vuốt mã tà - cũng muốn hát nghêu ngao cho đỡ sợ - nhưng sau lưng những con mắt gờm gờm - mìn có nổ chết một ta cũng được - mắt kia nghi cả họ dễ phơi xương (Gỡ mìn chiều tháng tư).

"... đó là bữa ăn trưa em ở sở - một hạt cơm cõng mấy hạt bo bo - nước rau muống có làm em đỡ nghẹn - đời đang vui sao nét mặt buồn xo - ... - đời vẫn đẹp hỡi người em viên chức - tôi vẫn chờ mỗi buổi sáng em qua - rô líp xe em răng mòn có lẽ - em đạp khoan thai nhưng trật sên hoài (Tặng người nữ viên chức)

"... Tập thơ của ông có lúc như những tiếng thét thảm thiết, có lúc như những chịu đựng buông xuôi, có lúc như một cơn mơ hạnh phúc. Đọc toàn thể, tập thơ là một nhịp thở bồi hồi của quê hương xa cách nghìn trùng. Là những đớn đau của cả một dân tộc bất hạnh được ghi lại. Hơi thở ấy vẫn là những làn hơi ấm nhắc nhở cho những người đọc thơ Luân Hoán về một miền đất cũ".

Những câu vừa dẫn trên nằm trong bài viết có tên "Hơi Thở Việt Nam". Thơ của một người "thừa trái tim" của tác giả Bùi Bảo Trúc, người phụ trách mục điểm sách Việt ngữ trên đài Tiếng Nói Hoa Kỳ và là biên tập viên của nhiều tờ báo tại hải ngoại. Bài viết dài 6 trang này đã được chính tác giả và giọng đọc Lan Phương phát về Việt Nam ngày 25-7-1987.

Cùng với Bùi Bảo Trúc, Hơi Thở Việt Nam được đón đọc và giới thiệu đầy thân tình của các tác giả:

- Chu Vương Miện: "Trình diện Hơi Thở Việt Nam".
- Hồ Công Tâm: "Hơi Thở Việt Nam trong dòng hiện thực đấu tranh"
- Nguyên Sa: "Hơi Thở Việt Nam, thơ viết hoa"
- Nguyễn Mạnh Trinh: "Hơi Thở Việt Nam chứng nhân của cơn hồng thủy"
- Nguyễn Văn Sâm: "Văn chương và chính trị trong Hơi Thở Việt Nam"

Ngoài những bài đậm về chuyên đề Hơi Thở Việt Nam kể trên, còn đôi bài nhắc đến HTVN trong các bài giới thiệu tổng quát và một số tạp chí tại những quốc gia có người Việt. Kết quả nồng nàn này đã giúp tôi hào hứng tiếp tục cuộc chơi thơ thẩn. Nhưng cái gọi là "lửa đấu tranh" trong tôi không giữ được sáng ngọn. Nhận xét này anh Tưởng Năng Tiến nhắc nhở trong một bài phỏng vấn, và nhà thơ Thi Vũ người điều hành tạp chí Quê Mẹ ở Pháp cũng rất quan tâm qua thư tín. Chính điều này từng làm tôi xúc động, và cũng từng yếu ớt trong 4 câu tự trấn an mình, nằm trong bài gởi anh Đặng Tiến:

"... và hãy nhắn giùm lửa đấu tranh
vẫn hồng như thuở tuổi xuân xanh
tóc đôi ba sợi lăm le bạc
lòng vẫn cầm quân hô chiếm thành..."
(Gởi Quà - LH)

Thú thật, tôi chống cộng khá nhẹ nhàng và mọi bài viết của tôi cần có thêm những suy tư thông cảm. Tôi đã không viết như thời còn trong nước, vì không mục kích, không va chạm hoàn cảnh. Thêm vào đó sự chống đối, lên án không nằm trong vùng đất có nguy hiểm, tôi rất ít khi thực hiện.

45 năm sau, hôm nay đọc lướt lại thi phẩm cũ, tôi vẫn thấy trong Hơi Thở Việt Nam đầy những dấu chân của một thời kỳ ít nhất là 10 năm. Thời đó thật sự tồi tệ với những người dân miền Nam. Chỉ duy với một điều mất tự do đã kinh khủng. Vật chất mỗi ngày một lụn bại sau tháng 3-1975. Riêng với gia đình chúng tôi tương đối ấm bụng hơn nhiều người. Nhưng vẫn là cái lành lặn trong nơm nớp lo sợ. Quốc Gia, Cộng sản chỉ là tên gọi một chính thể. Nội dung điều hành của nó mới là sự khác biệt đáng sợ. So với bốn mươi lăm năm trước, khuôn mặt đất nước bây giờ quả có phần sáng sủa hơn. Nhưng sự tiềm ẩn cơ hội sẵn sàng thay đổi tổ quốc thành một tỉnh của nước cựu thù là một điều có thật đáng buồn. Giá như người Tàu khắp cả nước Việt hiền lành như thời Việt Nam Cộng Hòa, an phận thay đổi quốc tịch Việt Nam, thì thích biết bao.

07-02-2020

ĐƯA NHAU VỀ ĐẾN ĐÂU
ỠM Ờ NGHI VẤN

Là một tập thơ tình yêu nam nữ, thứ tình nhẹ nhàng, tồn tại muôn đời. Thi phẩm này gần như đồng thời với Rượu Hồng Đã Rót.

Sau 1970, tôi sống khá thong dong với nghề rờ rẫm chữ số như thân phụ tôi. Tuy không theo vào Ngân Khố như ông, tôi cũng hành nghề có chữ ngân, ngân hàng.

Tôi tùng sự tại nhiệm sở không xa nhà. Sáng đi trưa về, đầu chiều đi xế chiều về, cùng chiếc honda dame đầy nữ tính. Những con đường thường ngày qua đầy bóng dáng nữ sinh của các trường trung học Phan Châu Trinh, Hồng Đức, Phan Thanh Giản, Bán công, Bồ Đề... Thơ trong đầu tôi cứ theo những tà áo dài trắng mà bay tìm chân mây. Nhờ thế có cái để lai rai góp cùng vài tạp chí văn học tại Sài Gòn. Nhớ ước mơ thời đọc báo cọp ở Ngày Mai, Lam Sơn, Sông Đà... tôi mở một quán sách nho nhỏ bên đường Hùng Vương cho bà xã vừa lên 19 tuổi, có cơ hội ngồi tập giao tiếp cùng ăn quà vặt. Riêng tôi cũng có thêm không khí làm thơ.

Thơ viết trong Đưa Nhau Về Đến Đâu khác với Rượu Hồng Đã Rót. Tình từ sân trường cửa lớp dồn dập hơn. Cũng nhân đây, tôi công khai chơi vài bài đậm đà tính cách tình sử, hầu như người thật việc thật. Chuyện lẩm cẩm của những cuộc tình học sinh được dựng lại lòng vòng trong vần điệu. Không chút gì mới ở nội dung. Tập thơ có hồn, sống được nhờ việc sử dụng ngôn từ, xếp câu, theo khuôn mẫu cũ, nhưng tôi tin chạm đúng cảm nhận, đôi khi đúng cả kỷ niệm với nhiều người trong thời cắp sách, nhất là với phái nữ. Tôi đoan chắc điều này, bởi khi tập thơ còn trong dạng chép tay, tôi có mang xuống sở làm, cho một số đồng nghiệp nữ đọc. Viết đến những dòng này, tôi như vừa thấy lại những mái tóc của Ngô Phước Hạnh, Đỗ Thị Hoa, Lê Thị Hồng Lê, Scotte Jeanne... chụm lại cười khúc khích, không quên liếc xéo ông bạn điềm đạm khô khan trong nghề nghiệp. Ngân hàng Thành Phố Đà Nẵng, bản doanh cũ của Ngân Hàng Trung Việt trước 1975 thật ngọt ngào hình ảnh. Ngoài tôi và anh Trương Xếp hầu hết là quý cô nương, không mấy ai khiêm nhường nhan sắc.

Đưa Nhau Về Đến Đâu, một nửa phần bài viết từ Đà Nẵng, cụ thể gồm các bài: Triệu chứng, Thắc mắc, Thơ yêu em, Ca ngợi, Trong sân trường bữa ấy, Một ngày ở quê Huỳnh Phú, Chắc chắn là tình yêu, Nhõng nhẽo, Giận, Hoa xuân, Hương hoa 13, Cúng dường, Điều bí ẩn bình thường, Chuyện tết năm xưa, Nét mực, Lưu bút, Mưa xuân, Tết 16, Chiều mưa, Đưa chân người yêu thầm, Vườn ổi, Chơi cá ngựa, Một chút tình tôi, Nhìn em tắm sông, Từ đó, Làm lành, Chiều chở em đi học, Coi mắt, Khuyên em, Nhìn em qua sông, Bên cầu chữ Y Sài Gòn, Chiều biển năm nào, Thơ tặng người nữ tu, Lẽo đẽo theo em, Trời mưa uống rượu, Đưa nhau về đến đâu, Thơ cho Scotte Jeanne, Bẫy chim, Em vẫn là người tình, Trái tim 40, Ngụy biện, Tình đậm đà mực tím mực xanh, Giải thích, Tán người đang thất tình.

Và những bài viết tại Montréal: Gặp một người nghi rất Huế, Chân dung, Cũng may còn tình yêu, Xuống núi, Nhớ, Nhật ký chặng Đà Nẵng Sài Gòn, Họa phẩm, Một ngày nghỉ bệnh, Ba hoa, Chia tay đầu tuần, Nhớ tình cờ, Một chỗ cho em, Ngồi họp văn bút ở nhà Nguyễn Hải Bình, Nói đùa, Xem hoa quỳnh nở ở nhà Lang Hồng. Những bài viết ở Montréal đương nhiên cũng là thơ tình nam nữ.

Bài bạt tỉ mỉ của nhà thơ Đỗ Quý Toàn ở cuối tập, đã làm thêm đẹp những bài thơ. Ngay những dòng đầu đã thú vị:

1.

"Nếu kiếp sau trời cho tôi làm thi sĩ, tôi muốn được làm thơ tình như Luân Hoán. Sáng làm thơ. Trưa làm thơ. Tối trước khi đi ngủ cũng hãy làm thơ đã. Làm thơ khi thức dậy, để lót dạ. Làm thơ khi đứng đợi xe, để qua thì giờ. Nhìn người yêu lên máy bay, muốn làm thơ. Nhìn người yêu lên đò qua sông, phải làm thơ. Thấy người yêu cũ ngồi xích lô bên cầu chữ Y (dầu có vợ đi bên cạnh) cũng liếc mắt ngó theo, rồi làm thơ. Đến Chùa gặp em làm thơ. Đụng em khi đi lễ nhà thờ cũng làm thơ nữa...

"ngày đó tôi yêu em biết mấy
cứ mỗi ngày làm năm bảy bài thơ "

Như vậy chẳng phải là sung sướng lắm sao?

Tôi chẳng nói xạo, chính Luân Hoán thú nhận tình yêu giống như... ghiền:

"tiếc rằng chỉ một trái tim
viết hoài không hết cái ghiền yêu em"

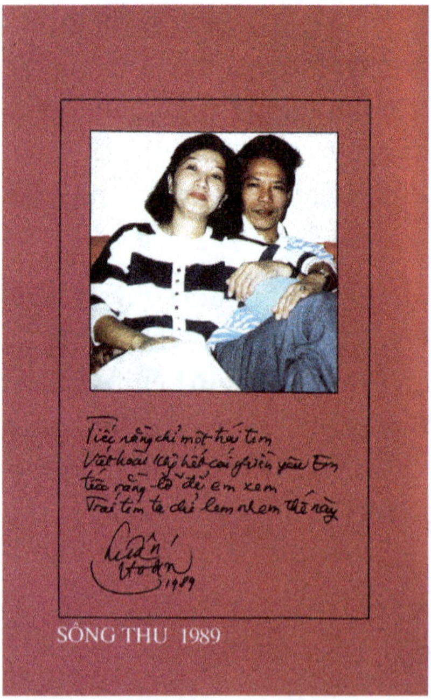

Nhưng phải nói Luân Hoán ghiền làm thơ mới đúng. Nhất là ghiền làm thơ yêu em. Trong ba mươi sáu thứ ghiền có lẽ đây là món ghiền thích thú nhất, vô hại nhất, và dễ thương biết chừng nào...".

Bài khá dài không thể trích dẫn thêm, mong quý bạn có dịp đọc trong Đưa Nhau Về Đến Đâu hoặc trong Chân Dung Thơ Luân Hoán, Sông Thu và Kinh Đô xuất bản năm 1991.

Về hình thức, bìa dùng ảnh chụp đôi bồ câu có tên Thì

Thẩm của nhiếp ảnh gia Lê Quang Xuân. Bìa sau một cặp đôi khác, chính là vợ chồng tác giả, khá quê mùa được tự chụp tại nhà thuê từ lúc mới đến Montréal. Nhà ở số 4655 đường Bourret ấp 21. Một địa chỉ thuộc nằm lòng một thời gian ba năm.

Ảnh tác giả chưng ở bìa sau không có gì mới lạ, đã và đang được trình bày ở nhiều tác phẩm đủ loại. Cái khác biệt là có cả tác giả phụ kề bên. Riêng tôi, có lẽ không sai nhiều khi gọi là tác giả phụ. Bởi nhà tôi tuy không trực tiếp làm ra câu thơ, nhưng khía cạnh hư ảo nào đó, cô ta giúp cho tôi hứng thú và an bình khi viết. Hy vọng các bạn thơ tôi sẽ cùng chơi trò này.

Một kỷ niệm nhỏ đáng nhớ khác. Đưa Nhau Về Đến Đâu ấn phí chi bởi số thu Hơi Thở Việt Nam, Thái Tú Hạp cho in đến những 1000 cuốn, một con số quá lớn cho một địa phương không bao nhiêu người thích đọc thơ, và tác giả không có khả năng cũng không ham thích việc ra mắt sách để bán. Sách do cháu Lê Ngọc Hòa Bình sang Mỹ mang về. Tại phi trường sách bị chặn để đánh thuế. Tôi được cháu gọi lên giải quyết. Thật sự không có tiền để nạp, tôi trình thiệt với hải quan nếu cho nhận thì lấy, không thì bỏ luôn. Sự "thấu cáy văn học" này không ngờ tôi có lợi, được cho nhận với nhiều cái đầu lắc cộng thêm những môi cười chia vui. Không chừng nhờ cái ảnh của cặp đôi "hai lúa" cũng nên!

Thơ trong thi phẩm ĐNVĐĐ được phổ biến gần như đầy đủ bởi nhiều tạp chí. Trên nhiều trang mạng cũng ưu ái không ít. Dẫu vậy tôi cũng xin trích một số câu trong những bài tạm được:

"mỗi lần sắp sửa yêu ai
tự nhiên mặt mũi tóc tai lạ lùng
tưởng như có triệu vi trùng
ngo ngoe đòi được nhớ nhung với mình
...
(Triệu chứng)

"... bẫy tình ái giăng chờ và nghe ngóng
ta rình em ta rình chính cả ta
phút chốc lạnh lùng, phút chốc ba hoa

ta lừa dối bởi vô cùng thành thật
ta giàu có bởi ta vừa đánh mất
trái tim hồng ký thác giữa môi em...
(và đoạn cuối - 4/4)

em có nhớ trong sân trường bữa ấy
mình ta về nhìn lại gốc phượng xưa
con ve than trên cành nhớ đong đưa
hoa vẫn đỏ trong nắng vàng lộng lẫy
ta chợt thấy hình như em ngồi đấy
mới hôm qua mới một phút trước đây
tay vẫn hồng má vẫn đỏ hây hây
dẫn ta bước qua trăm đường dĩ vãng
em yêu dấu hỡi con chim trúng đạn
rơi về đâu trong cõi sống mênh mông
ta vẫn còn đây mái tóc bềnh bồng
dù sương gió ươm đôi dòng bụi trắng
đời chìm nổi những ba cay bảy đắng
lòng vẫn xanh như cỏ dại thong dong
trái tim ta vẫn rộng rãi thư phòng
có em ngủ muôn đời trên vần điệu
ta mai mốt dù tài danh mệnh yểu
đã nhờ em tồn tại với thời gian
hỡi em yêu thăm thẳm cánh phượng hoàng
có đậu lại trong sân trường bữa ấy
hồn xa cách đậu bên ta có thấy
bức tường xanh cánh cửa kính lung lay
hai mươi năm trời ôi một thoáng chim bay
bao thay đổi trong đời ta gió nổi
cành phượng cũ vẫn no lời gió thổi
nghìn muôn năm tha thiết gởi về đâu
vay giọt thơ truy niệm mối tình đầu
và gởi tặng cho em làm son phấn...

(Trong sân trường bữa ấy)

"... em có nhớ mấy lần tôi lên bảng
đứng chào cờ vì mải miết ngồi mơ
ngồi bàn đầu, em che tay khẽ nhắc
thẹn mặt anh hùng tự ái làm ngơ..."
(Lưu bút)

" ... chắc có lẽ tôi cũng vừa nhung nhớ
Jeanne hãy nhìn xuống mặt nước sông Seine
tôi hy vọng khuôn mặt Jeanne rạng rỡ
bởi lòng tôi vừa ghé đứng kề bên"
(Thơ cho Scotte Jeanne)

"... nửa đêm lên đỉnh Cù Mông
đường trăng rừng mở rộng vòng tay ôm
xe bò vỡ ánh trăng loang
ta ngồi dòm đám sao vàng nhớ em
bây giờ đã quá nửa đêm
em nằm gối mộng ngủ quên lâu rồi?
đừng kê gối sát trong môi
vải che khuất mất làn hơi ta về..."
(nhật ký chặng Đà Nẵng Sài Gòn)

"xa lộ trải dài như nhánh sông
em ngồi lâu quá mỏi hay không
phải chi ta viết vào thành ghế
năm sáu câu thơ lót gáy hồng

đường nuốt dần xe nuốt cả em
trời xa như thể cứ xa thêm
lòng ta ngược lại dùn co mãi
một chấm nhạt nhòa một bóng em..."
(Chia tay đầu tuần)

Ấn phí tập thơ ghi US10,00. Người sở hữu sách này không ít, nhưng tôi không đủ ấn phí cho cuốn tiếp.

NGƠ NGÁC CÕI NGƯỜI
HÌNH ẢNH NƠI QUÊ HƯƠNG THỨ HAI

Giờ thứ 16 hơn một chút, ngày 31 tháng 01 năm 1985, bốn nhân khẩu của gia đình tôi, có mặt tại sân bay quốc tế Mirabel Montréal, cách thành phố 53 km. Phi trường rộng lớn này ngày nay đã ngừng đưa đón khách.

"Cuộc đời mới của chúng tôi được Montréal lặng lẽ nhận vào từ 19 giờ ngày 31 tháng 01 năm 1985". Chuỗi ngày sống tiếp theo của bốn năm đầu, những nét chính đều nằm trong Ngơ Ngác Cõi Người.

Tập thơ được tài trợ chi phí ấn loát của tạp chí Nhân Văn, và nhà văn Tưởng Năng Tiến, cha đẻ của những Sổ Tay Thường Dân đầy nhức nhối hấp dẫn, chăm lo phần trình bày tổng quát. Với bề dày 156 trang, khổ 14 x 21, giấy màu ngà dày đẹp đã làm tôi ưng ý nhất trong giai đoạn này.

Sau bốn năm, bạn văn cũ mới của tôi tại Montréal đã khá đông. Thân tình và sự gắn kết trong sinh hoạt văn học nghệ thuật phải nói là tuyệt vời. Tay vẽ cho Tuổi Hoa Sài Gòn ngày nào cũng là tay lượm nhiều giải thưởng vẽ tem cho Việt Nam Cộng Hòa, họa sĩ ViVi đã trở thành người bạn thân thiết. Anh nhỏ tuổi đời hơn tôi, thật dễ thương và nhất là rất chiều ý ông bạn làm thơ. Anh cũng làm thơ nữa. Chúng tôi khá hợp ý. Lợi dụng sự cởi mở, dễ tính của Kiệt (tên anh, đầy đủ Võ Hùng Kiệt) tôi bắt đầu nhờ anh trổ tài theo ý mình. Thực hiện bìa sách, phác thảo nhiều chân dung bạn văn (tôi còn giữ một số), đến cả minh họa cho vài bài thơ có tính kể chuyện. ViVi vẽ đẹp, vẽ nhanh, nhất là các phác họa.

Phải thú thật, tôi có hơi nhiều tính xấu tác động đến bè bạn như tham lam, nôn nóng và đôi khi còn ưa chỉ đạo cả ngón nghề mình không chuyên. Việc riêng của mình cũng thúc hối bên hông người giúp. Vừa mới đây, tôi tin cùng bạn văn Uyên Nguyên tức nhà nghệ thuật làm bìa Trần Triết, rằng không có duyên với anh, để nhờ trình bày chùa vài cái bìa sách. Thật ra tôi chợt quên Trần Triết vừa mới ra tay tạo bìa cho Liên Hoa Thi. Nhưng Trần Triết không phật ý. Anh là Phật tử nên chỉ gởi tôi một câu nhắc nhẹ nhưng vô cùng chính xác. "Nghệ thuật không thể vội vã". Chắc chắn tôi phải sớm khắc phục tật xấu này.

Trở lại việc làm bìa cho Ngơ Ngác Cõi Người. Tôi là người chơi chim từ thời trẻ con và qua nhiều giai đoạn sống. Tuy không nuôi chim sẻ trong nhà, nhưng tôi vẫn thường đến với chúng mỗi ngày, kể cả bây giờ vào các tháng nắng ấm. Với tôi, hình ảnh chim se sẻ rất là thân thiết, giàu chất quê tình, một biểu tượng rất chính xác với Việt Nam. Nghĩ sơ sài chân quê như thế, nên tôi muốn bìa tập thơ mang nội dung cho cả hai quê hương cũ mới trong một hình ảnh đơn giản. Tôi gợi ý ViVi, và anh ấy với sự giàu có hoa tay cho ngay một mẫu bìa như quý bạn đang thấy. Tôi chính là con chim sẻ run rẩy ấy. Con chim giữa trời tuyết. Còn tâm sự của nó những gì, mời đọc thơ.

Phần lưng bìa sau, tôi cho in một đoạn thơ của nhà thơ Lê Vĩnh Thọ cùng vài dòng nhận xét của nhà thơ Nguyên Sa từng đăng trên tạp chí Văn Học của anh Phan Kim Thịnh, số mùa Xuân năm 1970. Cả thơ lẫn nhận xét dĩ nhiên là những ngợi khen. Đã giúp tôi vui nhiều lắm, xin khoe:

"... cả đời mày tính bằng những ngày phép
những ngày phép không dành riêng cho vợ con
mày lo in tác phẩm
mày lo phát hành thơ
những bài thơ nói với chị với em trai

nói với vợ con cha mẹ
những bài thơ viết cho bạn bè
và đất nước
ôi những bài thơ rất hiện thực
đầy tình người
nói với mọi người như nói với chính mình
nói với chính mình như nói với quê hương..."
(LVT - LH ơi về đâu – NHCBCT 1969)

"Luân Hoán đã nắm chặt ngôn ngữ thi ca và tâm hồn của Hoán là tâm hồn bát ngát của thi sĩ...

Tôi có gặp Hoán ở quân trường, ở đó là bạn đồng ngũ, cũng như Cao Thoại Châu. Nhưng tôi chưa có dịp nói chuyện lâu với Hoán, chưa có tâm sự nào với anh cả, và cùng làm việc chung với người bạn đó. Dù vậy, tôi coi anh là một bạn thơ. Vì lý do giản dị: đó là một nhà thơ có tài" .

(NS - Văn Học Xuân 1970)

Nội dung Ngơ Ngác Cõi Người chia làm 4 phần với 4 tên gọi màu mè:

* Phần 1. **Nở trong hương đất quê nhà**, đây là phần gom vét những hương vị cuối cùng tôi có được với hồn đất, nơi tôi từng được chôn cuống rún của mình lẫn rót vào ít nhiều dòng máu son sắc thanh niên, nhưng chỉ vỏn vẹn 8 bài:

- Lần cuối về Liêm Lạc Hòa Đa Quảng Nam.

(Địa danh quê nội, nơi tôi từng ở trong 3 năm thời thơ ấu, một con đất đẹp cách Đà Nẵng 11 cây số, làng nằm giữa hai dòng sông một nhỏ một lớn, hiền hòa lẫn hung dữ có đủ).

- Cúi mặt chào Đà Nẵng.

(Thành phố nuôi tôi trưởng thành từ 1952 đến 1984, kể cả những năm "ngao du cùng vũ khí" vẫn luôn luôn đi về).

- Ghé thăm trường cũ.

(Một tên trường đáng tự hào, không dám nói dông dài chỉ cần gọi tên Phan Châu Trinh Đà Nẵng!)

- Sáu tháng ở 22 Lê Lợi Quận 1 Sài Gòn.

(nhà của chị cả của tôi, nằm sát vách rạp Mini Rex, đối diện thương xá Tax, cháu Hòa Bình nhiều năm ở đây khi theo học trường Lê Quý Đôn)

- Sài Gòn xuân tám-tư

(Mùa xuân cuối cùng tôi ở Việt Nam tính cả bây giờ).

- Lần chót ở phi trường Tân Sơn Nhất

(Hóa ra lần đó chưa phải lần chót, năm 2002 tôi đã về thăm và ra đi, hy vọng sẽ còn dịp khác).

- Đưa chân

(có mặt gần đủ anh chị em, cả anh Lê Ngọc Hiến ở Đà Nẵng cũng vào nhìn chúng tôi khóc ra tiếng, cả khóc thầm).

- Một mình uống rượu

(chỉ một vài lần hiếm hoi khi Hoàng Trọng Bân ở cuối đường Hai Bà Trưng, sau Quốc Hội không qua đèo chạy lang thang).

* Phần 2: **Tứ chi thơ rụng đường ra xứ người**.

Hình ảnh thu lượm trên đường, khiêm nhường với chỉ bốn bài, hai ngũ ngôn hai bảy chữ, vui tay gõ lại ba bài:

- Trong lòng phi cơ:

(cởi vội chiếc áo lớn - vắt ngang đùi ngồi trông - quờ tay gài dây nịt - hồn dạ chợt rỗng không = tàu lên lên cao độ - thót bụng nhìn mây chao - phải chi được nôn oẹ - mửa hết niềm nôn nao = miên man nghĩ vớ vẩn - nếu như tàu nổ tung - xác ta tan mấy mảnh - đỏ biển hay xanh rừng = thì thầm vài câu nói - đồng hành thoáng bên tai - cái gì là đoạn tuyệt - cái chi là ngày mai = lòng ta bừng bừng gió - rụt cổ ngồi so vai - soi mình trong nước mắt - người ngợm này là ai?).

- Mây (14 câu thơ, bảy chữ).

- 4 giờ tại phi trường Thái Lan:

(đâu có phải là đi du lịch - dừng lại đây đâu để viếng thăm - phi cảng đẹp nhưng không buồn ngắm - mặt cúi theo từng bước âm thầm = xếp hàng hai vào phòng tiếp nhận - lắng tai nghe cõi sống gọi tên - tiếng Việt Nam hình như dễ nói - bỗng rùng mình lo sợ sẽ quên = từng người một xem quần giở áo - thịt da vàng lở lói gì không - máu rất đỏ nhưng hồn bầm nhẫn nhục - thẹn đong đầy từng bước lưu vong = bữa cơm trưa quê người thứ nhất - có thịt gà trứng vịt khoai tây - cơm quá khô thấm chan nước mắt - nuốt nửa chừng nhả lạnh bàn tay = muốn nhắm mắt ngủ vùi một giấc - ai trong hồn quấy phá không nguôi - gần Tự Do mà xa Tổ Quốc - nửa lên đường nửa muốn quay lui = người soi mói nhìn chi dữ vậy - tôi là người đào ngũ cùng đường - thoát tù ngục phải chăng thoát hết - những sợi dây thòng lọng đau thương?).

- Gởi lại chút gì

(tàu bỏ ta trên đất Ý - vài giờ chờ đợi đổi đường bay - ngồi không bỗng dưng mắc đái - bỗng thèm rửa mặt rửa tay = kéo nhau đi vào toilette - gởi đây chút kỷ niệm này - biết đâu thấm vào thớ đất - nuôi mầm sống nứt lên cây = cây sẽ ra hoa kết trái - trái thơm da thịt Việt Nam - giữ gìn hộ ta, Ý quốc - dấu phiêu bạt lũ da vàng).

* Phần 3: **Nghêu ngao giữa lòng Montréal,** là phần chính của thi phẩm, gồm 46 bài. Số sáng tác này có lẽ không xa lạ với một số bạn đọc ở Bắc Mỹ, cùng trời Tây, bởi các tạp chí đó đây đều đi dần tất cả. Có thể không trích đoạn đủ nên xin giới thiệu tên bài:

Cảm ơn - Ly rượu cuối tuần cho Lý - Đi trong thiên hạ - Mùa xuân Montréal – Ngày qua ngày – Tin vui – Thư về quê nhà - Thức đêm - Thắc mắc - Hạnh phúc ta - Lạc giòng - Một chiều - Kiểm điểm - Nằm rình con muỗi - Gọi tên bè bạn - Theo chân LNHB - Mừng Nghiêu Đề đến San Diego Cali - Giặt áo quần cho vợ - Bạc tóc - Thư cho mẹ - Mỏi chân ngồi bên đường Saint Denis - Đi làm cu li - Nghề nghiệp mới - Nhổ râu - Say - Sáng trên xe bus - Gặp em ở Plaza Côte-des-Neiges - Phơi nắng ở parc Angrignon - Mùng một tết ở Montréal – Quanh quẩn trong Jardin Botanique - Du xuân ở Complexe Desjardins - Lại nhậu ở quán Bonsai - Qua cầu Champlain - Nghĩ và nhớ lung tung khi nằm ở Jewish - Theo em sang Longueuil - Trong rừng thu La Chute - Bắt chước viết hành ca lưu vong - Ngồi lê - Cầm bút - Lâu ngày gặp bạn cũ - Thơ mùa xuân con rồng - Mưa bay - Mừng ta cưới vợ lẽ - Dưới trăng - Mùa đông - Nghêu ngao giữa lòng Montréal.

* Phần 4: **Trốn tránh không qua nỗi nhớ nhà**: gồm các bài:

Chim sẻ - Chiều nắng - Gởi quà - Khiêng nước - Tiếp hơi - Năm chân về quê nhà - Nghe tiếng chim xưa - Hỏi thăm - Thưa mẹ, còn không mùa xuân - Ta phỏng vấn ta.

Sau phần thơ, có 2 trang ghi chú thích chung cho toàn tập.

Tập Ngơ Ngác Cõi Người cũng được khá nhiều bạn văn, nhận xét, giới thiệu:

Nhà văn Võ Kỳ Điền:

"... Ở mỗi chặng đường đời, trong anh đều vang vang một số tên bạn bè, cùng một số địa danh quen thuộc. Bạn bè thì thằng cải tạo trên rừng, thằng vác mướn bến xe, thằng vượt biên tới đảo... đứa nào đứa nấy cũng ngất ngư. Quê hương làng xóm thì tan tác điêu linh, nhìn tới đâu cũng thấy chua xót ngậm ngùi. Tất cả tâm tư tình cảm nhà thơ đều gói hết vào những dòng thơ xôn xao chân tình, những nỗi yêu thương chất ngất, những xao xuyến chơi vơi, những bứt rứt ngậm ngùi, nỗi niềm oán hận không nguôi... Tất cả quay cuồng trộn lẫn nhau thành ra những ý thơ tuyệt diệu.

Nhưng điều gì đã làm nên giá trị của tác phẩm cũng như tài năng của tác giả? Theo tôi, đó là nghệ thuật sử dụng ngôn ngữ thần tình của Luân Hoán. Ngôn ngữ Việt Nam vốn giàu âm thanh, vần điệu. Mỗi nhà thơ đều có một nghệ thuật riêng để nhào nặn ngôn ngữ của mình. Nhà thơ sử dụng âm thanh phải như phù thủy sử dụng âm binh. Mỗi chữ mỗi âm phải làm sao gợi được sự liên tưởng, đập mạnh vào cảm quan của người đọc. Nắm được cái nghệ thuật thơ thì thành thi sĩ, nắm bắt trật thì thợ làm thơ. Đọc hết tập Ngơ Ngác Cõi Người, không bài nào tôi không bồi hồi rung cảm. Cách dùng chữ thần tình, cách gieo vần tuyệt diệu. Mỗi chữ là một xôn xao, mỗi âm là một hẹn hò nói sao cho xiết. Nhưng đến bài cuối cùng, tôi phải buột miệng kêu lên: "Luân Hoán đúng là một thi sĩ". Ta phỏng vấn ta là bài hay nhất trong các bài hay. Mời bạn lắng nghe:

"... tình theo chữ thở trăm lời
hồn theo tình mở một trời nguyệt hoa
làm thơ là để lân la
chui từ cái nhớ chui qua cái buồn
làm thơ là để bình thường
cái ta cứ thích đứng đường ngó em
làm thơ là để lênh đênh
trên dòng rảnh rỗi chợt quên mất mình
làm thơ là để làm thinh
im nghe ta tự tỏ tình với ta"

Những câu thơ chen lấn quấn quít nhau mà không hề vướng víu. Phải vững vàng lắm mới dám dùng những chữ, những câu thật tầm thường để diễn tả những tâm tình cao xa. Không son phấn mà vẫn lộng lẫy thì cái nhan sắc đó là thật chứ không giả. Chỉ có thi sĩ mới viết được như vậy và viết hay như vậy. Tôi yêu thơ Luân Hoán biết bao nhiêu!".

(Người thơ "Ngơ ngác cõi người" - Võ Kỳ Điền)

Nhà văn/thơ Trần Hoài Thư:

"... Người ta vẫn thường đặt thơ ở một nơi thật trịnh trọng. Nói đến thơ, người ta sẽ nói đến cái gì tốt đẹp, tuyệt vời, vượt xa cõi ô trọc thường tình. Với Luân Hoán, trái lại, thi ca gần kề với quả đất, cõi trần gian. Với anh, qua tập thơ không còn những kỳ thị một thời. Trái lại, tất cả được thăng hoa, giữ gìn, chẳng hạn qua bài Giặt Áo Quần Cho Vợ (Ngơ Ngác Cõi Người, trang 67), Luân Hoán đã viết những câu thật đẹp:

"trộn tình ta vào trong bột giặt
vò nhẹ nhàng bởi lo sợ em đau
vải còn đượm mùi thịt da em thơm ngát
tay bùi ngùi như đang vuốt ve nhau

trông thau nước đục lờ những cáu bẩn
ta bỗng thương lớp bụi nổi màng màng
chúng là những nhọc nhằn em gánh chịu
nuôi chồng con dài năm tháng gian nan

vòi nước nhỏ chảy qua từng thớ vải
như chảy vào trong cùng tận lòng ta..."

Người ta nói nhiều đến người đàn bà Việt Nam với bao nhiêu ngưỡng mộ, khâm phục nhưng có vần thơ nào kể rõ hơn về cái nhọc nhằn, bất hạnh của người thiếu phụ *"vò nhẹ nhàng bởi lo sợ em đau"*. Tôi nhắm mắt lại. Tại sao Luân Hoán lại dùng chữ nhẹ nhàng? Thi ca cuồn cuộn ngay cả đến một thau nước bẩn, một cái vòi nước, một buổi trưa (có lẽ) người thi sĩ ngồi giặt quần áo cho vợ, thi ca không còn kỳ thị.

"vò nhẹ nhàng bởi lo sợ em đau". Ở thơ Luân Hoán tình yêu đầy ắp. Yêu mọi thứ, mọi điều. Yêu sự đau khổ, nhục nhằn. Yêu hạnh phúc, yêu vật, yêu người, yêu hoa, yêu lá. Những trang thơ của anh thảy đều bàng bạc tình yêu. Anh ướp chúng vào với tất cả độ lượng ngay giữa lúc người thi sĩ mạt vận nhất. Thật vậy, giữa lúc nước mất nhà tan, tội tù, giữa lúc anh mất đi một phần thân thể, anh vẫn:

"vò nhẹ nhàng bởi lo sợ em đau"
(Những lời thơ xôn xao - Trần Hoài Thư)

Nhà văn Song Thao:

"... Thơ Luân Hoán không thể là thơ không hay được. Nó như một hòn đá: nhìn bên ngoài tưởng như thô sơ, mộc mạc nhưng thật ra bên trong có chứa ngọc. Chất ngọc tinh tuyền vì nó được chắt lọc từ cuộc sống muôn vẻ muôn sắc. Hình như bất cứ trong hoàn cảnh nào cuộc sống Luân Hoán cũng có thơ được. Lúc vui lúc buồn, khi đắng cay, khi phẫn nộ, lúc tủi nhục, lúc hiên ngang, khi dịu dàng, khi hờn dỗi... mà thơ nào cũng mang cái giọng chất phác, duyên dáng nhưng tiềm ẩn bên trong là cái tinh quái, sắc sảo. Đọc xong một bài thơ là mường tượng ngay ra được nụ cười của nhà thơ nằm đâu đó. Nụ cười có lúc ngọt, lúc bùi, lúc chua, lúc nồng nhưng cũng có lúc đắng, lúc cay.

Vị ngọt ngào của tình yêu có lẽ là cái vị thấm sâu vào nhà thơ nhất. Cái "tên dật dờ" đã sớm bước vào đường tình tự những ngày xa lắc xa lơ khi chưa qua khỏi tuổi thơ dại:

" nhớ năm hết tuổi mười ba
cái lòng đã muốn lân la cái tình"
(Ta phỏng vấn ta - NNCN)

...

Đọc thơ tình coi bộ không có ai không thích. Làm thơ tình chắc hẳn là điều thích thú hơn. Gỗ đá cũng phải động lòng thì mấy ai có thể để lòng mình dửng dưng với cái ngọt ngào của tình yêu. Thơ tình của Luân Hoán triền miên như sóng biển phong phú như sao trời và đậm đà như hương đồng cỏ nội:

"chuyện tình, ờ thứ này hay
cho dù lải nhải suốt ngày chả sao"
(Ta phỏng vấn ta - NNCN)

...

Cái ngọt bùi của nghĩa tào khang mang nét đậm đà của muối mặn gừng cay. Sự chí tình của nhà thơ thấy mà cảm động:

"năm giờ sáng em bắt đầu đến sở
trời tờ mờ tuyết lạnh vướng bên chân
ổ bánh nhỏ trong tay chừng đã mỏi
métro sang bus đã bao lần?"
(Ly Rượu Cuối Tuần Cho Lý - NNCN)

Những hoa lá của cuộc đời tạo nên những tác phẩm. Hoa lá trong vườn cũng như hoa lá ngoài vườn. Nhiều khi hoa lá ngoài vườn có cái xa cách hấp dẫn lại tạo những cảm hứng dạt dào hơn. Nên dù có tự dễ dãi cho mình là vô tội vì sự gặp gỡ tình cờ thì nhà thơ vẫn cứ thú vị với cái bồi hồi khi cắn vào trái cấm. Và với người nòi tình thì sự tình cờ chẳng phải chỉ có một lần:

"ao ước người kia chẳng biết ta
để đừng thẳng thốt liếc vội qua
cỗ quan tài nhỏ trong lòng vẫn
ấm áp lời thề ai thiết tha "
(Gặp Em Ở Plaza Côte-des-Neiges - NNCN)

Nhưng những khi miệt mài theo bóng hình kiều diễm thì dù có lấp liếm tới đâu cũng phải thú nhận đó chẳng phải là sự tình cờ:

"đâu có phải tình cờ tôi theo dõi
gót chân hồng thoăn thoắt đó về đâu
em kiều diễm một đôi lần ngó lại
đôi mắt xanh như khuyến khích gật đầu
....
đường mấy nẻo theo em làm thi sĩ
có chi vui hơn săn đuổi tình yêu
ngọn nến đỏ trong lòng tôi chợt thắp
gã đông phương thơ thẩn hết buổi chiều "
(Theo Em Sang Longueuil - NNCN)

(Quê hương, Tình yêu trong thơ Luân Hoán - Song Thao)

Bạn đọc Nguyễn Quốc Tường:

"... Từ đọc một vài bài đến đọc nhiều trang, rồi nhiều nữa. Cứ thế tôi biết được một ít đời sống của Luân Hoán tại Montréal khi chưa đến ở chung cư này.

Thì ra, cũng như nhiều người Việt khác, ra tới nước ngoài, anh Luân Hoán đã phải vội vã *"Lên đồ đi kiếm job/ Từ mờ sáng đến chiều..."* nhưng có lẽ vì điều kiện sức khỏe của anh có phần không bình thường, do đó anh vấp khá nhiều trở ngại. Không nản, sau những lần *"Mỏi chân ngồi bên đường Saint-Denis"*, tâm sự với đàn chim bồ câu hoang, anh cũng có cơ hội để được: *"Ta cõng trên lưng cái thùng thật lớn / Còn nặng hơn cái tấm thân ta / Cố nghiến răng giữ cho khỏi ngã / Mỗi bước đi chếnh choáng như là..."*. Anh đã học thuộc bài học "lao động vinh quang" bởi tự biết *"...cái cần, ta không đạt / cái đạt người không cần..."*. Nên cuối cùng, sau những buồn chán, thất vọng, anh đã tỏ ra lạc quan hơn trong những động tác thường nhật: *"Sáng đi như đuổi ma / Chiều về như ma đuổi... /"* và hòa mình vào xã hội một cách lặng lẽ *"Người hai chân bôn ba / Ta cẳng rưỡi rong ruổi..."*. Nghe đâu anh đã từng làm cho một cửa hàng nữ trang của người Ý ở một đường phố chính của Montréal, rồi làm công nhân cho hãng vải Aronoff một thời gian. Dù lao động chân tay, anh vẫn không quên thơ và cái tính "tri nhàn hà thời nhàn" nên cũng qua thơ, tôi bắt gặp người bạn láng giềng của tôi đã từng *"Nhổ râu ngoài parc Olympique","Phơi nắng ở parc Angrignon", "Du xuân ở Complexe Desjardins", "Quanh quẩn trong Jardin Botanique", "Qua cầu Champlain", "Dạo phố Sainte Catherine", "Trong rừng thu La Chute"*... thậm chí còn bay bướm *"Theo em sang Longueuil"*, (em tóc vàng sợi nhỏ) hoặc vui mừng khi "*Gặp em* (tóc đen?) *ở Plaza Côte-des-Neiges"...*(1)

Trong một bài viết của nhà văn Nguyễn Đông Ngạc in trong tập Chân Dung Thơ Luân Hoán, ông Ngạc có trích dẫn một số câu của nhà thơ Đỗ Quý Toàn viết về Luân Hoán "... Luân Hoán là thi sĩ của cuộc sống, như Nguyễn Khuyến, như Vương Tân. Nhà thơ Bạch Cư Dị của người Việt ở Montréal này đã giúp bà con thấy thành phố Montréal trở nên thành phố Việt. Những phở Mai, Quán Huế, Plaza Côte-des-Neiges... thành những tên gọi thân mật, những chuyến xe buýt buổi chiều, những đống tuyết cao trước cửa có thật hơn, vì thi sĩ thổi hơi sống vào các vật vô tri đó...". Theo tôi, có lẽ anh Luân Hoán đã thương yêu cái "xứ lạnh, tình ... ấm áp này". Có thể anh mới *"đứng hát giữa lòng Montréal, / Trời xanh, trời xanh, trời quá xanh / Có con chim nhỏ bay trong nắng / Chở cả lòng tôi bay quẩn quanh"* . Và thành tâm bày tỏ:

"được cười được khóc được than thở
không thể không yêu xứ sở này..."

(Nguyễn Quốc Tường - LH nhìn từ bên hông, chữ nghiêng thơ hoặc đề thơ trong NNCN)

Nhà nhận định, phê bình Nguyễn Vy Khanh bỏ nhiều thời gian đọc kỹ thơ Luân Hoán, nhất là thi phẩm Ngơ Ngác Cõi Người ông viết tỉ mỉ và trích dẫn đầy đủ nên khó trích mà khỏi bỏ sót những nhận định rất văn học, chỉ có thể xin lỗi tác giả để lưu đại khái:

"... Nỗi niềm nhớ thương quê hương chất ngất đó khiến tiếng thơ của Luân Hoán vừa xa xôi vừa gần gũi, giản dị tự nhiên đến thân tình. Đâu phải anh dụng ý làm thơ anh kể chuyện mà Thơ Luân-Hoán chứa nhiều hình ảnh, nhân dáng, ngoài những người bạn thơ, đồng ngũ, bạn học, hai hình ảnh khác khá trội bật trong thơ ông là người mẹ và người chị. Về người chị, Luân-Hoán có hai bài thơ thật cảm động. Bài Xin Gởi Cho Em Vài Hạt Mưa (trong tập Cảm ơn đất đá trổ thơ...) và bài Khiêng Nước (trong Ngơ Ngác Cõi Người) gợi cảm hơn khi đi sâu vào vùng ký vãng:

"một cái thùng con con - một đoạn tre nho nhỏ - chị thương chịu nặng hơn - lâu lâu hơi cau có = em đi trước run run - đòn nghiêng vì vai thấp - dốc đá vấp luôn luôn - thùng va vào sau gót (...) ở đây trời đẹp lắm - sao chẳng hề thấy vui - chẳng phải vì em khổ - chợt nhớ nhà đó thôi - ước chi được nhỏ lại - như những ngày tản cư - cùng chị đi khiêng nước / bắt nòng nọc vọc chơi "

(NNCN tr 126-7).

...

Sau ba năm ở Montréal, nhà thơ Nghêu Ngao Giữa Lòng Montréal chiếm một phần lớn số trang (tr. 34-118) của *Ngơ Ngác Cõi Người*, có thể xem là một kỷ lục. Luân Hoán đã thở vào đất đai, cây lá nơi ông đã chịu ơn. Hơi thở Việt Nam tìm được nơi "được cười được nói được than thở": *"đứng hát giữa lòng Montréal - trời xanh trời xanh trời quá xanh - có con chim nhỏ bay trong nắng - chở cả lòng tôi bay quẩn quanh = bỗng tưởng chừng như máu tim ta - đỏ hơn thời tù tội quê nhà - phải chăng chớm nở mầm vong bản - nhục nước phai vì bả vinh hoa = và tưởng chừng như Montréal - có ta cây cỏ càng thêm xanh - ba năm hồn rót vào thớ đất - góp cả buồn vui cho lá cành = và tưởng chừng như mây khói bay - có hơi ta tiếp nối vơi đầy - được cười được nói được than thở - không thể không yêu xứ sở này..."* (Nghêu Ngao Giữa Lòng Montréal, tr. 115-117)

...

Người đọc vẫn yêu thích những bài thơ tình của Luân-Hoán, là lãnh địa của chàng, nơi chàng trai xứ Quảng quen lời ăn tiếng nói, quen hành cử phóng túng tình tang! Nơi xứ người, ông vẫn đa tình, da diết, vẫn nhiều vần thơ cho tình, nhưng người đọc thơ tình ông thì lại như hụt hẫng, vì hình như thời gian và không gian của tình đã qua, đã không trở lại, nếu có chăng cũng không trọn vẹn, tự nhiên! Nhà thơ tình xứ Quảng, của Đà Nẵng, sau 1985, Luân Hoán đã dệt những vần thơ lưu xứ đậm tình người, những điệu rất thơ, rất Việt Nam ở chỗ bi thương, những "lưu bút" đáng kể của một trang sử Việt! So với trước 1975, đây là một thế giới thơ đứt đoạn. Nhà thơ thuộc thế hệ tị nạn tiếp sau thời những "người di tản buồn", rồi vốn đã lâu ăn ở trong ngôn ngữ dân tộc nhuần nhuyễn, nên chỗ đứng trên thi-đàn đã là điều hiển nhiên. Nếu "phân tích" hết các tác phẩm thơ thời sau của ông, giữa những chằng chịt tâm thức, tình cảm, người đọc sẽ tìm ra một xuyên suốt có tính sáng tạo, ở ngôn ngữ, tiết điệu, hình ảnh, ở cả lối kể lể có thể hiểu là "lắm lời" - oan khiên của nỗi nhớ và của đời xa! Thật vậy, ở văn chương gọi là lưu vong đó, cái thực hữu, cái thực sống, phải chăng chỉ là thế giới của ký-ức, của quá khứ? Luồng điện ý thức đó đưa con người trở về quá vãng, đưa đến những tâm tình với hồn ma bóng quế, những con đường, góc phố đã đổi tên, đổi chủ. Tính thơ xuất hiện ở giữa những dòng chữ đó, xuất hiện từ ký ức và sáng tạo pha trộn. Mà thế giới cũng trở nên có ý nghĩa, nhờ chức năng của thi ca và sáng tạo! Nhà thơ có thành công hay không là ở tài truyền thông cái sáng tạo mới từ chất liệu hồn cũ này! Sống đời lưu xứ, đọc thơ Luân-Hoán như tìm tâm sự chính mình, vẫn là một cái thú tinh thần còn lại! Thành thử, cùng Cao Đông Khánh và Du Tử Lê, Luân Hoán đã thành công biến Cõi Người Ngơ Ngác thành thơ và đưa tính thơ vào kiếp lưu vong ngày càng rời xa một vùng địa-lý và một trời quá khứ!

(LH nơi cõi người ngơ ngác - Nguyễn Vy Khanh, lược trích)

Tôi không trích dẫn thơ, dành đất cho những bạn văn đã ưu

ái cho NNCN, và với những thơ được trích trong đó cũng xem như tạm đủ để bạn đọc có thể cảm nhận sơ qua về thi phẩm. Tiếc là không thể trích từ các bài viết chung chung cho nhiều tập của một số bạn khác.

Ở tập thơ này, tôi mừng vì tôi làm được hai chuyện. Một là giới thiệu cuộc sống chung chung của chính mình nơi hải ngoại, dĩ nhiên không dám làm tiêu biểu gì gì. Hai là ít nhiều tôi khai rõ xuất xứ tôi hơn. Ngơ Ngác thì mãi đến hôm nay 35 năm với quê hương thứ 2, tôi vẫn còn giữ nguyên ngơ ngác bởi:

"... đời lưu lạc mỗi ngày là một tuổi
dai vô cùng nhưng không đủ xót xa
...
ta thẹn làm người tự do viễn xứ
ngó lại đời mình trùng điệp số không...
(Thư Về Quê Nhà)

12 giờ10 sáng 08-02-2020.

CẢM ƠN ĐẤT ĐÁ TRỔ THƠ LÒNG TA HẠT BỤI VU VƠ BÁM HOÀI, MỘT TẤM LÒNG VỚI ĐẤT HAI PHƯƠNG

Tập thơ được định sẵn chủ đề. Nhưng khởi đầu không theo kiểu ra đề trước viết sau. Trong một hôm ngồi không, lục lại cả đống giấy rời nhiều cỡ, nhiều màu, tôi nhận ra thơ mình ăn theo tình quê hương khá nhiều. Điều dễ hiểu, ở quê người, nhớ nhà viết về những kỷ niệm cũ là đương nhiên. Môi trường nuôi xanh kỷ niệm ngoài tình yêu, chính là những miền đất cũ.

Sao không in một thi phẩm đặc biệt cho quê hương?

Tôi đang có đến hai quê hương lận mà!

Thật ra tình yêu trai gái một phần lớn sánh đôi với tình sông núi thiên nhiên. Cái khác biệt ở đây là có chút gì đó rạch ròi được dán bởi những danh xưng. Để tô đậm tính cách nhất quán cho chủ đề đã ưng ý. Tôi đọc lại những bản nháp cũ, viết thêm một số bài mới. Tên bài không những mang theo địa danh, nội dung của chúng cũng phải có nét riêng địa phương được nói đến. Muốn thực hiện được cái hồn của bài thơ cần phải có vốn sống ít nhiều với nơi đó. Những râu ria mỹ nhân, hảo tửu... đi kèm đều dễ dàng hư cấu, tưởng tượng. Tôi vốn là người hay ước mơ truyện trên trời, nên công việc này không có nhiều vất vả trí óc.

Tập thơ sau khi lượng chừng đã đủ tập, tôi chọn tên. Không rõ có bao nhiêu tên gọi được viết lên mặt giấy. Cuối cùng sáu chữ

"Cảm ơn Đất Đá Trổ Thơ" được chọn. Đọc đi đọc lại lầm thầm, cảm nhận thiếu thiếu tình cảm của riêng mình. Thế là câu tám chữ có mặt.

"Cảm ơn đất đá trổ thơ
Lòng ta hạt bụi vu vơ bám hoài"

Thơ hay vè? Nhẩm tới nhẩm lui, thấy cặp sáu tám này lưng chừng giữa quê mùa và thi vị. Tạm được, quyết định dùng.

Tên sách đã là thơ hay gần như thơ. Sao không chơi luôn tên từng bài cho đồng nhất? Nghĩ là làm. Suy ra cho đến lúc bấy giờ chưa có ai chơi cải lương như mình. Nói theo kiểu mấy bạn dị ứng với vần vè: triệt để cùn mòn từ ngoài đến trong!

Mời các bạn đọc tên bài từ trang đầu đến trang cuối:

1- Quê hương nhắm mắt như sờ được
Đà Nẵng muôn đời trong trái tim

2- Hội An Hội An Hội An
Rún ta trong thớ đất vàng trổ thơ

3- Ngồi bên mé nước sông Hàn
Hồn đang lội ngược thời gian vô tình

4- Mây trắng bay nhiều quá
Ta phải về Hải Vân
Để tìm trong hương đá
Còn lòng ta đó không ?

5- Tượng kia lạnh Cổ Viện Chàm
Hồn trong nghĩa địa chợt choàng ngang vai

6- Đưa em trình diện ao vườn
Hòa Đa Liêm Lạc con đường trái tim

7- Ngoại ngủ trong lòng thành Vĩnh Điện
Triệu người xưa chắc đã thành tiên?

8- Rúc lên rừng rậm Bà Nà
Cụng ly với núi Chúa tà tà chơi

9- Quê em lộng lẫy quá
Bởi vì đã có em

10- Phú Thượng Hòa Sơn giờ ra sao
Nắm xương mẹ vẫn còn trông sao

11- Tay bưng kính cẩn tô mì
Khói bay hương nói điều chi với mình

12- Gọi thầm mươi cái phương danh
Phỉnh mình đang lội loanh quanh quê nhà

13- Xin gởi cho em vài hạt mưa
Để nghe thánh thót suốt ngày xưa

14- Lên chùa Tỉnh hội lễ xuân
Cho ta gởi cái nhớ nhung dâng đời

15- Cây si ở chợ Cây Me
bây giờ bật rễ lè nhè mua vui

16- Khi không nhớ về Phong Lệ
Cúi đầu đụng tiếng thở ra

17- Có buồn có nhớ gì đâu
Tại vì có cái hương cau bay lừng

18- Em nhớ Sicovina
Hay nhớ một thời xót xa qua ?

19- Ngồi vò kỷ niệm thành thơ
Nuốt cho hạt nhớ vu vơ đâm chồi

20- Nằm suông và ước mơ suông
Khoái chưa giảm được cái buồn mấy phân

21- Vẫy tay chào huyện Quế Sơn
Hồn theo xe chạy chập chờn dưới trăng

22- Ngũ Hành Sơn, Ngũ Hành Sơn
Năm hòn núi mọc ở trong hồn

23- Bất ngờ qua cầu Champlain
Nhớ cầu Bà Rắn lềnh bềnh những thơ

24- Dừng quân, phơi nắng Chu Lai
Mưa ta đôi sợi buồn hai bên đường

25- Cho ta giữ một chút gì thưa Huế
Một đôi ngày sống vội cũng không sao
Vài kỷ niệm đủ thắp lên tất cả
Những ngọn đèn thương nhớ trong thơ

26- Ngồi thi nhìn cái mặt bàn
Thu Sương, Bích Thảo... nhẹ nhàng hóa thơ

27- Ngàn năm người đẹp Hương Giang
Vẫn còn đi đứng đàng hoàng trong tôi

28- Cây của đất hẳn đời đời tồn tại
Tôi của người không lẽ mất về đâu

29- Đò em vẫn chở nguyệt hoa ?
Cho ta hồn mộng la cà theo sông

30- Theo Hương hôn những phương danh
Còn trên trái đất mà đành đoạn xa

31- 23 tháng 5 cúng cô hồn
Cho tôi hưởng ké hương thơm nhang trầm

32- Cùng em lên núi Bằng Sơn
Vịn thân tùng thiết tha hôn đất trời

33- Đâu phải khi không ta thắc mắc
Vì lòng đã vậy biết làm sao

34- Tiểu thư áo trắng quá
Hớp hồn tôi mất rồi

35- Bởi cô em Vỹ Dạ
Tôi hại tôi một đời

36- Một lần độc nhất đưa nhau
Một lần lên tột đỉnh sầu chia tay

37- Ra Huế dự thi tú tài
Hương giang quyến rũ rớt dài mấy keo

38- Nắng vàng ủ nón bài thơ
Em đi em đứng vẩn vơ tôi buồn

39- Trong lòng ta điệu chầu văn
Vẫn thao thức với bóng trăng hoa nhài

40- Vàng son còn đượm trong hương đất
Gió thoảng mơ hồ gót quân vương

41- Mặt trận Quảng Ngãi ngày xưa
Bóng ta phơ phất hạt mưa nhạt nhòa

42- Đệ nhất thiêng liêng
Là giờ nhớ em

43- Hiên ngang một đóa hoa vạn thọ
Nở giữa điêu tàn đón chúa xuân

44- Trên đường lững thững hành quân
Đạn thù có lẽ ngập ngừng tránh ta

45- Bàn giao cho bạn địa bàn
Bàn giao cho bạn nghĩa trang vô tình

46- Chợt nhớ về nơi ngấm máu ta
Bùi ngùi lòng nhú chồi xót xa

47- Hờn trách hay là khuyến khích em
Phải chăng thật sự muốn nguôi quên?

48- Đã tàn chưa những cánh hoa
Ta từng tưới nước qua loa bên đường

49- Mới xa nhau một bữa
Dài như mấy năm trời

50- Sài Gòn thủ thỉ gọi ta
Nhiều khi ta nhớ xót xa Sài Gòn

51- Những góc cạnh thủ đô
Vẫn còn trong tâm mạch

52- Ta may mắn được làm thi sĩ
Nhờ đã phải lòng gái Bến Tre

53- Nhạt nhòa bóng gánh ve chai
Nắng Bình Dương úa hai vai đổi đời

Sự đánh giá của bạn đọc về cách đặt đề bài như trên như thế nào? Tôi hy vọng bên cạnh người chê có đôi người khen. Mỗi đề bài, tự nó một phần nào cũng bộc lộ ít nhiều nội dung.

Thơ viết về quê hương, hình như tôi có khuyết điểm đã không tạo được cho người đọc một hình ảnh quê nhà chung chung. Thói quen ngợi ca những nét riêng từ các địa phương mình từng gắn bó hoặc được biết qua, không rõ là khuyết hay ưu điểm. Có thể khai thác quá chi tiết, cộng thêm đậm đà kỷ niệm riêng tư, đôi khi cũng là điều không nên làm trong thi ca?

Dù sao, tôi vẫn trung thành với lối làm thơ của mình. Trong tả cảnh có tả tình. Hình ảnh âm thanh và cách chọn chữ vô cùng cần thiết. Tôi thường viết nhanh, dễ dàng nhưng chưa hẳn đã là dễ dãi như tôi một vài lần nhạo mình trong thơ. Một khuyết điểm không phải nhỏ: tôi bị gò bó bởi sự gieo vần. Hầu như đa phần tôi buộc mình chính xác trong mọi thể loại, điều này đôi khi đành chấp nhận những từ không ưng ý.

Dù tự tán tụng bao nhiêu cũng không bằng minh chứng sản phẩm, vậy nên xin trích và có thể chú thích nếu thấy cần:

"... tôi thấy con đường qua Non Nước - giữa lòng cát trắng dương liễu xanh - bùi ngùi thoảng tiếng Tường Linh thở - lúc thúc quanh chân cụm Ngũ Hành... ".

(Non Nước dùng ở đây là danh từ riêng, đã được viết hoa, bởi dân địa phương Quảng Nam những năm về trước vẫn gọi Ngũ Hành Sơn là núi Non Nước | Sao có tiếng thở của nhà thơ Tường Linh ở đây? Lý do tôi dựng hai chữ Tường Linh như một điển tích. Tường Linh tên một nhà thơ nổi tiếng của Quảng Nam, ông có bài thơ thuộc loại hay trong những bài viết về Ngũ Hành Sơn. Bài thơ có tên Năm Cụm Ngũ Hành).

Làm thơ, tôi nghĩ, không nhất thiết câu nào cũng là câu thơ. Trong ba bốn câu có một câu có chất thơ là được. Và chính một câu này nhiều khi chỉ có chất thơ theo quan niệm của riêng mình. Căn bản là câu đó mình đã rất thích khi viết ra. Ví như tôi vẫn còn khoái hai câu cuối trong bốn câu này:

"phi cơ dừng bánh trong phi cảng - run run tôi đứng vẫy tay chào - bốn mươi tám tuổi còn được khóc - như đứa trẻ con, thú biết bao!".

Một-trăm-lẻ-tám câu trong bài "Quê hương nhắm mắt như sờ được"... tôi đã nhắc đến nhiều điểm kỷ niệm của riêng tôi bằng những tên gọi ngày nay không còn sử dụng như: cầu Đỏ, (cây cầu thứ hai bắc qua sông Cẩm Lệ ở gần Phong Lệ). Cống Mê Linh (ở Chợ Mới) chắc không còn. Giếng Bộng, năm bồn xăng, bến Mía... đều đã mất. Xóm Chuối mấy ai biết đây? Nhà thơ Nguyễn Văn Gia hiện ở Đà Nẵng, tôi đồ chừng cũng không biết đây là căn cứ địa của các nàng kiều ở ngoài Đoạn Trường Tân Thanh.

Còn nữa những đào thải nhưng chưa mất trong tôi. Hóa ra làm thơ trước nhất là thỏa mãn cho chính mình là điều có thật :

"thong thả mà đà qua Xóm Chuối - ổ gà đường đọng nước mưa dông - nhớ thời lả lướt dông solex - đụng phải một người yêu mấy năm!".

Thương nhớ, ngậm ngùi là điều thường thấy ở những cuộc hội ngộ sau một thời gian dài chia cách.

"tưởng khóc là xong là quên hết - một hồn ray rứt bóng ngày qua - ngờ đâu lệ chỉ là vết đạn - lỗ chỗ lòng tôi những xót xa = trốn bao thương nhớ tôi ra phố - trăm ngả đường vào một trái tim – trái tim tôi vẫn tên Đà Nẵng - không hiểu vì sao vẫn kiếm tìm = ... trông ra cửa kính trời mưa tuyết - ngó lại mình đang ngồi bó tay - quê hương nhắm mắt như sờ được - sao vẫn buồn xo đến thế này?...".

Bài thứ 2 viết về Hội An là một bài lục bát, thật giàu kỷ niệm. Với những cặp đọc lại vẫn vô cùng thú vị:

"... chỉ giùm ta vạt đất nào - đã chôn cuống rún trổ thơ thành chùm || mắt theo lòng tột nóc nhà - ngói âm dương nở cỏ hoa ngóng trời || gập ghềnh tưởng vấp bước em - đinh long ván mục lênh đênh bóng đời || hồn nương tiếng mõ nhịp nhàng - lên bao la cõi niết bàn

ngao du || người ta "chín nhớ mười thương" - tôi mang cả triệu nhớ thương lận nè || lâu năm trở lại Cẩm Sa - tìm em cắm chẻ áo bà ba đen - hình như tôi đã thưa rằng: - mê thơ Luân Hoán chi bằng mê tôi || giận con sáo sậu lìa cành - tha luôn hồn vía tôi đành đoạn bay || lâu năm ghé lại thăm mình - cái hồn sắp vữa cái hình chục cong - bao nhiêu bèo bọt trong lòng - thở vào chữ nghĩa mặn nồng chua ngoa - gởi hoang vu lại quê nhà - xin cho thương nhớ lột da sống đời!".

Đèo Hải Vân, năm lên 11 tuổi tôi đã qua, cùng một đoàn xe chở quân đội hỗn hợp Việt Pháp và rồi sau đó khó nhớ được còn bao nhiêu lần nữa. Đi trên sườn núi, đi trong lòng hầm mang tên chữ số. Hữu tình thi vị biết bao, tôi gói lại trong 8 cụm nhớ ngọt ngào lục bát, mỗi cụm 6 câu:

"Treo lòng lên mũi Chân Mây - lim dim nghe tiếng lá cây trở mình - thương em, khép nép ngồi rình - mây vào lá, lót ổ tình đẻ thơ - trên tuyệt mù đỉnh hư vô - ta chìm nổi giữa phất phơ bụi trần".

(trong câu thứ nhất trong sách in sai chữ mũi Chân Mây thành mãi Chân Mây, Chân Mây là danh từ riêng, cần lưu ý giá trị của những dấu phẩy).

"Treo lòng lên đỉnh Hải Vân - nghe sa diệp thạch bần thần thở ra - ... - " (sa diệp thạch là chất đá ở núi này).

"Treo lòng lên mỗi đọt cây - nghe từng lóng rễ sầu vây ngoắn ngoèo... || qua đèo vượt ải Hải Vân - là đi trên thịt trên hồn Trường Sơn - tim thao thức đập bồn chồn - nhịp chân Nam tiến dập dồn thân quen - ơi con rắn ở Hầm Sen - cho ta viên ngọc nhọc nhằn năm xưa - cho ta lột vỏ sống hoài - để nhìn đá núi bốn mùa đơm hoa".

Cổ Viện Chàm, Ngũ Hành Sơn đều có ghế ngồi đặc biệt trong tim tôi.

"Ai giam Chiêm quốc vào trong đá - cho đá ngàn năm ngậm máu người - tủi hận theo thời gian hóa thạch - còn không tinh huyết giống dân Hời?... || nào đâu Châu Lý Châu Ô cũ - ai đổi danh thành đất Hóa Châu - tình nghĩa em đâu Huyền Trân hỡi - hồn Chế Mân ta khắc khoải đau ||... Chiêm vương ơi, đá còn mưng lệ - hận đến bao

giờ vỡ đắng cay - ta nghe nức nở hồn ai oán - sầu sống muôn thu nghĩa địa này".

(Vâng, tôi nhìn thấy và luôn cảm giác Cổ Viện Chàm là một nghĩa địa. Năm 2002 về thăm nhà, ghé lại nơi đây rất lâu, chụp nhiều ảnh, đáng tiếc những cuốn phim rơi mất trên đường trở qua Canada; mừng Cổ Viện Chàm vẫn còn đó. Con rồng của cây cầu chưa nuốt mất).

"tay ai lót đá thành thang bước - càng bước lên cao càng bâng khuâng - chân run ngỡ dẫm đau tay cũ - ngờ ngợ như vừa gặp cố nhân = Thủy, Kim, Mộc, Thổ, Hỏa sơn ơi - - hít thở bao nhiêu thế kỷ rồi - những gì trong đá vôi già ấy - sinh dưỡng cỏ cây thanh tú vui... = này đây vòi vọi Vận Thông Động - em muốn lên trời một chuyến không? - ngửa mặt, mây vờn ngang sống mũi - trời xanh nằm gọn ở trong lòng! = này đây huyền ảo Thiên Linh Động - ai nhốt gió vào hang đá vôi? - hay gió đi tìm hương sắc lạ - thở nhầm hơi thở của em tôi? = Ôi những Huyền Không, Nham Linh Động - mái đời, mưa nhẽo vệt rêu xanh - đứng bên bờ miệng hang Âm Phủ - rùng mình tưởng hụt phận mong manh... = ta đi ngắm kỹ từng gân đá - từng lá bồ đề, từng rễ cây - mỗi hạt bụi đời như có máu - giai nhân, hào kiệt từng đến đây = hỡi ơi du khách, hề du khách - danh khắc, thơ đề, loạn vết dao - đến đi đi đến luân lưu mãi - có thấy lòng ta đọng chỗ nào?".

(Quá buồn, tôi đã không thực hiện được giấc mơ thời tuổi lên 10. Tôi chưa lưu được chữ nào trên đá Ngũ Hành *có thấy lòng ta đọng chỗ nào?"* chỉ là tiếng thở an ủi).

Thú thật trong tập thơ này có thật nhiều bài tôi đã viết cùng nước mắt. Phú Thượng, địa danh có ngọn đồi thấp bên đường lên Bà Nà Núi Chúa. Phần mộ thân mẫu chúng tôi được cải táng trong nghĩa địa của người Công Giáo. Được vậy là nhờ một người bạn lớn tuổi hơn tôi lo giùm. Anh Tường, nay anh cũng đã ra đi.

Năm 1958, mẹ chúng tôi mất an táng tại quê chồng Liêm Lạc Hòa Đa Quảng Nam; sau 1975 phải bốc lên, tôi là người cho hỏa thiêu xương cốt, mang hũ tro về thờ ở nhà đường Đông Kinh Nghĩa Thục (đã đổi ra Ngô Gia Tự). Khi bắt đầu lập hồ sơ xuất cảnh, tôi cải táng mẹ tôi trên ngọn đồi này, thay vì phải gởi ở Gò Cà hay một nơi nào khác. Ngôi mộ ngày nay vẫn còn đó, một người ngoại đạo được nằm chung với những hồn ma ngoan đạo giàu lòng. Tôi an tâm vô cùng. Tạ tình ơn trên.

"... em có nhìn lên chòm mả cao - hàng bia mưa nắng giờ ra sao - mẹ ta nằm vọng trời mây rộng - đã hỏi thăm ta những câu nào? = em quyết rằng "không", có phải không? - ta nghi em nói chẳng thật lòng - hình như mẹ nói: "ta vô phước - sinh một thằng con thích lưu vong" = không lẽ khóc nhờ nước mắt em - buồn ta, ta lại nuốt vô tim - Hòa Sơn, Phú Thượng hồn ta vẫn - trôi nổi bay hoài trong cánh chim...".

...

Lê Thị Kim Anh (Kiều Liên) là chị ruột sát cạnh tôi, lớn hơn tôi hai tuổi. Rất tài hoa với ca hát, nhưng rừng núi Tiên Phước giữ chân. Thương hai em trai khó ngợi ca cho cùng. Nhưng thật xấu hổ, chúng tôi thiếu bổn phận với chị nhiều quá. Bài trích đoạn dưới đây cũng như bài Khiêng Nước chị đã được nghe qua giọng ngâm Thúy Vinh (Việt Nam) và giọng ca của Phan Ni Tấn. Giờ chị đã đi quá xa...

"mưa suốt ngày đêm, suốt mùa đông - chị đang đúc bánh xèo phải không?- chảo đen bột trắng bàn tay nhỏ - đổ hết lòng lên ngọn lửa hồng = ... em vẫn đang nhai lại tuổi thơ - bút cùn hành hạ ngón tay thơ - ngại rằng nước mắt chao hình ảnh - em vẫn van em đừng bao giờ...= ... nghe thoảng qua hồn tiếng thở ra - mỗi lần chị nói bị em la - đã quen ăn hiếp chị từ bé - có hiểu em thương chị nhất nhà? = ... chị buồn còn hơn những giọt mưa - sầu hơn cổ nhạc tự ngàn xưa - nhớ thương em trốn vào thi khúc - sao chút lòng em vẫn cứ thừa ... ".

Vùng đất Quảng Nam tôi được qua nhiều nơi từ khi ngồi một đầu của gióng thúng, rồi lúp xúp chạy bộ theo cha trốn hồi hương, rồi theo tình lang thang, rồi theo bè bạn (Những Vĩnh Kha, Nguyễn Thanh Ngân) đi thầu đào ao cá. Chẳng nhớ bao nhiêu lần, đến bao nhiêu làng thôn chân núi để mồi chim chào mào, khướu... Anh Tường đã ra đi, cậu em Bình đã ra đi, còn thấy và mừng một Nguyễn Phú Dũng, người em cùng tổ dân phố phát tướng phương phi đang có nhiều công việc từ thiện. Phong Lệ, (nơi quê ngoại lớn), Quế Sơn, Đại Lộc, Ái Nghĩa... lòng tôi trải, thơ tôi lót... nghĩ cho cùng rồi cũng phù du... Thôi không trích thêm những gì cho "anh năm eo" này nữa, để bước qua vài vùng khác.

Tôi tin chắc mình hơi khác với nhiều bạn văn ở việc lười đọc sách, kể cả thơ. Rất may thời chưa ngã ngựa tôi ham đi, thay vì đọc chữ, tôi đọc cỏ hoa, suối sông. Qua mục lục tên bài ghi trên hẳn các bạn biết tôi viết về nhiều vùng ở Quảng Nam, Huế, Quảng Ngãi, Sài Gòn, Bến Tre, Bình Dương... kỷ niệm thường thoáng qua nhưng dấu ấn đậm đà.

"gói cả bộ cờ mang ra Huế - đi thi mà như thể đi chơi - sáu giờ chiều nhảy lên tàu hỏa - sĩ tử đầy toa chật tiếng cười = tàu đi lịch xịch trong đêm tối - rúc hầm số một, vượt Lăng Cô - biển xanh núi biếc đều đen cả - héo hắt đèn soi bóng nhấp nhô = khuya lắc khuya lơ ra tới Huế - theo về nhà ngoại của Châu Văn... (Tùng) - lạ nơi khép nép nằm nghe muỗi - năn nỉ như đòi chung gối chăn = tảng sáng hôm sau nghe bạn rủ - thuê phòng ngủ trọ mé sông Hương - suốt đêm trằn trọc đò ai gọi - sáng trễ giờ thi dựa cổng trường".

(chuyện kể như đùa nhưng thật cả đấy, cả bộ cờ tướng, cả mé sông, cả chuyện lần đầu làm tú tài hỏng).

"vào giờ G ta ra mặt trận - ngồi trước ca-bin ngủ gật ngủ gà - một chút nhớ em, một chút nhớ - cái thằng nào đó giống y ta = xe bỏ mắt mèo qua Châu Ổ - chờn vờn trước mặt bóng ma trơi - nhìn lâu lại hóa ra đom đóm - buồn bã bay khan ở cuối trời = ếch nhái ve nhau loạn thiên hát - lạnh lùng hơi đất cuốn hơi sương - che tay ngồi kéo dài hơi thuốc - nhớ cái... lưng em thật dễ thương = nhét cái bản đồ trong áo giáp - khẩu colt ngủ mỏi một bên đùi - câu thơ chợt đến chợt đi mất – mặt trận từ ta nối tới người".

"gặp em ở xóm Bàn Cờ - ba mươi sáu tuổi bất ngờ tương tư - tưởng đang mang bệnh ung thư - một đêm phá nát chân tu nửa đời - thất tình, tuyệt, quá tuyệt vời - đêm đêm Vườn Chuối ta ngồi gõ chai - nhớ em, thuốc đốt đêm dài - khật khừ thưởng thức cái tài hoa ta - gặp em ở hẻm Hòa Hưng - đang "đi" ta bỗng lừng khừng muốn thôi - sợ lây

em cái bụi đời? - đang lên cao độ tuyệt vời bỗng ngưng - thì ra, thơ viết dở chừng - trở về phá trận tưng bừng pháo xuân".

Ta may mắn được làm thi sĩ - nhờ đã phải lòng gái Bến Tre, đã được bạn văn Phan Ni Tấn phổ nhạc với tên Phải Lòng Con Gái Bến Tre các bạn chắc đã nghe nên không cần trích, bài này khá dài.

Nhà thơ Hoàng Lộc từng ưu ái khen đại khái thơ anh viết tặng chị thường là những bài thơ hay. Trong thi phẩm này tôi cũng có một bài tặng người tình suốt đời ngủ chung giường xin trích trọn để chấm dứt việc trích dẫn:

Quê Em Lộng Lẫy Quá Bởi Vì Đã Có Em

cho Trần Thị Lý

"năm đó theo em về Mân Quang - hí hửng cầm tay dạo quanh làng - mấp mô đường xóm tre nghiêng gió - rót nhẹ vào lòng hương khói lam = em chỉ cho ta xem bụi chuối - bốn mùa thủ thỉ tiếng chim sâu - có con rắn mối bò ra ngắm - gục gặc khen thầm: thật xứng đôi = em chỉ ta xem giòng thủy lợi - thập thò bò dọc mép đường đi - cỏ gà ngấp nghé hai bờ nước - thấp thỏm như đang muốn nói gì = em chỉ ta xem đìa cá nhỏ - đục câm nằm núp bóng hàng keo - chà tre, thanh chõng, vạt giường cũ - chìm nổi xanh xao giữa đám bèo = em chỉ ta xem đôi chòm mả - mấy đời nội ngoại đã nằm đây - xương tàn cốt rụi xanh chân mạ - quấn quít hồn ôm bụi đất này = em chỉ ta xem giòng sông cái - đã buồn từ thuở mới luân lưu - bao nhiêu đò đã thay trên bến - bao kẻ qua sông biết ngậm ngùi? = quê em có vẻ không giàu lắm - ruộng thấp ruộng cao úng nước phèn - lỏng leo vài tiếng gà cục tác - đời lún dần vào nỗi băn khoăn = yêu em ta nguyện yêu màu lúa - màu mái rạ thâm sì nắng mưa - tay ta tuy đã quen cầm bút - luống chữ hẹn thơm những đường bừa = yêu em ta đã yêu cây lá - cục đất Mân Quang cũng hữu tình - cảm ơn thổ địa thơm tay quá - tặng ngọc thơm lừng bút văn sinh"

Cảm Ơn Đất Đá Trổ Thơ... cũng được một số bạn văn cảm nhận :

- Nhà văn Hồ Trường An

".... Đề tài thơ của Luân Hoán đâu cần xa vời. Những cái gần

gũi với người đọc như: vườn cây chùa Bà Quảng, ngôi trường cũ, cột cờ, tượng đá, con đường đầy ổ gà, cành me, cây phượng vĩ, mái ngói âm dương, vườn chanh, mé nước, khóm lục bình, chiếc bình vôi, gốc đa, đìa cá nhỏ, chà tre, thanh chõng và trăm nghìn hình ảnh đầy ắp trên quê hương từ Huế tới Sài gòn và đi xuống Rạch Miễu Bến Tre. Cái vặt vãnh, xoàng xĩnh đối với rẻ rúng quê hương thì chẳng là cái gì hết. Nhưng khi chúng đi vào thi ca anh rồi thì chúng tràn ngập linh hồn. Chúng khua động tận các góc kín đáo nhất của nội giới chúng ta, biến thành hình ảnh mầu nhiệm tuyệt vời. Chính nhờ cái tầm thường đó, Luân Hoán đã mở tấm lòng ăm ắp tình yêu ra để độc giả cùng tham dự với tâm tình anh, chia sẻ tâm sự với anh. Những cái vặt vãnh xoàng xĩnh đó, đã làm cho anh trở thành một nhà thơ lớn, khả ái và đầy chân tình biết bao:

"hỡi con sáo sang sông từ dạo ấy - có lần nào về Ái Nghĩa thăm hoa - dốc cây số 15 người có thấy - một cái gì? không lẽ trái tim ta?"

Ai đó làm thơ về quê hương rất dễ khoác màu sắc của thơ Nguyễn Bính, Anh Thơ, Hằng Phương, Kiên Giang Hà Huy Hà... Luân Hoán thì không thế. Ngôn ngữ thơ anh cực kỳ đơn giản mà tinh khôi tân kỳ. Tài sử dụng ngôn ngữ của anh lạ lắm: anh làm thơ khơi khơi như nói chuyện, đôi lúc như hí lộng. Chúng ta không bắt gặp sự gọt giũa, trau chuốt trong thơ anh; y vậy mà ngôn ngữ anh đẹp lạ lùng, nó chứa cả nguồn sinh lực vô biên, hồn nhiên tuyệt vời. Qua ngôn ngữ thơ đó, chúng ta bắt gặp một sự nhạy cảm rất thơ, một tâm hồn phóng khoáng kỳ diệu. Hồn thơ của anh qua ngôn ngữ đó khác nào một kẻ từ chối áo gấm xênh xang để mặc áo vải gai mà vẫn phong lưu, vẫn hào hoa lịch lãm:

"...Phong Lệ ầu ơi, Phong Lệ ơi - ngủ ngon, đừng lẫy đạp lòng tôi - ví dầu kỷ niệm thành hơi thở - cũng thổi không tan nỗi ngậm ngùi".

- nhà văn Lê Nhật Thăng:

"....Cảm Ơn Đất Đá Trổ Thơ" được quảng cáo trên nhiều báo và gây được chú ý qua cái tên dài thoòng kỳ lạ. Tôi thầm nghĩ anh chàng Luân Hoán này làm điệu, làm dáng khiến hụt hơi người đọc. Song khi

đọc xong tác phẩm mới thấy thấp thoáng tâm ý của tác giả: Chúng ta nên hiểu đất đá ở đây là vùng đất Quảng, quê hương nghèo khó của tác giả. Nghèo nàn nhưng là địa linh nhân kiệt. Chính vì lòng thương yêu dằn vặt về quê hương nghèo khó nên tấm lòng tác giả chưa thể nguôi quên được...

Luân Hoán khiêm tốn ví mình như hạt bụi trần gian thường bâng khuâng thương nhớ. Nếu hiểu rộng hơn, hạt bụi lại còn mang một ý nghĩa triết lý nào đó cũng nên. Tác giả cảm ơn miền đất sinh thành vẫn tồn tại lẫm liệt trong tâm hồn một trời thơ tưởng nhớ cũng như miền cỏ dại hoang vu vẫn bừng nở những cánh hoa vàng mong manh đẹp. Hạt bụi của Luân Hoán hẳn giống hạt bụi của Thanh Tâm trong Tống Biệt Hành....

...

Tác phẩm lên ngôi do 53 bông hoa kết thành vương miện. Mỗi bài phần nhiều được đặt tên bằng hai câu thơ lục bát. Qua đó, độc giả nắm bắt được tâm sự ngổn ngang của anh muốn gởi trao bằng thể thơ mềm mại và ngọt ngào này".

Lê Nhật Thăng

- Nhà thơ /văn Nguyễn Mạnh Trinh :

"... Thơ "Cảm Ơn Đất Đá Trổ Thơ..." của Luân Hoán, gồm 53 bài thơ mà tác giả đã gửi lòng mình đi theo từng địa danh đất nước. Với cảnh với người, thơ sinh động một đời sống riêng, ướp nồng nàn bằng những ngôn ngữ của kỷ niệm, của những tháng ngày rất xa, nhưng bao giờ cũng thân gần, như đời sống của hiển hiện da thịt trong tiềm thức. Đà Nẵng, nơi chôn nhau cắt rún của thi sĩ, với những địa danh đáng yêu biết bao và cũng chân chất mộc mạc biết bao: Cầu Đỏ, Chùa Bà Quảng, Giếng Bộng, Chợ Mới, Ga Lớn, Xóm Chuối... và những nhân vật lãng mạn văn chương của nhan sắc một thời nổi danh đất Quảng: Quí Phẩm, Như Thoa, Phước Khánh, Bích Quân... hay những khuôn mặt bạn bè: Tường Linh, Phạm Thế Mỹ, Lê Vĩnh Thọ... Thơ Luân Hoán tha thiết tâm sự gửi về, của người đang lầm lũi trong mưa tuyết, mà nhớ đến ray rứt ánh nắng quê hương. Những nỗi buồn ấy, hình như

không phai nỗi niềm tuyệt vọng, mà còn le lói hy vọng như thông điệp, trao gởi đàn con, để chờ mong một ngày về giữa đất trời tươi sáng của quê hương, những ngày không còn chế độ bạo ngược "hà chánh như mãnh hổ".

...

Âm nhạc Việt Nam đã có "Con Đường Cái Quan", trong đó nhạc sĩ Phạm Duy đã là người lữ hành đi từ Bắc xuống Nam, với tấm lòng yêu nước nồng nàn, và từng địa danh đã được đánh bằng những nốt nhạc, lời ca âm hưởng ngũ cung độc đáo. Bây giờ với tập thơ này, Luân Hoán đã làm nổi bật lên lòng yêu quê hương đất nước của mình. Cảm Ơn Đất Đá Trổ Thơ để có lục bát, bảy chữ, ngũ ngôn... Luân Hoán.

Và chúng ta, những độc giả, cũng cảm ơn thi sĩ với những rung động phổ vào vần điệu, vào ngôn ngữ để những câu thơ mộc mạc âm hưởng ca dao này, đi vào lòng người Việt Nam, nhất là những người đang lưu vong, lúc nào cũng như người khó tính:

- "Uống nước mưa ở Mỹ đắng cả mồm" *(1)

(1): Nguyễn Bá Trạc

...

- Nhà thơ / văn Trần Hoài Thư:

"... Thi ca Luân Hoán và Thi ca. Thi ca và Luân Hoán. Hạt bụi là Thi ca. Thi ca là Hạt bụi. Đất đá là Thi ca. Thi ca là đất đá. Cứ hạt bụi, cứ đất đá. Thử hỏi trong vũ trụ này ai đếm bao nhiêu hạt bụi, và ai đếm bao nhiêu Luân Hoán thi ca.

Hình như có một sự chuyển biến quá kỳ diệu trong tập thơ mới nhất của anh. Đọc những tựa đề: lê thê, trải rộng, dịu dàng. Thơ 6,8. Ngay cả tựa cũng là thơ rồi. Chưa bao giờ tôi thấy một người thơ nào lại âu yếm cùng thi ca đến như thế. Tôi không nói đến chữ nghĩa như một số người đã bảo. Bởi Luân Hoán không phải là một phù thủy chữ nghĩa. Phù thủy chữ nghĩa chỉ là cái thùng rỗng, hay người kỹ nữ về già. Đọc kêu to

nhưng không thấm thía, không bùi ngùi, tha thiết. Với anh, tưởng như mọi thứ, mọi điều, mọi vật, nhỏ vô cùng như hạt bụi, to lớn vô cùng như trời đất vô lượng, tất cả đều có linh hồn và tất cả đều được thi ca gìn giữ.
như:

nhốt trăm tên gọi vào trong cặp
tưởng những tên kia đã của mình

như:
ngờ đâu lệ chỉ là vết đạn
lỗ chỗ lòng ta những xót xa

như :
quê hương nhắm mắt như sờ được...

như :
hỡi con kiến lửa lạc bâng quơ

Ơi chú kiến lửa có lạc loài không nhỉ? hay vơ vẩn rong chơi. Luân Hoán đã làm tôi xôn xao khi nhớ lại tuổi ấu thơ. Bây giờ tôi mới hiểu rằng tôi đã có bao nhiêu điều quý báu nhất mà tôi đã bỏ quên từ lúc nào không hay.

Tôi đã kể một phần nhỏ những gì đã gắn bó trong thơ Luân Hoán. Thơ anh dạt dào đầy ắp những Việt Nam. Những Đà Nẵng, Huế, Sài Gòn. Những ngã ba Huế, Hải Vân, huyện Quế Sơn, Câu Lâu, Hương An, Yến Nê, Hội An, Ngã Năm, Đầm Dạ Trạch... Thơ anh cuốn làn mây mù đỉnh núi, *"bờ tre chịu gió"*, *"thẳng đường chim bay"*, *"nước xôn xao dưới cầu"*. Thơ anh quê hương tăng thêm vẻ đẹp, tình yêu cũng âu yếm hạnh phúc bội phần. Thơ anh *"mỗi hạt bụi đời như có máu"* và gió thì *"thở nhầm hơi thở của em tôi"* và *"nước xô nhau như chạy trốn nhọc nhằn"*. Thơ anh đất cũng được âu yếm: *"hốt giùm nắm đất đưa ngang mũi, thử có hương giày sư đoàn 2"* và mưa cũng tuyệt vời mộng mị *"ước chi triệu hạt mưa rào, dắt dìu hồn sít rịt vào với nhau"* (Trần Hoài Thư).

Về hình thức một vài bạn cầm cọ thành danh của tôi không vừa lòng. Cổ điển quá. Có thể đúng vậy nhưng là những nét xưa thích hợp. Dùng một ảnh chụp cô con gái đầu lòng ngồi trước một

tấm lòng của chung cư, tôi nhờ anh bạn họa sĩ ViVi vẽ lại. Thật khó cho anh ấy vào những trường hợp như thế này. Nhưng tay họa tài hoa dễ thương này đã khéo léo biến nền ảnh thành cảnh sắc nông thôn được đề cập đến nhiều trong thơ. Có sông, có vườn tược nhất là những cây cau giống như hồ cau nơi nhà cha tôi ở Liêm Lạc, vậy là quá tuyệt. Khung cảnh trong tranh của những thập niên 30 gợi nhớ đến tranh Lê Trung... một thuở nào. Cái chưa đẹp có thể là những dòng chữ tên sách. Nhưng nhìn chung vẫn hài hòa bắt mắt. Trang trong bát chữ được xếp thẳng lề ở số chẵn, rồi chuyển qua thẳng lề ở số lẻ làm trang thơ đẹp và ấm áp hơn. Thơ đa phần dài, chữ hơi nhỏ, xếp dòng tằn tiện cho lợi trang, nếu cho rộng rãi chừng 50 trang nữa chắc sẽ còn trang trọng hơn là chỉ 126 trang.

Trang đầu in bản phác họa khuôn mặt tôi cũng ViVi Võ Hùng Kiệt thực hiện. Tập CƠĐĐTT... chào đời năm 1991 do Sông Thu và Kinh Đô đứng tên xuất bản.

11giờ 25 sáng 09-02-2010.

MỜI EM LÊN NGỰA
KHỞI ĐẦU NHỮNG NỤ HUÊ TÌNH

Ba năm sau "Đất Đá Trổ Thơ..." tôi mới in thêm một thi phẩm. Thi phẩm này thật tuyệt ở tên gọi. Thật hoàn hảo, hãnh diện ở hình thức. Họa sĩ Đinh Cường ngoài chọn tranh cho còn chính anh trình bày bìa lựa chữ cho dòng tên sách. Những nét chữ thanh nhã, mới lạ, tôi nhìn đã thấy thơ. Tranh bìa là một họa phẩm người nữ khỏa thân tinh khiết, bên cạnh một con ngựa đỏ rực cúi đầu thần phục trong thao thức ham muốn, một màu vàng óng hoàng phái gìn giữ. Dải băng đô hiện hữu cánh hoa mơ hồ trong sương mây khói thuốc, không liêu trai mà huyền hoặc, cỏ tơ em nồng nàn...

Tôi ưng ý biết bao nhiêu thì anh bạn đảm nhiệm in ấn xuất bản e ngại. Anh từ Mỹ gọi qua đề nghị cắt bớt chút ít cỏ hoa. Một họa phẩm thanh thoát như vậy sao có thể bạc đãi phần ưu việt. Tôi không đồng ý. Nhưng khi sách phát hành tấm tranh cũng bị xâm phạm chút ít. Những bạn nào in lại họa phẩm này mà thiếu chút chút phía dưới là copy từ bìa sách, không đúng với nguyên bản của Đinh Cường.

"Cũng may cỏ mượt mà em
vẫn còn phơi phới ươm lên thơ tình".

Ngoài bìa, bạn vàng Đinh Cường còn ưu ái cho Mời Em Lên Ngựa 6 phụ bản anh mới vẽ, phổ biến đầu tiên trong lòng tập thơ.

Bìa sau một ảnh màu chụp tôi nhìn nghiêng, khi tôi chưa

lên râu. Ảnh chụp tôi trôi cùng con thuyền du lịch trên sông Saint Lawrence, loanh quanh vùng 1000 đảo. Màu bìa xám chở bốn dòng:

"lãnh thổ thơ tôi, một cõi Em
hàng trăm chánh thất, chỉ một tên
và không cung nữ, không hoàng hậu
lộng lẫy trong cùng một dáng Em".

Thực hiện tập thơ này có tôi ngồi bên cạnh anh bạn Vũ Ngọc Hiến, người trong nhóm chủ trương tạp chí Nắng Mới ở Montréal, để dàn trang. Sách có ghi phần đánh máy của Trần Thị Lý chỉ cho vui thôi. Bạn góp phần lớn tài trợ cho ấn phí có nhà văn Nguyễn Dũng Tiến, cũng là chủ nhân một vườn cây cảnh lớn ở California. Sách in logo nhà xuất bản Thơ của tôi ngày xưa, nhưng Sông Thu của anh chị Thái Tú Hạp in.

Với chỉ 31 bài thơ cho 126 trang. Mục lục có in số thứ tự bài, theo tôi là một cần thiết cho những ai muốn viết về tập thơ. Đề nghị quý bạn in thơ sau này nên quan tâm thực hiện.

Mở vào nội dung, như thường lệ tôi có một bài đưa đường, lần này bằng 6 đoạn lục bát, mang tên chung: Dụ.

"mượn lời thi sĩ tỏ tình
không soi mặt cũng thấy mình dễ thương
bởi thơ trong suốt như gương
em nghiền ngẫm được mùi hương chính mình...".

Đây là những giới thiệu, quảng cáo khéo léo, làm mọi cách để tròn vai với nghĩa từ Dụ. Mang cả chính bút hiệu mình vào câu thơ. Không biết chân tình lồng trong ba hoa này có cảm động được mỹ nữ nào không. Nhiều năm qua con ngựa đã thuộc về chúa Trịnh rồi mà hình như chưa mấy thuyền quyên ra roi. Thơ vẫn chỉ là thơ.

Liền sau Dụ là Tỏ, không khác hơn nhiệm vụ bạch hóa thân phận, tâm tình.

"... chẳng gặp trong ta một cái ta
ngoài trăm ảo ảnh cái ta là
trái tim thưa thốt lời chân thật

thơm át mùi hương của lá hoa..."

Bài chủ đạo cho cuốn sách với hình dáng ngũ ngôn: nói loanh quanh rồi cũng lộ mục đích chính, khó có thể thật thà hơn:

"... cứ ví ta là ngựa
một con ngựa giang hồ
yên cương đời đã thắng
em yêu, ta đi nào!

bềnh bồng thân trường túc
gió vải hương bạch mao
nhớ mang theo nhúm cỏ
ta ngậm cầm hơi thơ...".

Vay mượn hình ảnh ngựa nên không thể không có chuyện Cỡi Ngựa với mướt rượt huê tình. Bài nhiều bạn thích, riêng người bạn văn Lâm Chương, từ Mỹ gởi lời chúc sức khỏe tôi, còn bạn, sẽ nghĩ sao sau khi đọc? (Bài này ghi tặng Đinh Cường.)

"dẫu mòn mỏi qua đường xưa lối cũ - vó ngựa ta còn thở vẫn còn phi - mông em nở và cặp chân rất điệu - khép càn khôn vào giữa nhụy xuân thì =

nhịp móng sắt từ ngàn xưa lóc cóc - lối đi quen không phải lối đi buồn - vẫn đường cũ mà mỗi lần qua lại - hương trong lòng vẫn đổi mới luôn luôn = em kiều diễm dẫu không ngừng sáng tạo - thế trên yên giông bão tuyệt như nhau – ngả về bắc, dạt về nam cuồng nhiệt - tay cương chùng theo vận tốc chậm mau = và ta nữa, khi thong dong nước kiệu - lắng sâu lòng hôn ngọn cỏ ngậm sương - khi tung vó điên cuồng phi bán mạng - hồng thủy trào dập tắt lửa kim cương".

Ngựa hay phải được thử bằng Đường Trường, và con đường này qua thơ 7 chữ:

mỗi dặm đường qua, mỗi dặm buồn
chùn chân, đời đẩy mãi sau lưng
đi hoài không đến không nơi đến
ta lạc dần ta mỗi trạm dừng

Trên con đường dài ấy là những hình ảnh của cuộc sống, của tình yêu cùng những trăn trở được gặp lại tưởng chừng như đã "mất tiêu".

đã mất tiêu rồi những đớn đau
đi hoài không đến, đến nơi đâu
cuối đường không phải là cái chết
mà điểm ra đi, sẽ bắt đầu.

Có lẽ vịn vào lạc quan đó để có những Thơ Thơ Cho Tiểu Muội bằng những bộc trực:

"... thành danh thi sĩ đã lâu
nhưng chưa viết được vài câu vừa lòng
từ trong tâm thất, thơ hồng
ứa ra nguồn máu buồn không ra gì
...
ta làm thơ khá dễ dàng
cộng thêm dễ dãi e nhàm mất thôi
mở lòng định quét nước vôi
ngặt tình yêu vẫn đời đời mới tinh =
...
biết yêu từ thuở lên mười
bốn mươi năm được khóc cười với thơ
mai sau dẫu chẳng nấm mồ
xin hồn chữ nghĩa đừng đào thải ta"=

Lẩm cẩm định nghĩa, cùng vẽ ra những trạng thái yêu cũng trở thành cách chơi của thơ thẩn:

"cho ta tờ giấy hồng điều – ta trân trọng viết chữ yêu để đời – thu đông xuân hạ em ngồi – ngai vàng là trái tim người biết yêu || trùm chăn kín mít suốt đêm - sợ rơi giấc mộng lọt em ra ngoài – sáng ra vơ vẩn nhớ hoài – hương em hương giấc mơ dài vẫn thơm ||... tôi là một gã dã man - hiếp em giữa mấy trăm trang chữ đầy - mong rằng hồn phách mặt mày – em vinh hiển với tháng ngày muôn thu ||... đi hoài thì thấy mỏi chân – yêu hoài không thấy mất phân vốn nào – trái tim có lớn là bao – bao nhiêu người đẹp nuốt vô cũng vừa"||

Dĩ nhiên chân dung Nhân Tình cũ được lục bát chiếu cố đến những 26 câu :

em là một loại vi trùng
đục khoét tim óc vô cùng hiểm nguy
ác từ vóc dáng em đi
độc từ đôi mắt kiêu kỳ lẳng lơ
trị em, chỉ tạm có thơ
sắc thành thương nhớ vu vơ uống chừng...

Hạnh phúc của tình yêu là sự trọn vẹn, có hậu, nhưng lý thú của tình yêu, nghiệm ra là thất tình. Tôi được mấy lần thất tình trong đời? Em A chắc sẽ đoán là mình. Em B, em C vẫn chỉ đoán là chính mình. Các em đều đúng cả. Còn tôi không nhớ được.

"yêu em là chuyện tình cờ - mất em thêm một tình cờ thứ hai - cả ngày ngồi nhậu lai rai - thấy ta xứng đáng được hai tình cờ || ... thất tình quả chẳng mau già – ta trông ta chẳng giống ta chút nào - giống y một gã côn đồ - muốn nhai muốn nuốt em vào trái tim || ... ngón tay nhúng cốc bia vàng - vẽ em, lên một góc bàn quạnh hiu – lòng ta chỉ có bấy nhiêu – mà nghe trĩu nặng trăm chiều nhớ nhung ||... nói xuôi nói ngược cũng buồn – nói lui nói tới cũng buồn mà thôi – tôi còn một món ăn chơi – là im lặng để ngậm ngùi nhớ em ||

Ngỡ tập thơ tập trung hoàn toàn vào yêu thương nam nữ. Nhưng mà không, triệt để cho đề tài này chỉ 57 trên 126 trang. Số còn lại viết về cha mẹ, bè bạn và bất ngờ có hơi hám chuông mõ cửa chùa, cùng đôi nét về một cõi xa vời hơn. Mừng một điều phần này có được một số bài đi vào lòng bạn đọc. Không chải chuốt quảng cáo gì thêm ngoài trích dẫn để khỏi ảnh hưởng đến các bạn có duyên đọc lần đầu trong Sau Lưng Đường Chữ này:

Khắc thơ lên gốc bồ đề

... (trong đoạn 1)

bốn mươi chín tuổi chưa nhìn tận
ưu thức đọng thơm vóc dáng Người
ước chi thân thể mang tâm Phật

đổi hết đời ta để biết cười

...

(trong đoạn 2)

Phật chẳng trách gì khách hành hương - chỉ dâng lên được chút bụi đường - với đôi tay chắp trong im lặng - chịu đựng giữ gìn riêng vết thương = tôi sắp hết đời, chưa đọc kinh - mở kinh mà cứ ngắm tay mình - lâng lâng lòng vụt theo chuông mõ - rùng mình ngắm Phật, Phật làm thinh =

...

(trong đoạn 3)

hết chỗ rong chơi, tôi đến chùa - ngồi ngoài sân ngóng mõ chuông khua - thứ hai nắng đẹp sao chùa vắng? - trống hốc lòng tôi trước gió đùa

muốn đẩy cửa vào thăm viếng Phật - mượn trầm hương tẩy nỗi sầu riêng - nhớ ra thân thể không toàn vẹn - sợ Phật đau lòng, đành đứng yên

sinh diệt tật nguyền theo định số? - quả nhân, nhân quả, luật trời ban? - tâm xà khẩu Phật, tôi u muội - cảm nhận đau thương của thế gian

có có không không tro cốt nát - mai này lỡ đọng đáy lư hương - vô tình hiển Thánh hay thành Phật - ai thế tôi qua những ngả đường?

Nghe Kinh Ngắm Phật

1. quỳ chân lắng nghe tụng kinh - hoàn toàn không hiểu nhưng hình như mê - mõ theo chuông vọng bốn bề - mang hồn lãng đãng bay về tây phương - tây phương là cõi cùng đường? - giật mình rớt trúng cái buồn ngủ tôi.

2. quỳ chân thiếp giữa thiên đường - lơ mơ gặp Phật như tuồng rất thân - bàn tay Phật nhẹ nhàng nâng - tôi lên lưng ngọn bạch vân bay hoài - chẳng gặp ai, chẳng thấy ai - chỉ nghe thoảng tiếng thở dài của tôi.

3. Phật ngồi trên đóa hoa sen - còn tôi quỳ giữa bóng trăng ngắm Người - ngẫm ra Phật có khác tôi - vì tôi tâm động buồn vui với đời.

Bạn Và Rượu
(tặng Phạm Nhuận)

chưa biết yêu, đã tập tành uống rượu - men Lưu Linh lót dạ bốn mươi năm - em bữa nọ, véo đùa chơi một cái - rượu bung da thơm ngát chỗ đang nằm

bạn đã đến cụng ly năm bảy bận - trái sầu non treo lẫn trái sầu già - trong khoảnh khắc, cạn ly, thành huynh đệ - đất cùng trời vạn tuế lũ chúng ta

rượu đã biến thành một phần cơ thể - như tinh, đàm, nước tiểu, máu, mồ hôi - ai bảo rượu không hòa tan với lệ - mà nhân sinh cạn được cốc tuyệt vời ?

bạn ngất ngưởng tỉnh say quên cả sống - cùng với hoa, với nguyệt, với giai nhân - lòng vô lượng ngàn sau ai dễ biết - ngoài tửu đồ, một lũ nặng phong vân

rót tràn nhé. châm thêm cho đủ đậm - nhạc cùng thơ, văn, họa, vọc mà chơi - rượu chưa hẳn tiếp hơi người dựng nghiệp - cũng đưa chân phiêu lãng ít chặng đời

ta được uống được say bao nhiêu bận - cuối mỗi cuộc chơi lời một cuộc tan hàng - mỗi lần ngắm lũ chai ly ngã đạn - nghe như mình rơi tuột chẳng âm vang

cảm ơn bạn, cảm ơn đời, cảm ơn rượu - trời đất trống không, chai cốc trống không - lòng cũng rỗng? ồ không, lòng không rỗng - hương bạn chơi, hương rượu ủ men nồng.

Một số bài khác nhắc về hay để tặng những người có được sự thông cảm nhau: Nguyễn Văn Xuân, Nguyễn Tất Nhiên, Mai Thảo, Thái Tuấn, Trịnh Công Sơn, Nguyễn Đông Ngạc, Nguyễn Thị Hoàng Bắc, Lưu Nguyễn, Vĩnh Điện, Phó Ngọc Văn, Đinh Cường, Đỗ Quý Toàn...

Về đôi bài viết tình thương yêu cha mẹ in trong Mời Em Lên Ngựa, nhà thơ Đức Phổ hiện ở Hoa Kỳ, trong một bài viết về thơ Luân Hoán, nhận xét:

"... Với tình yêu, nhà thơ Luân Hoán được sống trọn một đời tình, tôi không theo kịp được. Và với lòng hiếu thảo của anh đối với bậc sinh thành, tôi nghĩ, cũng chân thành không kém! Anh cùng lớp người được sinh ra với tuổi thơ trắng ngần trang giấy mới, với tuổi mơ mộng văn chương thơ phú. Rồi lớn lên, nổi trôi theo trường lính trường đời, rồi tan hàng rã ngũ... Trang đời anh đặc biệt hơn, có ghi thêm *"bàn chân trái"* gửi lại sa trường... Khi viết về Cha, về Mẹ anh tỏ ra duyên dáng trong những nét ẩn dụ chứa đựng nỗi ngậm ngùi sâu lắng mà ai cũng có thể dễ dàng chia sẻ cùng anh.

"cuối tuần ba thuê đấm lưng
nắng ngoài sân gọi, dòm chừng, đếm gian..."

"ba cầm thi phẩm của con
long lanh mắt lật, ngó, không nói gì..."

"con đi học làm sĩ quan
mỗi tuần ba gửi vài trang chữ đầy..."

"dìu nhau về tới hiên nhà
nạng con ngơ ngác, gậy ba bàng hoàng
không gian cùng với thời gian
bỗng dưng khựng dưới ba bàn chân khua..."

Với Mẹ, anh tỏ ra xúc động sâu sắc từ đức tính trung hậu, từ tấm lòng bao dung... của Mẹ. Anh còn đặc biệt thương cảm sự hy sinh, sương khó của Mẹ biết chừng nào!

"vì ba thích rượu ghiền trà
cà phê, thuốc lá tà tà quanh năm
nên mẹ thủ phận gánh gồng
cho hương hạnh phúc vẫn thơm mỗi ngày..."

Khi đọc Mời Em Lên Ngựa, một nữ Phật tử trong bút hiệu Thảo Nguyên cũng cho những đồng cảm, chị viết:

"... Luân Hoán đã xem Mẹ như bà tiên hiền dịu bước xuống đời, mở rộng vòng tay để ấp yêu, bảo bọc đời con. Mỗi vần thơ là một hình ảnh đẹp, dù chỉ là lúc ngắm nhìn Mẹ tỉa lá sâu trong sân nắng vàng thu.

Vạch cành me tìm lá sâu
Nắng thu nghiêng xuống tặng câu thơ vàng
Lòng me phơi phới nhẹ nhàng
Thành tiên giữa cõi trần gian phù trầm
(Mẹ- trang 76)

Rồi cũng trong đêm thu đó, Luân Hoán đã dùng chính nguồn sữa mẹ trộn với ca dao mà mẹ anh ngày nào đã đẩy đưa anh trong một chiếc nôi, để giữ lại hình ảnh mẹ anh trong một đêm trăng:

Mẹ nằm đọc Lục Vân Tiên
Trăng thu vào chật mái hiên nghe cùng
Hương từ vần điệu nghĩa trung
Hương từ giọng mẹ thơm lừng đêm khuya

Trái tim dễ rung động của tôi đã bồi hồi xúc cảm, khi bắt gặp hình ảnh đứa con trai nhỏ ngồi tựa bên chỗ mẹ đang nằm, vừa để ý ngắm nhìn khuôn mặt Mẹ thật gần, vừa săm soi tìm tóc bạc trong nỗi băn khoăn âm thầm khi nhận ra dấu vết của thời gian trên mái tóc mẹ yêu:

Ngồi nhổ tóc ngứa cho me
Thấy me nhăn mặt lòng se sắt buồn
Me đau hay me cũng buồn
Chùn tay bứng ngọn thời gian nhói lòng

Anh Luân Hoán đã miệt mài vẽ mẹ, bằng những bức tranh thơ rất đỗi dễ thương. Tấm lòng của mẹ bao la trải rộng, từ người thương yêu ruột rà cho đến cỏ cây. Mẹ là Phật, mẹ là tiên trong trái tim thơ dại. Mẹ thuở thanh xuân tóc xõa dài, mang giày lụa bước nhẹ ra hiên nhà, đưa tay nâng niu từng đọt lá, nhành cây, mỗi cử chỉ, động, tĩnh của mẹ đều đã là thơ:

Chim khách gọi trước hiên nhà
Mẹ mang giày lụa bước ra ngoài vườn
Trăm hoa đang độ ngát hương
Với tâm Phật, mẹ cúi hôn lá cành

Anh Luân Hoán giống như là chiếc bóng, lủi thủi đi theo sau

mẹ bất kể đêm ngày. Có lẽ vì vậy mà anh tin chắc rằng anh hiểu mẹ, hiểu còn hơn bất cứ ai.

Năm nào mẹ cũng nhương sao
Mẹ quỳ giữa chiếu lạy vào hư không
Phật trời có hiểu gì không?
Riêng con đọc hết nỗi lòng mẹ yêu
...
(Thảo Nguyên - Về Một Bút Hiệu)

Sau nhiều sách xuất bản, đây lần đầu tiên tôi cho in trong tập thơ, một bài có bài tên Di Chúc. Nhưng chỉ là loại di chúc ăn theo kiểu "Khi Tôi Chết...", hoàn toàn có tính cách chung chung:

"không từ đất sao phải về với đất - thịt xương này không thể mất khơi khơi - "khi tôi chết" xin đem giùm thi thể - chia cho thù lẫn bạn nhậu chơi. = thịt xương tôi có rất nhiều sinh tố - từ hận thù cho đến những yêu thương - từ chân thật đến manh nha thủ đoạn - mỗi cội tình đượm một sắc hương = "khi tôi chết" đừng chia buồn phúng điếu - đừng tiễn đưa, đừng gắng lập bàn thờ - bởi tôi sẽ đi đầu thai tức khắc - làm một cọng mây tuyệt cõi lửng lơ ="khi tôi chết" chúc mọi người ở lại - tiếp cuộc chơi tranh sống bình thường - đời vô vị nếu quá giàu hạnh phúc - người nên người nhờ những bi thương ="khi tôi chết" dĩ nhiên là trái đất - vẫn lầm lì với biển núi thờ ơ - người dẫu khóc hay cười tôi nào biết - vậy cần chi vun quén một nấm mồ = "khi tôi chết" quyết không ăn cháo lú - để hoài hoài thương tưởng cuộc đời tôi.

Không biết thường chiêm bao những gì, hay bi quan vì nhảy mũi, nhức đầu mà sớm chơi những vần điệu sau:

Đi Về Âm Phủ

này dạ xoa quỷ sứ - thủng thẳng để ta đi - khỏi còng tay, dẫn độ - ta cũng về âm ty = từng nghe danh địa phủ - với đáy ngục A tỳ - nay được chuyển hộ khẩu - lòng mở cờ vinh quy = sống chưa làm quân tử - chết dẫu thành khương thi - lòng hiếu lòng đã đủ - xứng danh đời nam nhi = đã qua tầng thứ nhất - ngại chi tầng thứ hai - phơi phới hồn thi sĩ - ta dễ gì thua ai? = chảo dầu sôi, cưa sắt - xẻo thịt đục khoét xương - trả thù hay trừng phạt - cùng đi chung một đường = ồ, đây cửa thứ chín - nhẹ hẫng, ta vào thôi - tâm manh nha oán hận - là đã có tội rồi = sát sanh là phạm giới - ta cầm súng cầm dao - giết con ruồi con kiến - trắng án được hay sao? = này con chim con cá - bụi cỏ dại, chùm hoa - từng bị ta hủy diệt - rộng lượng mở lòng ra = ta không hề sám hối - cũng quyết không rên la - rất bình tâm thọ phạt - giữ ta còn trong ta = ừ, thì ăn cháo lú - sá chi một vài tô - cho dẫu chợt quên phứt - cái đời xưa giang hồ = lòng ta vẫn thanh thản - bay cao hơn trăng sao - chẳng trở thành gì cả - chẳng đọng lại chỗ nào = sự sống và sự chết - vĩnh viễn từ hôm nay - là trái tim vô lượng - thơm ngát giọt thơ này.

Đóng tập lại với một bài, ngỡ như xui rủi, nhưng đến nay, sau 27 năm đã qua vẫn còn mê muội làm thơ.

Bài Thơ Đầu Tiên Ở Cõi Âm

1.

ta nằm trong cỗ quan tài
nhìn xuyên thớ gỗ, u hoài ngắm em
bàng hoàng thấy nỗi buồn tênh
xuyên ngang từng chuỗi lệ em khóc thầm
khói hương trổ mũi kim đâm
lòng ta chằng chịt rỗ âm thanh buồn
tái màu thịt, lạnh gốc xương
cái hồn rơi tuột vô phương la cà
vứt đi hoa ướp xác ta
để cho đôi mắt thiết tha em nằm
đưa chân một đoạn về âm
tạ nhau muôn dặm thăng trầm cõi riêng

2.

ta nằm trong đất hẩm hiu
rễ cây rễ cỏ sớm chiều xâm lăng
lơ mơ nghĩ chuyện gió trăng
mưa khuya nước giọt ao sen rùng mình
trầm hương da thịt thủy tinh

bay phơi phới lửa xuân tình trổ bông
ta nằm chết, nhớ bông lông
nhớ quanh nhớ quẩn cũng không ra ngoài
quầng mi mắt, vành lỗ tai
bờ môi sống mũi chân dài sáp ong
nghìn thu em ở trong lòng
âm dương thơ vẫn đầy dòng vọng em.

Khi tập thơ hoàn tất, ký tặng Đinh Cường thay một lời cảm ơn lần nữa. Anh gởi lời khen hai đoạn thơ trong bài Thơ Làm Lúc Lười Biếng. Anh hào hứng nói sẽ đem hơi hám vào một phác họa tặng tôi. Chẳng biết anh có động cọ không. Tôi không được quà của anh ngoài những vui tay trên những phác họa chân dung. Xin trích hai đoạn đó, để chấm dứt bài viết này:

Chạng vạng đùn ô cửa
mắt kính bén hương đêm
gấp sách trực nhớ lại
hình như đang vắng em
vườn ngoài phong lá rụng
bật đèn lòng chênh vênh
vuốt đầu rụng tóc bạc
thăm thẳm tiếng sấm rền.
(1, cuối ngày)

đá sống đời của đá
cây sống đời của cây
riêng tôi thích sống ké
vào cả vũ trụ này.
(2, ngắm đá)

17 giờ 11 | 09-02-2020

NUÔI THƠM CHÙM KỶ NIỆM XANH
NÉT ĐƠN GIẢN VỀ NHỮNG NGƯỜI THÂN QUEN

Là một tập thơ có số phận hẩm hiu vì không được in ấn với số lượng cần có thông thường, dù cũng được in đàng hoàng bởi giúp tay của anh Vũ Ngọc Hiến và tạp chí Nắng Mới của anh em nhóm Vượt Biển tại Canada như Lưu Nguyễn, ViVi, Vũ Ngọc Hiến vv...

Sách bằng chữ in trên hai mặt giấy, có trang, có bìa, sau khi layout trình bày đàng hoàng, không còn là bản nháp. Đâu thể phủ nhận đây là một cuốn sách. Tác phẩm hay không lại là một việc khác. Phần này có lẽ phụ thuộc vào bạn đọc.

Trước nhất xin chép lại lời mở đầu tôi viết cho tập thơ, với tên Cũng Gần Như Ba Hoa:

"Với khuyết điểm nhút nhát và thiếu lịch thiệp trong giao tế, tôi đã để vụt đi nhiều cơ hội làm quen biết với các anh chị em trong nhiều lãnh vực sinh hoạt của cuộc sống. Gia tài bè bạn của tôi do đó đã không được sung mãn cho lắm.

Ở vào những thập niên 60, 70 tôi mê dại làm thơ vớ vẩn, làm báo lăng nhăng ở một vài tỉnh lẻ; in ấn, trình làng được ít cuốn thơ. Kết quả, hình như tôi được có tên rất khiêm nhường trong đội ngũ sinh hoạt Văn Học Nghệ Thuật miền Nam. Điều này phần lớn cũng nhờ vào sự khuyến khích, giúp đỡ của bạn bè. Xin chân thành cảm ơn.

Tình bạn đóng một vai trò quan trọng trong đời sống cá nhân tôi. Hiểu vậy, nhưng tôi vẫn tiếp tục vụng về, lười biếng. Thời gian lưu trú rong chơi ở thủ đô Sài Gòn của tôi không phải hẹp lắm. Và số giờ dành cho các chuyến "thăm dân cho biết sự tình" ở các địa danh như Ngã Ba Chuồng Chó, Chợ Vườn Chuối Nguyễn Thiện Thuật, v.v... không phải đã chiếm hết toàn thời gian thư thả của tôi. Nhưng tôi không nghĩ đến, không dám nghĩ đến, việc ghé thăm các tòa soạn của các tạp chí đã có ưu ái đăng tải, giới thiệu thơ tôi như Mai, Bách Khoa, Văn... ngoại trừ Văn Học của anh Phan Kim Thịnh sau dịp anh và một người nữa đã ra Đà Nẵng thăm tôi. Các anh Trần Phong Giao, Lê Ngộ Châu... tôi chỉ gặp nét chữ của họ qua thư gởi.

Hồi đó tôi làm thơ ào ào, gởi đăng vung vãi ở hầu hết các bán nguyệt san, nguyệt san, tuần báo (trừ nhật báo) dưới nhiều bút hiệu khác nhau; kể cả theo phong trào giả danh con gái như Châu Thị Ngọc Lê, Đoàn Thị Bích Hà, Lê Thị Quyên Châu... Không có tờ nào trả nhuận bút, ngoại trừ tạp chí Bách Khoa. Tôi đã nhận được một số nhuận bút của tạp chí này. Trong những năm gần đây tại hải ngoại, tôi có đọc thấy đâu đó có bài viết xác quyết: Trước 75, không có tạp chí nào ở Sài Gòn trả nhuận bút cho thơ. Điều này đã làm tôi có ít thắc mắc. Phải chăng số nhuận bút tôi nhận sau khi đăng bài ở Bách Khoa đã do một người nào đó ưu ái giúp đỡ riêng thay vì chủ trương của tờ báo? Nếu đúng như thế, quả thật tôi đã phụ lòng tốt của người bạn quý vô danh, vì không đáp lễ được một lời cảm ơn.

Dù vướng hai khuyết điểm trên, may mắn số bạn bè của tôi qua từng chặng đời cũng đông vui, khó lòng kể hết. Tôi có một trí nhớ khá tồi ở các lãnh vực Khoa học, Sử ký... Nhưng may mắn có trí nhớ trội hơn trung bình một chút ở lãnh vực tình cảm. Người bạn đầu đời của tôi là một cậu bé lên ba, cũng như tôi, ngày đó ở sát nhà nhau. Chúng tôi thường chơi cái trò vọc cát trước hiên nhà. Một bữa nọ, thằng bạn Tàu lai kia, không nhớ vì lẽ gì, cu cậu đã thân ái cắn cho tôi một miếng rõ mạnh ngay giữa bụng, trên lỗ rún một chút. Hai vết răng-sữa-cuốc-bàn hiện nay vẫn còn mờ mờ, nhưng người đã bặt tin từ lâu.

Trong đời tôi, ngoài cái thú làm thơ, dĩ nhiên không kể những thú căn bản, bình thường khác, tôi còn có cái sung sướng khi được sống lại, nhớ lại những kỷ niệm đã có với bè bạn. Gần hai năm nay, sau cái quyết định sai lầm tự ý xin nghỉ việc, để tự đẩy mình vào phòng giam dưỡng lão tại gia khi mới chớm 51. Tôi quả thật không biết làm gì cho hết thời giờ. Cái bệnh chỉ đọc sách báo phơn phớt cứ trên đà gia tăng theo tỉ lệ thuận với bệnh lười biếng cố hữu.

"Dài lưng tốn vải ăn no lại nằm". Lưng tôi không dài bao nhiêu. Áo quần cũng đơn giản. Ăn thì lười biếng nuốt cho đến đúng tiêu chuẩn no. Nằm thì càng rất ít, nhất là nằm một mình. Sợ ma thường trực 24/24; vì lẽ đó, nếu phải lưu lại đêm nhà bạn nào thì tôi thức gần trắng đêm.

Không nằm, không ngủ, không đọc sách báo, không làm thơ, không lo cơm nước, thì làm gì? May quá, tôi có mục để chơi. Nhớ. Nhớ bao đồng, nhớ lung tung và nhiều nhất là nhớ đến những thằng, những con bạn, còn sống sờ sờ, hay đã quá vãng từ lâu. Nhớ không chưa đủ thú. Tôi vẽ họ ra. Không phải "hình ảnh chân dung" mà là kỷ niệm. Không bằng sơn cọ mà bằng chữ viết. Do đó chẳng bao lâu Chùm Kỷ Niệm Xanh của tôi được Nuôi Thơm. Dĩ nhiên mùi vị do lòng chủ quan của tôi phân chất.

Kỷ niệm thì hằng hà sa số, tôi phải lượng định và lượm ra một vài nét cho chính mình và đối tượng khi được đọc phải thấy ngay, phải trực nhớ, phải mỉm cười. Căn bản này có lẽ một phần nào đã làm hại đến thi vị của thơ, và người ngoại cuộc đọc đến đôi khi bực mình, không thông cảm được. Nhưng làm sao hơn. Đã nói là kỷ niệm, đành phải làm phiền lòng các độc giả muốn ghé mắt đọc vậy.

Vì nội dung của đoạn thơ mang nặng hình ảnh riêng và diện tích hạn chế của bốn câu lục bát, tôi thấy được những vấp váp, nên tập thơ này không ấn hành rộng rãi. Sau này nếu có bạn nào muốn có để lưu niệm, mời tùy nghi sao lại. Tôi cũng xin thưa, những tâm dung hiện diện trong tập này không phải đã đầy đủ. Còn sót nhiều, nhưng vì chán ngán bất ngờ đến, xô ngã ụp tôi trở lại cái lười biếng, nên phải lái xe đi vòng vòng chơi một chút cái đã.

Cảm ơn toàn thể hiền hữu ta.
Cảm ơn quý bạn đọc khoan dung.
Cảm ơn Lý, đã cho anh nhiều ly chè trong suốt thời gian vớ vẩn này.

Luân Hoán
Montréal, Canada
21 tháng 11 năm 1993.

Dù không được trân quý như những thi phẩm khác, nhưng tập thơ này, chính là bước mở đường dẫn tôi đến với "Giữ Riêng Vài Nét Như Là", phần phụ lục cho cuốn Ổ Tình Lận Lưng, gồm gần 28 trang in liền nhau. Tiếp theo sau là Tâm Chân Dung phương phi thành hình.

Trước khi trích dẫn tiêu biểu, phần hình thức cụ thể như sau:

Bìa trước, tôi tự trình bày, tranh bìa in đầy ảnh chụp của họa sĩ Khánh Trường, bản vẽ này anh copy cho tôi. Đó là khuôn mặt một thiếu nữ. Mẫu chữ cho tên sách, tôi chọn nét thanh nhã và khá mới lạ.

Bìa sau in một phác họa chân dung tôi của nhạc sĩ Trịnh Công Sơn vẽ năm anh qua thăm Montréal, 1992. Dưới bản vẽ 4 câu:

vu vơ vài hình ảnh
hiu hắt thắp một thời
soi lòng lên vết bụi
từ người tôi thấy tôi
LH

bìa nền trắng giấy láng nhưng mỏng.

Có 3 phụ bản in trên giấy màu vàng đất, là những bản vẽ được cho bởi các họa sĩ Khánh Trường, Đinh Cường, Thái Tuấn.

Mục lục nội dung chia làm 2 phần, phần đầu mang tên Bạn Vàng, chưng ra 131 kỷ niệm. Trong số nhân vật này có chừng mươi người là bạn thân thiết nhưng không sinh hoạt Văn học nghệ thuật. Phần hai với tên Tâm Dung Đại Gia Đình Tôi, gồm 34 đoạn.

Thật không biết trích như thế nào cho phải phép. Mong rằng chỉ có thiên vị ít ít, có thể những trích dẫn nghiêng về câu từ ấm thi vị:

gởi cho năm đóa hồng gai
thách tôi tìm cánh Xuân đài cát xanh
phong lưu hào sảng bẩm sanh
nên phong luôn Ngũ Ái Khanh một lần

Sự tích: Bích Xuân làm thơ, viết văn, ca hát. Cô là người An Hải, quận 3 quê tôi, Đà Nẵng. Định cư lâu năm tại Pháp. Tôi quen biết BX qua giới thiệu của nhà văn Hồ Trường An. Thời internet chưa thịnh hành. Thư tay qua lại nhiều lần (còn lưu nhiều). Một hôm BX gởi tặng tôi một tấm ảnh chụp chung cùng 4 cô bạn khác. Và đố tôi đoán thử ai là BX trong ảnh. Nếu đoán đúng sẽ có quà đặc biệt. Đây không thể không là kỷ niệm.

mấy mươi năm ăn chực mày
cà phê thuốc lá thịt cầy, rượu, hoa
quốc nạn đành lạc bạn già
lấy ai ăn chực xót xa của mày?

Bạn là Châu Văn Tùng, cùng với Hoàng Trọng Bân, chúng tôi là "tổ tam tam" thân thiết vô cùng. Tùng và Bân là con nhà giàu. Tôi con nhà sa sút. Hai bạn tôi đều có hoa tay, nhưng chỉ Bân chơi sơn cọ. Tùng chỉ phác họa thiếu nữ như kiểu Ngọc Dũng. Anh và Bân là hai nguồn chi của tôi. Đặc biệt tôi được cả gia đình Tùng thương yêu. Bác Châu Văn Chỉ, thân phụ Tùng là Tổng Giám Đốc Quỹ Bù Trừ Pháp, một thời trước đó ông là Phó Thị Trưởng Đà Nẵng. Bác sĩ Châu Văn Thạch, anh Tùng nghe tin ở Mỹ, nhưng anh không xuất ngoại được. Tùng ngồi cùng lớp, đi lính cùng khóa, về cùng một tiểu đoàn Bộ Binh; đời dân sự cũng làm ngân hàng. Anh tùng sự tại Việt Nam Công Thương cách nơi tôi làm, VNTT, mấy bước. Tôi rất thích câu cuối của 4 câu thơ trên.

Ghé Tổng Y Viện Duy Tân
thăm chân tu bỏ một chân trên rừng
một năm sau tau hành quân
không ngờ trời bắt anh hùng như mi.

Kỷ niệm này có với nhà thơ Chu Tân, anh tên thật là Tôn Thất Chơn Tu, nói lái tên để thành bút hiệu. Tu, động từ có nghĩa tách ra, có thể là cắt chăng? Nhiều bạn nghĩ rằng anh bị thương cưa chân do vận từ cái tên mà ra! Cặp chân của anh rất quý bởi anh là một cầu thủ xuất sắc môn đá bóng của trường Phan Châu Trinh. Anh học trên tôi một lớp cùng với Hà Nguyên Thạch, Phan Nhật Nam, Nguyễn Bá Trạc... Thời này thơ anh đăng nhiều ở Thời Nay, Ngàn Khơi... Anh bị thương khi tôi chưa bị động viên, lên thăm tôi đã chống nạng của anh đi thử trong phòng và cơ sự về sau... như bây giờ!

Rủ ai Cùng Khổ nữa không?
báo đè cổ bạn như gông với xiềng
ngắm bạn, ta hạ cơn ghiền
trở về trải chiếu trước hiên đánh cờ

Cùng Khổ tên tạp chí do Đoàn Minh Hải (trước ở Đà Nẵng sau vào Sài Gòn) thực hiện. Làm báo vì đam mê ngay cả khi thiếu yếu tố căn bản là tài chánh, do đó cách làm báo (không biết được mấy số) của anh rất vất vả. Tôi cũng góp bài cho báo anh. Hiện vẫn còn lưu giữ thư anh gởi thời ấy, nhưng báo thì không thể còn.

sát vai ngồi dưới hiên người
cành cây khuya vọng tiếng cười vô danh
tàn quân thuốc lá nằm quanh
vỏ trứng vịt lộn sắp thành hư vô

Bối cảnh nằm trên đường Hùng Vương, hiên nhà của hiệu Mè Xửng Song Hỷ. Bạn tôi là Hà Nguyên Thạch, đêm đã được nhớ là đêm chúng tôi đi chơi khuya, ăn hột vịt lộn ngoài đường, trong lúc đó cách vài chục mét, nhà thơ Nguyễn Nho Sa Mạc nằm trong nhà xác bệnh viện Đà Nẵng. Bệnh viện này do Pháp bàn giao, nay là Trung Tâm Y Tế?

Hăm chín tháng ba bảy lăm
chia tay nhau tại Ngã Năm dặn rằng:
thằng nào sống, phải nhớ ăn
thêm tô mì Quảng cho thằng chết đi.

Ngày tháng nêu trên chỉ là tượng trưng một cái mốc lịch sử của Đà Nẵng. Sự việc có thật, nhưng xảy ra sau chừng một tuần.

Người có chung kỷ niệm là nhà thơ Hoàng Quy. Lúc bây giờ anh được biệt phái giữ chức Quản Đốc đài Phát thanh Đà Nẵng. Hôm ấy anh tới rủ tôi đi trình diện học tập theo thông báo chung. Trước khi đi chúng tôi ghé ăn mì, gần nhà (hay chính là nhà của cô An Hà Châu dạy Pháp văn tại Phan Châu Trinh, tôi không còn nhớ rõ). Cũng nhờ những bát mì này, tôi kịp nghĩ lại không đi trình diện với Quy, vì nhớ ra mình đã giải ngũ. Nếu đi, chưa biết tôi sẽ ra thế nào. Hên xui luôn gần nhau. Hoàng Quy vẫn còn ở quê nhà. Năm ngoái hình như anh cho phát hành một thi phẩm. Vẫn rất mong được liên lạc. Quy có thể lớn hơn tôi vài tuổi.

Bạn về trời tết Mậu Thân
ngay khi gõ cửa thất thần gọi ta
ta rời phòng trọ đêm qua
để bạn lãnh đạn làm ma trước thềm

Người cho tôi bốn câu trên là cố đại úy Huỳnh Bá Dũng bạn cùng trường PCT . Khi tôi trình diện sư đoàn 2BB, anh đang là một Trưởng Ban 3 của Sư đoàn. Qua Dũng gởi, nhiều lần tôi được đi ké trực thăng về thăm Đà Nẵng. Anh cũng đã lui tới chỗ tôi thuê ở trọ cùng Đynh Hoàng Sa, (sau khi tôi rời khu Trùng Khánh và trước khi đến ở nhà ngang của nhà thơ Khắc Minh). Một ngày trước tết, tôi và Lý định ăn Tết xa nhà. Nhưng sau khi biết vợ chồng Quí (ĐHS) về nhà vợ (cũng ở Quảng Ngãi) để ăn tết. Lý sợ ở một mình, tôi liều mạng bỏ đơn vị cùng về Đà Nẵng (đi hơi dễ dàng vì có xe đò của nhà Lý ra vào thường). Không ngờ sáng hôm sau pháo xuân thay bằng AK. Từ bản doanh Sư đoàn 2 về nhà thăm vợ con, Dũng phải đi ngang trường trung học Kim Thông. Tôi thuê nhà sau lưng trường này. Dũng bị phục kích tại đây, anh bỏ Jeep chạy vào chỗ tôi ở và đụng đầu ngay một ổ phục kích khác.

gặp nhau tuần trước mày khoe
chuyến này chắc chắn xuống ghe an toàn
cà phê Lộng Ngọc dời sang
Cali? không phải, suối vàng thảm thay!

Một chuyên viên vượt biên nhưng thất bại liên tục là họa sĩ Lâm Quang Phước, chủ quán cà phê Lộng Ngọc, chắc nhiều bạn nhớ. Anh vẽ bìa cho tập thơ Thèm Về của Thái Tú Hạp. Anh có cuộc triển lãm tranh tại Bảo Trợ Nhi Đồng Đà Nẵng, sau buổi tôi ra mắt sách thi phẩm Rượu Hồng Đã Rót, cùng nằm trong sinh hoạt của hội Khuyến Học do nhà văn Nguyễn văn Xuân chủ tịch. Sau này tôi vào Sài Gòn, bạn bè kể Phước bị rượt sau một cuộc vượt biên và trúng đạn chết, nghĩa là chưa xuống ghe tàu. Thật thương. Tôi vẫn thường nằm nghe nhạc trên gác Lộng Ngọc của anh.

ôm nhau nằm ngủ dưới hầm
đêm nào anh cũng đái dầm ướt tôi
được tin anh mới về trời
thốt nhiên nhớ: quá nửa đời, đâm lo!

Mảng kỷ niệm này có thể thuộc loại xưa nhất của tôi. Gợi từ thời tôi còn ở quê nội Liêm Lạc Hòa Đa. Nhà thân phụ tôi hình như lớn nhất làng, kiên cố nên tối nào cũng có một đám con nít bà con đến ngủ qua đêm. Lê Thoại, Lê Lữ hai anh em chú bác thúc bá của tôi luôn có mặt. Nhà tôi lúc đó có hai hầm nổi. Chuyện tôi kể hoàn toàn có thật. Ba của anh Thoại tôi gọi là bác Hội Du, cán bộ thứ thiệt của Việt Minh. Trong hai con trai, Thoại được ông cho ra Hà Nội (hình như cùng năm tôi ra Đà Nẵng, 1952) rồi cho qua Liên Xô học. Sau 29 tháng 3, Thoại về thăm nhà. Trong lần đầu ra thăm Đà Nẵng, nghe nói sẽ ghé thăm nhà tôi. Đi chưa đến thành phố, anh bị tai nạn ngay giữa cầu Đỏ. Thật bàng hoàng mỗi khi hình dung ra anh, một người có cái cằm khá dài rất đặc biệt. Cảm ơn anh đã nhớ tôi.

Sẽ rất là không nên, nếu chú thích như trên cho 171 khuôn kỷ niệm tôi gắng nuôi thơm. Xin nhắc thêm một kỷ niệm nữa để chấm dứt. Cũng xin lỗi các bạn văn, tôi dành lại khi nói về Tâm Chân Dung.

dách, thùng, cù lũ, cũng thua
cái khe cửa hở gió đưa Tam Kỳ
chẳng hay bạn sùng đạo chi?
bốn mùa tâm nguyện chân quỳ trước hoa

Quả là nhờ ỷ tuổi già hay đúng hơn đã già nên mới dám nhắc đến kỷ niệm, rất có thể hơi trần tục này. Bạn tôi ở đây là anh Phạm Ngọc Niên, giáo chức. Vợ anh thuộc hàng hoa khôi, có hàng vải lớn ở chợ Hàn. Anh thường đi chiếc vespa cáu cạnh thời bấy giờ. Là một tay binh xập xám có hạng. Anh phải dạy học ở Quảng Tín (Tam Kỳ). Trong một lần tình cờ lách mình qua khe hẹp giữa hai bức tường, hình như để giải quyết nước ứ trong người. Anh phát hiện một cánh cửa sổ của một khu cho thuê phòng ngủ. Tò mò giúp anh xem được phim nóng. Cũng từ đó anh thỉnh thoảng cố tình mục kích. Cuối tuần anh về Đà Nẵng kể cùng chúng tôi. Nói cho ngay thằng nào cũng háo hức, nhưng cũng tỏ ý không tin. Vậy là để chứng minh sự thực thà anh lần lượt chở chúng tôi vào thăm cho biết tài tử ngoài phim ảnh ra sao. Tôi có đi mục kích không? Bạn đoán thử. Quên nói Niên là chân hậu vệ cứng cựa của đội bóng trường Phan Châu Trinh.

Kỷ niệm nào vui mấy nhắc lại cũng mang mang buồn. Làm sao ngăn ngậm ngùi dù không ứa nước mắt hỡi Lê Văn Nghĩa:

dùng cả chiến xa rước ta
lội quanh phố lụt để mà tìm bia
bạn về đập cửa giữa khuya
Quế Tiên sớm nọ còn bia mất người

Chắc bạn được vinh thăng Thiếu tá phải không chi đoàn trưởng Thiết Giáp thuộc sư đoàn 2, Lê Văn Nghĩa, Tô Yên! Mấy giờ sau khi bạn gõ cửa nhà tôi, ngó nhau một cái, bạn thất lạc, ra đi. Đã bảo chỉ nhắc thêm một người mà ăn gian rồi. Xin ngưng, ngưng thật.

CỎ HOA GỐI ĐẦU
MỘT THI PHẨM
KHÔNG LÀNH LẶN TRONG ẤN LOÁT

Năm nhà văn Nguyễn Sao Mai ở Hoa Kỳ thực hiện tạp chí văn học nghệ thuật Sóng Văn, tôi được anh rủ vào ban biên tập. Chơi chung với anh, ngoài góp thơ tôi còn bày trò phỏng vấn. Nhưng lần này tôi không thực hiện tương tự như thời làm cho tạp chí Sóng ở Toronto Canada của anh Nguyễn Tăng Chương. Thay vì gởi câu hỏi cho các tác giả, tôi dành sự trả lời cho những người phối ngẫu, vợ hoặc chồng. Điều này chưa ai thực hiện.

Anh Nguyễn Sao Mai cũng thực hiện gần như cùng lúc hai sân chơi bằng Anh ngữ The Writers Post và Wordbridge. Báo của anh in bìa màu thật lộng lẫy trang nhã. Trong giai đoạn này anh gọi điện thoại viễn liên cho tôi gần như mỗi ngày, và cuộc gọi nào cũng thật ấm túi ông bưu điện Hoa Kỳ.

Một hôm, với tôi thật đẹp trời, anh đề nghị in tặng tôi một tập thơ trong nhà xuất bản cùng tên Sóng Văn. Tuy không hẳn "buồn ngủ gặp chiếu manh" nhưng tôi vô cùng cảm động thích thú. Như vậy sau Tưởng Năng Tiến, Thái Tú Hạp để có Hơi Thở Việt Nam, Ngơ Ngác Cõi Người; Trương văn Nghĩa để có Chân Dung Thơ Luân Hoán, tôi có thêm một Nguyễn Sao Mai để trình làng Cỏ Hoa Gối Đầu. Một đề sách mà nhà văn Võ Phiến trong một thư gởi ghi một câu "Nhất anh rồi có cỏ hoa gối đầu". Và không thiếu những bạn khác đùa rằng tôi chơi chữ.

Trước khi nêu lên những vết thương ở phần in ấn, tôi xin phép giới thiệu loanh quanh những gì Cỏ Hoa Gối Đầu có được:

1- Phần bìa tranh do họa sĩ vẽ riêng cho tập thơ, không dùng họa phẩm có sẵn. Quý hơn nữa anh tự tay trình bày, chọn chữ in cho tên sách. Tên Luân Hoán rõ to là điều tôi vẫn thích lâu nay (háo danh mà). Câu Cỏ Hoa Gối Đầu chữ in bình thường nhưng sắp xếp hợp lý, một đường dài như nâng đỡ danh xưng tác giả ở trên. Khánh Trường vẽ hoa một cách siêu thực, không dạng hoa nhưng thật tuyệt. Tôi rất thích mẫu bìa tươi sáng thanh thoát này. Trái lại bìa sau, ảnh tôi hơi màu mè trong chiếc áo mặc.

2- Lời giới thiệu thi phẩm, nhà văn Nguyễn Sao Mai viết:

"Có lẽ, từ cái chỗ đã đến được và không còn phải đi đâu, nhà thơ, trong cõi của riêng mình, tự tại, thong dong, hạnh phúc với đầy đủ cảm nhận của một người đang thực sống, nắm bắt đời sống bằng những chứng nghiệm rất riêng. Với Luân Hoán, cái chứng nghiệm rất riêng đó, nhiều nhất ở trong tình.

Tình yêu, thật ra đã bàng bạc trong hầu hết 16 tập thơ in riêng cũng như chung của ông trước và sau năm 1975, trong nước cũng như ở hải ngoại, nhưng đến Cỏ Hoa Gối Đầu, mê tình đã trở thành nỗi mê đời, trong đó, sống là nghe được từng hơi thở của nhịp sống, từng hơi thở của xương da, ngay trong những bất trắc, đa dạng của cuộc đời có, không, sấp, ngửa. Nhà thơ sống với nó, trong từng mỗi giây phút, những kinh nghiệm sờ mó được. Những kinh nghiệm đó không phải chỉ là bóng dáng của thực tại: cõi miên viễn, cõi vô cùng, cõi mông lung, v.v... mà chính là thực tại. Cõi thơ Luân Hoán.

Trong cõi thơ đó, bởi vậy, không có những nghi vấn, những dò tìm. Khi đã đến được với nó thì còn gì để phải thao thức kiếm tìm? Còn gì để phải thắp đuốc viển vông chạy đuổi? Cũng vậy trong cách sử dụng thơ vần của Luân Hoán. Giữa cơn sốt đang trăn trở của những tìm tòi và khám phá mới về cách diễn đạt trong sinh hoạt thi ca, Luân Hoán vẫn, bằng những cách thế bình thường nhất, thơ vần. Có lẽ, gắn bó với thơ vần, đối với LH cũng không phải là điều quan trọng. Quen vẽ bằng cọ, thì cứ vẽ bằng cọ, thế thôi. Và cũng chính điều không coi là quan trọng này sẽ xóa bỏ biên giới giữa thơ và người làm thơ. Chỉ còn lại Luân Hoán thơ. Thơ Luân Hoán.

Cỏ Hoa Gối Đầu hầu hết là những bài thơ tình với bóng dáng của tình thường. Đó là nỗi mê đời. Đó là ở trong đời. Là chứng nghiệm thực tại. Thực tại chính là tim rung và máu chuyển, là nhựa trong cây, là tình trên lá, nhà thơ cần gì phải chống gậy thiền tăng tìm lật nghiêng sông núi?"

(trang 7 v à 8).

3 - Trong sách tôi có được 3 phụ bản. Thay vì họa phẩm hay ảnh nghệ thuật, khác hơn ai từ trước, tôi được hai nhà văn và một người bạn thân cho ba phụ bản bằng thơ, có cả chân dung của đương sự.

Nhà văn Song Thao, viết và ký tên hồi chớm hạ 1997:

Tặng Luân Hoán
một chân chống chỏi cuộc đời
còn chân nào giữ cái nòi thẩn thơ
cái tim, cái ruột lơ mơ
cái hồn nghe nặng ơ hờ cỏ hoa.

Nhà văn Hồ Đình Nghiêm, vào giai đoạn này chỉ chơi văn xuôi, chưa làm thơ, viết thật đẹp, nguyên dạng phụ bản:

(góc bên phải: ảnh)

ngày đứng gió
cởi áo ngồi bất động
đêm thoát y
nóng một giấc mộng đè
chim khản tiếng
ngủ không yên lồng hẹp
vỡ câu thơ
dâng mê muội cho đời.

Ký tên như viết hồ đình nghiêm (không viết hoa, bên dưới thòng thêm câu:)

gửi thi sĩ đại ca Luân Hoán.

Bạn thân Châu Văn Tùng:

tóc rối mở đường bay đi trước
thân cùng chân lạng quạng lê sau
không bầu, không túi, không khói thuốc
phấn bụi rã thành bèo bọt về đâu? - Châu!
Đà Nẵng 18-4-96

dán ảnh ký tên.

Cái thú vị là những bạn không chuyên về thơ mà cho thơ, không phải dễ!

4 - Sau khi sách được phát hành, một số bạn văn đã ưu ái cảm nhận. Nhà thơ Thái Tú Hạp trong tác phẩm Giữa Trời Hoa Bay, anh có dành một tựa đề "Người Gối Đầu Cỏ Hoa" có đoạn:

"... Qua đến Cỏ Hoa Gối Đầu, người chủ trương tập san Sóng Văn đã nhiệt tình tiếp tay thực hiện cũng bày tỏ chân tình: "*Cỏ Hoa Gối Đầu hầu hết là những bài thơ tình với bóng dáng của tình thường. Đó là những mê đời. Đó là ở trong đời. Là chứng nghiệm thực tại. Thực tại chính là tim rung và máu chuyển, là nhựa trong cây, là tình trên lá, nhà thơ cần gì phải chống gậy thiền tăng tìm lật nghiêng sông núi?*".

Thơ của thời điểm ông đang ngồi ngất ngưởng ở cửa tri thiên mệnh, nên thơ đã nhuốm vẻ thong dong mây trời, coi thường lẽ tử sinh của tạo hóa.

vẽ tâm vẽ dạng vẽ đời
từ sinh đến diệt treo chơi mấy ngày?
(Chân Tướng)

Thiên đàng một cõi riêng em
thành tâm đắc đạo ưu tiên tôi thờ
động vàng tiềm ẩn mạch thơ
ngấm vào thân thể tôi chờ khai hoa

em còn cõi niết bàn riêng
mình tôi tốt phước được quyền nhởn nhơ
ra vào kính cẩn làm thơ
sống vương giả bởi biết thờ phụng em
(Nghiệp Phúc)

Ông đã vượt ra ngoài cái tâm thức Bát Nhã, tiếng vọng lại bên kia trời Tử Sinh chỉ là cõi tâm động của tình yêu. Một thi sĩ Tây Phương nào đó đã tận tình thi hóa mối tình thơ mộng của ông với người yêu Paris tóc vàng mắt biếc... *Anh sẽ khắc lên bia đá "Nơi nào em đến, nơi ấy là thiên đường"*.

Cổ sáp ong vẫn thường đeo thánh giá
tôi nhủ thầm: em ngoan đạo, từ tâm
muốn với tới ngôi trời, tôi xem lễ
Chúa của tôi là em ở trong lòng...
(Chúa tôi)

Thiên Đàng hay Niết Bàn cũng chỉ là nơi người tình thủy chung. Ông quả là một tín đồ ngoan đạo tình yêu, mà tình yêu trân quý cao đẹp nhất chỉ có một người thôi đi bên cạnh ông đến suốt đời.

Trong Cỏ Hoa Gối Đầu, ông xem như tặng phẩm ngọt ngào dành tặng cho người yêu, một vài ý tưởng thầm kín thơ mộng và bộc trực chân tình, ông quả can đảm và tế nhị hơn những nhà thơ nổi tiếng cùng thời với ông. Ông rất thực thà hồn nhiên với chính mình ông, nên lời thơ giản dị hài hòa, chất phác, gây cho đối tượng cảm kích một cách thoải mái vì giá trị tự ái được nâng cao như một hoàng hậu không ngai. Đôi khi ông không quan tâm chải chuốt ngôn từ. Yêu là nói yêu cái đã. Tỏ tình thẳng thắn, nhanh như ánh sáng, và con đường tình sử chỉ có từ đường thẳng duy nhất và gần nhất trong không gian một chiều. Tuy nhiên, trong thế giới thơ ông, phán xét, thẩm định toàn Tình Yêu suôn sẻ thì hơi quá hồ đồ, nông cạn, chẳng khác chúng ta nhìn bao quát đầy màu sắc rực rỡ của ngàn hoa, mà không hiểu những tư duy của đá, những thăng trầm của cổ thụ, những vô thường hư huyễn của khói sương suối nguồn? Thỉnh thoảng trong thơ ông cũng phảng phất hương vị cay đắng, ẩn ức những tiếng thở dài ngao ngán thế sự trầm luân, của tâm trạng u sầu lưu đày biệt xứ, ngơ ngác trong những thành phố lạ tha phương.

Giữa cõi sống mà mỗi ngày, chúng ta thường trực đối diện với thực tế phũ phàng, chạy đuổi theo miếng cơm manh áo, thử hỏi đâu còn chút để lắng nghe chính tâm thức mình vọng động những yêu thương khắc khoải? Giữ được tâm hồn thanh tịnh, an nhiên tự tại với thơ, cho thơ, tất cả trọn vẹn vì thơ như Luân Hoán, không phải nhà thơ nào cũng thực hiện được. Quả thật ông đã ngộ. Thơ được tôn sùng như một đạo giáo của Tình Yêu. Là một cõi Thiên Đàng hay Niết Bàn nơi trần thế tuyệt vời. Cảm ơn thi sĩ Luân Hoán đã tạo cho chúng ta cảm giác không biên giới giữa thực và mộng trong cảnh sống chói chang xô bồ, lạnh giá, cô đơn nơi xứ người.

Thái Tú Hạp
(trích Giữa Trời Hoa Bay/ Sông Thu 2000)

Và còn những ai nữa?

* Nhà thơ Du Tử Lê:

"... Tôi muốn gọi ông là người tình nhân thủy chung của thi ca Việt Nam ở quê người. Tôi muốn gọi ông là trái tim Việt hẹn hò ở với tận cùng hơi thở Việt. Thật vậy, không kể hai thi phẩm tái bản ở hải ngoại, trong vòng hơn 10 năm, kể từ 1985, khi đặt chân đến thành phố Montreal trong chương trình đoàn tụ gia đình, Luân Hoán đã cho xuất bản 7 thi tập, mà Cỏ Hoa Gối Đầu là thi phẩm mới nhất...".

(Và Thơ Luân Hoán)

* Nhà thơ Đức Phổ :

"... Cái độc đáo của cách liên tưởng sự việc, tình cảnh... quả thật tài tình với những nét ẩn dụ quấn quít từng câu thơ, đoạn thơ. *"xăn quần, em thả gót hồng/ nghịch cho nước chảy lòng vòng quanh chân/ lòng tôi trong nước lăng quăng/ mon men tìm lỗ chân lông bám vào..."*.

(CHGĐ trang 55)

Hình ảnh ẩn dụ được anh lồng vào trong thơ lục bát, "sex" lắm! Nhưng không trần truồng, dung tục... Dung nhan người nữ trong thơ Luân Hoán thường được anh vẽ lên bằng những nét gợi tình: *"gót hồng"*, *"em nằm phơi"*, *"lỗ chân lông"*, *"búp da trắng, búp thịt đào"*, *"búp đùi thánh thiện"*, *"cồn hoa"*, *"chân sen duỗi"*, *"em ngủ ở truồng"*, *"hai bàn chân khép"*... Đã làm cho anh cảm thấy *"trục trặc cái chi trong lòng"* khi *"thu nhãn lực viếng thăm ngọn ngành"* để rồi bộc bạch một cách tỉnh táo, không ngượng ngập rằng, *"cái tâm bằng phẳng là không phải người..."*.

(các chữ nghiêng trích thơ trong Cỏ Hoa Gối Đầu)
(Đức Phổ - Hình ảnh ẩn dụ trong lục bát Luân Hoán)

* Nhà văn Lâm Chương :

"... Mấy mươi năm làm thơ vẫn vậy. Không khác chút nào. Nói rằng yêu, rằng thất tình nhưng lại diễn tả bằng thái độ bỡn cợt.

Tất cả đều như thế, đều bình thường không có gì quan trọng lớn lối. Nhiều khi sự việc được nhìn dưới con mắt khôi hài, nhưng vô cùng sống động:

đêm nào tôi cũng nằm mơ
không mơ, chắc chắn xác xơ, bất thường
mơ em nằm ngủ ở truồng
hai bàn chân nhốt phấn hương mượt mà
còn tôi, ngồi ngắm cuống hoa...
(Mơ – trang 17).

Chẳng biết theo quan niệm của Luân Hoán, cái cuống hoa nằm ở chỗ nào trên thân thể của người đàn bà? Chứ riêng tôi, chưa chi đã nghĩ bậy rồi. Kể cả khi nói về quê hương, bè bạn, cuộc đời, Luân Hoán cũng không giấu được nụ cười ở phía sau lưng. Tôi tưởng tượng một hình ảnh Luân Hoán vui nhộn, đầy tính tiếu lâm, hiếu động...".

(Lâm Chương - Tán ngẫu về một người làm thơ).

* Nhà văn nữ Thu Thuyền:

"... Mỗi lần đọc thơ anh Luân Hoán, là một lần khám phá thêm tài năng đùa cợt với chữ nghĩa. Anh Luân Hoán làm thơ dễ dàng như... rung đùi:

cái tâm trôi giạt về đâu
để cho cái mộng lộn đầu lộn đuôi
ngắm QUÊ TÌNH, khoái, rung đùi
thả thơ vãi những ngậm ngùi đi quanh
nửa đời trường mặn, thành danh
nhà thơ của những gốc chanh, gốc cà?
Qua Mấy Vườn Nam Trân
(Cỏ Hoa Gối Đầu - Sóng Văn 1997)

Tôi mượn thơ anh Luân Hoán để đặt biệt hiệu cho anh: nhà thơ của những gốc chanh, gốc cà. Anh nhìn sự vật bằng trái tim nhạy cảm đặc biệt, một tâm hồn bình dị và đôi mắt tinh nghịch. Những hình ảnh quanh anh được thi hóa hết sức sống động:

ở không dựa cửa ngó ra
thấy em đi đánh đòng xa giữa chiều
cánh phải đẩy nắng dập dìu
cánh trái lùa gió phiêu diêu bềnh bồng
(Nhìn - Cỏ Hoa Gối Đầu - Sóng Văn 1997)
(LH- nhà thơ của những gốc chanh gốc cà)

* Nhà thơ Quan Dương:

"... Hình như không có thứ gì hiện diện trong em trên đời này là không xảy ra trong lục bát Luân Hoán, từ hình ảnh em đi, đứng, ngồi, nằm, đến em thức, em ngủ, em ho, em cười, em khóc, em vân vân và vân vân, hễ anh ngửi được là anh thở ra lục bát.

thấy em thay áo tình cờ
lòng khi không mọc vạt thơ phiêu bồng
...
em nằm đợi gió ngủ quên
thơ ta quỵ gối bốn bên em nằm
(Bất Ngờ - Cỏ Hoa Gối Đầu)

Môi hương em nở dịu dàng
máu theo lưỡi cuốn lòng tràn âm thơ
...
lưu âm như cánh môi hoa
hồng từng vuông thịt chan hòa khói sương
(Đời thơm tiếng hát trầm hương - khánh hà - CHGĐ).

Rõ ràng những chữ anh dùng trong lục bát toàn là những chữ đời thường đụng mặt nhau bôm bốp hằng ngày trong cuộc sống, thế mà khi anh tung vô thơ thì nó lại biến thành mới mẻ. Giống như cục đất sét xấu xí sau khi qua bàn tay nắn nót điêu luyện của một nghệ nhân thì nó biến thành những bức tượng đầy sinh động giá trị. Với tôi, nhà thơ Luân Hoán đúng là một nghệ nhân nắn lục bát...".

(Quan Dương - Lục Bát Luân Hoán)

4- Nhạc sĩ Minh Duy, tác giả ca khúc "Bài ca chiến thắng", phổ biến rộng rãi ở Việt Nam ngày nào, đã chọn bài thơ Hoa đầu tập để phổ nhạc. Anh có cho thu âm với giọng ca Đình Nguyên tôi có để lên trang Vuông Chiếu.

...

Tôi đã gọi Cỏ Hoa Gối Đầu là thi phẩm không lành lặn ở ấn loát vì sao? Trước nhất tôi nhận lỗi về mình đã cẩu thả không xem lại bản để in. Những vết thương của thi phẩm cụ thể:

- Trang đầu tiên tên tác giả Luân Hoán thành Luân Loán

- Trang thứ 9 bài đầu tiên tên Hoa chỉ còn 5 câu như sau:

ngày xưa
hiện tại
mai sau
đều là lộng lẫy phu du

bài thơ đầy đủ là:

Em là hoa
thơ là hoa
và tôi, có thể
cũng là...
biết đâu...
một chùm sống bám lẫn nhau
ngày xưa, hiện tại, mai sau
vẫn là
thơ là hoa
em là hoa
và tôi
có thể
đều là
phù du

phù du lộng lẫy phù du.

Sai sót trầm trọng thứ hai gây ngộ nhận. Bài Cõi Bén Tình Thơ, viết để tặng nhà văn Lam Hồ (cây bút của Gió Mới ở Sài Gòn ngày nào) gồm 9 đoạn. Ở đoạn thứ 3 in thiếu câu đầu: *"Người yêu tôi ở Cầu Vồng..."*. Đoạn cuối cùng thiếu hai câu kết, ý chính của bài thơ:

"Người yêu tôi ở mọi nơi
nhưng chưa có được một người yêu tôi".

Nhạc sĩ Nhật Ngân vào thời điểm này đang tìm thơ của các bạn gốc Quảng Nam để phổ nhạc. Anh có liên lạc, tôi có gởi bài đúng nội dung anh yêu cầu, là bài này. Vốn chỉ là những nhắc nhớ từng vùng của Đà Nẵng nơi tôi trưởng thành. Anh Nhật Ngân gọi đề nghị tôi rút gọn cho vun vứt khổ nhạc sao đó và nhắc thêm vài hình ảnh, tôi đã sửa đổi xong gọi điện thoại cho anh ghi lại. Lời trong ca khúc do đó có vài chỗ, vài từ được thay đổi. Có bạn ngộ nhận điều này, nhưng tôi nghĩ chỉ vui chơi thôi nên không đính chính.

Việc đi vắn tắt lại những cảm nhận (có trích dẫn) từ nhiều bạn văn, giúp có duyên hơn trong việc muốn khoe những đoạn thơ mình ưng ý. Nhưng với mục đích kể lại quá trình hình thành cuốn sách, tôi không dám lạm dụng và cần dành tài liệu chia đều cho các cuốn khác. Trích trọn vẹn một số bài cũng là cần thiết, với Cỏ Hoa Gối Đầu tôi chọn những bài ngăn ngắn sau:

TÔI NHÌN TÔI HÔM NAY

ngày xưa tôi giống như là...
bây chừ tôi giống như là ngày xưa
mới nhìn đã thấy khó ưa
nhìn lâu càng thấy khó ưa hơn nhiều.

SỐNG

ở đây, buổi sáng trời mưa
buổi chiều trời nắng, buổi trưa trời mù
không tu mà cũng chẳng tù
nằm trong mớ chữ rối mù, sống chăng?

HỎI

nhớ xưa hồi mới lên mười
chiều chiều mưa tạt thềm, mời tắm mưa
chạy ra ngõ rợp tàu dừa
vuốt đầu, vuốt mặt, thì vừa gặp em

tơ đã ướt chèm nhèm
hai bàn tay bụm cái thềm tinh hoa
em lên sáu, bảy thôi mà
sao hai con mắt tôi đà xốn xang?

mười năm sau, trở về làng
mưa, chiều, tôi núp dưới hàng keo xanh
em không tắm nữa, đã đành
cõi xưa, nhìn trộm, để dành cho ai?

ĐI NGANG

em nằm phơi rốn với chân
chiều đờ đẫn trải một sân nắng vàng
đúng vừa lúc tôi về ngang
hai con mắt níu hai bàn chân đi

đố em tôi đã nghĩ gì
hình như trục trặc cái chi trong lòng
nắng trời, ai bẻ cong cong
cái tâm bằng phẳng là không phải người

tại sao tôi phải hổ ngươi?
câu thơ chợt mọc từ đùi nắng thơm
em nằm, hương tỏa, hoa đơm
tôi thu nhãn lực viếng thăm ngọn ngành
mượn thơ thưa gởi loanh quanh
vẫn tôi giấu vụng cái manh tâm mình.

THƠ TẶNG ÔNG CHÂU, BẠN TÔI

Xưa ông ngụ đất Quảng Nam - phù trầm sương khói hai bàn chân ma - chừ ông ở Canada - phất phơ bụi nám màu da phai dần =

nếu như ông chưa di dân - không chừng có được mộ phần đã lâu - khỏi cần vừa sống vừa đau - tội hai lá phổi thay nhau than phiền = trái tim bồ tát vẫn ghiền - hương hoa thí chủ thuyền quyên bốn mùa - cái khôn, ông chẳng có thừa - cái ngu, ông có thua ai bao giờ = thức làm thơ, ngủ làm thơ - mỗi vuông da thịt mỗi xơ xác đời - ham đi, ham mộng, ham chơi - ông xưa nay vốn thảnh thơi hơn người = ngắm ông, tôi chợt thấy tôi - thì ra nhân dạng muỗi ruồi giống nhau - chúng ta đi bằng cái đầu - nói bằng cái nhớ, cái sầu trong veo - hồn ông được đóng đinh treo? - hẳn tôi có được chút leo lét nồng?.

PHÚC THƯ CHÂU VĂN TÙNG ĐÀ NẴNG

Tao sẽ chưa về thăm mày được - bởi vì, giản dị, thiếu tiền thôi - sáu con bốn chín (*) đều vô cả - cố quốc, về chơi, có mấy hồi = đâu phải tao thèm mang áo gấm - vểnh mày giữa đói rách bà con - túi quần, tệ lắm vài trăm bạc - trả tiền nhậu nhẹt, trả tiền hôn = chẳng lẽ để mày bao tất cả - như thời mang súng được hay sao - dù gì tao cũng hai quốc tịch - mất mặt Việt kiều, thảm biết bao = mang tiếng đi cày gần trọn giáp - về thăm, xơ xác, nghĩ sao cam - ngửa tay giữa chợ còn coi được - ăn chực người thân mãi, dị òm = cảm ơn mày hứa lo tất cả - suy đi, tính lại, thôi, Tùng ơi - quê hương, bè bạn trong lòng cả - tao ngó lòng tao, tạm đủ rồi = nói dóc, nói đùa hay nói láo - vẫn tin mày hiểu cái tâm tao - trái tim còn đập, còn thương nhớ - đợi mươi năm nữa có là bao = năm nay tao mới năm mươi tư tuổi - truyền thống ông cha thọ rất cao - gắng sống chờ tao lên chín chục - hồi hương, cụng chén, tán tào lao = quên mất, nhờ mày thêm một việc - rao giùm trên báo mẩu tin vui: các em kiều nữ mê Châu cũ - ta vẫn còn thương nhớ các người...

(*loại vé số)

Mục lục toàn tập:

Hoa - Viết - Chân tướng - Nghiệp phúc - Tôi nhìn tôi hôm nay - Giá trị - Sống - Mơ - Đời thơm tiếng hát trầm hương - Qua mấy vườn nam trân - Đọc thơ - Quyết định - Bất ngờ - Hỏi - Đi ngang - Bên hồ nước - Bãi tắm Wildwood - Chợ hoa Nguyễn Huệ

- Sen hồ Tịnh Tâm - Chờ - Nhìn - Thơ tặng ông Châu, bạn tôi - Ngày vu quy của chuột - Thành hôn - Trả lời phỏng vấn Viên Linh - Bài mừng Nguyễn Đông Ngạc - Hoa đoạn lục bát - Cõi bén tình thơ - Thơ đưa đám - Một thời ấu thơ - Từ 1992 về sau - Mưa vẫn mưa ngày c4 - Chúa tôi - Vẫn thấy mẹ về trong giấc mơ - Tháng giêng mưa - Phúc thư Châu Văn Tùng - Đang ở thập niên 50 - Bài kỷ niệm tròn 10 năm ở Canada.

11giờ 27 sáng | 11-02-2020

SÔNG NÚI CÙNG NGƯỜI THƠM NGÁT THƠ NGỢI CA TÌNH NGƯỜI TÌNH ĐẤT

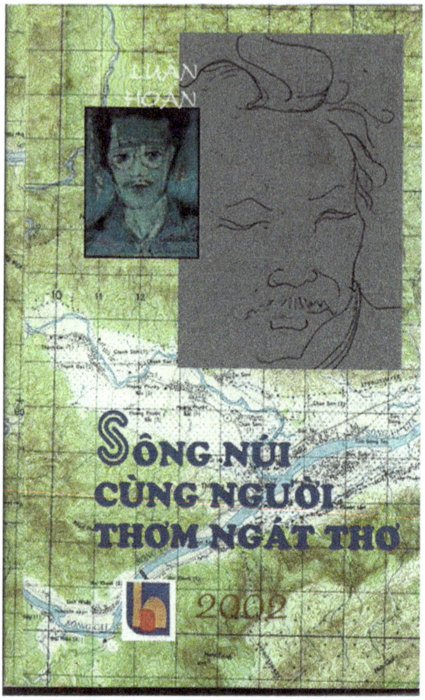

Cách đến năm năm, tôi mới có thêm một tập thơ chưng tủ sách, không dám nói là trình làng, bởi làng lúc này đã thật sự vắng khách đọc thơ. Lần này người chi phí khoản ấn loát là em trai tôi, Lê Hân. Sách in tại Toronto Canada, phát hành trong giới còn yêu thích sách báo.

Tôi có thể xin bìa từ nhiều bạn họa sĩ quen biết, nhưng lần này tôi muốn tự tay trang trí cho nhanh gọn. Mấy ông họa sĩ ngon lành đều sinh sống tại Hoa Kỳ. Ngoài Đinh Cường và Khánh Trường ít ai sốt sắng đáp ứng lại sự nóng vội của tôi. Chủ đề chính của tập này nhẹ hều phần thơ dành cho em út tưởng tượng. Cái tình của tôi được phân phối cho thiên nhiên, cát đất cùng những người liên hệ, do đó tôi thực hiện bìa cho theo ý mình.

Nền bìa tôi in đầy một bản đồ Việt Nam vẽ theo kiểu bản đồ hành quân, nhưng chưa hẳn mẫu bản đồ dùng để chấm tọa độ cho điểm đứng hoặc để gọi pháo binh. Sông núi nên ba màu xanh lá, xanh nước và vàng vàng đất đều có đủ, hài hòa. Ở mặt trước in hai phác họa khuôn mặt tôi từ họa sĩ Đinh Cường và họa sĩ Trịnh Cung. Bản vẽ của anh Trịnh Cung, nhà văn Song Thao rất khoái, anh cho rằng chỉ vài nét nhưng nhận ra tôi ngay. Bản vẽ của Đinh Cường màu chụp lại tranh tôi đang treo phòng khách. Chữ tên sách tôi dùng nét đậm cũng màu xanh dương. Nhìn bìa là biết sản phẩm của tay ngang. Bìa sau vân núi trên bản đồ đẹp hơn, hồn núi non cũng hùng vĩ lên nhiều. Khuôn mặt tôi lớn chừng ngón tay cái cắt sát nút thắt cà vạt. Đeo kính trắng, để ria mép, nhìn thoáng có vẻ phương phi, nếu em nào đa tình, lãng mạn cũng có thể chấm, nhìn qua chốc lát.

Trong ruột chữ đen, giấy trắng in thoáng dòng rất ra tập thơ... bình thường. Quý nhất là những phụ bản của chỉ một người, một họa sĩ trẻ sinh hoạt văn học nghệ thuật cùng lớp trẻ tuổi hơn tôi nhiều. Tuy không làm phiền anh Đinh Cường điểm trang, nhưng anh cũng gởi cho tôi năm phác họa thật đẹp, chưa in đâu của con trai anh, họa sĩ Đinh Trường Chinh.

Nội dung, không nhiều, gồm 71 bài thơ được tôi rất yêu thích. Mở đầu, bài tôi viết để nhớ ngày ra đi của thân mẫu tôi. Rằm Tháng Tư Âm Lịch:

"nằm im dưới ánh trăng mù - nghe trong hương gió điệu ru đầu đời - lơ mơ thả gót rong chơi - gặp bàn tay mẹ xoa đầu, à ơi... = chùm ca dao trải xanh trời - chở tôi bay bổng một đời cùng thơ - lòng nôi lòng võng ngày thơ - lót bằng lòng mẹ bây giờ còn thơm = đời tôi chưa biết ổ rơm - chỉ ngấm hương ổ tình thơm mẫu từ - mẹ đi biệt giữa tháng tư - vầng trăng tròn lắm, hình như tròn hoài = tôi nhìn rõ lắm hai vai - mẹ xuôi trong chiếc quan tài bình an - nhớ như in, nhớ rõ ràng - tôi im lặng đứng cạnh bàn khói hương = tôi không là đứa bình thường - mắt không có lệ lòng vươn trần nhà - tôi đi tôi đứng như là - những cánh hoa huệ nở ra âm thầm - ngậm câu kinh Phật trong lòng -

hóa ra tôi khóc bằng dòng khói hương - mẹ tôi chừ ở mười phương? - không đâu, mẹ vẫn ngồi đầu giường tôi - câu thơ tôi ngát tình đời - chỉ nhờ hơi ấm mẹ tôi thở vào - mẹ không biến thành ngôi sao - mẹ là tất cả dòng thơ tôi trồng -

già nửa đời tôi lưu vong - rằm tháng tư vẫn chờ trăng xứ người - nằm im đắp ánh trăng mù - nguồn ca dao cũ từ từ mở ra".

(trang 5 -7)

Như đã thưa ở trên, Sông Núi Cùng Người Thơm Ngát Thơ nhẹ hều phần thơ cho các em tinh khôi sắc hương. Mời quý bạn đọc thử bài thứ hai trong tập, có đúng là tôi đã lơ bớt các em chưa:

"chỉ cần chạm nhẹ vào ta
là em có thể rút ra thơ tình
sợi thơ vụn vặt linh tinh
nhưng thừa sức để trói mình với nhau
...
em là tất cả nguồn hương
nằm trong những đốt xương sườn thi nhân
...
trời sinh em trời sinh thơ
nếu không chẳng biết phải thờ em đâu... "
(Em và thơ, trang 8-10)

Dĩ nhiên đây mới chỉ mở đầu để kéo theo: Bệnh Rình Sắc Hương, Trăng Đêm Nở Hoa, Trên Đồi Cỏ, Một Thời Hò Hẹn Ngã Ba, Dặn Chừng, Đi Theo, Thiếu Nữ Trong Tranh, Nhớ, Gặp, Lót Tình Gối Tay, Hứa, Đứng Đợi Đèn Xanh, Lơ Mơ Trong Giấc Ngủ Ngày, Em Gái Con Người Dưng, Làm Thơ, Mùi Hương Từ Cái Vạt Giường, Thơ Tình Dán Ở Ngã Tư, Kỷ Niệm Gởi Một Con Đường, Cầu Ao, Tỏ Tình Tháng Chín, Biển Và Em, Thơ Tình Chao Đảo Tùy Thời, Những Cuộc Tình Có Thật, Xem Tướng, Yêu ... 27 bài, chín nút, dành cho những người có "cái nhu mì " (chữ dùng của Bùi Giáng). Như thế tôi không nói xạo . Và trong 27 bài này, có 3 bài, nhạc sĩ Tuyền Linh (Nguyễn Văn Thơ) phổ nhạc (Em và Thơ, Kim Khánh hát - Hỏi Thật, Thái Hòa hát - Bệnh Rình Sắc Hương, Đào Nguyên hát).

Đường Chữ Sau Lưng nhằm gom trọn ổ câu cú tôi không biết sợ súng chơi cả một đời, nên hy vọng chỉ cuốn này bạn đọc đại khái "nắm đủ" như một tuyển tập, nên tôi cố gắng trích dẫn.

Trăng Đêm Nở Hoa: *"em từ bụi chuối bước ra - ánh trăng làm nũng chao qua ống quần - niềm vui giấu dưới bàn chân - vỡ theo sợi gió lâng lâng ngậm ngùi - tóc chòng chành rối cơn vui - cõng dư hương phút rung người chuyển thơ - em từ cõi tuyệt vời nào - bước ra, khóc, dáng bước vào đã tan - đêm thơm vết xước dịu dàng...".*

Trên Đồi Cỏ: *"em ngồi trải cánh chân phơi = nắng*

thơm nghiêng một góc trời săm se = tôi ngồi đờ đẫn tay che = con-chim-thơ-đội-mộng xoè cánh bay = gió rình trong nách lá cây = hồ đồ rơi trúng mình dây em mềm = hoảng hồn, gió vãi hương lên thanh xuân cỏ biếc hai bên tôi nằm = mon men tôi ướm tay thăm - vô tình vướng phải cái dằm nhớ nhung".

Một thời hò hẹn ngã ba: *"... chở em, nhẫn mặt ngã ba – vài đuôi mắt liếc đâm ra ngại ngùng - ... chờ em thủ sẵn trong người - bài thơ mới viết còn tươi rói tình - chờ em xin phút rùng mình - cho bài thơ được hiển linh đời đời".*

Lót tình gối tay: *dắt em vào bụi hoa lài - bẻ lá lót ổ nằm dài làm thơ – ngó lên gặp sợi nắng tơ - vạch thơm kẽ lá ngu ngơ ngắm tình – vài nhánh mây lấp ló nhìn – hai nhánh chân trái ấm mình cỏ thơm – tay theo ngọn bút lên dòng – thơ tỉa từng hạt vào lòng nguyệt thi – nghe trong khoảnh khắc xuân thì – ghé vai vạn vật chuyển đi nghìn trùng - lót tình dưới cánh tay xuân – cho nhan sắc thấm thơm lừng muôn năm - cảm ơn em ủ chỗ nằm - ổ thơ như vạt trăng rằm nõn hương".*

hứa : *vài ba năm nữa đi tu - tụng kinh giải thoát tên tù tà tâm – em từ bi mở cõi âm - lòng tay thả cọng hương trầm vái theo – lòng trần tục chợt trong veo – quên sông quên lạch quên đèo quên mương - chỉ xin giữ được mùi hương - để làm tấm thảm mười phương phiêu bồng...".*

Mùi Hương Từ Cái Vạt Giường: *"xa lâu quá cái vạt giường thuở nọ - hương tre ngâm vẫn khắng khít ấp lưng - dòng kỷ niệm vẫn không ngừng lấp ló - mọc quanh tôi triệu con mắt thăm chừng = luồn dưới gối bàn tay tha thiết nhớ - chạm được gì dưới vuông chiếu trong tâm - đường mây cườm kết nẹp tre lên-nước - giữ hơi ai thuở nằm đợi phiêu bồng = nằm thật thẳng tự đo mình dài ngắn - thời gian làm dùn lại khối thịt da ? - càng co cụm càng đụng vào dĩ vãng - mỗi nhánh vạt giường mỗi nhánh xương ta = vẫn nhắm mắt làm thơ sao vẫn nợ - sợi tình ai bỏ sót giữa bàn tay - em yêu dấu, trên vạt giường thuở nọ - em lỡ ươm một nhánh lông mày = em yêu dấu, trên giường tình thuở nọ - thơ chưa thành đủ bọc vóc em nghiêng - ngoài hồn đựng kịp thời đôi mắt liếc - và tiếng-tình em sảng khoái vô biên"*

Thơ Tình Dán Ở Ngã Tư: *"cảm ơn phút cùng tình cờ ngó lại - đủ nuôi tình thơm ngát đến hôm nay - sóng bụi đỏ chập chùng sau xe-ngựa - tưởng như chừng vẫn vói nắm bàn tay = chừ ta ở rất xa nơi em sống - chừ em nằm rất sát giấc mơ ta - trong trời đất có vô vàn khoảng cách - trong tình yêu thương nhớ xóa chia xa = có buổi tối ta nằm nghe ta hát - nhìn ra em dối mẹ ghé qua nhà - có buổi sáng ta thèm đi xe đạp - nhớ chiều theo hương áo thở đôi tà = em có lượm giùm ta chùm gió mới - vừa thổi qua khe cửa sổ phòng em - nơi con muỗi than van xin giọt máu - nơi ta quỳ xin dâng tặng trái tim = em đã đốt giùm chưa bài thơ vụng? - tình cho em một thuở chạy nhật trình - lòng ta trải bao lần trên mặt báo - lặp lại hoài nhưng bảo đảm mới tinh = em cũng gói vừa xong nguồn kỷ niệm? - lót gối đầu hay chôn giữa ngã tư? - năm tiếp tháng người nối người qua lại - tình nhập thân cho đời biết tương tư = em chợt khóc như ngày xưa đó hả? - môi tìm môi tiễn giọt lệ qua đời - em đã cất ta sâu vào da thịt - sao nửa chừng cay đắng đánh rơi? = ta cứ hỏi ... và thật thà nói dối - khi soi gương ta vẫn nhận ra em - sau em đã khá nhiều người ghé lại - cũng như thơ cứ phiêu dạt bồng bềnh = em nhớ nhé, ra ngã tư giùm nhé - xách guốc lên cho chân đất tìm vai - từ ngón biếc em đi thơ ở lại - mặc ta đành tiếp tục mất cả hai..."*.

Kỷ Niệm Một Con Đường: *"chắc đôi lúc em tình cờ tưởng nhớ - con đường xanh thao thức lá vuốt ve - con đường thơm hương bụi gió cặp kè - theo bén gót hai bàn chân cánh vỗ = em vẫn giấu vụng về sau vạt áo - cục đường phèn hay nửa trái me chua - ngón tay ngon lấp ló cứ chực thưa - cho em mượn vòng lưng làm chỗ bám = đường đến lớp không bằng đường lãng đãng - hai chiều dài mỗi phút mỗi so le - môi thì thầm lòng lắng lòng nghe - thỉnh thoảng vỡ vài hạt cười e thẹn = vạt má ướt sau lưng chừng hực nắng - đốt rung rinh lớp vải áo trái anh - bánh xe chao, nón vãi tóc khỏi vành - toàn thân thể ngàn mũi hôn rụng kín = chẳng phải lần đầu sao hoài luýnh quýnh - ờ thì ra, trăm bận vẫn đầu tiên - bốn mươi năm, chỉ một phút vô biên - mừng và chúc em vẫn còn đôi lúc..."*.

Hồi còn sống vui, Nhà văn Nguyễn Xuân Hoàng đọc Sông Núi Cùng Người Thơm Ngát Thơ, có tán gẫu:

“Gọi anh là thi sĩ của tình yêu - thi sĩ nào mà không làm thơ từ tiếng gọi của tình yêu? - không có gì ngạc nhiên, nhưng anh là một thi sĩ toàn phần cho tình yêu.

Những Thiếu nữ tràn ngập trên mỗi dòng thơ anh. Anh ấp ủ thiếu nữ trong trái tim mình đã đành, anh còn thấy thiếu nữ cả trong tranh của những họa sĩ bạn anh. Anh viết *“Suối hoa, khe trúc ướp thơ mượt mà”* trong tranh Đinh Cường, anh cảm nhận thiếu nữ trong tranh Hồ Thành Đức *“chằng chịt những sợi gân”*, anh nhìn ra những *“búp gân tím, thỏi thịt hồng”* của những cô gái trong nét vẽ Khánh Trường hay một vẻ đẹp trầm hương hư ảo *[hình như em chẳng có xương]* trong Nghiêu Đề, hay như Nguyên Khai mượn cái *“thân thể ngựa phiêu bồng”* đắp lên vóc dáng em. Luân Hoán không chỉ nhìn ngắm thiếu nữ trong tranh, mà anh còn ngợi ca họ, làm thơ tặng thiếu nữ ở mọi thời đại, bởi vì *“em ở trong tôi, từ lâu lâu lắm ... từ hồi chưa quen.”*.

Tuy vậy có lẽ những bài thơ Luân Hoán làm tôi ngây ngất là những câu thơ hiện thực của anh. Anh viết thơ anh khai sinh từ “mùi hương cái vạt giường” thuở nọ, cái thời anh còn nằm trên chiếc giường tre ngâm, luồn dưới gối bàn tay tha thiết, và hơi thở, và thịt da, tự do mình dài ngắn *“trên chiếc giường tình thuở nọ”*.

Thơ Luân Hoán ra đời vào những buổi tối, anh nằm nghe tiếng hát của chính anh, tiếng hát hân hoan chờ đợi vì nhìn thấy em nói dối mẹ lẻn qua nhà anh, và ái ân cuồng nhiệt như *“em đã cất ta sâu vào da thịt”* em.

Thơ không chỉ là hư ảo, với Luân Hoán, thơ còn khai sinh từ mùi hương da thịt, từ hai bàn chân, từ “đờ đẫn”, “rình mò” trong “nách lá cây?”, từ sự âu yếm *“mon men tôi ướm tay thăm, vô tình vướng phải cái dằm nhớ nhung”*, từ cái ống quần, từ cái vết xước dịu dàng của đêm thơm...

Thơ Luân Hoán nở ra từ cái đầu có mái tóc dài nằm gối lên cánh tay anh, ngất ngây giữa ngày và đêm, và thịt da quyện vào nhau trong một trận mưa tình ái... Thơ của Luân Hoán, ôi sao mà sexy.” (NXH - thơ khai sinh từ những gợi tình)

Nhà thơ/văn Trần Huiền Ân thấy ra:

"... Bà Huyện Thanh Quan tả bức tranh vẽ Đèo Ngang chứ không phải tả cảnh thực Đèo Ngang. Cảm nhận của ta đã bị cái "phong cách Thanh Quan" dẫn dắt từ cõi Thực sang cõi Mộng.

Đọc mấy bài "Thiếu nữ trong tranh" của Luân Hoán thì ngược lại. Anh dẫn ta đi từ Mộng sang Thực. Từ Mộng, là vì những thiếu nữ mà Luân Hoán miêu tả đâu phải là người, khác với cả những nữ hồ ly, nữ yêu quái trong truyện Liêu Trai. Khi nói với độc giả phu nhân này là con chồn tu luyện bao nhiêu năm, tiểu thư nọ là con ma chết tự đời nào. Bồ Tùng Linh bảo rằng đó là phu nhân có thực, tiểu thư có thực, họ đang sống kiểu sống của họ, con chồn đã tu luyện thực, con ma đã từng chết thực. Vậy mà, khi đọc dù có yêu thích hay lo sợ ta cũng biết chắc đây là chuyện "nói láo mà chơi nghe láo chơi". Trong lúc ấy Luân Hoán nói rõ những thiếu nữ kia chỉ là thiếu nữ trong tranh, họ hoàn toàn là Mộng được Luân Hoán tái tạo qua nét bút của sáu họa sĩ ai cũng nghe danh. Luân Hoán bảo: "Tôi tả con người trong tranh vẽ của Đinh Cường, Hồ Thành Đức, Khánh Trường, Nghiêu Đề, Nguyên Khai, Thái Tuấn", thế nhưng qua thơ ta thấy họ là nhân vật Thực, người Thực.

Những nhân vật này có đủ hai phần Thể Xác và Linh Hồn... (THÂ).

Chủ đề tình đất, tình người chung chung chiếm nhiều trang. Theo bốn mùa của trời đất, tôi làm thơ. Xuân, hè, thu, đông có đủ. Với Xuân nhà thơ Mạc Phương Đình lượm ra:

áo cổ bẻ, quần dây treo
chân đeo kiềng bạc, cổ đeo bùa vàng
gỡ tay chị, chạy làng quàng
chân phải, chân trái hai bàn vấp nhau
(Mấy Thời Lững Thững Theo Xuân - Hội An, 1945)

Để ghi lại cái hình ảnh chú bé 5 tuổi hiếu động, Luân Hoán chỉ cần một câu "chân phải, chân trái hai bàn vấp nhau" đơn giản mà vẫn đủ. Những gót chân mùa xuân như bay bổng:

Cẩm Phô trộn nắng vào mây
gió mùa xuân lót gót giầy tháng năm

Rồi mùa xuân 49 theo cha mẹ tản cư lên vùng Tiên Châu, Tiên Phước, anh đón xuân với tuổi lên chín lên mười đã bắt đầu có cái nhìn xa hơn qua núi, qua rừng bằng những cảm nhận bóng bẩy hơn:

chiều ba mươi, núi dặn rừng
cành oằn lá ướt tạm ngừng trổ hoa
gió giăng hơi đá thiết tha
nhốt Tiên Châu giữa mượt mà mây rơi
vò đầu gối, ngó khơi khơi

và

"*... mẹ chưa về tới đứng, ngồi ngó quanh*"

Chất hồn nhiên của tuổi thơ đã từ đó lan vào thơ Luân Hoán, trực giác của anh dường như cũng phát triển thật nhanh, thực khác thường để rồi với tuổi mười ba đã vượt lên tháng ngày, đột nhiên lòng rung động, những rung động không bình thường từ nụ cười của mẹ, từ nhịp rung đùi ngâm thơ của cha và ngay cả với hình ảnh con chim sẻ bất ngờ bay vào thềm trong ngày xuân nhật...

(MPĐ - mùa xuân và nét hồn nhiên...)

Những đoạn thơ trên được Mạc Phương Đình trích trong bài Mấy thời lững thững theo xuân, gồm 9 đoạn cho các nơi các thời: Hội An 1945, Tiên Phước 1949, Hòa Đa 1953, Đà Nẵng 1960, Thủ Đức 1967, Quảng Ngãi 1969, Sài Gòn 1985, Montréal 1996 và với một đoạn tôi hy vọng sẽ ở Đà Nẵng nhưng chưa biết trước được năm nào. Bốn con số tên năm tôi mới dám ghi hai con là 2 và 0, thêm hai dấu chấm cùng dấu hỏi. Tám câu đó tôi đã viết:

"*xác nằm thơm cỗ quan tài*
mặc hồn thả bộ gặp ai cũng chào
nơi này quả đẹp làm sao
đất mát trời ấm nuôi thơ thành người
và tôi nghiêm chỉnh gặp tôi

gặp luôn em giữa đọt cười chớm xanh
câu thơ một đời để dành
mở ra, giản dị, loanh quanh thế này"
(trang 57)

Bây giờ đang là năm 2020.Tôi sẽ có con số nào sau hai số 20 để kết thúc một đời? Và thân xác có được về nơi cố quán?

Thơ Xuân tiếp theo trong tập gồm các bài: Tình xuân lục bát, Xuân nhớ tết, Nhánh xuân xanh, Hương tết, Rước ông bà, Cùng xuân làm ... thơ, (*... dễ chừng mùa xuân với tôi – có hàng trăm đứa con rơi trong đời – nhìn từng sợi tuyết rong chơi – lòng xuân nên gặp xuân thôi, dễ dàng – vui tay dọn trống mặt bàn - rước em nằm xuống mơ màng với ta*), Đêm xuân, Yêu em yêu mùa xuân.

Viết về Mùa hạ chỉ có hai bài:

Hạ Thi: *"buồn tay vẽ bậy bụi cây - cây gì? không biết, lá đầy cành phơi - vuốt lòng bón mấy sợi hơi - bất ngờ cây nở tình tôi trĩu cành = vẽ thêm một chú vàng anh – đứng nghiêng đầu hứng gió quanh quẩn về - và trong nắng lụa tứ bề - mùa hè phơi phới chỉnh tề bước ra - thế là hoa lẫn vào hoa – và tôi trẻ lẫn tôi già vươn vai – thấy đâu đây vạt áo dài - của ai vừa cởi móc ngoài hành lang – mùi hương thiếu nữ bay ngang - bụi cây tôi vẽ bàng hoàng hóa thơ - mắt nhìn thay ngóng tay sờ - mà sao cứ chợt đụng vào chính tâm – mùa hè nhỏ nhẹ bước thầm – có cho tôi kịp giáp vào chiêm bao"* (19-4-2000).

Và Mùa hạ mưa Montréal.

Mùa thu cũng không nhiều: chỉ Ngọn thơ cuối thu, Thu tình em, Trung thu.

Viết về nhân vật, tôi có bài nhắc đến Đynh Trầm Ca, Trần Dzạ Lữ, Hoàng Trọng Bân. Đôi bài tặng nhà thơ Triều Hoa Đại, Đám học sinh nam nữ Phan Châu Trinh Đà Nẵng, Vài nhà văn nữ không nêu tên, nhà văn Võ Phiến, hai anh bạn họ Trịnh. Tôi thích bài tặng Khắc Minh dưới tên bài Về Lại Những Địa Danh Nằm Lòng, toàn bài.

Về Lại Những Địa Danh Nằm Lòng: "*đêm qua tôi mới về Quảng Ngãi - hái trái mù u ở Nghĩa Hành - gió từ Mộ Đức vây tôi lại - rờ rẫm thăm từng gốc tóc xanh =*

tôi gặp bàn tay ai rất mềm - xâu từng chùm nắng xách hai bên - thân thương vói níu tôi dừng lại - xối rửa đôi lòng mắt trót quên

tôi gặp đôi môi ai rất nồng - như tuồng vét hết nước trong sông - thiết tha mớm hết hương Trà Khúc - cho trái tim già lại trổ bông

tôi gặp mồ hôi ai rất hồng - trải thơm từng múi thịt da non - tấm lòng Đức Hải hay Sông Vệ - Quán Lát theo về đến Cửa Đông?

tôi gặp tôi qua núi với rừng - Trà Bồng Thạch Bích cõng trên lưng - đêm qua tôi mới về Quảng Ngãi - một đoạn chân lìa xưa đến thăm".

Trong SNCNTNT, cũng được đi một bài có tính cách hồi ký, **Những Năm Đầu Với Đất Sông Hàn,** bài thơ vui vui nhưng trung thực với hình ảnh sự việc cũ:

"*nhập cư vào xã Phước Ninh - sát rìa nghĩa địa u minh hiên người - hồn, thân chung đụng giọng cười - tiếng la câu chửi ngược xuôi bềnh bồng - lần đầu đời, thấy chùm bông - thơm trên thánh-địa đàn ông tôn thờ - cũng lần đầu được nằm mơ - thấy con cu-đất phất phơ đứng gù =*

cõng đồ qua ngụ xóm tu - mõ chuông Tĩnh Hội hồ như vây rào - ra đường đụng tiếng nam mô - lên giường đắp chiếu nghe Bồ Tát kêu - trong đầu, trong bụng: trong veo - tóc-đen-sợi-quấn bay vèo đã xa - tò mò, quen thói lân la - xem tướng chư Phật trên tòa sen chơi - mấy ngài tuy có khác tôi - nhưng chắc có chỗ giống y tôi là =

bỗng dời ra tuốt xóm Ga - thăm đường sắt thử xa cỡ nào - chân trời trong giấc chiêm bao - phủi tay tạm gửi mộng vào hư không - quay lưng ra biển đuổi còng - vấp đàn nghêu-trắng im hong nắng trời - cột-buồm đội vải... ra khơi - giở mũ cối đội hương đời chênh vênh =

lại về đóng chốt sát bên - mặt sân vận động mông mênh cỏ gà - mười lăm tuổi ngấm hương hoa - lòng phơi phới bám con ma vật vờ:

- câu dài, câu ngắn vu vơ - trắc, bình nhào nặn guồng tơ trong lòng - chiều chiều ma dẫn ra sông - chờ xem rùa-nổi gió lồng lộn bay - những con-rùa-thánh-thần này - cùng con ma tiếp tục đày đọa tôi".

25-8-1999

Cuối tập, một bài viết khá buồn, lưu giữ những tình cảm và hình ảnh khi tôi phải nằm viện. Bệnh viện lớn này nằm trên núi Mont Royal.

Viết Trong Đầu Tại Hôpital Général de Montréal

Ngày Giáp Tết Nhâm Ngọ *(lì xì năm con Ngựa cho Lý)*

"bao nhiêu hạt tuyết trong dòng tuyết? - tuyết trắng trời kia có mấy dòng? - khí lạnh khởi từ tinh thể tuyết - có buốt bằng thơ chết trong lòng?

thơ đã tắt rồi? thơ đã chết? - máu chừng chảy vội để lạc thơ - ta nghe đâu đó trong da thịt - khởi kết vòng hoa, dựng nấm mồ

đời lỡ sống với những trò vô ích - làm chi hơn khi dòng máu đầy thơ? - trang chữ viết đâu để dùng đắp mặt - giọt bụi ta đọng được giữa hư vô?

nhìn em đứng thất thần trong lo lắng - xốn như gai ai chích khắp thân mình - không dám nghĩ ngày mai em ở lại - nuốt hương, trầm lặng lẽ giữa tràng kinh

em yếu đuối em thiệt thà em vụng dại - một đời giàu nhân nghĩa với yêu thương - thân mòn mỏi sẽ cõng đời còn lại - một mình đi cho hết những đoạn trường

em gắng nhé, em yêu, đường còn lại - ta hình dung, ta tưởng tượng, rõ như là... - gắng đốt hết vết đời ta sót lại - thương chính mình là em đã nhớ ta

em gắng nhé, bước ngoan đường còn lại - thời nhiễm trùng-thơ rồi sẽ phôi phai - một lát nữa hay mốt mai... đâu biết - lặng nhìn em vừa lội tuyết ra ngoài thơ đuối sức nhưng lòng bay theo tuyết - em về lo khăn áo để mang vô... - vẫn để tình ở lại hồi sinh thơ - sẽ vì em gắng sống đến bao giờ...".

Tập thơ 130 trang, trang không đánh số mở tập ghi hai câu:

tham lam tôi nhốt vào trong ngực
sông núi cùng người thơm ngát thơ

Đọc lại cảm thấy buồn buồn.

6 giờ 23 sáng | 12-02-2020

Ổ TÌNH LẬN LƯNG
MỘT TẬP HỢP NHỮNG THI PHẨM CŨ VÀ...

Không phải là một tuyển tập mà là dồn chung lưu giữ, tuy không hẳn hoàn toàn đầy đủ. Cuốn sách dày 630 trang, ngoài việc phải xuống dòng từng câu, bát chữ xếp đầy như văn xuôi. Bìa họa sĩ Đinh Cường cho phép sử dụng tranh, Luân Hoán trình bày, được lời khen và đồng ý của người vẽ tranh. Phụ bản sưu tầm không xin phép, gồm những phác họa thật đẹp của các họa sĩ: Ngọc Dũng, Rừng, Bé Ký, Đinh Cường, Nguyễn Thị Hợp, Thái Tuấn. Thực hiện đánh máy Lê Bảo Hoàng, chỉnh trang đánh máy Song Vinh. Xếp trang in Tạ Quốc Quang. Sửa chính tả Hoàng Chiều Nhân. Chăm sóc ấn loát Lê Hân. Nhà xuất bản Nhân Ảnh. Năm in 2007.

Sách vào tập bằng một bài viết ngắn, gọn một trang:

"... Quan niệm phẩm quý hơn lượng vẫn được công nhận gần như tuyệt đối trong thơ văn. Tuy vậy tôi nghiệm thấy, đa số những người làm thơ hay, thường viết được khá nhiều, trừ những vị mệnh yểu hoặc vì một hoàn cảnh đặc biệt nào đó không cho phép.

Thơ của tôi hay? - có thể. Thơ của tôi dở? - đúng vậy. Hay, dở tùy theo nhận định của từng người đọc.

Tôi làm thơ nhiều, in thơ không ít. Đây là cái duyên. Đã lâu, nhiều bạn khuyến khích tôi chọn in một tuyển tập. Chần chờ mãi, đến nay mới thực hiện. Nhưng tôi không làm tuyển tập. Bởi bài nào tôi cũng quý, nên tôi chỉ làm công việc tập họp một số bài tôi đã viết, có đủ hay, dở, trong cuốn sách này. Thơ in nhiều, nhưng không lưu lại những bản đánh máy, thành ra phải ngồi gõ lại từng bài một, nên cũng chưa tập họp được đầy đủ (dĩ nhiên khó có chuyện đầy đủ). Trong lúc đánh máy, tiện tay, tôi thỉnh thoảng thay đổi một số chữ, một số câu không ưng ý. Và cuối mỗi bài, có ghi tắt tên tập thơ đã in. Tôi cũng phân chia từng nhóm theo chủ đề, nhưng sự phân chia chỉ có tính cách tương đối. Lẽ ra có non non một ngàn trang, nhưng đánh máy quá mệt và điều kiện in chưa cho phép, nên đành dừng ở độ dày tương đối này.

Tôi xin có một đề nghị: không nên đọc quá nhiều bài trong cùng một lúc, như vậy rất dễ nhàm chán. Mỗi lần đọc nên đọc chừng mươi bài, tùy hứng theo tay mở sách. Hoặc chọn chủ đề thích hợp để đọc chơi.

Cảm ơn các bạn đã tùy hứng mở sách nhiều lần".

Thơ được chia từng phần theo chủ đề để người đọc nắm được những nét chung chung của mỗi đề tài. Mỗi phần được trang trí mở đầu bằng một phác họa của họa sĩ cùng một tên gọi. Thứ tự lần lượt như sau:

* Phần 1 - tranh Ngọc Dũng

tên **Đến Đi Từ Những Bốn Phương Chân Tình**.

Trích bài Viết:

"vẽ tâm
vẽ dạng
vẽ đời
từ sinh đến diệt
treo chơi
mấy ngày?

móc tôi lên nhánh chữ này
một giây cũng quý
nửa giây cũng mừng
đu đưa giữa cõi vô cùng".
(Cỏ Hoa Gối Đầu)
đến trang 157 (trang 158 để trống) với 124 bài.

* Phần 2 - tranh Rừng.

tên **Tà Ma Đôi Điệu Huê Tình**.

Trích bài Nhớ Em:

"nhớ em. đại khái ra sao? – là nghe tim, ruột cồn cào xốn xang – cái đầu cái óc hoang mang - lỗ tai, con mắt lang thang ngoài đường – tay thừa, miệng thiếu mùi hương – tâm thân trống rỗng bốn phương gió vào, cái bàn cũng biết chiêm bao – cánh cửa cũng biết nôn nao đứng chờ -

nhớ em nhớ những chỗ nào? - hàm răng, cặp mắt đôi bờ vai thơm – cái cằm đầy búp da son – vành tai như phiến lá non óng ngời - nhớ em cái chỗ để ngồi – cái nơi để gởi cho đời mầm non - nụ cười ngọt nhãn bòn bon - tiếng nói cóc, khế, ổi... giòn, thanh, vui –

nhớ em tổng thể tuyệt vời - từng xanh lục bát từng ngời ngũ ngôn - nhớ em từ cái tôi còn – dĩ nhiên là trái tim mòn yêu thương."

Bài này không nằm trong tập thơ nào, mà trong phụ trang của cuốn Luân Hoán Một Đời Thơ. Chấm dứt phần này ở trang 184 với 30 bài. Đây là những bài có nhiều hình ảnh ẩn dụ. Trích thêm bài cuối của phần này:

Buổi Sáng Nghe Chim Hót**:** *"buổi sáng nằm nghe con chim hót - chợt nhớ con chim đẹp nhất đời - chẳng sáng mai nào quên ngỏng cổ - gật gù ca ngợi cuộc đời vui = con chim kỳ vĩ, ngon lành thật - đầu láng cổ bành da đỏ au - miệng dọc môi hồng ươn ướt mật - dài thân vỗ cánh ngập trời sâu = nhưng cõi nhân gian nào dễ hiểu - con chim huyền diệu ấy nên thơ - sùng đạo em từ thời chớm lớn - nơm nớp lòng mong phút phất cờ = đạo em na ná như đạo Phật - như là Thiên Chúa, Bà La Môn... - đạo nào cũng có kinh siêu thoát - kinh của đạo âm em mấy dòng? = qua lễ hành kinh, em lột xác - đêm ngày da thịt ngát hương hoa - con chim chẳng biết làm thơ ấy - lại biết "làm mưa" thắm thịt da = mỗi sợi mưa tình như gai sắc - khoan ngọt tế bào ươm nhớ thương - nhân ái sinh sôi từ cõi ấy - đạo em mới chính hiệu thiên đường = con chiên ngoan đạo, con chim ấy - mỗi lần rửa tội rất thành tâm - buổi sáng nằm nghe chim trời hót - quay quắt thèm mưa thấm ướt lòng".*

* Phần 3 - tranh Ngọc Dũng,

tên **Thơ Học Trò, Những Nhân Tình Tưởng Tượng**",

Trích bài Nhõng Nhẽo

"mang vào lớp bài thơ anh mới tặng - khoe bạn bè cho chúng lác mắt chơi - í mà chết, anh viết gì trong đó? - chuyện chúng mình?, em hổng chịu đâu.

anh phải viết chuyện con mèo, con chó - chuyện con chim, con cá gì thôi - hay cùng lắm chuyện trời mưa, trời nắng - chuyện chúng mình, kỳ lắm, thôi thôi...

lại đăng báo? eo ôi, ghê rứa - có ai cười em đó hay không? chắc họ tưởng em hay xí xọn - xì, vô duyên, anh hãy liệu hồn

thôi đừng dỗ, em bắt đền anh đó - thơ thẩn gì, ai mượn ai yêu - trót dại lần này, tha cho cũng được - nhưng lần sau... nhớ viết nhiều nhiều...".

(với chỉ 27 bài cho phần này).

* Phần 4 - tranh Bé Ký

tên **Xuân Xanh Mấy Thuở**,

Trích bài Những Cú Chơi Đầu Năm:

"dù vẫn còn làm thơ – nhưng quả tình chán sống – dù thơ đã quá rỗng - vẫn sót một chữ tâm = mỗi năm chơi vài cú - lững thững vài mươi đường – âm điệu không phá sản - chỉ tại lòng bất thường = cảm ơn những chỗ nhét - một cái đuôi sắp cùn - lật trở trăm ngàn bận - vẫn chỉ là tủy xương = nguồn tình khi mòn nhẵn – em có thể vá khâu - trụ thơ cũng đại khái - đội tóc và tỉa râu = viết bậy mà không bậy - bởi cũng chỉ để chơi - bắn ra là tuyệt khoái – nghĩ chi nhiều, hơi đâu"

(có 14 bài vào thời điểm này chưa xếp vào tập nào đã in)

*Phần 5 - tranh Bé Ký

tên **Thâm Tình Nở Thơ**

Trích bài Nhắc Tôi Một Chút Mẹ Hiền:

"thời ở núi mẹ tôi buôn bán - mua tiêu, chè, quế, mật... vân vân... - bán đá lửa, kaki, giấy, bút... - đời thong dong bỗng lấm phong trần =

mỗi buổi sáng với mo cau cơm vắt - mẹ ra đi cùng cô cháu mười lăm - cháu gánh bầu, dì xách cân lủi thủi - lội buôn xa lẫn với xóm làng gần =

rồi một bữa mẹ hiền tôi bị bắt - bị tịch thu sạch sẽ chẳng còn chi - rương tín phiếu tám bánh xe bằng gỗ - bốn công an đến vui vẻ đẩy đi =

mẹ không khóc, không cười, không than thở - phơi tóc dài nằm đọc Lục Vân Tiên - con chim khách đến sau nhà lên tiếng - ba về thăm, đâu đó lại tự nhiên =

mẹ chưa thể bỏ được nghề buôn bán - vẫn cầm chừng theo ngày tháng đi quanh - tôi ngày ngày ngồi phơi trên bậc cửa - ngóng mẹ cùng cái bánh ú xanh xanh".

Trích thêm một bài viết cho vợ, ở tập Ngơ Ngác Cõi Người.

Bạc Tóc: *"chiều thứ sáu về sớm hơn thường lệ - em ôm hôn như thuở mới yêu nhau - thua cháy túi riêng cuộc tình sót lại - giữ cho lòng gắng đứng tiếp hôm sau =*

trong tha thiết vang lời em kinh ngạc: - "ồ cái gì, như tóc bạc, đầu anh?" - chuyện nhỏ mọn sao lòng chùng bỡ ngỡ - dẫu đã từng phung phí hết xuân xanh =

em năn nỉ, ghì vai, tìm từng sợi - "nhổ cho xong, đừng để mất đẹp trai" - tình em thắp sáng theo từng ngọn nhỏ - rụng trong ta xa xót tiếng thở dài =

ta nhăn mặt than đau, em ái ngại - bốn mắt nhìn nhau chan chứa suốt lòng nhau - em chợt nói tưởng như thầm an ủi:

"ồ, chỉ toàn tóc ngứa, tóc sâu!" =

không đâu em, chúng chính là đá trắng - đang xây dần phần mộ của riêng ta - hoa ngập nước lâu ngày đành phải rã - hồn ngấm sầu lâu quá phải phôi pha =

luật trời đất có sinh có tử - sá chi ta mới chớm trổ sắc già - đời sống bám vinh danh gì nuối tiếc - kéo dài chi kiếp bỏ nước không nhà =

nhổ sao hết hỡi em yêu ngớ ngẩn - rụng sợi này đến sợi khác thành vôi - mười năm nữa hay vài giờ sắp tới - sợ chi đâu ta chuẩn bị xong rồi =

tóc chớm bạc nhưng hồn sầu đã bạc - xin nhẹ tay ta nghe nhói cơn đau."

* Phần 6 – tranh Nguyễn Thị Hợp

tên **Quê Hương Nhắm Mắt Như Sờ Được** với 67 bài. Trích bài Người Qua Sông Hàn, (bài chưa phổ biến trong các tập đã ấn hành vào thời điểm này):

"em ở Sơn Chà hay An Hải? - ngày ngày hai bận phải qua sông - phà đông nhưng chẳng lầm em được - nón nữ sinh nghiêng giấu má hồng

giữa sớm mai thơm đôi tà áo - xanh chừng phơn phớt trắng màu mây - trắng chừng pha chút xanh thanh thoát - quấn quít vờn quanh dáng liễu gầy

em đã đôi lần nhìn dòng nước - nghĩ gì? chắc chẳng nghĩ gì đâu - cổng trường cửa lớp hành lang đợi - em có đôi lần ngóng phía sau?

thơ ở nơi nào trong cõi sống? - giữa chùm bụi nắng gió nâng bay - hay dưới gót hồng em vui bước - làm xước hồn tôi vết nhớ đầy

em cũng đôi lần vu vơ nhớ - nhưng mà chắc chắn chẳng vì thơ - tôi có cả đời mê nhan sắc - biết chừng đâu, em cũng một... tình cờ

em ở bên kia sông Hàn rộng - Đông Giang, Mỹ Thị hay là đâu - cho dù tôi biết, tôi không biết - nỗi nhớ hình như rất giống nhau

chỉ chắc một điều kỳ lạ lắm - dòng sông một thuở rủ rê tôi - cứ y như thể tôi ngờ nghệch - lẫn lộn tình sông với dáng người

em vẫn lên phà qua sông rộng - qua bao chặng sống vẫn là em - bài thơ viết muộn chừng xa lạ - đọc lại, ô hay, gặp chính mình"

* Phần 7 – tranh Nguyễn Thị Hợp

tên **Cái Tôi Lững Thững Theo Thời**,

Trích vài đoạn bài Tuyên Thệ:

"Xòe bàn tay mặt ngang vai, đứng - tôi đọc theo người năm bảy câu - nước mắt khi không mà chợt ứa - vui buồn dồn dập dẫm lên nhau - ...... - ai chứng giám cho tôi lời tuyên thệ - tôi vừa lặp lại rất ngây ngô – lòng tôi chiếc lá phong nho nhỏ - hay vẫn lá tre buồn phất phơ - ...... – xòe bàn tay mặt ngang vai đứng - tôi có hai thằng tôi sáng nay – hai trái tim trong một cơ thể - nhìn ra rõ mặt kẻ lưu đày". (trang 510).

Và vài đoạn bài Ngày 01 Tháng 4 Năm 2003:

"đánh răng
súc miệng
đi cầu
bình thản đón thêm một ngày vào tuổi thọ
thuận tay lật trang hai "lịch thời trang Thái Tuấn"
nhìn thoáng 29 ngày sắp tới...".

(Bài này dài đến gần 10 trang | phần này có 90 bài, nhiều bài không xếp vào thi tập nào, chỉ có trong Ổ Tình Lận Lưng, từ trang 433 đến trang 545).

* Phần 8 – tranh Thái Tuấn

tên **Bạn Vàng Trong Chái Thơ Tôi**,

Trích bài Thăm Nhau Qua Điện Thoại:

"chợt nghe được giọng bạn hiền - sao tôi bỗng lặng im liền mấy giây - coi kìa, giọt nước gì đây - rịn trên khóe mắt cay cay bất ngờ? = Hoán ơi, nhớ quá... bao giờ - gặp nhau như thuở dật dờ ngày xưa? - anh hỏi, tôi lặng... quên thưa - gượng tay chặm mắt lòng chưa sạch lòng = giọng anh như tấm gương trong - không soi cũng thấy tháng năm chúng mình - cái thời anh rót chân tình - lên từng nốt nhạc hiển linh cho đời = cái thời tôi mải ham chơi - bỏ rơi một đoạn chân nơi chiến trường - nhạc anh thòng cánh tay buồn - nâng tôi đứng dậy bình thường lâu nay = bây giờ, ai đỡ anh đây - câu thơ tôi chỉ sợi dây úng sầu - có còn được vịn vào nhau - vui chân qua khắp chiều sâu thân tình = giữ cho lòng mãi rập rình - cái thương cái nhớ xinh xinh cuộc đời - sống trong anh sống trong tôi - hạt thơ mầm nhạc xanh chồi như xưa = tôi chưa thừa, anh chưa thừa - ít ra còn điểm tựa vừa nhớ nhung - vét tình vãi rộng không trung - Hoán ơi, nhớ quá, nơi dừng, đến chưa?". (trang 562)

Gần cuối cuốn tập họp thơ là phần Giữ Riêng Vài Nét Như Là, thơ ngũ ngôn vẽ về 100 người, mỗi người 8 dòng. Xem như là phần thơ mới dành riêng cho Ổ Tình Lận Lưng.

Bài Vè 30 Năm Lang Thang nêu tiêu biểu một số tác phẩm của gần như hầu hết các tác giả có sách tại hải ngoại, dùng cả tên sách của mỗi người trong thơ. (609 - 611)

Bài Vè

Về Ba Mươi Năm Lang Thang

tháng ba gãy súng, (1) *tôi về*
phủi chân, lên bộ ván, thề, nghỉ chơi
gác tay lên trán nhìn trời
gặp cơn mộng dữ ***đổi đời - hỡi ơi!***

vào rừng, lên núi khơi khơi
ngậm nghe khỉ dạy làm người tự do
hốt mây nặn vội con đò
kéo neo mà chạy *khỏi lò sát sinh*
bứt giây chuối cột quanh mình
tình thơm mấy nhánh *linh tinh ăn đường*

vốc lòng ***thắp tạ*** *quê hương*
chín đi, một ở, bốn phương ***quê nhà***
lận lưng gói ***thơ Nguyên Sa***
mà đi vẫn nhớ bóng hoa hương dừa

trải ***qua mấy trời sương mưa***
một trang đời *mới vẫn thừa long đong*
sông Côn mùa lũ *mấy dòng*
cuốn không kịp những bềnh bồng đắng cay?

tôi như ***người đi trên mây***
cuối ngày ngồi lại *xem tay đoán mò*
căn phòng thao thức *buồn xo*
cây gậy làm mưa *cũng co bất ngờ*
rất may, chợt ***nghĩ về thơ***
chân trời lam ngọc *đó chờ đợi tôi*

mòn chân ***ngơ ngác cõi người***
Dưa Cà Mắm Muối *phai mùi đã lâu*
may nhờ thêm mấy sợi râu
tăng thêm phong cách mái đầu ngấm sương
đủ để ***tưởng nhớ mùi hương***
đủ ***sống và viết*** *vài chương chữ rời*
đủ cho tôi tìm thấy tôi
tìm thơ trong tiếng nói *người thân quen*

căn nhà, cõi tạm *giăng giăng*
mây qua phố cũ *sầu mon men vào*
miên man nhớ lại thuở nào
trại kiên giam, *cửa địa lao trùng trùng*
quê hương *anh dũng nghĩa trung*
đáy địa ngục *giữa núi rừng ngát xanh*

vết thương đóng vết sẹo lành
bỏ qua thù hận mong thành ca dao
ba mươi năm, hạt mưa rào
tôi bay trong giấc chiêm bao trường kỳ
thơ tình *viết một đôi khi*
nhớ em chẳng biết làm gì vậy thôi

dù em ***tờ mộng rách rồi***
nụ cười tre trúc *qua thời hồn nhiên*
vẫn ưu tiên, vẫn có quyền
ngày quanh quẩn *mộng đêm triền miên say*
nói thầm với đá *với cây*
để em làm gió *biết bay sáng chiều*
nơi nào cũng có tình yêu
của mưa gởi nắng *trăm điều vu vơ*

dặm nghìn *chân bước phất phơ*
mùi hương quế *giữa đôi bờ tử sinh*
chung cuộc, dòng chữ tâm tình
như gương ***mình lại soi mình*** *vân vi*
tiếc thương ***thương tiếc*** *những gì*
người trăm năm cũ *vừa đi đã về*

ba mươi năm, muốn chửi thề
mà thôi, thiện ác thủ huề với nhau
tôi ngồi thong thả sờ râu
nhớ lông em mọc những đâu cũng tình
***câu thơ về người** hiển linh*
*như **hương mưa** thở thơm tình lá hoa.*
Luân Hoán

(1) tên một số tác phẩm trong 30 năm tại hải ngoại của quý vị, theo thứ tự mượn dùng: *cao xuân huy, bội điệp, ngu yên, nguyễn thị hoàng bắc, lê hân, tô thùy yên, phương anh, nguyên sa, hoàng lộc, phan thị trọng tuyến, nguyễn mộng giác, nguyễn xuân hoàng, song thao, trần doãn nho, đỗ kh, nguyễn hưng quốc, hồ trường an, luân hoán, hà thúc sinh, mai thảo, võ phiến, đỗ quý toàn, nguyễn sao mai, ngọc hoài phương, nguyễn ngọc ngạn, nguyễn chí thiệp, định nguyên, tạ ty, du tử lê, hồ đình nghiêm, kiệt tấn, trần long hồ, lệ hằng, trần mộng tú, ngô tịnh yên, trương anh thụy, duy năng, dương như nguyện, lê thị thấm vân, khánh trường, ngô nguyên dũng, doãn quốc sỹ, ngọc anh, hoàng khởi phong, phan ni tấn, song vinh.*

Dưới đây là một số câu trong bài giới thiệu của nhà văn Nguyễn Mạnh Trinh, cũng là cây bút nhận định phê bình sách có uy tín đương thời. Những trích dẫn này cũng nhằm khép lại bài lược kể về Ổ Tình Lận Lưng.

"... Một điều tôi nhận thấy rõ từ tập thơ Luân Hoán là tính thiết tha và trân trọng với văn chương. Đọc thơ anh, tôi có cảm tưởng đó là một phần xương thịt của cuộc đời chính anh. Những bài thơ, nhắc đến một thời, ở những địa danh không thể nào quên và những người mà hình bóng không thể nào xóa mờ. Thơ như để nhắc đến một nơi chốn và nhắc lại những phần đời. Thơ nhắc lại những hình bóng đã ăn sâu vào tâm khảm. Ở Luân Hoán, thơ là đời sống và đời sống cũng là thơ. Những bài lục bát, những câu bảy chữ, tám chữ, không đơn thuần là ngôn ngữ thi ca mà hình như, nó còn chuyên chở những tâm sự, ẩn giấu những chìm nổi của cuộc sống.

"Luân Hoán làm thơ rất nhiều và đều tay. Trong suốt hơn bốn chục năm làm thơ ông đã xuất bản gần 20 tập thơ vừa ở trong nước vừa ở hải ngoại. Và tập thơ "Ổ tình lận lưng" mà ông vừa xuất bản gồm 7 phần với số trang đồ sộ hơn 600 trang. Nhưng, không phải những tập

thơ ấy nhiều về số lượng mà không có sự trân trọng chữ nghĩa. Trái lại, ở trong vần điệu hay chữ nghĩa, ngoài ẩn giấu tấm lòng thiết tha, yêu đời yêu người còn có sự cẩn trọng của người hiểu được uy lực của con chữ. Hình như, làm thơ với ông là một cách thế sống. Chân thành, nhưng lại nhạy cảm. Lãng mạn, nhưng sống động. Cho nên, những câu thơ của ông như có máu xương da thịt của một cảnh sống thực của một tình cảm thực.

...

Trong ý nghĩ thô thiển chủ quan của tôi, đây là một bài thơ hay. Tôi cảm thấy mình như lạc vào giữa cõi mênh mông vô tận mà trong đó thiên nhiên như ngầm chứa một tâm sự nào. Núi, rừng, trời đất, không chỉ là đơn sơ cảnh vật mà như muốn nói với người những lời thầm thì của xưa cũ vọng về, của hiện tại đang tới. Giữa cái vô cùng mênh mang của ngọn đèo, cái cảm khái như cơn gió vút qua xao xác trầm lắng nhưng nhiều âm ba rung động. Thiên nhiên, cảnh vật và con người trong một giây phút nào, đã hòa nhập vào nhau, lãng đãng nhưng nồng ấm."

- Nguyễn Mạnh Trinh (nguồn: phusaonline.free.fr)

EM TỪ LỤC BÁT BƯỚC RA
TRƯỜNG THI NGỢI CA NGƯỜI NỮ VIỆT

Em Từ Lục Bát Bước Ra là tập trường ca độc nhất của tôi tính đến hôm nay. Dài hai ngàn sáu trăm câu. Tôi có mong ước thực hiện trường ca từ lâu nhất là đề tài nói về những nhân vật trong lịch sử. Vì nhiều điều kiện khó khăn, nhất là nghèo các sử liệu cần thiết nên chắc chắn sẽ không đi được đến đâu. Thi phẩm này không phải tình cờ, nhưng được quyết định cùng thực hiện trong một thời gian khá ngắn. Chủ đích cũng không hơn gì ngoài sự ca ngợi người nữ. Nhưng trân quý là căn bản. Dù gợi lên những nét tuyệt hảo nào trong mọi sinh hoạt, hoặc từng cuộc sống riêng biệt ở nhiều giai cấp, trình độ, tôi vẫn giữ cái tâm kính quý, cũng như lượm những gì đẹp nhất để trình bày, giới thiệu.

Thể thơ lục bát, với sự quen tay, giúp tôi đi trọn cuộc chơi. Và tôi tin cũng có khả năng dụ được một số bạn đọc cùng vui. Ngay liền dưới đây tôi xin lược trích lời vào tập của thi phẩm, thay vì phải viết lại.

"... Tập lục bát này là một sự ôm đồm, đi ngược với quan niệm "quí hồ tinh bất quí hồ đa". Có câu vụng, có câu được, có câu tinh nghịch, có câu nghiêm chỉnh, nói chung là rất linh tinh trong sự thi vị cần thiết.

Cái ma lực của lục bát là sự ngon trớn chạy theo vần. Khi

đang làm thơ Lục Bát không ai lặn hụp tìm hiểu kỹ thuật của nó. Không có chuyện để ý đến các râu ria căn bản như: phù bình thanh (chữ không dấu), trầm thượng thanh (dấu huyền), phù thượng thanh (dấu ngã), trầm thượng thanh (dấu hỏi), phù khứ thanh (dấu sắc), trầm khứ thanh (dấu nặng). Cũng chẳng mấy ai để ý đến chuyện ngắt điệu: 2/2/2 (câu lục chia 3, mỗi phần 2 chữ), 4/4 (câu bát chia hai), 4/2 (câu lục 4 và 2 chữ) hoặc 3/3/2 hay 4/2/2. Cứ thuận miệng, thuận tay là viết liền liền.

Mục đích chính hay đúng hơn, nội dung bài thơ là: Ngợi Ca Người Phụ Nữ Việt Nam về nhan sắc, tâm tình lẫn đức hạnh, đồng thời nêu lên những sinh hoạt đời thường của con cháu các bà Trưng, Triệu, Hồ Xuân Hương, Đoàn Thị Điểm...

Tôi đã lấy một câu đầu ở trang số 28 của tập *Tình Thơm Mấy Nhánh* của Lê Hân làm tên tập thơ:

Em Từ Lục Bát Bước Ra.

Theo dự tính, tập thơ không hạn định số câu, viết đến đâu hay đến đó, tùy nghi theo thời tiết ấm lạnh của cơ thể mình. Tôi theo một bố cục.

1. Đoạn mở đầu: tùy hứng, tùy nghi, tùy duyên. Đây là những ba hoa đầu tiên, có đủ cái nhẹ nhàng, mượt mà của một món khai vị. Để cỗ bàn tiệc hứa hẹn phong phú, nên tôi bắt buộc phải cẩn trọng, làm dáng:

"chắt thơ làm một đôi tằm/ tặng em nhan sắc nguyệt rằm thánh tiên/ ăn cắp kho chữ thánh hiền/ nặn cho tròn một cái kiềng tặng em/ mượn trời ít gió lênh đênh/ vén tà lụa bạch ký tên để đời/ ...".

2. Phần gợi ý, và đề nghị một số họa sĩ Việt Nam, nên vẽ các Em theo ý muốn chung của giới thưởng ngoạn hội họa, đặc biệt là của chính người yêu cầu. Phần này dài 50 câu, chia thành 9 đoạn nhỏ:

(các họa sĩ được đề nghị: Nghiêu Đề, Thái Tuấn, Trịnh Cung, Đinh Cường, Hồ Thành Đức, Rừng, Khánh Trường),

"... vẽ sao cho đôi bờ vai/ ngà ngà hương sáp ong cài khăn voan/ loay hoay tình níu vai ngoan/ dòng thơ thay cánh tay quàng theo chân/ phủi giùm đi chút ngại ngần/ cho con bướm dại nhích gần đến hoa.

vẽ sao cho cặp nhũ hoa/ tóm thâu vũ trụ tiên ma để huế/ chờn vờn mấy cõi tỉnh mê/ vụng tay lạc ngọn thơ để không suông/ ngôi cao thơm ngát mạch nguồn/ đăm đăm mà giả như tuồng ngó lơ...".

3. Phần chuyển mạch với 18 câu. Đây là cơ hội để người viết ba hoa thoải mái nhất. Có ít nhất 4 hoặc 5 phần chuyển mạch như vậy trong suốt chiều dài tập thơ.

4. Phần lượm ra những hình ảnh, tâm tình của người phụ nữ Việt Nam trong thơ của 228 thi sĩ người Việt tại quốc nội cũng như hải ngoại. Phần này dài trên 900 câu. Sự chọn lựa lúc đầu dự định theo số tuổi đời của các tác giả. Nhưng gặp khó khăn trong kỹ thuật lắp nối, nên đành để tùy nghi theo cảm hứng. Không có sự ưu tiên nào, cũng không có sự phân biệt thân, ghét đối tượng để người viết vịn tay. Có thể có thiếu sót một số nhà thơ, vì không kịp nhớ hết hoặc không có tài liệu để bắt cầu câu thơ. Xin đọc bản danh sách những nhà thơ tôi đã mạn phép vịn vai trong cuộc chơi. Đồng thời cũng xin được cảm ơn tất cả các tác giả.

(1. Nguyễn Du, 2. Huy Cận, 3. Vũ Hoàng Chương, 4. Bùi Giáng, 5. Nguyên Sa, 6. Đinh Hùng, 7. Hồ Dzếnh, 8. Xuân Diệu, 9. Hàn Mặc Tử, 10. Lưu Trọng Lư, 11. Chế Lan Viên, 12. Hoài Khanh, 13. Nguyễn Nho Sa Mạc, 14. Phạm Thiên Thư, 15. Nguyễn Bính, 16. Lê Hân, 17. Bích Khê, 18. Trần Dạ Từ, 19. Nguyễn Đức Sơn, 20. Nguyễn Tất Nhiên, 21. Tô Thùy Yên, 22. Hà Nguyên Thạch, 23. Đynh Hoàng Sa, 24. Vũ Hữu Định, 25. Lê Vĩnh Thọ, 26. Hoài Thương, 27. Viên Linh, 28. Tạ Ký, 29. Phan Nhự Thức, 30. Phan Ni Tấn, 31. Hà Nguyên Dũng, 32. Trần Kiêu Bạt, 33. Đồng Đức Bốn, 34. Bùi Minh Quốc, 35. Thành Tôn, 36. Thái Tú Hạp, 37. Huy Tưởng, 38. Nguyễn Đình Toàn, 39. Du Tử Lê, 40. Đặng Tấn Tới, 41. Mai Thảo, 42. Hoài Hương, 43. Trần Dzạ Lữ, 44. Khoa Hữu, 45. Nguyễn Hữu Nhật, 46. Phạm Nhuận, 47. Đỗ Quý Toàn, 48. Hạc Thành Hoa, 49. Hoàng Trúc Ly, 50. Thế Viên,

51. Hoàng Lộc, 52. Song Vinh, 53. Lý Đợi, 54. Quan Dương, 55. Cao Thoại Châu, 56. Triều Hoa Đại, 57. Tường Linh, 58. Cung Vũ, 59. Đỗ Kh, 60. Từ Kế Tường, 61. Phương Triều, 62. Mai Văn Phấn, 63. Đức Phổ, 64. Phan Xuân Sinh, 65. Tuyền Linh, 66. Phạm Công Thiện, 67. Hoàng Anh Tuấn, 68. Hoàng Xuân Sơn, 69. Lưu Nguyễn, 70. Đặng Hiền, 71. Nguyễn Mạnh Trinh, 72. Song Thao, 73. Đặng Tiến, 74. Mai Khắc Ứng, 75. Nguyễn Nam An, 76. Ngô Quân Miện, 77. Nguyễn Duy, 78. Nguyễn Trọng Tạo, 79. Nguyễn Việt Chiến, 80. Thanh Thảo, 81. Trụ Vũ, 82. Thanh Tâm Tuyền, 83. Ngu Yên, 84. Trang Châu, 85. Vũ Cao, 86. Quách Thoại, 87. Lưu Quang Vũ, 88. Hoàng Cầm, 89. Cung Trầm Tưởng, 90. Nguyễn Nhược Pháp, 91. Bùi Chí Vinh, 92. Nguyễn Bắc Sơn, 93. Trần Mạnh Hảo, 94. Nguyễn Đức Tùng, 95. Trần Hoài Thư, 96. Đynh Trầm Ca, 97. Từ Thế Mộng, 98. Nguyễn Đông Giang, 99. Trần Huiền Ân, 100. Đỗ Trung Quân, 101. Mạc Phương Đình, 102. Khê Kinh Kha, 103. Hà Huyền Chi, 104. Thu Bồn, 105. Trần Trung Đạo, 106. Hà Nguyên Du, 107. Hà Thúc Sinh, 108. Kiêm Thêm, 109. Phan Bá Thụy Dương, 110. Khắc Minh, 111. Nhất Tuấn, 112. Lâm Chương, 113. Nguyễn Sao Mai, 114. Cao Quảng Văn, 115. Mường Mán, 116. Vương Đức Lệ, 117. Duy Năng, 118. Hữu Loan, 119. Trần Đăng Khoa, 120. Lâm Hảo Dũng, 121. Yến Lan, 122. Diên Nghị, 123. Diệp Minh Tuyền, 124. Trần Tuấn Kiệt, 125. Võ Quê, 126. Thái Ngọc San, 127. Phùng Quán, 128. Lữ Quỳnh, 129. Tần Hoài Dạ Vũ, 130. Lê Minh Quốc, 131. Nguyễn Tam Phù Sa, 132. Trần Phù Thế, 133. Xuyên Trà, 134. Nguyễn Văn Ngọc, 135. Phổ Đức, 136. Ngô Xuân Hậu, 137. Tạ Ty, 138. Mai Trung Tĩnh, 139. Chu Vương Miện, 140. Từ Hoài Tấn, 141. Tô Kiều Ngân, 142. Huy Trâm, 143. Mặc Tưởng, 144. Dương Kiền, 145. Định Nguyên, 146. Lê Văn Trung, 147. Nguyễn Nhật Ánh, 148. Thanh Tuyền, 149. Trần Như Liên Phượng, 150. Trần Hồng Châu, 151. Ngọc Hoài Phương, 152. Trần Hoan Trinh, 153. Nguyễn Đức Bạt Ngàn, 154. Thiếu Khanh, 155. Hoàng Quy, 156. Nguyễn Nhã Tiên, 157. Hồ Tuấn Nhã, 158. Hoàng Huy Khanh, 159. Trần Huyền Trân, 160. Lê Nguyễn, 161. Chu Ngạn Thư, 162. Vô Tình, 163. Vũ Đình Trường, 164. Hoàng Định Nam, 165. Quang Huỳnh,

166. Hữu Việt, 167. Phạm Công Trứ, 168. Khế Iêm, 169. Trần Vấn Lệ, 170. Lê Thánh Thư, 171. Nguyễn Tôn Nhan, 172. Kiên Giang, 173. Nguyễn Hữu Thụy, 174. Vũ Thành, 175. Bạc Văn Ùi, 176. Đỗ Tấn, 177. Hà Liên Tử, 178. Viễn Phương, 179. Giang Nam, 180. Ngũ Hà Miên, 181. Thế Phong, 182. Vũ Hối, 183. Trần Ngọc Huế, 184. Nguyễn Bùi Vợi, 185. Nguyễn Hải Phương, 186. Trần Quang Long, 187. Chân Phương, 188. Nguyễn Hương Trâm, 189. Thế Lữ, 190. Tống Minh Phụng, 191. Hữu Thỉnh, 192. Lữ Kiều, 193. Phạm Đức, 194. Phù Sa Lộc, 195. Phạm Thanh Chương, 196. Tạ Nghi Lễ, 197. Tuệ Sỹ, 198. Phùng Kim Chú, 199. Uyên Hà, 200. Phương Tấn, 201. Nguyễn Nho Nhượn. 202. Đỗ Quyên, 203. Huy Giang, 204. Chu Tân, 205. Nguyễn Dũng Tiến, 206. Vũ Kiện, 207. Nguyễn Đình Thư, 208. Cổ Ngư, 209. Lưu Hà, 210. Thương Nguyệt, 211. Dương Phù Sao, 212. Đinh Cường, 213. Khánh Trường, 214. Hồ Thành Đức, 215. Thường Quán, 216. Bùi Vĩnh Phúc, 217. Vương Ngọc Long, 218. Thi Vũ, 219. Nghiêu Đề, 220. Huỳnh Liễu Ngạn, 221. Nguyễn Hoàng Nam, 222. Vĩnh Hảo, 223. Trịnh Y Thư, 224. Đạm Thạch, 225. Phạm Cây Trâm, 226. Song Hồ, 227. Nguyễn Nho Khiêm, 228. Ngô Kha).

Xin được trình bày cách thực hiện và sắp xếp trong các đoạn viết. Khởi đầu, tôi viết 6 câu về người có thơ được chọn. Tiếp theo là phần trích dẫn thơ của chính tác giả đó. Ví dụ về nhà thơ Bùi Giáng:

Yêu em dễ thành thiên tài
như ông Bùi Giáng uống hoài không say
ông cầm mấy ngọn tóc mây
thổi vù một cái đông tây hiện hình
em hoài cổ, em hiện sinh
theo ông như bóng với hình lai rai:

... em từ đọ mặt mốt mai
từ em thánh nữ ra ngoài tiên nương
em đi nhảy vọt phi thường
tầm sương sái diệt đoạn trường chào em

Bốn câu in chữ nghiêng là nguyên văn thơ Bùi Giáng. Nếu

dùng cách trích dẫn này, bạn đọc sẽ thấy rất rõ nét vẽ thiếu nữ của mỗi nhà thơ. Nhưng gặp trở ngại tức thì, vì không phải nhà thơ nào cũng dùng lục bát để viết về người đẹp. Tôi đã nghĩ đến việc chuyển thể thơ các tác giả khác thành lục bát. Nhưng đây là điều vô phép. Hơn nữa, muốn làm vậy, phải có sự cho phép của từng tác giả. Sự liên lạc không phải dễ dàng, nhất là không ít người đã rời vạt đất sống của chúng ta.

Cuối cùng tôi quyết định và thực hiện giải pháp: viết 4 câu cho mỗi người được chọn. Trong 4 câu này, tôi nêu tên tác giả và chỉ trích **một số chữ** họ đã dùng trong một bài thơ nào đó. Các **chữ trích được in nghiêng**, ví dụ, tôi vịn Lê Vĩnh Thọ như sau:

thân em như nước như nhà
thanh xuân phơi phới chia ra ***ba miền***
ông Lê Vĩnh Thọ chỉ ghiền
phấn hoa ***gắn bó nối liền âm dương***

Xin trích thêm ít người nữa:

gối tay em ngủ suốt đêm
ngẫm mình ngay thẳng không thèm múa may
ông Chu Vương Miện mát tay
vẽ thơ ***tà áo thơm lây mấy miền***
...
tạm cư ở cõi trần gian
mưa hay rượu ướt dầm bàn tay em
nửa bình hư vọng kề bên
Hà Huyền Chi đã nhờ em danh thành
...
trong tim ta có cái dằm
từ ngày em ghé tới thăm tình cờ
uống Nguyễn Đình Toàn câu thơ
hàm răng mật vẫn nhói vào chỗ đau
(chỉ dùng tên và dùng có ba chữ “hàm răng mật”)
....
một lần nhưng chẳng dễ quên

xuồng nghiêng theo chút ***hớ hênh***, thế là
sầu riêng đang chín người ta
Nguyễn Duy thòng nhánh thi ca làm dầm
....
dòng xanh trăng nước bềnh bồng
em ngồi xõa tóc phơi lòng đài trang
sợ đời dành mất trăng vàng
Tường Linh lấy cái lồng bàn đậy lên
...
hồng chừng có chút bất thường
dẫu tình cờ gặp nguồn hương diệu kỳ
ông Phương Triều van thầm thì:
em ơi, khép lại chỗ gì... giúp qua
...

Một nguyên tắc đơn giản tôi đề ra và phải tuân theo:

Trong 4 câu ngắn gọn, phải có bóng dáng của người đẹp về nhan sắc hoặc tâm tình hay ít ra là những sinh hoạt đặc biệt của phái nữ. Nếu không có một nét nữ tính nào, ít ra phải sử dụng từ "em", để có hơi thở của giai nhân trong 4 câu thơ.

Nói rõ hơn, 4 câu này không có mục đích vẽ chân dung tác giả như tôi đã từng viết trong Nuôi Thơm Chùm Kỷ Niệm Xanh hoặc Giữ Riêng Vài Nét Như Là.

Với quy định này, khi thấy lạc đề, như đoạn nương theo chân cố thi sĩ Đồng Đức Bốn.

đem thơ đổi lấy những sầu
ông Đồng Đức Bốn vẫn giàu mãi ra
ông gom tài sản người ta
để tỉa xanh nghít xót xa riêng mình

Dĩ nhiên tôi phải sửa lại hai câu sau cho thích hợp, dù mất tự nhiên hơn:

đem thơ đổi lấy những sầu
ông Đồng Đức Bốn vẫn giàu mãi ra

nhớ em ông khâu vào da
bàn tay biết nói nụ hoa biết cười

Xin lưu ý, trong những đoạn thơ của phần 4 này, có vài đoạn tưởng như lạc đề nhưng thật ra khá ổn, như đoạn sau:

rúc vô núi hát một mình
chui ra rừng lượm lại tình, hát chơi
Nguyễn Đức Sơn và ông trời
lục đục vì cái lõm lồi thiên nhiên
(hình ảnh liên tưởng...)

Việc trích chữ cũng không thể đồng đều. Có tác giả, tôi nương nhờ nhiều từ họ dùng, cũng có tác giả chỉ mượn được vài ba chữ, ví dụ như ba đoạn liền nhau sau đây:

em vừa nhú tuổi tròn trăng
lông mi cong vút lông măng nhẹ nhàng
nhà thơ Phạm Nhuận bàng hoàng
van em đừng lộ họ hàng hồng mao

hạnh phúc nằm trong ***cổ cao***
từ môi em mớm tình vào đời anh
tim Đỗ Quý Toàn rất lành
chiết hương chế biến em thành thi ca

em nằm trong Hạc Thành Hoa
lòng thanh thoát mở rộng tòa thiên nhiên
ngại ngùng mỗi bước chân ghiền
mình tôi nghe tiếng lá tiên động tình

Những chữ được trích của các tác giả có thể từ một bài lục bát, một bài ngũ ngôn, tám chữ, hoặc bất cứ thể loại nào. Điều căn bản, những chữ đó đã tạo cho tôi hứng thú để tìm cách nối kết. Và những nối kết này, đa số không mang lại nội dung chính của câu hoặc bài thơ của tác giả đó.

5. Phần chuyển mạch

6. Phần nương theo phái nữ (dành riêng cho các nhà thơ)

viết về phái nữ, hoặc viết về chính họ. Cũng 4 câu cho mỗi người. Nội dung: ngoài hình ảnh còn có những nét về tâm tình, hoặc chân dung bởi tác giả cũng là phái yểu điệu thục nữ. Sáu mươi sáu (66) người đẹp, bị tôi mạn phép níu áo. Mời đọc trước ít đoạn tiêu biểu:

bếp chiều khói tỏa thơm lừng
bàn tay em vốn đã từng ướp hương
cộng thêm ***máu thịt đời thường***
Xuân Quỳnh tha thiết về nguồn trái tim
(chỉ mượn 4 chữ của XQ)
...
trong em có nhiều khối u
cái mũi, cái vú, cái mu... bình thường
vẫn ***thường ngắm mình trong gương***
Vi Thùy Linh ***lóng lánh*** hương sách đèn
...
dùng thơ để ***gói trái tim***
mở lòng thay những mũi kim đan tình
vì ***trời bắt*** em hiển linh
Trần Mộng Tú đành trở mình ***gió*** bay

tài hoa hít thở trên tay
chập chờn bóng dáng liễu gầy thanh xuân
em qua nét lụa thơm lừng
mang tình Thanh Trí bay cùng bốn phương

em không phải là làn hương
nhịp tim không bén gót đường ***thoa son***
lỡ làm hoàng hậu bé con
Hoa Thi ***dắt cả một đoàn bướm bay***

Phần này tôi cũng bỏ sót nhiều nữ thi sĩ của chúng ta, lý do cũng không khác như bên nam thi sĩ. Xin được tạ lỗi, và cảm ơn những nữ sĩ bị tôi làm phiền. Bảng phong thần ghi danh các chị ngay bên dưới:

(1. Thanh Nguyên, 2. Tống Nữ Ngọc Hoa, 3. Vũ Thị Khương,

4. Nhã Ca, 5. Khánh Hà, 6. Ngô Tịnh Yên, 7. Nguyễn Thị Thanh Bình, 8. Nguyễn Thị Minh Thủy, 9. Thụy Khanh, 10. Sương Mai, 11. Ý Nhi, 12. Tương Phố, 13. Hằng Phương, 14. Thanh Nhung, 15. Trần Mộng Tú, 16. Thanh Trí, 17. Hoa Thi, 18. Thơ Thơ, 19. Y Nguyên (ở Pháp), 20. Y Nguyên (ở VN), 21. Phan Huyền Thư, 22. Trân Sa, 23. Hoàng Hương Trang, 24. Nguyễn Thị Hoàng, 25. Minh Đức Hoài Trinh, 26. Cao Thị Vạn Giã, 27. Cao Mỵ Nhân, 28. Huệ Thu, 29. Bùi Bích Hà, 30. Trần Thị Mỹ Hạnh, 31. Lê Thị Mây, 32. Hồ Xuân Hương, 33. Phan Thị Thanh Nhàn, 34. Lâm Thị Mỹ Dạ, 35. Lê Thị Kim, 36. Xuân Quỳnh, 37. Trịnh Gia Mỹ, 38. Dương Như Nguyện, 39. Mộng Tuyết, 40. Trần Thị Minh Nguyệt, 41. Phạm Dạ Thủy, 42. Lệ Khánh, 43. Tuệ Nga, 44. Cát Nhu, 45. Diệu Linh, 46. Khương Hà, 47. Nguyễn Thanh Trúc, 48. Lê Hoàng Anh, 49. Khánh Chi, 50. Vi Khuê, 51. Thúy Trúc, 52. Lê Tú Lệ, 53. Thân Thị Ngọc Quế, 54. Viễn Du, 55. Đặng Thị Quế Phượng, 56. Bích Xuân, 57. Nguyễn Thị Hoàng Bắc, 58. Phan Thị Trọng Tuyến, 59. Lê Thị Thấm Vân, 60. Trịnh Thanh Thủy, 61. Hạt Cát, 62. Vi Thùy Linh, 63. Ly Hoàng Ly, 64. Phương Lan, 65. Lê Thị Huệ, 66. Hồng Khắc Kim Mai)

7. Phần chuyển mạch.

8. Cũng như thi ca và hội họa, âm nhạc là vùng đất sống thích hợp cho giới yểu điệu thục nữ. Thế nhưng đọc gần đầy đủ các lời ca được phổ biến trên các trang điện toán, nhất là trang Đặc Trưng, tôi không thu thập được kết quả theo mong muốn. Số lượng nhạc sĩ có thể cho phép tôi vịn vào họ để đưa cuộc chơi đi xa không nhiều. Chính vì thế, thay vì 4 câu cho mỗi người, tôi tặng thêm hai câu. Xin các anh thông cảm cho sự đứng ké này. Dưới đây là vài đoạn tiêu biểu:

trôi theo cuộc sống bồng bềnh
bờ vai em nhỏ run mềm dưới mưa
bỏ quên tiếng hát xa xưa
em về hé liếp hiên vừa ấm hơi
Nhật Ngân thỏ thẻ lựa lời
cho môi em trở lại ngời ánh trăng

...
mắt trinh lệ ứa mềm môi
bên dương cầm thở tiếng đời hoang mang
tóc nhẹ rung xuống vai đàn
dạ khúc gây gió mênh mang ***nắng chiều***
bàn tay Lê Trọng Nguyễn dìu
âm thanh lướt nhẹ cánh diều rụng hoa

rồi như trăng xế bóng *tà*
áo em màu trắng thướt tha qua vườn
bay ***trong hồng hoang thiên đường***
tinh khôi tiếng hát thoáng vương dấu trần
bàn tay năm ngón phân vân
Lê Uyên Phương nhẹ mở dần âm thanh
...
Danh sách các nhạc sĩ tôi đã chịu ơn:

(1. Trịnh Công Sơn, 2. Phạm Duy, 3. Đoàn Chuẩn, 4. Phạm Thế Mỹ, 5. Từ Công Phụng, 6. Ngô Thụy Miên, 7.Văn Cao, 8. Lam Phương, 9. Lê Trọng Nguyễn, 10. Lê Uyên Phương, 11. Trầm Tử Thiêng, 12. Văn Phụng, 13. Lê Thương, 14. Hoàng Thi Thơ, 15. Vũ Thành An, 16. Nhật Ngân, 17. Ngọc Bích, 18. Hoàng Nguyên, 19. Lê Hoàng Long, 20. Đỗ Đức Phấn, 21. Thông Đạt, 22. Hoàng Trọng, 23. Ngọc Lễ, 24. Nguyễn Ngọc Thiện, 25. Thanh Tùng)

9. Phần chuyển mạch, dài 22 câu, đại khái:

"em là kho tài sản chung/ của mọi thứ sĩ, anh hùng thế gian/ "con trai đầu gối bịt vàng"/ cũng quỳ ca ngợi đàng hoàng chả sao/ riêng tôi chẳng thuộc sĩ nào/ ngoài được sỉ vả là đồ ba lăm/ thật ra tôi hơn cả trăm/ ông vua Trụ có tiếng tăm bên Tàu/ giai nhân lộng lẫy sắc màu/ dễ gì có thể lắc đầu ngó lơ/ thế là tôi quyết làm thơ/ làm thơ không đạt, lơ mơ đặt vè".

...

10 + 11 + 12 + 13, bốn phần này là nét vẽ của chính tôi về phái nữ, được chia làm 4 mục:

* **Giai nhân ở nông thôn**: 159 câu. Tiêu biểu:

"trúc xinh trúc mọc cạnh đình"/ em không xinh lắm, biết tình cũng xinh/ chẳng cần chi "đứng một mình"/đứng năm bảy mạng, chịu rình thấy ngay/ kể từ ngày biết nhảy dây/ cả hai cái núm cau dày mãi ra/ sau cổ mái tóc đuôi gà/ lắc lư chân sáo hái hoa vin cành"

....

"mất rồi hàm răng cuốc bàn/ mất rồi cái háy sỗ sàng hôm xưa/ không còn những bữa tắm mưa/ lỏng lẻo tay bụm cái thừa, bỏ không"

...

"em nằm phơi phới giấc nồng/chõng tre hiên gió thổi lồng yếm nghiêng/ chập chờn nhớ Lục Vân Tiên/ nhớ luôn Bùi Kiệm qua liền Trịnh Hâm/ lạ lùng chẳng mấy để tâm/ mà khi không, ngủ nhiều ông lẻn vào/ ngồi chình ình giữa chiêm bao/ làm cho đôi má hồng hào mãi ra..."

...

"bây giờ em đã rất là/ một cô thôn nữ mặn mà nhà quê/ tuy chưa chạm tuổi cập kê/ cái trâm cài đã nằm kề tóc mai/ cặp chân có vẻ hơi dài/ vạt lưng vừa đủ chép vài câu thơ/ bờ vai tròn lẳn phất phơ/ "tiểu yêu" nối với cơ đồ liền nhau/ tuy không "bẻ gẫy sừng trâu"/ nhưng em nhấc nổi mày râu dễ dàng/ lòng em như ngói đình làng/ đỏ au, lộng lẫy, nghiêm trang, trữ tình..."

...

"cái lờ, cái đó, cái nơm.../ (những dụng cụ bắt cá tôm ở đồng)/ cũng không lạ bàn tay hồng/ quanh năm suốt tháng lòng vòng theo em/ mỗi ngày một chút nhớ quên/ mỗi ngày một chút bồng bềnh khói sương/ em là trái tim mùi hương/ em là lá phổi con đường nở hoa...".

* **Giai nhân ở tỉnh thành**: 253 câu. Phần này được chia các mục nhỏ:

a/ thời cắp sách, đại khái:

"áo pull cổ hở phập phồng/ phơi đường biên giới hai vồng cầu non/ trắng phau phau bụm bông gòn/ rung rinh gốc ngọn gió bồn

chồn bay/ vòng vai trải xuống nhánh tay/ mùi hương vạt tóc highlight hoe vàng/ em đi nghiêm chỉnh đàng hoàng/ nhưng qua mỗi bước tan hoang ổ gà/ van em đừng bước chân xa/ tà váy chạm gối làm hoa mắt người/ bây giờ cô bé của tôi/ trong cặp không có chỗ ngồi tuổi thơ..."

b/ giai đoạn thành danh qua nhiều lãnh vực.

- Giới cầm bút, vô phép nhắc đến:

(Nguyễn Ngọc Tư, Nguyễn Thị Thu Huệ, Dương Thu Hương, Trần Khải Thanh Thủy, Lê Minh Hà, Miêng, Đỗ Quỳnh Giao, Y Ban, Phạm Thị Hoài, Đỗ Hoàng Diệu, Đặng Thơ Thơ)

- Giới cầm cọ, vô phép nhắc đến:

(Nguyễn Thị Hợp, Bé Ký, Lê Thị Lựu, Ann Phong, Thanh Trí, Thu Hà, Nguyễn Thị Thùy Duyên, Trương Thị Thịnh, Điềm Phùng Thị, Hương Alaska)

- Giới ca nhạc sĩ, nhắc tên 68 người, gần như đầy đủ những tiếng hát quen thuộc. Phần này không có chất thơ trong bản liệt kê danh mục, chỉ là trò chơi ghép thành câu. Dĩ nhiên có một số ngoại lệ.

- Giới nhân sĩ, vô phép nhắc đến:

(Dương Nguyệt Ánh, Elizabeth Phạm, Huỳnh Mỹ Hằng, Lê Thị Công Nhân)

- Giới sinh hoạt phấn hương. Phần này viết chung chung. Không dám nêu danh tính ai, dù cũng biết đôi ba người xuất chúng.

* **Giai nhân ở miền núi**, gồm 12 phần, mỗi phần nhiều đoạn, mỗi đoạn 4 câu, theo thứ tự:

- hình ảnh và sinh hoạt của các cô gái sắc tộc Thái.
- hình ảnh và sinh hoạt của các cô gái sắc tộc Mường
- hình ảnh và sinh hoạt của các cô gái sắc tộc Chăm
- hình ảnh và sinh hoạt của các cô gái sắc tộc Dao
- hình ảnh và sinh hoạt của các cô gái sắc tộc Bana
- hình ảnh và sinh hoạt của các cô gái sắc tộc Gia Rai
- hình ảnh và sinh hoạt của các cô gái sắc tộc Mông

- hình ảnh và sinh hoạt của các cô gái sắc tộc Ê Đê
- hình ảnh và sinh hoạt của các cô gái sắc tộc Brâu
- hình ảnh và sinh hoạt của các cô gái sắc tộc Ơ Đu
- hình ảnh và sinh hoạt của các cô gái sắc tộc Rơ Măn
- hình ảnh và sinh hoạt của các cô gái sắc tộc Tày

Việt Nam có 54 sắc tộc. Nhưng tôi chỉ viết được một số nhỏ, sau khi tham khảo một số tài liệu trên nhiều trang điện báo. Những đoạn viết trong phần này có nhiều từ không được thông dụng, nên tôi có thêm phần ghi chú ở cuối bài.

* **Giai nhân theo 12 con giáp**. Phần này như một *gratuit (bonus)*, tôi muốn tặng thêm cho chính tôi.

14. Phần kết. Đây là cơ hội co, giãn tùy nghi cuối cùng trong cuộc chơi. Trong khi chờ in thành sách, nếu hứng tôi sẽ có thể ba hoa thêm.

(ghi chú: bỏ hơn 5 trang cuối phần kể lại những kỷ niệm cũng như nhiều vị trí để viết)

...

Với số lượng 2600 câu, trong một thời gian 24 ngày kể từ 27 tháng 02 năm 2008 đến 21 tháng 3 năm 2008, không thể không có nhiều câu vụng, nhất là tay thơ tôi không vững vàng bao nhiêu. Dù sao tôi cũng hy vọng vạt lục bát linh tinh này có được ít người ghé qua, vỗ tay hoặc chửi thề một câu chân tình.

Luân Hoán
ngày bắt đầu vào mùa xuân, 21-3-2008
11351 Armand Lavergne Montréal Nord Canada

Phần trình bày:

Tranh bìa: họa phẩm Thiếu Nữ, vẽ trên lụa của nữ họa sĩ Thanh Trí. Chị sinh năm 1939 tại Huế, tốt nghiệp ưu hạng khóa 1 năm 1961 Quốc Gia Cao Đẳng Mỹ Thuật Huế. Tốt nghiệp khoa sư phạm hội họa QGCĐMT Sài Gòn 1962. Triển lãm, giải thưởng đều dồi dào. Chị vừa cho tranh cùng thực hiện chân dung tôi bằng màu nước. Tôi thực hiện tổng quát.

Bìa sau, ngoài tranh chân dung, tôi cho in mấy câu:

Câu thơ lục bát không già
và em hương sắc vẫn là sắc hương
nằm trong thơ, nằm trong giường
em đều có những bất thường tùy nghi
ngàn năm em vẫn xuân thì
đời không lãng phí những gì của em
cảm ơn em, cảm ơn tình
cảm ơn mớ chữ chân tình trổ thơ

Với lục bát, tôi còn khẳng định từ trang đầu tiên khi bước vào tập:

câu thơ lục bát mọc chân
từ ca dao nó đi lần sang tôi
khi mô nó sẽ qua đời?
chắc sống vĩnh viễn với trời đất thôi
mai sau khi tôi tắt hơi
xin lấy nó đắp mặt tôi sau cùng
(trang 29)

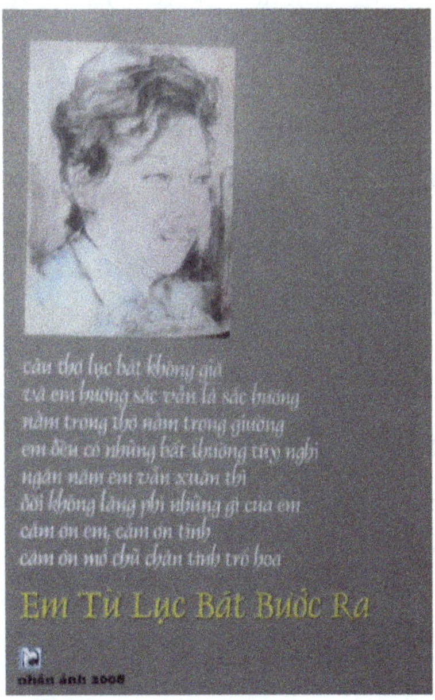

Thật thú vị sau khi ETLBBR được xuất bản, sách đến tay bạn đọc, được lai rai cảm nhận theo chiều hướng tốt.

Nhà thơ Cao Thoại Châu ghi trong cuốn Đọc Nhịp Thở Luân Hoán :

"... Và điều không thể tin nhưng lại có thực mà chưa một nhà thơ nào làm - kể từ sau Nguyễn Du - đó là Luân Hoán, vào năm 2008 đã hoàn thành tác phẩm ***"Em Từ Lục Bát Bước Ra"*** mà ông gọi là một "bài" lục bát. "Bài" này in ra hết gần 100 ngàn công in vì nó dày tới hơn… 200 trang A4, trên 2.600 câu có lẽ! Cái độc đáo là, "bài" thơ này vẽ chân dung của 228 tác giả VN, từ Nguyễn Du, Huy Cận đến Hoàng Cầm, Giang Nam, Bùi Giáng, Hoàng Lộc, Trần Huiền Ân, Cao Thoại Châu, Vi Thùy Linh v.v... Những tác giả thuộc nhiều thế hệ, thuộc nhiều khuynh hướng, người còn kẻ mất, người ở quê nhà, kẻ sống tha phương…, mỗi người đều được Luân Hoán phác thảo những nét rất đặc trưng. Thí dụ

"Một lần nhưng chẳng dễ quên
Xuồng nghiêng theo chút hớ hênh thế là
Sầu riêng đang chín người ta
Nguyễn Duy thòng nhánh thi ca làm dầm".
...
(CTC)

Với một bài viết thật mỉ mỉ của nhà thơ Phương Triều, tác giả của Sữa Đất... chỉ xin trích ngắn gọn :

"... Đọc hết tập thơ EM TỪ LỤC BÁT BƯỚC RA, người đã biết cũng như người chưa biết sẽ biết tại sao người ta đã mến yêu Luân Hoán tới như vậy! Khiêm tốn không còn là một đức tính giáo dục mà là bản chất của Luân Hoán. Anh đã nổi tiếng từ hồi nẳm mà tới năm nẩy anh vẫn vậy. Những dòng thơ dí dỏm, dễ thương không chỉ dành cho nhan sắc, cho giai nhân, cho những hồng nhan tri kỷ mà còn dành hết cho bạn bè bằng hữu.

Đọc thử:

Cám ơn mớ chữ chân tình nở hoa (*)

và:

... Dù sao tôi cũng hy vọng vạt lục bát linh tinh này có được ít người ghé qua, vỗ tay hoặc chửi thề một câu chân tình.

Đúng! Anh nói đúng bản sắc của hảo hớn. Hảo hớn sau hớp rượu, khè một cái, khi nghe một câu hoặc một đoạn thơ hay, đều cất tiếng chửi thề: "... Nghe đã quá, bầu Tèo ơi!..."

...

Với hai ngàn sáu trăm câu lục bát, ông điều động tăng viện cho ông một nguồn nhân lực thật hùng hậu: 228 chàng và 66 nàng thi sĩ. Thêm vào đó, 25 người chuyên trau chuốt âm thanh, chưa kể họa sĩ, nhân sĩ... Thật tình, ông có phần tham lam. Tôi khó có thể kể hết một lúc với bạn đọc.

Đây mới chỉ là bài thứ nhứt. Tôi còn trở lại và còn rất nhiều điều để viết về tập thơ độc đáo nầy!

Ông Luân Hoán ơi, viết xong tưởng nhẹ lòng, vậy mà tới giờ nầy tôi vẫn còn thao thức! Trời đã gần sáng vậy mà cánh nhạn vẫn lạc loài sương gió!...

Austin, Texas 9-2008
PHƯƠNG TRIỀU
(Kỷ niệm Văn nghệ sĩ, Ký giả và Thân hữu)

Nhà nghiên cứu sử lừng lẫy Mai Khắc Ứng, người bạn giàu tuổi đời hơn cũng bày tỏ tâm đắc:

Sau tập Thi nhân Việt Nam của Hoài Thanh, Hoài Chân mấy năm gần đây các hợp tuyển thơ ở nước ta được mùa, có nơi bội thu, kho hết chỗ chứa. Hợp tuyển thơ cổ nhân, cố nhân. Hợp tuyển thơ tân nhân, thi nhân. Hợp tuyển thơ nữ, thơ nam, thơ tỉnh, thơ huyện có nơi thơ làng, thơ hưu trí, thơ đồng hương, thơ đồng môn... không có sức mà đọc. Tất cả những hợp tuyển thơ vừa điểm danh của nhiều tác giả toàn viết về các đề tài cao rộng thuộc dạng danh thắng của ngôn ngữ để ca ngợi non sông đất nước, tình yêu con người, tình yêu lao động, tình yêu Tổ quốc… Thế nhưng chưa có một tập thơ nào nhóm họp hàng trăm cây viết chỉ để ngợi ca về **"Một người duy nhất"** như tập "Em từ lục bát bước ra" của nhà thơ Luân Hoán. Bởi vậy tôi coi tập thơ này như một độc chiêu vọng mỹ nhân. Mỹ nhân quả thật là "Một Người Duy Nhất".

"Một người duy nhất" của Luân Hoán khi nhỏ nhân loại gọi bằng Em. Lớn lên trên lục + bát một chút thì được gọi bằng Chị.

Sinh nở xong thì được gọi bằng Mẹ. Lên chức thì gọi bằng Bà. "Một người duy nhất" ấy tầm thường một cách vĩ đại hay nói ngược lại Vĩ đại bởi sự bình thường.

...

Từ sự đồng tình, Người sáng tạo ra Độc Chiêu Vọng Mỹ Nhân này (LH) đã hạ lệnh cho một dàn Họa sĩ thân tình vẽ về "Một người duy nhất" như sau:

"vẽ sao cho đôi bờ vai
ngà ngà hương sáp ong cài khăn voan"

Và vẽ sao cho:

"ngôi cao thơm ngát mạch nguồn
đăm đăm mà giả như tuồng ngó lơ"

Ai đã từng "*đăm đăm*" nhưng lại "*như tuồng ngó lơ*" xin thầm lặng sờ lên gáy mình.

...

Xin lỗi quý bạn đọc. Tôi lan man lạc đường khi đang nói về cái tài "điều quân khiển tướng" của Người tạo ra Độc Chiêu Vọng Mỹ Nhân. Bàn tay của gã ấy đã điều động 227 chiến sĩ thật là khéo léo, để chỉ vẽ vời về "Một người duy nhất" một cách nhất quán, mạch lạc.

Hãy xem, không chỉ rực rỡ một đám "phe ta", những đấng nam nhi mà "người duy nhất" từng hãnh diện khoe: "*tuy không bẻ gẫy sừng trâu, nhưng em nhấc nổi mày râu dễ dàng*", còn có cả phe phái đối nghịch, gồm 66 nữ thi sĩ, không sắp xếp theo thứ bậc...

...

Em Từ Lục Bát Bước Ra, dài 2600 câu, nhưng tôi tin Luân Hoán hình như vẫn còn muốn viết tiếp, dù nội dung chỉ có một mục đích Ngợi Ca Cái Xương Sườn của chúng ta. Sắc đẹp hình thể, nội tâm lẫn cách sống của những em, những chị, những mẹ, những bà của thế giới loài người đúng như người làm thơ quả quyết:

"ngàn năm em vẫn xuân thì
đời không lãng phí những gì của em
cảm ơn em, cảm ơn tình
cảm ơn mớ chữ chân tình trổ hoa".

...

Mai Khắc Ứng
(Em Từ Lục Bát Bước Ra,
Một Độc Chiêu Vọng Mỹ Nhân)

Em Từ Lục Bát Bước Ra sau khi được sống trong nhiều tủ sách gia đình, ngay ở Thư Viện Montréal chẳng hạn, đã tạo được một hứng thú nhiều người làm thơ với hai câu mở này, trên trang Vuông Chiếu tôi từng hân hạnh giới thiệu. Hy vọng tôi còn tiếp tục chơi thơ Lục Bát, không cần quá cầu kỳ hiện đại hóa cũng không phải phân thân thi thể chúng thành từng chữ, từng cụm từ. Hãy cứ như là hôn em, hôn những người mình yêu.

18 giờ 53 | 12-02-2020.

THANH THI
NHỮNG BÓNG MÂY ẨN DỤ

Trong cuộc sống tôi, thỉnh thoảng gặp những bất ngờ thú vị. Năm 2011, từ New Jersey Hoa Kỳ, nhà văn Trần Hoài Thư bất ngờ ưu ái tặng tôi một niềm vui. Anh đã bổ sung vào cái duyên được in thơ không mất ấn phí của tôi. Bạn đừng thắc mắc khi có sách xuất bản, nhà in phải trả tiền tác quyền. Điều này đã khá xa vời với thi ca, trong sinh hoạt chữ nghĩa từ thời những thi sĩ giàu thêm một quốc tịch.

Tạp chí Thư Quán Bản Thảo do Trần Hoài Thư chủ trương, chăm sóc từ A đến Z, chuẩn bị thực hiện số 47. Với số này anh dành giới thiệu về tôi. Một thi phẩm của người được chưng thơm mặt mũi, cũng sẽ được in để cùng phát hành. Sau điện đàm với anh, hình như tôi quên cả cảm ơn. Hơn thế nữa, niềm vui, nỗi mừng giúp tôi thêm rối tay trong khâu chuẩn bị.

Bản thảo của tôi luôn dồi dào, nhưng không phải dễ dàng hoàn tất một cách ưng ý ngay. Sẽ là một thi phẩm như thế nào? Gần đây những tập thơ tôi cho in tuy thường là thơ tình (tình nào không là tình, tình yêu trai gái, tình thương con người, tình đất nước..., nhưng thói quen từ bao giờ khi nói đến thơ tình phải được hiểu đó là thứ tình nhắm đến sự chung chăn kề gối). Trong các tập thơ in gần đây tôi thường đi kèm một chủ đề, cụ thể như Ngơ Ngác Cõi Người, Hơi Thở Việt Nam, Cảm Ơn Đất Đá... Hiện tại tôi đã và đang viết hoài niệm về những bóng mây qua từng thời kỳ của mình. Dĩ nhiên hạn chế ở những giai đoạn sinh động và sự hài hòa gần như có thật. Bóng từ ánh nắng mặt trời mà có. Bóng hiện diện từ mặt trăng. Cái gây hậu quả nhiều. Cái cho kỷ niệm ít. Thơ ra đời tùy thuộc hoàn toàn hứng thú của mình, không còn ảnh hưởng bao nhiêu từ bóng. Và viết thơ tình không hẳn vì hồng nhan, vì quý nương. Thêm vào đó tuy đã bớt mặn nồng chuyện chính trị, ngưng chung đụng cùng xã hội, vắng thời sự hằng ngày. Nhưng dù không mục kích cũng nghe nói về những nhẫn nhục của dân tộc trước "một thế lực thù địch" đúng tên. Làm thế nào tránh khỏi buồn hận. Tôi cũng đang viết chút ít về đề tài này. Gắng không dùng sự dễ dãi hời hợt để châm biếm, chỉ trích đã như là một thói quen.

Tôi quyết định sẽ cho in thơ-tình-thứ-thiệt cùng những bài thơ về tình đất, tình thân quyến. Nhưng trước hết phải nhanh chóng thực hiện mẫu bìa. Khó còn kịp nhờ anh bạn họa sĩ sẵn lòng nào. Tôi có nghĩ đến ông bạn trẻ nhà văn Hồ Đình Nghiêm, một tay vẽ tốt nghiệp Cao đẳng Mỹ thuật Huế đàng hoàng, đã từng trình bày thật đẹp cho cuốn Chân Dung Thơ Luân Hoán. Nhưng việc tay phải của anh đang kín giờ không thể đợi. Tôi đành háo hức bắt tay. Nói về mây trời lẽ nào không chọn mây. Có vân du rồi chẳng lẽ mặc kệ cho gió bay. Một hình ảnh chủ đạo phải được biệt phái làm chủ xị. Và không thể chọn ai khác ngoài người tình chung chăn kề gối. Thật không dễ, miệng lưỡi bè bạn. Thôi xâm mình. Hình bìa đã có. Tên sách còn cần cho sát hợp. Một danh từ riêng khó gọi tên. Cần một chút ngụy trang, đánh lừa hơn che giấu. Trong văn chương thi ca từng nói đến hai chữ Thánh Thi. Không nên chọc đời nổi giận. Phải cất đi cái dấu sắc. Thanh cũng có nghĩa là xanh. Thi đương nhiên là thơ. Thanh Thi đẹp quá rồi. Nhưng cũng cần thòng thêm:

"Thanh Thi không phải thánh thi
thơ xanh, chẳng ẩn ý gì xin thưa"

Nói không ẩn ý là ẩn ý rồi, cái nghề chơi chữ của tôi xem ra càng tiến bộ.

Tạp chí cùng thi phẩm hiện diện không lâu sau. Sức làm việc

của ông nhà văn, bạn từ thời Nguyệt San Bộ Binh Thủ Đức của tôi thật tuyệt vời. Chẳng phải ông in sách cho tôi mà tôi lấy lòng. Bè bạn bốn biển năm châu ai không biết danh Quí Sách Trần Hoài Thư.

Sách dày đúng 126 trang không phung phí giấy trống. Mở đầu ngắn gọn của người chủ trương:

"Đối với người yêu thơ, tên tuổi Luân Hoán không xa lạ gì. Nhất là đối với những người sinh ra và lớn lên trong chiến tranh... Đọc thơ ông, chúng tôi cảm thấy thật gần gũi, bởi lẽ thơ ông nẩy mầm từ cuộc sống, từ trái tim.

Cảm ơn nhà thơ đã tin cậy giao phó tập thơ cho chúng tôi chăm sóc và thay mặt gởi đến biếu tặng bạn đọc như một phần phụ bản đặc biệt của tạp chí Thư Quán Bản Thảo số 47, chủ đề giới thiệu nhà thơ Luân Hoán.

Và cũng là dịp để chúng tôi tri ân một tác giả chẳng những đã đóng góp rất lớn cho nền văn học miền Nam và hải ngoại, mà còn đóng góp cả một phần thân thể yêu quý của mình trong chiến tranh, qua một bàn chân trái để lại trên chiến trường trong tuổi thanh xuân".

Trân trọng.

Thay mặt cơ sở Thư Ấn Quán & Tạp chí Thư Quán Bản Thảo.
Trần Hoài Thư
email: tranhoaithu@verizon.net

Dòm vào nội dung, góc thơ tình xôn xao trước tiên. Thanh Thi nhờ có Thư Quán Bản Thảo đi kèm nên nhiều cây viết vui vẻ khuyến khích. Tôi vẫn luôn xem mọi lời khen của bất cứ lứa tuổi nào dành cho mình đều là những khích lệ đáng quý. Xin được trích dẫn từ nhà văn Lãm Thúy, Hoa Kỳ:

"... Trước hết, mượn ý của nhà thơ Du Tử Lê, Lãm Thúy xin được ca ngợi sức sáng tác dồi dào của nhà thơ Luân Hoán. Theo thiển ý, điều ấy có được là do tác giả biết nuôi dưỡng những cảm xúc của mình, hay nói khác đi, trái tim thi nhân không bao giờ nguội lạnh những đắm say, những nồng nàn. Tình yêu trong tim ông chảy tràn bao ngõ ngách, ban phát cho bao nhiêu giai nhân trong đời, có khi thực, có khi mộng, có khi chỉ là những hình ảnh yêu kiều trong sách vở, trong truyền thuyết, trong giai thoại.

"Tình cờ mở đường táo bạo
Em cho ta những bất ngờ
Cũng may ta nhát như thỏ
Kịp làm một gã ngây ngô

Viết vội vài câu thật vụng
Như là dấu chấm tròn vo
Kỷ niệm vốn đầy một bụng
Đôi khi còn phải giả đò"
(Một thoáng thơ Lê Quyên Châu)

Vậy cho nên, nếu có thể nói như thi sĩ họ Lê đã nói: "Ông là người tình thủy chung của thi ca" trong bối cảnh bế tắc, lụi tàn của rất nhiều nhà văn, nhà thơ sau biến cố 1975, hơn nữa ông còn là người chồng chung thủy và biết ơn như Tiến sĩ Đàm Trung Pháp đã khẳng định. Riêng Lãm Thúy lại cho rằng ông là người tình thủy chung của bao nhiêu nhân tình, bởi trong trái tim rộng lượng của ông, những kỷ niệm êm đẹp không bao giờ phai mờ, những nhan sắc thanh xuân không bao giờ tàn tạ.

...

(Lãm Thúy - Đọc thơ Luân Hoán bằng trái tim nhạy cảm của một người phụ nữ)

Từ Nguyễn Thị Hải Hà:

"... Đã rõ ông là người si tình bây giờ tôi thử xem diện mạo ông ra sao. Đây rồi trong bài Nhìn, ông bảo *ta chừ đích thực đã già, cho dù ta vẫn là ta thuở nào*, có cái sống mũi *hơi hơi lồi*, có *mấy sợi râu dưới cằm*, ông nhìn chăm chú mình rồi bảo *già đâu mà già, tào lao - đầu gối mắt cá bảnh bao vô cùng.*

Ở một bài thơ khác, Chân Dung Một Người, ông nhận xét về ông: *tôi hôm xưa, tôi bây giờ - và trăm năm vẫn gã khờ vô duyên.* Thật ra ông không mẫu mực lắm đâu. Ông thú nhận là đã Ngoại Tình với nàng Thơ.

Làm thơ là đã ngoại tình
nhớ vu vơ loại ngoại tình dữ hơn
...
nhưng ngoại tình ... rất đau đầu
phập phồng ngó trước nhìn sau tối ngày
thú vị nằm ở điểm này
lấm la lén lút mặt mày trầm tư...

... Luân Hoán làm thơ thật dễ dàng. Ông có thể đưa tên của tất cả các bạn, thi sĩ và văn sĩ, vào thơ. Không ngủ được, rón rén thức dậy tránh không đánh thức người nằm bên cạnh, ông làm thơ. Viết bài thơ xong ông lại *ngả lưng lên khép nép một bên tình, hơi thở ấm hâm trái tim trẻ lại* (Sớm Mai Làm Thơ). Nằm bệnh viện được người đi thăm, ông làm thơ (Một Lần Ghé Thăm) những câu thật nồng nàn *yêu không nói yêu một lần nào cả, môi khóa môi nhốt nhịp tim đầy*. Về thăm lại Đà Nẵng sau 18 năm xa cách ông làm thơ. Trong 125 trang với 56 bài thơ, hơn sáu mươi phần trăm của 56 bài này là thơ tình.

Điểm độc đáo nhất của thơ Luân Hoán là độc giả sẽ không tìm thấy những câu thơ diễm lệ trau chuốt, không có cách thôi xao của Giả Đảo, không có cách trau chuốt đánh bóng chữ của Lê Đạt, không hận đời như thơ Nguyễn Tất Nhiên; bước vào cõi thơ của Luân Hoán tôi thấy một tâm hồn dung dị chấp nhận cuộc đời với những thăng trầm của kiếp người. Bất cứ cái gì trong cuộc sống cũng có thể là nguồn cảm hứng của ông, các cô nữ sinh ở trường Hồng Đức, cú điện thoại của người quen, bức ảnh, chạy xe trên bến Bạch Đằng Tây, sinh nhật năm 67 tuổi. Khó mà tưởng tượng được một câu nói thường nghe trong cuộc sống hằng ngày vào tay ông lại biến thành một câu lục bát đậm đà. Không phải lúc nào cũng mẫu mực tuân theo luật lục bát, ông có những câu thơ lục bát trúc trắc, duyên dáng phá nhịp điệu như một chiếc răng khểnh nghịch ngợm của một cô gái xinh đẹp. Thơ của ông như tôm chua càng ăn càng nghiện, như rượu nếp than bà ngoại ủ trong bếp. Uống vào không biết là uống rượu, say mà không biết mình say, vì cái say rất đằm. Tôi nói nhiều làm bạn đọc chán, xin mời thưởng thức thơ ông".

(Nguyễn thị Hải Hà - Đi Tìm Bóng Dáng Nhà Thơ Luân Hoán qua tập thơ Thanh Thi)

Tôi chọn hai cây bút nữ để giới thiệu Thanh Thi cho thêm mượt mà. Thật ra tôi còn muốn trích nhiều hơn trong hai bài dài đó, để thay việc giới thiệu thơ, nhưng như vậy khác gì đăng lại.

Nhân bài viết này, tôi xin một lần chính thức gởi đến quý cây bút ngọc nữ lời đa tạ chân tình. Không phải dễ gì nhận được sự ưu ái đậm đà chất văn học, nghệ thuật từ quý cây bút nữ. Xin được lặp lại lời cảm ơn, gởi đến Ái Cầm, Bích Ngân, Bích Phượng, Kim Chi, Châu Ngọc Bích, Đan Thanh, Đồng Thị Chúc, Hạnh Đàm, Lãm Thúy, MH Hoài Linh Phương, Nguyễn Thị Hải Hà, Nguyễn Thị Thanh Dương, Nguyễn Thị Tuyết Đào, Nguyễn Thu Hà, Phạm Hiền Mây, Phan Huyền Thư, Phan Thị Trọng Tuyến, Phước Khánh, Thảo Nguyên, Thu Thuyền, Thục Nguyên, Trần Hạ Vi, Trần Thị Nguyệt Mai.

Phần trích thơ, lượm ra những đoạn, bài mong được đọc sau đây:

... rất nhiều bữa em liếc vào kín đáo - rất nhiều lần em ngoái lại bâng khuâng – đôi mắt to hàng chân mày khá đậm – cánh mũi thon giúp đỉnh ngực phập phồng – ta quả thật rất vụng về mô tả - chân dung em không thuộc dạng Thúy Kiều – cũng chẳng giống Kiều Nguyệt Nga của Lục - giản dị, nhưng mà đúng dạng ta yêu - ... - đời chỉ như sông chỉ vài ba nhánh – ta trôi xa thật quá đỗi tứ tung - một chặng lượm một nhành hoa súng – em cũng là... đóa hoa lạc trôi sông" (NHSAN)

"một thời em gọi ta là "ông" - ta vẫn tin em đã phải lòng – ta ngây thơ lắm, lạc quan quá – không phải vậy đâu, tình rất nồng - chữ "ông" của em rất dễ thương – không hề bám víu bụi cải lương – cũng không kiểu cách tình tứ quá - giản dị y như chuyện ngày thường..." (NTTĐL)

"... viết vội vài câu thật vụng- như là dấu chấm tròn vo - kỷ niệm vốn đầy một bụng - đôi khi còn phải giả đò" (MTTLQC)

"bốn mươi hai năm chưa một lần nhắc đến – em vẫn còn hít

thở rất gần ta – ơi cô gái tuổi bẻ sừng trâu mộng - tuổi núm cau nâng vải-mộc thành hoa - ... - lời thủ thỉ như ngón tay cù lét – trái tim nghe nhột nhột chợt hiền lành – em trong tay ngỡ như hoa đang nở - ta lắng nghe tình lấp lánh mong manh - ... – ngày tháng cũ không có hoa để tặng – hoa hôm nay cũng nở vụng, bất ngờ - trong mớ chữ ta vừa xào nấu lại – có nước mắt em ta cảm nhận mơ hồ" (NMĐH).

"... em gom đủ tứ mỹ nhân cổ sử - để làm nên một nhan sắc chân quê – trăng lặn, chim sa, cá chìm, nhạn lạc – lãng tử chưa đi lòng đã quay về - ... – ta nhớ cả ngón chân em kiều diễm - hột nút-ruồi-kín mọc sát chân lông – em chẳng tỏ nhưng ta thường đọc thấy - giấc mơ đêm em khép mở nỗi lòng..." (CTSV)

"... ta bỗng hiện nguyên một thằng thua cuộc - ngồi mé ngã tư, đứng dựa ngã ba – thơ thẩn bỗng không hơn gì giấy lộn - đắp mặt không xong, phủ lòng xót xa..." (ĐMXNĐ)

"... tình gió thoảng nào phải đâu hời hợt – mưa hay em thành kim chích vào tim – có vuốt mặt mưa vẫn trào đáy mắt – và tôi được thành vết xước tim em?" (Trốn Mưa).

"... xin đừng trách khi nhắc về xứ sở - tôi gần như chỉ nhắc đến giai nhân – ai chẳng biết quê hương là tất cả - vạn vật, con người, bụi bặm, nghìn năm... – trái tim bạn trái tim tôi có cả - một quê hương không cần nhắc chi nhiều – đã là máu luân lưu trong cơ thể - nuôi dưỡng đời thơm ngan ngát tình yêu..." (Hầu chuyện cùng mỹ nhân).

"... cung kính thưa cùng Hoàng nữ sinh - tiểu thư xin chớ vội bực mình – mê em ta tưởng làm thơ được - tội nghiệp ngôn từ vẫn linh tinh..." (Hoàng Tiểu Thư)

"... quả đúng là hồn của sắc hương – trong ngôn từ đẹp Vũ Hoàng Chương – trong cuồng mê chữ Đinh Hùng vẽ - nhạc họa tìm vay nét nghê thường - nhị vị dịu dàng ngát bước sen – chùm mây chao động gió than rằng – chung trời chung đất chung năm tháng – mà nhớ thương nào đâu có chung..." (Nhị Kiều)

Chẳng thể trích cả Hương Bài Thơ Cũ, Đoạn Thơ Không Định Viết, Đọc Tây Sương Ký, Nằm Nghe "Tà Áo Văn Quân",

Vô Duyên Cùng Mỹ Tửu... rồi những Nhậu, Bế Tắc, Từ Trong Xa Cách, Sinh Nhật Năm Lên 67, Tu, Dao Kéo Bệnh Viện, Mươi Phút Phù Du Xuân Tình, Xuân Và Tuổi Thọ, Những Mùa Giáng Sinh Cũ, Vẫn Là Hạnh Phúc, Quà Sinh Nhật Cho Lý Phước Ninh, Thơ Dành Riêng, Thời Em Sáu Mươi, Chạy Quanh Cuối Năm, Cái Già Cùng Tuổi Thọ, Trò Chuyện Rạng Đông, Lan Man Lễ Tình Nhân, Sớm Mai Làm Thơ, Một Lần Ghé Thăm, Nói, Chuyến Xe Trên Bạch Đằng Tây, Núi Vàng Nghĩa Địa Một Bàn Chân, Nhớ, Hương Chỗ Em Nằm, Ngoại Tình, 30 Năm Tác Phẩm Người, Bộ Sơn Mài Mai Lan Cúc Trúc.

Người viết thường tâm đắc với những gì đã viết, ít ra trong một giai đoạn. Tôi có tham lam mong được nhiều người cùng đọc cũng là một lẽ thường. Mời đọc nốt hai bài mênh mông tâm sự...

* Tưởng Vọng Hoàng Sa Đảo (88 câu)

"= tưởng dễ viết bài thơ thời sự - như thời luận chinh chiến bằng thơ - lòng không trơ, đầu không trống rỗng - sao để yên trang giấy nằm chờ

= hôm nay gió lớn như là bão - cả tuyết lẫn mưa cùng hoành hành - ngồi trong phòng ấm nghe sóng biển - từ đại dương xa gọi thất thanh

= trước mặt lù lù trăm đảo mọc - xanh xanh cây lá thở thong dong - vô tư ngàn loại chim đua hót - trời biển chờ nghe những tiếng lòng

= ta đã ghé chưa ghềnh đá dựng - đời đời sóng vỗ ấm quanh lưng - Đảo Cây, Đá Bắc, Linh Côn... đợi - tiếc một thời qua, đã lừng khừng

= còn dịp nào lên hòn Hữu Nhật - trình diện cùng ông Quảng Ngãi ra - đo vẽ chi li từng tấc đất - ngấm xương máu Việt mà trổ hoa

= còn dịp nào lên hòn Quang Ảnh - cao nhất Nguyệt Thiềm hóng gió khơi - thả bộ giáp vòng hình bầu dục - vớt san hô làm báu vật tạ trời

= còn dịp nào lên hòn An Vĩnh - tưởng về Vạn Lý Hoàng Sa

Châu - Nguyễn triều một thuở trang trọng giữ - từng trái mù u cũng nhiệm mầu

= còn dịp nào lên hòn Duy Mộng - đất không cây mọc, xếp chân ngồi - con đò ai rẽ vào lạch nhỏ - chở nặng lòng ghe tiếng chim trời

= còn dịp nào lên hòn Bạch Quỷ - bảy chìm ba nổi đá, san hô - thủy triều rút xuống bao lâu nhỉ - có kịp chớm vừa một ý thơ

= còn dịp nào lên Quang Hòa đảo - đông tây địa chất khác biệt nhau - chim muông thảo mộc tùy phương thổ - lộng lẫy tồn sinh những sắc màu

= còn dịp nào lên Tri Tôn đảo - thấp đủ thòng chân chạm nước sâu - hải sâm chao cánh ba ba lội - ai phủ san hô lộng lẫy màu

= còn dịp nào lên Phú Lâm đảo - ngóng về Đà Nẵng gọi không không - tiếng tình vượt mấy trăm cây số - để nhắc chừng người nhớ núi sông

= còn dịp nào lên hòn đảo chính - Hoàng Sa, da thịt của quê cha - ba mươi cây số vuông lồi lõm - thơm ngát hơi người lính Quốc gia

= ta sẽ vào ngay Đài khí tượng - báo tin thời tiết thẳng về em - biển lặng, trời xanh hằng chờ đợi - công bình, lẽ phải cùng trái tim

= chợt thả tầm nhìn về phương bắc - lập lòe chớp tắt ngọn hải đăng - mười hai hải lý còn trông rõ - hướng-về-quê-mẹ sáng như trăng

= chẳng nhắc làm gì ta cũng ghé - Miếu Bà thời Minh Mạng lập bia - hãy nhìn thẳng góc tây-nam-đảo - thấp thoáng hồn ta đứng chầu rìa

= và lẽ dĩ nhiên ta quỳ gối - sờ lên mặt chữ đã bao năm - chủ quyền bia đá không là đá - là máu Việt Nam sống thâm trầm

= ta sẽ nhìn sâu những bãi ngầm - ngâm thân trong biển đã bao năm - bàn chân của đảo ngàn năm ấy - sẽ bước về đâu theo tháng năm

= ta sẽ trèo từng mỏm đá cao - hai bàn tay bám gió hư vô - nghe hương, phân loại đàn chim đậu - xem chúng định cư từ thuở nào

= bỗng chợt lạnh mình, ai thở ra? - hồn anh hạm trưởng Ngụy Văn Thà - cùng bao đồng đội theo về đất - mộ nước vỗ hoài sóng xót xa

= chiến sĩ, anh hùng nối tiếp nhau - máu xương chẳng mai một về đâu - tình yêu tổ quốc không cần học - vẫn dậy từ tâm rất nhiệm mầu

= chợt giận, chợt thương, chợt hổ ngươi - câu thơ chợt lấm những ngậm ngùi - ai lần hồi bán từng hạt cát - để sống không ra một kiếp người."

* Đà Nẵng Sau Mười Tám Năm Ly Biệt:

"sợ khóc ngất khi đứng trên ga cũ - nhưng lạ lùng, tôi tỉnh rụi như không - càng lớn tuổi vốn càng mau nước mắt - lệ tôi đâu, không lẽ chảy trong lòng?

cảm ơn gió e dè thơm mái tóc - cảm ơn đêm sập tối sớm hơn xưa - tôi lọng cọng bước theo sau chân vợ - mắt nhìn quanh như thủ thế, lạ chưa?

không mộng mị nhưng bất ngờ chợt tỉnh - tôi vừa nghe ra tên gọi của mình - và trước mắt đám thân nhân ruột thịt - đang vỡ òa những âm khúc nhân sinh

ông anh tôi, cũng giống tôi ngượng ngập: - chú thím đó à, đi có mệt không? - một cái vỗ vai nhiệm mầu xóa hết -mười tám năm thương nhớ đọng trong lòng

bà chị tôi, hóa ra còn dễ khóc - sờ đứa em như tìm những vết thương - chị sùi sụt, tiếc chưa từng ngắt véo - mà sẹo đâu ra, tím khắp thịt xương

thằng em tôi, đứng lặng yên quan sát - mắt như cười, tay như nói điều chi - trời đất biết và cả tôi cũng biết - tình anh em đâu có mới mẻ gì!

đám cháu tôi, mươi mái đầu xúm xít - khép nép cười, chỉ chỏ, nói vu vơ - riêng Mỹ Hạnh không dưng mà thút thít - làm sui rồi còn mít ướt hay sao?

đêm thong thả đưa tôi vào thành phố - đường nào đây sao tôi nhận không ra - trốn đâu rồi cống Mê Linh, Chợ Mới - đèn đỏ xanh hay nhân ảnh lập lòa vịn đột quỵ hiểm nghèo của nhạc phụ - tôi theo vợ về thăm lại ổ tình xưa - mừng lẫn tiếc theo vòng xe hồi hộp - thừa vô tư lòng vẫn chợt nắng mưa

nhớ câu nói đời "phồn vinh giả tạo" - đâm hoang mang nhìn sinh hoạt đồng bào - lỡ sung túc, đua nhau vào quán nhậu - hay uống cầm hơi để được chiêm bao?

không rộng lượng nhưng chẳng còn định kiến - sung sướng bước lên mặt đất quê tình - cây cầu mới là món quà hãnh diện - tôi soi mình cho sông mãi lung linh

biết đã mất dốc tuổi thơ thân thiết - cũng xuống xe ngồi cho sát Cầu Vồng - mặt lộ nóng vài giây hâm thương nhớ - chuyện đương nhiên sao vẫn xót xa lòng

tôi qua phố, ngày suốt ngày tôi qua phố - ba tuần liền sao chẳng gặp lại tôi - đứng chụp ảnh những nơi quen thân nhất - cảnh với người như đã ngại đi đôi

không dám nhắc những tên bè bạn cũ - những tên người yểu điệu thuở mười lăm - bước mỗi bước vẫn hiển linh hiện diện - lạc đi đâu khi đã nhốt trong lòng

tôi cúi lượm cọng rác nằm thoi thóp - thổi cái vù cho nó biến ra thơ - thơ chẳng có tình tôi đành phiêu lãng - quê tình ơi, tôi được đậu chỗ nào".

10 giờ 29 sáng – 13-02-2020.

THƠ THƠM TỪ GỐC RỄ TÌNH
KHÔNG TÌNH CHẮC CHẮN THIẾU THƠ

In một tập thơ trước 1975 tại miền Nam thường có độ dày trung bình từ 100 đến 120 trang. Hình như quan niệm cũ, thơ nên có số lượng ít, chọn lọc và hạn chế trong mỗi một lần xuất bản. Bản in thơ, từ hình thức đến nội dung, phải toát ra được khí chất tinh khiết tự nhiên của nó. Giấy in, kích thước, cách đóng, đều đòi hỏi hướng tiến đến đỉnh sang cả của thi ca. Vóc dáng một tập thơ thường được đánh giá như cơ thể mỹ nhân. Do đó, một tập thơ có nhiều trang điểm, trau chuốt hơn một cuốn văn.

Trước đây tôi đã từng có những tập thơ mỏng mảnh, nhưng thiếu chăm sóc thẩm mỹ, trông thật là thương. Rồi tôi cũng có một thi phẩm tương đối đầy đặn, tập Rượu Hồng Đã Rót. Tuy vậy hình thức vẫn khiêm nhường. Tôi luôn ao ước vẻ bề thế của tác phẩm. Thật ấm áp khi cầm sách có trọng lượng cụ thể trên tay. Giá trị tinh thần chưa thể nhận kịp. Đây chính là lý do tôi thích có những cuốn sách nhiều trang chữ. Cuốn Ổ Tình Lận Lưng là một tập họp thơ, trên 600 trang, nên hơi dày. Cuốn Thơ Thơm Từ Gốc Rễ Tình này, lý tưởng nhất, với 363 trang kể cả mục lục. Cỡ chữ nhỏ như sách truyện.

Cầm sách trên tay, chị xã nhà tôi, tính lợi qua câu hỏi. Sao anh không chia in hai lần, để có một lúc hai tác phẩm. Thơ không phải là văn, đâu có trở ngại gì khi tách rời. Lợi nữa, thành tích xuất bản tác phẩm ghi trong tiểu sử, sẽ đồ sộ hơn. Giữ đều đều 120 trang cho mỗi lần in xem chừng cũng tốt. Rất tiếc tôi không thể áp dụng.

In hai cuốn sách không thể chỉ tốn một cái bìa sách. Dở hay gì chưa biết, bìa sách phải là khuôn mặt trước tiên. Chi phí in bìa sách thường tính riêng hẳn hoi. Vào thập niên 80, 90 mỗi bìa sách cần phải chi thêm: tiền vẽ bìa, trình bày, còn tùy việc chơi mấy màu nữa. Thù lao của họa sĩ thường chừng US$200,00. Lượng sách in cả ngàn hoặc nửa ngàn mới có thể lảng vảng ở cửa nhà in. Biết và hiểu như vậy, tôi càng thấy mình đã lợi dụng, xài hoang của các bạn cầm cọ quá nhiều.

Tập Thơ Thơm Từ Gốc Rễ Tình khai sinh năm 2003. Thời này phải nhìn nhận việc làm bìa đã đi xuống. Nhiều nhà thơ nhà văn chắc cũng như tôi, chỉ xin tranh về tự lên bìa. Có thể còn một số khác tệ hơn. Họ chẳng xin ai, cứ tự nhiên dùng tranh chụp sẵn của thiên hạ. Không phong trào cũng như có phong trào. Tôi chưa chắc đã khá hơn, nếu không được may mắn quen biết. Rất vui lần nào tôi cũng hỏi xin đàng hoàng. Không những thế, mỗi lần tự tay trình bày xong, tôi gởi hỏi ý kiến người cho tranh. Quý anh chị ấy luôn rộng lòng hướng dẫn, sửa sai.

Với mẫu bìa Thơ Thơm Từ Gốc Rễ Tình, chính anh Đinh Cường chọn tranh. Anh không ưng mấy cách trình bày chữ. Rời quá, bố cục hơi thiếu nghệ thuật. Dán chữ lên tranh hoặc ảnh rất dễ làm hỏng giá trị của tranh ảnh. Lẽ ra tôi đã có sự thay đổi, nhưng không còn kịp. Em trai tôi và em trai anh Song Thao đã chỉnh chính xác mẫu để in. Trước đây hai cuốn Ổ Tình Lận Lưng và Đọc Nhịp Thở Luân Hoán, Đinh Cường đều khen.

Ớn chưa, giới thiệu mẫu bìa chỉ cần mấy dòng ngắn gọn, tôi chơi đến những hai trang. Gian thật. Lỡ rồi, khai luôn bìa sau. Có đến bốn khuôn mặt của tôi được in trong một tấm ghép hình. Mẫu hình như có sẵn. Không phải tôi làm. Nhạc sĩ Vĩnh Điện quen với một cô, hình như còn ở Sài Gòn. Cô thực hiện cho Vĩnh Điện những tấm ảnh nghệ thuật photoshop, Vĩnh Điện gọi tôi hỏi thích không gởi qua. Tôi nghe anh và tôi có tấm hình này cùng vài ba tấm khác nữa. Dùng ảnh nhưng không rõ người thực hiện nơi đâu để cảm ơn. (Lúc này Vĩnh Điện dường như đang say phổ nhạc, lâu rồi anh không liên lạc).

Mục lục nội dung Thơ Thơm Từ Gốc Rễ Tình có 5 phần:
Trang mặt: Kiểu chữ tên tác phẩm, tác giả = tốt
kiểu chữ số tên năm = tệ
trang 2: kiểu chữ tên tác giả = tệ
trang 3: 4 câu, (chữ ký bên dưới):

thơ nằm chung với văn vần
cho tôi sống ké một phần đời tôi
mốt mai tôi mãn phận người
sợi tình hưởng lượng đất trời đến đâu
người vui mắt liếc vài câu
đã là cho nụ hôn sâu đậm tình
cung kính đa tạ chân tình

Phần Một:

- Tình Vay Sông Núi Quê Nhà
22 bài, từ trang11 đến trang 48.

Phần Hai:

- Mừng Em Linh Hiển Ăn Nằm Với Thơ
82 bài từ trang 51 đến trang 154.

Phần Ba :

- Nụ Hồng Cho Bạn Trăm Năm
29 bài từ trang 159 đến trang 196.

Phần Bốn :

- Thường Ngày Hít Thở Linh Tinh
74 bài từ 199 đến trang 309

Phần Năm :

Cảm Nhận Từ Nữ Lưu

- bởi 5 tác giả Nguyễn Thị Tuyết Đào, Trần Thị Nguyệt Mai, Đồng Thị Chúc, Nguyễn Thị Thanh Dương, Lãm Thúy, Nguyễn Thị Hải Hà (nhưng chỉ hai tác giả Mai và Chúc đề cập đến thi phẩm này) - từ trang 313 đến trang 351

Tổng cộng 207 bài, nhiều bài hơi dài.

Gần như bài nào được đọc lại, tôi nhớ ngay cái không gian, thời điểm đã viết. Một nửa tôi viết cạnh giường ngủ, dĩ nhiên trên bàn. Nửa còn lại tại nhiều nơi. Xa lộ, công viên, siêu thị khi đưa vợ đi shop, trên xe khi chạy lang thang. Thơ Thơm Từ Gốc Rễ Tình là thi phẩm đầu tiên dùng chi phí của bà xã cộng chút ít của riêng tôi bán chim bán cá-cảnh bất thường.

Nhờ bố cục rõ ràng dễ đọc lướt lại, qua đó tôi biết rõ sự trân quý những bài viết về quê hương của mình. Ở đây tôi sẽ nhặt ra một ít để giới thiệu cùng các bạn.

Về quê hương, bài đầu không mấy xuất sắc nhưng mang tên Góc Nhà tôi thích, cho đi tiên phong:

"... ta đã nhiều năm xa tổ quốc – nhưng nào tổ quốc có xa ta - ... - còn đủ thịt da còn nỗi nhớ - quê hương hiện hữu, chẳng ai dành". Sông Hàn kỷ niệm bắt đầu năm 11 tuổi, trải qua thời trẻ con, thời dòm lén "rùa nổi", thời tập hôn... *"sông thở theo cùng nhịp gió bay – ta ngồi nghiêng má ngắm đông tây - nắng trầm hương khói hồn dĩ vãng – thương nhớ lênh đênh mặt nước đầy..."* . Quê cha cái gốc cụ thể của cội nguồn. Liêm Lạc Hòa Đa sau sự phát triển chung của Đà Nẵng *"... đã tan hơi thở ông cha – đã bình địa cả ruộng nhà bà con - muốn về chờ đợi ngày chôn - mất rồi dấu ấn công dân mong gì – dù về không bị đuổi đi – quách nằm dẫu rộng một li khó tìm - chết rồi, hồn phách, trái tim – con chim cũng muốn đi tìm cố hương - gắng cho ta chỗ kê giường – trên mây trải bóng lên phường ấp xưa"*. Hội An nơi tôi ra đời, nhà ở Xóm Mới của thành phố, nhớ cây vông đồng bởi nhờ lính Nhật còn thì quên hết. Chùa Cầu, nơi khi tôi được xem là khó nuôi, ba má đem bán khoán cho đến tuổi 13. Nhưng không có giờ chuộc lại. Tôi Tạ Ơn Chùa Cầu đã nhiều qua thơ thẩn. Lần này là ngũ ngôn: *"bảy mươi mốt năm trước – ta được cho ra đời – sau khi nằm trong*

bụng - một bào thai sinh đôi - mẹ yếu như nhành trúc – ta thuộc dạng khó nuôi - để giữ được mạng sống – bán khoán vào Chùa Cầu - thế nào là bán khoán – bán hồn hay bán thân – hương đèn cùng hoa quả - là quà dâng thánh thần? - ... - nhiều lần đã trở lại – xúc động ngắm Chùa Cầu - lặng nhìn những hình tượng – như có mình phía sau – năm nay đã quá trễ - và đâu có dại gì - chuộc mình ra khỏi chỗ - thơm ngát mùi từ bi..." Một thiêng liêng kỳ bí trong sự thân thiết giữa người và làng quê. Tôi sinh ra ở thành phố sống nơi đó sáu năm dài, rồi lên núi Tiên Phước khi thân phụ bị „chú khiêng lên đến chiến khu rồi". Cha mang con trốn hồi hương về quê nội sau gần 3 năm. Tôi chỉ ở với ruộng đất nhà hai năm hơn một chút, nhưng nông thôn sống động trong lòng tôi gần như tuyệt vời nhất. Chợt Nhớ Một Chặng Ấu Thơ của tôi hẳn không đến nỗi nghèo: *"vài chục năm thị thành không xóa hết – hương nhà quê thẩm thấu một vài năm – ta đứng mãi trong con người đất ruộng - bụi đông tây nam bắc chẳng phai lòng = trong cốt cách cũng như trong giọng nói - trước như sau, sau như trước vẫn là – không lấm phèn nhưng ngô nghê thô kệch – mùi hương cau đỡ mãi ánh trăng sa = ta vẫn giữ ước mơ ngày tháng cũ - thời ước mơ sở hữu những con gà – mê chi lạ đàn vịt chiều về đủ - sân láng giềng, ta thích thú ngó qua = đã nhiều bữa cò kè theo thằng bạn - bỏ một đồng mua mươi phút cỡi trâu – thích mà sợ đám lông cùng ruồi nhặng – không yên tâm ngồi nghe gió qua đầu = không tập-ấm cũng rất là công tử - quanh quẩn hoài cũng chỉ mấy con chim – đám đàn em chắc vài thằng giận dữ - đàng sau lưng, khi bị ức, tị hiềm = chó mắc lẹo, tiếng heo gào động đực – gà gáy vang góc vườn biếc vào trưa – vài con bé đếm tiền bằng lá rụng – bán cùng mua niềm vui đổi theo mùa = chợt thấy nhớ cái thời thơ dại ấy – nhìn loanh quanh đâu thấy lại gì đâu - thử nhắm mắt, ngồi im, ừ lạ thật – hình ảnh xưa dáng cũ hiện trong đầu – 8-5-2011"*. Quê nhà là một thứ không hề phân ly. Nỗi nhớ lớn từ những cái rất nhỏ *" ...từ cây chống cửa ngày thơ ấu - từ cục gạch kê dưới chân giường..."* Mỗi lần Thư Về Anh, mỗi khi bắt điện thoại viễn liên là Thấy Nhau Qua Giọng Nói, không phải chỉ thấy người đối thoại mà thấy hết láng giềng bà con. Cái buồn cứ thế được nuôi dưỡng. Thức ăn của sự nhớ nhung là kỷ niệm. Có phải nhờ những thao thức này mà sống lâu chăng? *"... người chết một lần vuốt mắt thôi – riêng em đâu phải vì chán đời – đêm đêm vuốt mắt chờ về đất – mãi đến hôm nay còn thấy trời...".* Tôi có không ít lần bị nhiều người cho là mất gốc chỉ vì không ăn được mắm và cá. Cũng như ít có sinh hoạt chung với cộng đồng trong nhiều lãnh vực. Nhưng tôi tin tôi luôn luôn trân quý quê mình là số một. Tôi thật lấy làm khó chịu khi nghe ai đó nhại giọng Quảng Nam. Những anh hề tự phong là danh hài, mang giọng nói mình làm trò cười làm tôi thấy nhói lòng. Và tôi trong Thơ Thơm Từ Gốc Rễ Tình cũng chuyên chở: *"... gần đây nghe nói o Ánh Tuyết – hát hò đặc sệt giọng quê nhà - nhiều người thích thú ngợi khen lắm – tôi cũng tìm nghe, chợt xót xa = âm giọng mỗi nơi một đặc tính - Quảng Nam vốn bị chọc quê hoài - dẫu nghe thương quá lời ru mẹ - rổn rảng tiếng cười đất quê cha = Ánh Tuyết nổi danh bằng giọng Bắc - trội hơn ca sĩ gốc gà nòi - Ngọc Hạ cũng lẫy lừng chưa tắt - nhờ biết thắp tình lên tiếng ca – còn bao giọng nữa thành ca sĩ - của đất đá cày lên ngô khoai – Thiên Kim có phải là dân Quảng? – Trúc Lam, Trúc Linh và những ai – ví phỏng như tôi mà ca hát – có khi có thể rất ra trò – cái tâm trộn lẫn trong bụi đất - chất giọng nhân tình từ trời cho - ... - tiếng hát vốn nằm trong giọng nói – yêu thương không thể nhốt trong lòng - cảm ơn tất cả những giọng hát – thơm ngát tình người xanh núi sông".*

Trong phần một này, ngoài những bài về quê nhà trên tôi còn chưng cái không khí rất là chống "thế lực lạ, tàu lạ" Nhưng cách chống bành trướng Tàu của tôi vốn chỉ nhẹ như hơi trong bản vẽ lại Chiến Trường Đại Việt 1284-1285:

"hùng binh ta bỗng nhiên đại bại - trước một nhúm quân tưởng thổi đã bay – uy dũng Đại Nguyên cỏ không dám mọc - Đại Việt đáng chi sao bỗng sa lầy - ... – nay chạm mặt cùng những trang thiên tướng - dưới triều Trần, Đại Việt mới được run - Trần Quang Khải, Trần Tung, Trần Quốc Tuấn... thiên binh ta bỗng són đái trong quần...". Cũng nét tương tự, ở Ta, Tôn Sỹ Nghị, *" như ta đây, vốn là danh tướng - của Đại Thanh, dưới trướng Càn Long – tay cầm kiếm nhưng xuất thân cầm bút - lẽ đương nhiên văn võ nằm lòng = Chiết Giang đất, nơi ta mở mắt – năm một ngàn, bảy trăm, hai mươi - đường danh vọng không đi cà nhắc - thẳng một lèo thăng tiến không lui = ... - bọn*

An Nam hóa ra giàu hào kiệt - lấy thịt đè người với chúng không xong – đã ngàn năm sao nuốt hoài không được - miếng thịt ngon càng lúc càng thơm nồng – ta bại trận nhưng Tàu chưa bỏ cuộc - dễ chi thôi cái giấc mộng bá quyền - đất nơi đâu cũng của Tàu tất cả - dám ho he ắt phải sống không yên – bọn Việt Nam tuy dồi dào nhân kiệt – giàu anh hùng nhưng rồi chẳng ra chi - bởi bọn chúng có một dàn quan lại - với những bụng to, những gối biết quỳ - nắm lãnh đạo là thắng hơn một nửa - nhất là khi quốc cộng ngầm tương tranh - muốn nô lệ, đại Trung cho nô lệ - làm một tỉnh Trung Hoa đã quá ngon lành...".

Thơ tình lứa đôi của tôi luôn chủ yếu phát đi từ đời thật. Nhiều hình ảnh sự việc tưởng chừng như hư cấu nhưng không, có chăng là thi vị bằng những câu từ có chút ít ba hoa. Đặc biệt trong loạt bài này tôi có nói về sự đụng chạm đầu đời rất ư giàu tính dục, trích ít câu chọc cười bạn đọc chơi:

"... nhà ba tôi cũng có phần bề thế - nền xi măng láng bóng mát vô cùng - trải chiếu cói tôi cùng em nằm ngủ - gió bên ngoài thoang thoảng hát như ru = chẳng nhớ nửa khuya hay mấy giờ không biết – tôi giật mình thức giấc, nặng bên hông – em thoải mái gác chân trên đầu gối – hương chi thơm theo hơi thở bềnh bồng = tôi mỏi đớ, nắm chân em lưỡng lự - tay vụng về tinh nghịch úp lung tung – em ú ớ nói gì như đang mớ - tôi khi không nghe nhịp máu lạ lùng = từ phút đó nằm thức hoài đến sáng - tưởng tượng ra nhiều chuyện chẳng đầu đuôi – da em ấm tôi hít hà ngộp thở - nghe nhiều nơi rất khác lạ trên người...".

Làm thơ tình tán gái không phải là chuyện khó miễn là biết yêu chân tình. Yêu ai không cần biết. Yêu càng nhiều người càng tốt. Đừng ngại rằng lãng mạn viễn mơ. Thiếu quyết tâm để cưa đổ đối tượng có là thiếu chân tình không? Yêu người hay yêu mình trong bệnh làm thơ? Có khá nhiều nghi vấn. Tôi đã luyện được việc Ngợi Ca Mỹ Nhân biến mình đôi lúc thành Dẻo Miệng kể như cũng biết mê đúng điệu gái rồi. Và cái mê này với tôi được trải qua nhiều thời từ các em mang họ Huỳnh, Hồ, Lê, Hoàng, Phan, Ngô, Đoàn, Đinh, Trần... tưởng cứ như đùa. Mời các bạn xem trang 58 và 59. Tôi tin rằng các bạn sẽ y chang như tôi, hay đúng hơn trong hữu tình tôi có cái vô tình rập khuôn các bạn. Tình từ Đệ Lục yêu lên. Chưa biết từ đâu đi xuống. Hẳn còn chờ nghĩa là còn đang viết. Mừng tôi không có sự cay cú trong thất bại. Tôi có phần thiếu tình địch. Không oán hờn ai nên lấy chi thù ghét. Thơ tình của tôi có thể nói là thơ viết về thiếu nữ, đủ góc cạnh, đủ phương danh xuất xứ.

Chỉ riêng tập này, dành đến 29 bài thơ cho người tình đến sau nhưng luôn luôn đứng ở vị thế số 1, gọi bằng Cục Vàng (trang 176) cũng không quá, bởi: *"... em còn đủ tính hồn nhiên con gái - giữ điều hòa nhịp thở ấm tươi vui – ta đã tập cho em quen nằm ngửa – hai cánh tay thong thả đắp lên người = chân ta gác thấm nhuần hương cỏ tóc - giấc mơ hồng tươi roi rói xuân xanh - nguồn thơ chảy nhẹ nhàng theo cảm hứng – em theo thơ chín tới những ngọn ngành...".*

Và rồi trong đời thường, cái tôi là tràn ngập. Cái tôi hòa nhưng không tan trong công việc, trong cuộc sống, trong giao tiếp xã hội. *"ngày xưa uống rượu làm thơ – bây chừ bỏ rượu nhưng thơ vẫn làm – trái tim một cõi hỗn mang – nên thơ vẫn cứ tàm xàm như xưa – ngày xưa rượu như nước mưa - uống ngọt cổ họng đong đưa tiếng đời - chừ rượu có hạng, có ngôi - uống nâng cao cái chỗ ngồi phù du..."*

Nghiêu Đề, Nguyễn Mộng Giác, Đinh Cường, Triều Hoa Đại, Song Thao, Phạm Duy... thậm chí đến những người của công chúng như Thái Phiên, Khánh Ly, Thanh Cầm tôi cũng không hà tiện thơ với họ. Ngày còn cầm súng tôi đã không nhận ra kẻ thù, ngày nay tại hải ngoại tôi chỉ có những bà con khác họ. Kẻ thù ư? Hình như có đấy, cái nhóm trị vì độc ác ở quê nhà, chỉ một nhóm nhỏ thôi.

Thơ Thơm Từ Gốc Rễ Tình, chưa về được bên đất thơ muốn bén, may cũng có được một bạn đọc, tỉ như nhà thơ Đồng Thị Chúc. Chị góp ý bằng bài viết Tình Quê Hương Trong Thơ Luân Hoán. Bài đã đi trong hai cuốn sách nên dưới đây tôi chỉ trích lời mở bài:

*"Trải trước mặt tập thơ: **Thơ thơm từ gốc rễ tình** của Luân Hoán, Đồng Thị Chúc thật choáng ngợp . Một tập thơ khá nặng tay. Luân Hoán như muốn thâu hết tình cảm của mình vào tập thơ để gửi lại một khi bất chợt mình có mệnh hệ nào… Luân Hoán viết như để trả nghĩa với những người thân, bạn bè và những miền đất đã cho mình cuộc sống – những miền đất quê hương và những miền xa xứ...".*

Một nữ thi sĩ khác hiện ở Hoa Kỳ tỉ mỉ giới thiệu Thơ Thơm Từ Gốc Rễ Tình, cũng xin được tóm lược:

"... Phải nói ngay rằng Luân Hoán làm thơ rất dễ dàng, bất cứ chỗ nào, thời khắc nào, không cần phải ngồi vào bàn viết, có bút mực hẳn hoi. Anh có thể làm thơ ngay trên giường ngủ, khi chờ vợ đi chợ, hoặc khi đang lái xe trên xa lộ. Vậy đó, nhưng hình ảnh, lời thơ rất đẹp tuy anh không cố ý gọt giũa hay trau chuốt...".

Xin giữ những câu thơ được chị Trần Thị Nguyệt Mai dặn:

không có áo vàng không hoa cúc
hình như đã có chút gì thu
cành xanh đã úa vài ba lá
như là đang nhuốm bệnh tương tư

ngày bước chậm chân theo sợi nắng
mây còn ngái ngủ ẩm sương mai
không chim không bướm không nguồn tóc
gió khẽ rùng mình lệch cánh vai
(Hơi Thu)

vẫn gặp bình minh trên ngọn tóc
mỗi lần tay chải ngọn bâng khuâng
gió từ bờ ruộng qua bụi chuối
mang tiếng chìa vôi, thoảng hương bần

gió lặng Sơn Trà tâm vẫn bão
không mưa mà lệ ngấm đêm sương
(Sông Hàn)

đêm đêm tức tưởi xốn xang lạ lùng
hàng tre gốc mít cành sung
đụn rơm bụi chuối... nhớ nhung xót lòng
...
cái đìa, con lạch, dòng sông
từ trong trí nhớ nối dòng chảy ra
...
nâng tay đè, xốn nặng thêm
vết tình đất nước chợt rên thành lời
(thả lỏng nỗi buồn)

lần theo những tiếng cu gù
tôi đi tìm lại cái tôi thuở nào
vấp chân vào chùm ca dao
người xưa bỏ rớt bên rào tre thưa

lượm lên, ướm thử có vừa
cái lòng đang trống gió lùa bốn bên
bảy mươi năm tưởng đã quên
ai dè vẫn nhớ hương đêm trăng vàng
(Tìm Lại)

riêng ta xin được thật thà
mê và yêu vốn bao la dạt dào
thôn quê thành thị rừng cao
biển sông đều chở em vào thênh thang
(ngợi ca mỹ nhân)

nợ em cái háy nhẹ nhàng
cái nguýt tình tứ mở màn mộng xuân
nợ em cái véo đỏ lừng
ửng hồng da thịt thấm nhuần mạch tim
em không đòi, ta trở thành
chúa Chổm từ thuở xuân xanh đến giờ
(Hẹn Nợ)

ta mà cưa đổ được em
ngày đêm thường trực hành mềm em ra
...
ta xưa tim rộng mấy tòa
chừ thu hẹp đủ mái nhà nhốt em
(Hăm)

dáng xuân như vệt nắng
hồn vương hương đôi tà
thơ ngây chợt bẽn lẽn
rùng mình chạm mắt ta

gắng ngồi trong bủn rủn
á khẩu trước nguồn hương
bước em kéo dài mãi
sợi thơ tình nhớ thương
(Dáng Xuân)

Anh đã biết yêu rất sớm, từ những năm học đệ lục, đệ ngũ (lớp 7, lớp 8 bây giờ), dù chỉ là một buổi hẹn đi xem phim hay chạm vào tay nhau mà đã thấy rung động:

lần đầu tiên rủ em xem chiếu bóng
cứ như là chuyện trọng đại thế gian
đã tập trung tinh thần non nửa tháng
đến lúc ra đi tim vẫn rộn ràng
(Tình Năm Đệ Lục)

lòng chưa mở nhưng tình đã lộ
tay chạm tay rúng động mất hồn
mắt gặp mắt lập lờ bối rối
cả thân hình như đã bị chôn
(Người Tình Năm Đệ Ngũ)

Tình yêu thuở ấy thật trong sáng, chỉ là những nhớ nhung vơ vẩn, chưa có những đắm say nhục dục:

yêu chẳng biết làm gì hơn ngoài nhớ
nhớ lạ kỳ, nhớ tưởng phát cuồng điên

mới chia tay, vừa đến nhà đã viết
trao gởi cho nhau liên tiếp nỗi niềm
(Nụ Trăng Đầu Đời)

Tuy bông đùa ba hoa với nàng thơ thật nhiều nhưng anh là người rất yêu thương vợ. Tôi đã đọc những câu thơ anh làm cho chị Lý thật cảm động:

em muôn kiếp vẫn cành đào
nụ hồng nhánh quýt ngọt ngào mỏng manh
giọt mồ hôi mật long lanh
bón cho ta nở đầy cành hoa thơ
có nhau từ những kiếp nào
nghìn triệu kiếp nữa vẫn vào đời nhau
(Hứa Chắc)

Hay là:

năm mươi năm vẫn như còn
cái hồi môi ngậm môi nằm làm thơ
(Tiễn Em Đến Sở)

Chị thật hạnh phúc được anh trao trọn trái tim yêu thương:

món quà dành tặng cho em
vẫn là chất liệu trái tim hình thành
lượm thương yêu từng để dành
nhồi qua nắn lại hồng xanh đỏ vàng
(Quà Valentine)

Để rồi khi chị đi xa thăm con gái hai tuần, ở nhà một mình, anh nhớ chị da diết:

đêm nằm giường nệm rộng rinh
thấm thía nhớ nửa của mình thiết tha
gọi phôn nghe giọng dò la
dặn chừng như thể mát-xa dịu dàng

vợ chồng mà vẫn mơ màng
tuyệt hơn cả thuở mới chàng ràng nhau

thời gian ai bảo qua mau
sáng bò đến tối quá lâu thở dài
(Khi Em Vắng Nhà)

Những bài thơ viết về Mẹ của anh cũng thật tuyệt vời:

Mẹ tôi chưa chết được
vì tôi sống mỗi ngày
bằng tâm lành của Mẹ
với thương nhớ vơi đầy
(Mẹ)

Nhớ ngày còn nhỏ, bị mẹ đánh đòn, rồi mẹ lại thương, ban đêm sờ đầu con, để con mãi nhớ:

bàn tay mẹ ngấm đến già
nỗi thương nhớ viết thật không ra hồn
câu thơ nào đủ hương thơm
đủ cho mẹ biết lòng con bây giờ
(Lằn Roi)

Hay khi vợ luộc khoai lại gợi nhớ ngày còn nhỏ mẹ dặn đừng đào những củ khoai mụt mà phải trồng trả lại chỗ cũ:

đêm chùng xuống những giọt mưa
không ứa mà rớt lệ thừa hay sao
bàn tay mở nắm chiêm bao
nhớ khoai nhớ mẹ nao nao nỗi buồn
(củ khoai mụt)

Còn nhiều bài thơ hay lắm mà tôi không thể trích ra hết ở đây được. Xin mời các bạn tìm đọc "Thơ thơm từ gốc rễ tình" của nhà thơ Luân Hoán, để cùng nhau tìm về khung trời hoa bướm ngày cũ, để thấy lại hình ảnh của chính mình cùng với cha mẹ, bạn bè, anh chị em, người yêu và người tình của một thuở xa xưa. Để khi gấp sách lại, bạn sẽ còn thổn thức cùng với nỗi niềm của tác giả:

ta đã nhiều năm xa tổ quốc
nhưng nào tổ quốc có xa ta
sờ tay lên ngực nghe còn ấm

hơi thở cỏ cây ở quê nhà
(góc nhà)
Trần Thị Nguyệt Mai

Vẫn chỉ là hai tiếng Cảm Ơn gọn nhẹ nhưng tha thiết gởi đến quý bạn đọc và cảm tạ những người đã nghĩ về viết đến những thi phẩm của tôi.

Trân trọng.

11giờ 12 sáng 14-02-2020.

NGAO DU CÙNG VŨ KHÍ
THƠ TRONG CUỘC CHƠI CỦA NGƯỜI CẦM SÚNG

Sách dày 392 trang, được nhà xuất bản Nhân Ảnh tại Hoa Kỳ phát hành năm 2016, với mẫu bìa của họa sĩ Khánh Trường, cả tranh vẽ đến trình bày chữ. Bìa sau chưng chân dung tác giả, trong quân phục sau khi tốt nghiệp trường Sĩ Quan Trừ Bị Bộ Binh Thủ Đức năm 1966. Dưới ảnh, ghi mười ba câu thơ trong ba bài khác nhau:

"... còn chưa dạn miệng chửi thề
là chưa dẫn lính hành nghề giỏi đâu
ta học văng tục được rồi
thành công một nửa cuộc đời chỉ huy..."

"... làm lính làm nửa anh hùng
nửa kia tử trận, cộng chung là thành
một kiếp anh hùng vô danh
làm cầu cho đám mua danh vươn mình"

"... cách xa lâu nhưng núi rừng không lạ
tôi bước đi quên lững đang hành quân
colt 45 vẫn lận thắt lưng
thân nhẹ nhõm như không mang áo giáp
trên bản đồ mục tiêu như nốt nhạc..."

Lời bạt của nhà thơ nữ MH Hoài Linh Phương hiện ở Hoa Kỳ.

Đầu sách tác giả ghi: tặng tất cả những người từng cầm súng trong chiến tranh Việt Nam.

Đây là một tập thơ có vần. Để nói về tập thơ này, tôi đã viết bài giới thiệu in ở trang cuối. Xin lược trích:

"Thơ trong giai đoạn cầm súng, xin gọi nôm na là thơ lính, tôi viết khá nhiều, khó có thể nêu lên số lượng chính xác. Sự ra đời của chúng, dĩ nhiên ăn khớp với hơi thở của thời nhức nhối chiến tranh. Một phần thơ đã được trình diện trong những trang giấy mang tên *Viên Đạn Cho Người Yêu Dấu*. Phần còn lại, có rất nhiều hao hụt, vừa được nhuận sắc sau một thời gian dài bỏ chúng ẩn núp, nám bụi ở quê nhà. Tuy chỉnh sửa sơn phết, nhưng dung mạo, hồn vía căn bản của chúng vẫn không khác xưa bao nhiêu.

Có thể tôi là người bất nhất, thường bị ngoại giới chi phối mạnh mẽ. Cảm xúc của người lính trong tôi cũng từ đó khá tùy tiện. Thật dễ thấy điều này qua những phơi bày vui buồn trong sáng tác. Nếu *Viên Đạn Cho Người Yêu Dấu*, u ám những bi quan, thì *Ngao Du Cùng Vũ Khí* có phần sáng sủa lạc quan hơn.

Giữa cao điểm chiến trận của thập niên 70, cho trình diện *Viên Đạn Cho Người Yêu Dấu*, tôi không nhiều thì ít đã bị đánh giá là phản chiến, dù đang thường trực hành quân. Thơ lính của tôi lúc bấy giờ không được chấp nhận thở trên các báo Chiến Sĩ Cộng Hòa, Tiền Tuyến... Chúng chỉ xuất hiện lẻ tẻ trên Văn Học, Thái Độ...

Ngao Du Cùng Vũ Khí chắc dễ chấp nhận hơn, nhưng hồi đó tôi ngại ngần nằm trong hàng ngũ "anh tiền tuyến" của các "em gái hậu phương", nên gần như không phổ biến.

Gần đây, tôi đã cho trình làng *Ngao Du Cùng Vũ Khí*, qua trang *web* cá nhân một thời gian. Có vài bạn đọc, vài trang *web* khác tiếp tay phổ biến lẻ tẻ. Tôi bỗng thấy hứng thú muốn in thành sách với một số lượng tối thiểu. Một là để chính thức làm giàu thêm số lượng tác phẩm riêng của mình. Hai là để tặng bạn đọc, nếu có yêu cầu.

Tập *Ngao Du Cùng Vũ Khí* không quá dày, nhưng hy vọng khi cầm không nhẹ tay lắm. Số lượng thơ lính của tôi lớn cũng dễ hiểu.

Vì trong lúc cùng sống với đồng đội, súng đạn, các thứ phụ tùng chiến tranh khác, tôi còn sống thường trực với thơ. Thời gian làm lính là giai đoạn tôi dư giả thì giờ nhất. Những chuẩn bị, lo sợ trước và sau mỗi cuộc hành quân, khó lấp đầy khoảng trống khá rộng trong đời lính chỉ chuyên nghề hành quân. Tôi là người thường xuyên mộng du. Không điếc, biết sợ súng, nhưng mang bệnh mê thơ nên cũng rất thường quên lửng bổn mạng mình. Những lần quên dễ thương này đã cho tôi những gì các bạn đang đọc. Nội dung bình thường không mới lạ.

Trước nhất, thơ lính của tôi khá linh tinh, tùy hứng lẫn tùy nghi. Một lần điểm danh trung đội, thấy thành phần của binh sĩ có đủ tình nguyện, thi hành đúng bổn phận, bị bắt lính... là có thơ ngay. Xác thực nhưng lộ rõ ý đồ châm biếm, đọc thử, bạn sẽ thấy:

"tôi là trung đội trưởng
một trung đội bộ binh
xuất thân từ Thủ Đức
đang ngồi trước anh em
tâm sự:
những người nào ra đi chưa đến tuổi nhập ngũ?
có 5 người đưa tay
những người nào ra đi theo đúng lệnh nhập ngũ?
có 2 người đưa tay
những người nào ra đi sau khi về quân trấn?
có 30 người đưa tay"
(37 Người trong trung đội tôi – VĐCNYD trang 18)

Ngày trình diện nhập ngũ, làm thơ. Xuống tóc, làm thơ. Học thuộc số quân mình, làm thơ. Tình cờ thấy thiếu nữ liếc mình bên đường, làm thơ. Nghe lính hát nhạc thời trang, làm thơ. Nhìn bộ dạng du kích ở trần mặc xà lỏn đeo dây nịt đạn, làm thơ. Tắm suối, làm thơ. Đêm mưa ngủ trong chuồng trâu, làm thơ. Suýt làm ẩu với em thợ may đồng thuận, làm thơ. Thao thức may tay, làm thơ. Đeo lon, làm thơ. Ngửi vớ, làm thơ. Ngồi đại tiện giữa đồng, làm thơ. Nhận diện thượng cấp, làm thơ. Phạt thuộc hạ, làm thơ. Nghĩ về anh hùng vô danh, làm thơ... Thượng vàng hạ cám đều có thơ cả, thì làm sao những mở đường, đột kích, phục kích, tiến chiếm mục tiêu, lội rừng, băng ruộng, nhảy trực thăng, tải thương, lãnh súng, lục soát, tác xạ, xung phong... có thể bình tâm không thơ thẩn? Từ những lẩm cẩm nhỏ trở thành một bức họa đủ lớn cho một khoảnh đời.

Viết về bản thân, viết về đồng đội, viết về những người đối đầu, tuy trôi trên dòng xúc cảm, nhưng tôi luôn cố gắng không để lòng xa rời sự chân thật. Mỗi dòng thơ với tôi là một tấm gương soi. Đọc chúng, tôi phải thấy lại tôi, thấy lại sự việc, không hư cấu mới rung đùi, huýt sáo, gật gù.

Là một người làm thơ cầm súng, đứng cạnh thần chết thường trực, tôi cũng sớm biết quân bình sinh hoạt hằng ngày. Hạn chế rất nhiều những vớ vẩn lãng mạn. Mỗi lần tham chiến, đương nhiên phải nghiêm chỉnh khi họp hành quân, để hiểu đại khái về mục tiêu, khoanh chúng lên bản đồ. Nghe tình hình khả năng của địch. Nắm rõ những đơn vị bạn tham chiến, yểm trợ. Trước giờ xuất phát, kiểm soát quân số, lương thực, cấp số đạn, hệ thống truyền tin. Có lo sợ gì không lúc này? Thật tình, sau vài trận đụng độ đầu, không thấy gì đáng lo sợ nữa. Cái gì đến sẽ đến. Cái gì ở đây là: rách-áo (bị thương), đi-phép-dài-hạn (tử trận), đơn giản chỉ có thế. Thời gian di chuyển, dù ngồi GMC hay lội bộ, đều có thể làm thơ, dĩ nhiên không dùng viết. Trong mọi cuộc điều động quân, gần như đều có một khoảng trống thời gian nhỏ dừng lại, đủ để chép vội những gì đang đựng trong đầu. Mươi phút trước và trong giờ xung trận, thơ tuyệt nhiên không đến phá đám những suy tính, đo lường, tiên đoán, quyết định lẫn phản xạ. Thơ rất dễ trở lại khi mặt trận hoàn toàn yên tĩnh, giữa những đám khói vô tư.

Mặt trận ở đâu? Đó là tổng thể địa bàn có trách nhiệm lục soát, bình định, chiếm đóng. Một con đường làng, một xóm mồ côi, một bờ lạch, một mé sông, một sườn núi... không nhất thiết chỗ nào. Vùng xôi đậu của Quảng Ngãi khá rộng. Hơi thở của lính chính quy Bắc Việt có ở đây. Bám đất, nhảy núi đồng nghĩa với du kích. Trong mọi mặt trận, lội núi là điểm đến, tôi thích nhất. Vóc dáng, không gian rừng núi, vốn có ấn tượng tốt đẹp từ thời ấu thơ, nên khá dễ dàng viết về *Trèo Núi Ngang, Trấn Núi Phú Sơn, Qua Đèo Bình Đê, Chạm Súng Ở Rừng Lăng, Dừng Quân Sườn Núi Tròn, Đứng Trước Núi, Đêm 30 Trên Đồi Lâm Lộc, Lên Rừng, Chiều Trên Sườn Đồi, Thơ Trên Vách Núi Phú Sơn, Lên Núi Nghĩ Linh Tinh...* Còn, còn nhiều nữa. Tất cả đều ấm áp hình ảnh, nồng nàn tình cảm.

Ruộng vườn nông thôn cũng thơm tình na ná như vậy. Không tiếng chó sủa, chẳng giọng gà gáy. Nhưng mọi góc cạnh, hình ảnh của thôn quê vốn đã cư ngụ muôn đời trong máu thịt. Bước đến bìa làng, ngồi trên gò mả là thấy ra, nhận ra rõ từng nét một.

Với tôi, mỗi cuộc hành quân, ngoài việc thanh toán xong mục tiêu theo nhiệm vụ chung, còn mở ra cho riêng mình những điểm thưởng ngoạn mới, đầy hấp dẫn. Không có những chuyến ngao du sinh tử này, tôi hoàn toàn không có cơ hội để biết những Ba Gia, Ba Tơ, Trà Bồng, Núi Tròn, Núi Ngang, Núi Dẹp, Phước Sơn, Núi Vàng, Rừng Ná, Eo Gió, Suối Nun, suối Cà Đú, Sông Re, Sông Ring...

Tôi luôn tự nhắc mình hành quân cũng chỉ là một chuyến đi, một cuộc ngao du sơn thủy. Đi không với mục đích tự chọn cho mình "xanh cỏ hay đỏ ngực", và đi cũng chưa hẳn sẽ học được một sàng khôn như tiền nhân khuyến khích, nhưng đi chắc chắn được nhìn, biết thêm những cảnh sắc đẹp có, xấu có của quê hương. Quảng Ngãi là địa bàn của đại gia đình bộ binh mang tên Sư Đoàn 2 trong trách nhiệm bình định, trấn giữ. Quảng Ngãi có nhiều cảnh sắc thành danh: Thiên Ấn niên hà, Long đầu hý thủy, Thiên Bút phê vân, Cổ Lũy cô thôn, Liên Trì dục nguyệt, Hà Nhai vãn độ, Thạch Bích tà dương, An Hải sa bàn, Thạch cơ điếu tẩu, La Hà thạch trận, Vân Phong túc vũ, Vu Sơn lộc trường... Những nơi này ít nhiều tôi cũng đã từng lội qua, dừng lại. Có hoặc không những xúc cảm, tôi đều ký gởi chút ít trong luống chữ. Thơ tôi, trong tập NDCVK, phải nói là đầy nhóc những địa danh. Những tên gọi này ngày nay hình như đa số đã thay đổi. Vách đá núi phía đông nam

Sơn Hà, giáp giới huyện Minh Long, nằm trong trí nhớ tôi lâu nhất. Về sau, tôi đã mượn tên Thạch Bích để gọi con gái thứ.

Bị và được đổ máu vài ba lần cho con đất xứ đường phổi, tôi được bồi hoàn một số thơ lụn vụn, chưa đạt trình độ thơ con cóc, dưới cái nhìn của nhà phê bình thi ca Nguyễn Hưng Quốc. Nhưng nếu có thơ con rệp thì chắc với tới. Và chỉ chừng đó cũng đã là một phần thưởng lớn. Ngoài một số huy chương đổi máu để sờ mó, với tôi, *Viên Đạn Cho Người Yêu Dấu, Ngao Du Cùng Vũ Khí* là những (không phải là hai) tấm huy chương tôi quý nhất. Những tấm huy chương này, do sông núi ủy thác cho tôi hình thành, để truy tặng chính mình và đồng đội. Những quân nhân thuộc mọi binh chủng có thể dự phần, nếu không kỳ thị.

Thơ lính của tôi gần như một loại nhật ký bằng văn vần. Có điệu có vần không hẳn đã là thơ. Chất nghệ thuật may ra được một nửa. Xin cứ tạm gọi là thơ. Đời lính Bộ Binh theo tôi, không có nhiều cực khổ, chỉ có vất vả, nên tôi rất ít khi cố tình than thở. Tôi chăm chú vẽ lại cảnh sắc, hoạt cảnh mình mục kích. Những hình ảnh này hiện diện ngay trong đơn vị, hoặc nằm ngoài quần chúng, được bắt gặp khi hành quân. Cảnh đáng thương vì chiến tranh vô số kể. Phải thú thật, nhiều cảnh xốn lòng, như nhìn các em bé nghèo khổ đứng lặng trước ngôi nhà của mình bị cháy, như các bàn thờ thật giả ảm đạm trong hầu hết những túp lá cư ngụ, cảnh thây phơi bên mâm cơm, xác treo trên rào dây kẽm gai... tôi đã viết thật sự chưa tới...

Với một người giàu tài năng, viết về một chủ đề gì, hình như không cần phải lệ thuộc quá nhiều về vật liệu cụ thể. Biết mình thiếu sức, tôi nhờ tiếp viện tối đa những hình ảnh gợi nghĩ về chiến tranh. Mọi tên gọi quân trang quân dụng, vũ khí đạn dược các loại đều có. Tôi không bỏ sót những tiếng thường dùng, những tiếng lóng trong quân ngũ. Những cụm từ như "ôm đầu máu", "lãnh gáo dừa"... chắc hẳn đã xa lạ, nhưng tôi tin sự hồi sinh tạm thời, chớp nhoáng của chúng, dễ giúp đồng đội tôi mỉm cười sống lại một thời.

Cũng như nhiều đề tài khác, cái tôi của tôi trong thơ lính bao trùm khắp nơi. Nhân dạng, tâm tình có đủ: Ba gai không ra ba gai, hiền lành không ra hiền lành. Cái tôi thời bấy giờ là vậy. Điều quan trọng tôi có biết nịnh đầm, ve gái khi hành quân không? Tất nhiên là có, dồi dào nữa là khác, dành cho cả với phe ta lẫn phe địch.

gặp em nào cũng liếc ngang
không nhìn phía trước thì dòm phía sau
ngó chăm bẳm thật là lâu
hoặc nhìn chớp nhoáng từ đầu tới chân...

Hình dạng, bản chất tôi không thể tiêu biểu cho người lính Bộ Binh. Bởi đồng đội tôi rất hiền hòa nhân hậu, thực tế hơn. Bộ Binh vốn được gọi là Nữ Hoàng Chiến Trường. Đồng đội tôi khi tham chiến thì gan dạ, tận tình, tích cực, nhưng ngay khi mặt trận ngưng tiếng súng, họ cư xử với những người thua trận rất nhân ái. Không có chuyện xẻo tai, lấy mật... như thường bị địch quân, dù có cầm bút, xuyên tạc.

Tôi không làm thơ để rửa mặt chúng tôi. Mời các bạn cùng ngao du, không với thứ vũ khí chúng tôi đã cầm, mà bằng sự thưởng ngoạn tích cực, tự nhiên" - Luân Hoán.

*

Phần trích thơ:

"cuộc đời, được gọi cuộc chơi - cuộc chiến một đoạn cuộc đời phù du - cầm súng ta đi ngao du – tử sinh như gió bay vù thoảng qua = ba lô thơ đạn tà tà - bốn phương thiên hạ cùng ta sống còn - nếu may Tổ Quốc Ghi Ơn - gắn nhành dương liễu lên lon bất ngờ - sớm được đưa lên Bàn Thờ - coi như cũng toại ước mơ lắm rồi = cuộc đời, cuộc chiến, cuộc chơi – cái trò bắn giết có hơi bất thường - nguyện giữa lạc quan yêu thương – mang cây súng ngắn kiên cường ngao du". (Ngao Du Cùng Vũ Khí, bài mới viết sau này dùng để mở tập thơ khi in)

"nhúng botte de saut vào mặt nước – rùng mình ngực nhói nỗi bâng khuâng – bùn đất mỉm cười hay chớm khóc – ai dẫm vào ta tận đáy lòng - ... – ta thả thêm vào một chân nữa – và rồi bì bõm bước chân

đi - nước chẳng chảy theo nhưng lan tỏa - những gợn vòng vo thở thầm thì..." (Lội Ruộng)

"... cách xa lâu nhưng núi rừng không lạ - tôi bước đi quên lửng đang hành quân – colt 45 vẫn lận thắt lưng quần – thân nhẹ nhõm như không mang áo giáp – trên bản đồ mục tiêu như nốt nhạc - đồng đội cùng tôi đã tiến vào sâu – gió thong dong đang ban phát phép mầu – chúng tôi thở nhẹ dần, lòng tin tưởng - ... - cảm ơn bạn, những kẻ thù thức ngủ - ở nơi đây không khai hỏa phát nào – kìa nhìn xem bên góc núi đất Lào - ngọn khói trắng đang bay thong dong quá" (Về Lại Với Núi)

"... vui quá ta đâm ra lọng cọng – hương da hương tóc quấn bên mình – đêm nhiều sao đủ cho nhau thấy - nhịp đập không đều của trái tim = giữa lúc trang nghiêm linh hiển ấy – màn đêm xẹt đỏ tiếng A.K – em kinh hoảng hỏi chuyện chi vậy – và ôm không chịu nới tay ra = không hiểu vì sao đêm hôm đó – ta bình tĩnh lạ, rất bạo gan - mỹ nhân làm lộ anh hùng thật – may phước bạn chơi sớm lui hàng = nằm lại, bực mình giận du kích – em thì rấm rứt khóc quên thôi - dỗ em vài bận còn chưa nín – đêm lắng sâu nghe những tuyệt vời" (Tư Nghĩa Đêm Hồng).

"... Quán Lát chưa đêm, súng rập rình – đưa quân tìm chỗ chốt qua đêm – sáng mai không chắc còn súc miệng - lặng lẽ sờ thăm trái tim" (Quán Lát chuẩn bị vào chạng vạng).

"... tình báo đưa tin nhiều bóng địch – qua đèo Eo Gió đến Minh Long – chính quy, du kích, cùng hộ lý - hướng mũi dùi nghiêng về phía

đông = Nghĩa Hành nằm giữa năm con đất - Đức Phổ, Ba Tơ phía bắc, nam – Minh Long, Tư Nghĩa cùng Mộ Đức - nắm lấy tay nhau miệt tây, đông - địch đổ dồn về nhiều vị trí - muốn chơi một thế đánh gọng kìm – chiến lược quân ta vừa cố thủ - vừa dùng chiến thuật bẻ răng điên - ... – sông Rhe nghe rõ sông Rhing gọi - nước chở nắng mây bay thảnh thơi – thoáng tiếng tiêu ai từ thượng cổ - dường như đang kiếm chỗ ngồi chơi - ... - từng khóc hồn nhiên như con nít – sau khi chiếm trọn được mục tiêu – hôn lên lá nát cành cây gãy – nghe thấu non sông buồn hắt hiu" (Mục Tiêu)

"*... tiếng mưa nhịp gió rung rinh – mái tranh vách đất rùng mình xót xa – tôi là người lính Quốc Gia - nằm nghe còn muốn khóc òa huống chi - nếu tôi là, chắc tức thì – tìm cách hồi chánh chờ khi trở về - người đi Trường Sơn, đi B – ngày đi thì có ngày về chắc không – gian nan chuyện nhỏ như không – đánh ai, ai cướp núi sông ân tình?...*" (Đi đầu thai)

"*... nhắm mắt không muốn ngó lên – mình không mệnh yểu, qua đêm được mà – sè sẹ hé mắt ngó ra – bãi biển Đức Hải gần xa tối hù – lần tay thăm lại con cu - đụng ngay cây súng lù lù nằm yên - trở mình giữ thế nằm nghiêng - đếm từng tiếng sóng luân phiên rì rào...*" (Đếm sao trên cát biển Đức Hải).

"*... dòng AK ngược chiều như xé thịt – đám lá rừng vô cớ bị hất tung - giọng văng tục của vài ba thằng lính – vang thản nhiên rất đỗi lạnh lùng...*" (Chờ giờ hưu chiến).

"*... tên em thật, giả cũng vui – tình em giả, thật cũng bùi ngùi thương - tạ tình em gái hậu phương – cho ta vài phút chợt thương chính mình*" (Thư xuân em gái hậu phương)

"*... dù ta chẳng là người mê rượu – nhưng nhiều khi cũng thích khề khà – cùng bè bạn toàn là đồng đội - một đám binh nhì vui tính ba hoa = rượu thường trực toàn là rượu trắng – trong bình đông hay cái cà mèn - uống bất tử mỗi khi rảnh rỗi - ở hậu phương trăng thắp thay đèn = hớp một hớp chua chua đắng đắng – tu một hơi ngọt ngọt cay cay - từ lạnh lạnh chuyển sang nóng nóng - lạt miệng mồm chợt thấy ấm ngay = ngụm thứ nhất mở đường trơn cổ - ngụm thứ hai khoan* *xuống từ từ - nỗi sảng khoái như bàn tay vỗ - những nỗi niềm thức ngủ riêng tư = ta uống rượu quả không sành điệu – như thánh hiền Tàu Việt xa xưa – cũng chẳng giống những anh hùng bợm nhậu – và đương nhiên cũng chẳng giống ai = có nhiều lúc uống cho có uống - với bạn bè tạo thế chịu chơi – có nhiều lúc vì đầu trống rỗng – lòng thênh thang những nỗi bồi hồi = rượu quả thật là người bạn quý - tuy không thân nhưng rất dễ gần - cảm ơn rượu cho ta cảm giác - rất thương yêu đời lính phong trần*". (Rượu thời làm lính)

"*không nằm trong xe tải thương – chùm hum sau cái jeep lùn nhà binh – non mười cây số gập ghềnh – ngỡ trong lòng võng bồng bềnh năm xưa = lờ mờ nhìn ánh sao thưa – thoáng nghe ngọn mía vẫy đưa rì rào – xe đang chạy qua đoạn nào - đến cổng Ông Bố? đã vào phố xong?= đoạn đường dù đã thuộc lòng - chập chờn khó đoán thẳng cong rõ ràng - xe chợt chạy nhanh nhồi mê man - thấy mình đang rớt xuống hang mịt mù = thân chao như lá mùa thu - chạm vào vách đá âm u lạ lùng – hai tai nhốt gió lùng bùng – cõi nào hình nộm tứ tung đứng nhìn = lửng lơ đốm lửa lung linh – hơi gì sau gáy rùng mình liên miên – đang khi chân bước xuống thuyền - bất ngờ té sấp thốt nhiên giật mình - ồ ra vẫn chưa hy sinh - nếu đi luôn chắc đã yên mả mồ - chết đâu dễ sợ chi mô – mai mốt chết cũng không sao, sẵn sàng*" (trên đường nhập viện)

"*hành quân không khó khăn gì - khởi đi lững thững đến khi lừng khừng – súng cầm tay đạn quấn lưng - vừa bước vừa ngó lung tung đất trời = trong đầu cứ nghĩ dạo chơi - tự nhiên thanh thản như hồi gác cu – dĩ nhiên không tìm cái ngu – tìm cái nghĩa vụ thiên thu để dành = hành quân có dữ có lành - gặp dữ bỏ mạng gặp lành lên lon – một nhành dương liễu con con - đổi cái tính mạng còn son cũng buồn = riêng tôi luôn giữ bình thường – không có nón sắt súng trường theo chân – áo giáp đè nặng tấm thân - nhỉnh hơn bốn chục (tính quần áo luôn) = tôi đi thở hít khiêm nhường – nghe trong buồng phổi có luồng khí thơ - mục tiêu không có bất ngờ - ngoại trừ quân địch dật dờ vuốt râu = hành quân giản dị vậy thôi – tôi xem như cuộc dạo chơi thường ngày*" (Hành Quân).

"khi đổ xuống núi Ngang - ta làm trung đội trưởng - cổ đeo cái địa bàn - túi áo giắt bút mở = nắng sớm mai long lanh - xanh lá rừng che chắn - gió đồng ca loanh quanh - không chút gì lo lắng = bước giày chợt bâng khuâng - tìm thơ hay tìm giặc - tảng đá chạm mũi chân - giật mình tim co thắt = chắc sẽ phải bắn ai - trái, phải hay trước mặt - rừng núi liền thân vai - nhìn chưa ra nghịch tặc - vẳng tiếng suối xa xa - nghe như cha đang rót - vào tách dòng nước trà - mừng một ngày nắng tốt" (Trèo Núi Ngang)

"... tiền phương, hai tiếng, nghe oai - thật ra chỉ có một vài nóc tôn - không phên, trơ những cột chôn - nền xi măng vặn bù lon chỉnh tề - thu đông tiếp nối xuân hè - gió không chỗ đậu qua về thảnh thơi - hương trời hương đất thơm hôi - tự do thăm viếng ghé chơi dễ dàng - chung quanh phơi phới cỏ hoang - cao hơn tầm nước hồng nhan đãi đời - xa xa mấy mái tranh phơi - mong manh vài ngọn hơi người hắt hiu = tiền phương, coi vậy, đáng yêu - dán tôi dính với tối chiều sáng trưa - nhớ em kín cả bốn mùa - vần điệu lẩn thẩn vẽ bùa thơm tay - nửa đêm dựng dậy mang giày - rạng sáng thắc thỏm nơi này ra đi - mở mắt, ngó được chỗ ni - đời còn tốt số nhiều khi ngon lành - huýt gió theo giọng Hoàng Oanh - thay tạm những tiếng gọi anh dịu dàng - tiền phương của cả tiểu đoàn - đôi lần tôi ngỡ là bàn viết tôi" (Tiền phương tiểu đoàn 1/4 Sư đoàn 2BB)

"... thật tuyệt vời thay cuộc hành quân - không nghe mìn đạn quậy lung tung - chuyến đi săn giặc thành du ngoạn - chạm mặt quê hương đẹp lạ lùng - ... - lượm lên viên sỏi cầm trong tay - nghe hơi đất dính thở vơi đầy - phân chim lá mục hồn sâu bọ - đặc quánh khối tình xanh cỏ cây = ai nắm bàn tay đỡ đứng lên - hồn cây vía gió bước đi kèm - đến bờ suối ngắm mình qua bóng - thấy thật bình an một trái tim - ... - núi tiếp quản hương của một người - ta ngồi mũi súng chạm lên đùi - chợt quên khối sắt là vũ khí - tay gõ nhẹ lên huýt gió chơi" (Nhảy trên Núi Tròn)

"... 3. cũng nhờ "cư an tư nguy" - nên dù lạng quạng khó đi bất ngờ - vừa đánh giặc vừa làm thơ - vẫn luôn giữ vững ngọn cờ quốc gia = 4. "súng là vợ, đạn là con" - ghi nhớ từ thuở hãy còn một hai - cái thời tóc xa mép tai - chính thức làm đứa con trai ngon lành = 5. "nhìn quân

phục biết tư cách" ngay - không cần soi mói mặt mày làm chi - đầu, mình, các cái, tứ chi - nhất là ống dẫn nước thì quá ngon = 16. - đánh nhau "một mất một còn" - bỏ lòng trắc ẩn lương tâm ở nhà - thắng thua từng mỗi trận qua - lòng như bãi trống tha-ma không mồ = 17. bước trên "tấc đất tấc vàng" - lòng buồn rười rượi hoang mang bất ngờ - một bên tiêu thổ đào hào - một bên càn đạp nướng khô ruộng vườn = 18. xác người "sinh bắc tử nam" - phơi trên dây thép dụ đàn ruồi bu - nhìn không ra được hận thù - cảm thương thân phận ngậm ngùi ngó lơ = 20. nếu không tai bèo, dép râu - giày saut nón sắt - giống nhau, khó tìm - bởi trên còn đúng trái tim - và dưới cũng có con chim nòi tình"

(Theo câu vịn chữ)

"lặng lẽ xoay xoay cây bút mở - ngồi họp hành quân nghĩ đâu đâu - tai nghe tay nhẹ khoanh đầy đủ - những mục tiêu sắp phải đánh nhau = chẳng xa lạ gì rừng với núi - vườn hoang đồng trống rạch cùng sông - nhiều chỗ nhiều nơi lui tới lội - đánh rồi đánh nữa mãi chưa xong = điểm khoanh toàn những vùng xôi đậu - tối cộng sản về ngày quốc gia - da vàng mũi tẹt như nhau cả - vàng hoe chánh nghĩa, đỏ au tà = ăn trái đất nào rào đất ấy - chuyện đương nhiên có sẵn lâu đời - sinh bắc tử nam là định mệnh - gục trên đất nhà cũng vậy thôi = nhìn những mục tiêu vừa mới vẽ - không lo không sợ cũng không buồn - phải có một nơi mình sẽ ngã - xong vai, nhường người khác đóng tuồng = mục tiêu nào chọn mình đây nhỉ? - mình chọn nơi nào dễ được đâu - trong những vòng khoanh bằng bút mở - dạ xoa thần chết chờ từ lâu" (Trong vòng tròn đơn giản)

"làm tình hiểu theo nghĩa đen - là yêu em có gió trăng tuyệt vời - cần gì giải thích lôi thôi - cái chuyện chăn gối sướng vui thế nào - làm tình là chuyện thanh cao - vượt mọi nghi lễ mừng chào đón nhau = làm tình nghĩa bóng thật sâu - còn hơn cả viết được câu xuất thần - trong tâm trong trí lâng lâng - trong tim trong máu rần rần lưu thông = làm tình giữa lúc hành quân - đa phần là chỉ nhớ nhung người tình - tưởng em đang thở bên mình - đang véo đang ngắt hiển linh vô cùng - tôi trong sự nghiệp hành quân - làm tình trong giấc mơ hừng sáng thôi - cái giờ thường an toàn rồi - lính thức tôi thiếp vài hơi chập chờn" (Làm tình ngoài mặt trận)

Có đến174 bài thơ trong tập này, như những dòng nhật ký khởi đi từng quân trường đến diễn tiến gần như trong mọi góc cạnh sinh hoạt của một người lính tác chiến. Hành quân, phục kích, đột kích, những trận đánh trên nhiều địa bàn lúc nhàn du, khi chí tử khác nhau. Gần như không có việc nhỏ nào tôi không ghi lại. Ống dòm, địa bàn, bản đồ... mọi dụng cụ cá nhân dùng cho chiến tranh, đều có mặt để cõng tâm sự, cảm nhận của người trong cuộc. Không bỏ sót một địa danh nào đã lội qua. Tôi rất muốn trích đoạn thật đầy đủ nhưng không thể làm được. Đúng hơn là không nên làm, dù biết cuốn sách sẽ như một tuyển tập tổng quát.

Sách phát hành hạn chế, bởi thật sự không biết gởi về những đâu. Đã mấy ai đọc bằng bản in? Và đoạn dưới đây như một niềm vui bất ngờ.

Nhà thơ MH Hoài Linh Phương, tự nhận là một trong thế giới "em gái hậu phương" của Việt Nam Cộng Hòa. Bố chị là một Đại tá, nghe nói có học vị đại học cao nhất trong quân đội. Chị thán phục những sĩ quan từng đeo Alpha đỏ, nhưng hình như chị cũng mến những anh lính trơn. Có lẽ nhờ đó chị đọc và giới thiệu tập thơ Ngao Du Cùng Vũ Khí quá tỉ mỉ. Trích dẫn thơ thật nhiều. Chính điều này làm tôi khó chép lại chút ít ở đây. Xin được dùng mấy câu kết:

Dưới góc nhìn của một người cầm bút có suốt tuổi thơ ngây "đại bác đêm đêm vọng về thành phố", tôi thành thật ngưỡng mộ và cám ơn anh - người đã để lại một phần thân thể trên chiến trường cho những người còn sống hôm nay trong hơi thở tự do trên vùng quê hương mới. Tiếng thơ anh sẽ không bao giờ tắt, bởi tự nó đã là những lời tự tình dân tộc. Như bước chân mùa thu âm thầm trong gió. Lặng lẽ trên từng khúc hát yêu thương. Từng mùa, và từng mùa. Trong chờ mong mênh mang bất tận.

M.H.HOÀI LINH PHƯƠNG

Như đã thưa bài đầu sách mới được viết, cũng như tên sách mới chọn. Lẽ ra dùng tên Gối Súng Tìm Thơ. Bài Binh Nghiệp trích dưới đây cũng là bài viết tại hải ngoại. Mục đích để đóng thi phẩm lại. Xem lại bản layout vẫn đúng. Không hiểu sao trong bản in lạc một bài khác vào vị trí sau cùng.

Binh Nghiệp

thời gối-súng-tìm-thơ dài hay ngắn
gần ba năm trời ngun ngút mù sương
có gọi được chăng một đời binh nghiệp
dù đủ thơ, máu, nước mắt, vết thương?

rời quân trường, có mươi lần đã bắn
con cu gù, mương cá, trái cây xanh
buồn mấy bữa khi hạ con rắn lục
trên đồi Văn Bâng một sáng lạnh tanh

vạn vật như người, giàu tình ân oán
rắn trả thù nên ta dính chấu liền?
may chỉ trầy da mà chưa tróc vảy
về trả bài xong, vào lội liên miên

cái nghiệp hành quân có vui có khổ
phục kích, mở đường, đổ bộ, xung phong...
chẳng khác gì nhau sống đời tác chiến
Biệt Động, Nhảy Dù, Hắc Báo, Bộ Binh...
trách nhiệm giữ nhà chia đều binh chủng
danh dự quê hương từ mỗi chính mình

trong đoàn hùng quân, ta dòng chủ lực
thanh toán, truy lùng, bình định, cầm chân...
màu áo ô liu hương bùn mùi đất
nắng phơi ruộng khô, mưa thấm lưng rừng

tuy không nói ra nhưng ta hãnh diện
đã có chút gì đích thực con trai
quân sử không tên, chìm vào quên lãng
một chặng đời thơm suốt cả đời dài

trời đã thương tình khi cho ngã ngựa
sứt mẻ xíu xiu quả thật may rồi
giữ được trái tim dưỡng nuôi trí óc
dẫu rất bọt bèo cà nhắc cuộc chơi

ngồi nhớ dông dông ba đồng bảy đỗi
đời binh nghiệp mình đóng dấu trên thân
cái triện lâu ngày thâm màu máu đỏ
cõi buồn hư vô thiếp dưới khoảng chân.

9 giờ 45 sáng 15-02-2020.

KHÓI CUỐI NGUỒN HƯƠNG
CHUẨN BỊ CHO CHUYẾN RA ĐI

Sinh hoạt bất cứ lãnh vực nào rồi ra cũng phải chấm dứt. So với những môn thể thao, người sinh hoạt Văn Học Nghệ Thuật, thường dễ kéo lai rai trò chơi thêm dài. Tuy vậy không thể lơ được những báo hiệu rõ nét của sức khỏe. Năm 2016, tôi tròn 75 tuổi sống. Nói về bệnh yếu, tôi vốn có dư thừa. Tuy nhiên nhờ những chung đụng nhức đầu, nhức chân, cảm lạnh định kỳ hằng năm, nên tôi cảm thấy mọi thứ như bình thường. Riêng tâm hồn thanh thản hơn những năm trước. Trong tinh thần lạc quan, tôi nghĩ nên sớm thực hiện một tập thơ thật giàu tính chất lưu niệm.

Theo thói quen, những dự định của tôi thường như là đã thực hiện một phần ba. Nhất là tôi đang có sự thuận lợi, bởi Lê Hân, em tôi lúc này đang điều hành nhà xuất bản Nhân Ảnh khá nhịp nhàng, mát tay.

Khác với nhiều bạn, in thơ, thật tình tôi chẳng bận tâm nhiều đến việc chọn lựa. Tôi viết thường xuyên nhưng không nhiều so với một số bạn khác, tôi tin vậy. Từ khoảng năm 2000 trở lại đây, tôi càng chú trọng, tuân thủ luật vần nhiều hơn trước. Tôi cũng chuyển qua chuyện kể thường trực. Đề tài cũng như thi hứng tôi lượm từ cuộc sống mỗi ngày. Tôi biết làm vui tôi hơn từ những bài viết. Cái tôi vẫn có sẵn mỗi ngày thêm đậm đà.

Trước facebook, tôi có Trang nhà nho nhỏ. Tại đây, tôi từng chơi "Nhật ký vớ vẩn", đi bài hàng ngày, liền trong hơn hai năm. Số bài đó đa phần đã mất chỉ vì tôi sơ ý làm thất lạc, sau vài lần thay đổi chủ cho thuê đất dựng nhà. Ngay một số ít còn tên lưu trên Vuông Chiếu (trang nhà của tôi) mở vào cũng trống trơn, hoặc tệ hơn nữa, tự động đâu đâu ghi mấy địa chỉ phim "ít".

Rút kinh nghiệm bỏ mất con cái lần này tôi in.

Do theo suy nghĩ lần cuối cuộc chơi, tôi chọn tên sách Khói Cuối Nguồn Hương. Khói thì như khói thật nhưng hương biết đã đạt chưa? Thôi cũng xâm mình huênh hoang phát cuối. Tập thơ dày tương tự cuốn Ổ Tình Lận Lưng. 682 trang kể luôn 11 trang mục lục và 4 trang trắng.

Bìa kể như thuộc loại tuyệt đối với tôi, bởi tranh và trình bày chữ của họa sĩ Khánh Trường. Nhìn gáy sách đã rất khoái. Bìa sau có ảnh tôi đứng thọc tay vào túi quần, áo ấm phảng phất nét áo giáp thời trước. Cười toe toét chỉ tiếc hơi thiếu đẹp trai. Trong lớp vỏ màu mè như thế, tôi còn cố tình chọn một bài rất kêu, rất ỡm ờ "Đi Ở Rể":

em gọi đứng chụp ảnh
trước khi đi ra đường
rủi phải lòng con gái
của ông bà Diêm Vương

nghĩ mình gần tám bó
nhì được nhờ áo quần
chai mặt trơ mắt ngó
cầu tài nụ cười suông

chân dung người nhiều lúc
đẹp nhờ nét u buồn
sầu ta giấu trong bụng
đâu lộ để ai thương

giấu lòng mà khoe mặt
là chuyện của đời thường

ngán chi chuyện làm rể
của ông bà Diêm Vương.

Tập thơ ghi giá hai mươi lăm Mỹ kim. Không hiểu căn cứ vào giá trị nào? Thơ, bề dày của sách, thành tích tác giả hay nghệ thuật tấm hình? Thôi xin du di gộp chung nhé bạn.

Tập thơ ra được mấy tháng thì tôi bị thiếu muối phải nhập viện. Phải hết 5 ngày 6 đêm trong Fleury Hospital để bác sĩ điều chỉnh lại thành phần thức ăn hằng ngày. Tại đây, một ngày trước khi xuất viện, bà bác sĩ chính của tôi ngộ được anh chàng Đi Ở Rể, bởi Lý tha vào đọc chơi khi ghé gọi là "thăm nuôi". Bà bác sĩ, dĩ nhiên, xã giao khen quá trời, bởi so sánh tôi khác xa trong phục sức bệnh nhân. Đấy cũng xem như là một độc giả, đọc hình.

Tập thơ nặng quá, tôi không dám gởi tặng ai. Hình như ngay cả Song Thao, Hồ Đình Nghiêm hai anh bạn thân tình nhất cũng không có. Sách in không phát hành, còn giữ đây nửa số trăm, chưa có phương tiêu thụ. Chưa ai cầm tới được đào đâu ra lời góp ý chê khen?

Thôi kệ để đó. Tin cùng "làng thơ" mục lục phần nội dung:

Trang mặt :
Khói Cuối Nguồn Hương
thực hiện Luân Hoán
bìa Khánh Trường
trình bày (trang trong) Luân Hoán
copyright@ by Luân Hoán
ISBN:978-1-927781-28-9
Nhân Ảnh xuất bản 2016
(ghi chú: lẽ ra chữ Thơ thay cho chữ thực hiện)

Trang tiếp:

Thân mến gởi đến bạn đọc lời chân tình biết ơn
Luân Hoán

Trang tiếp:

Trên đầu trang, trang trí một phác họa của họa sĩ ViVi ghép cùng ảnh chụp khuôn mặt tác giả, bên cạnh đó một ngọn hương đang tỏa khói lên một con-cò-hiền-triết đứng hơi rụt cổ; tất cả thành một bức ảnh nhỏ đen trắng hình chữ nhật, khổ 4,5 x 9,5 cm.

Sát ngay dưới ảnh mấy câu thơ, chữ in hoa:

SOI ĐỜI CHONG NGỌN NẾN TÔI
RÒNG RÃ QUA NHỮNG BUỒN VUI DÀI NGOẰNG
LUNG LINH MỜ TỎ ĐÈN, TRĂNG
LỜ MỜ CÔ ĐỌNG VẾT LẰN THỜI GIAN
THEO ĐỜI BẤC LỤN NẾN TÀN
LOÃNG DẦN SỢI KHÓI HOANG MANG CUỐI CÙNG
AI NGƯỜI CẮC CỚ HÌNH DUNG
ĐƯỜNG LÊN MÂY SỢI MÔNG LUNG MƠ HỒ
HƯƠNG GÌ TRONG KHÓI HƯ VÔ
CÓ CHĂNG TÂM CẢM LƠ MƠ DẠNG HÌNH
CHÌM TAN MẤY NẺO U MINH
CÒN VANG ĐƯỢC MẤY NHỊP TÌNH BÂNG KHUÂNG

Phía dưới 2 câu trên là 6 khuôn mặt của 6 cháu ngoại, nội:

Lyna, Vincent, Vina, William, Benny, Kevin (lúc này Natalie chưa ra đời). Tấm ảnh ghép chung rất nhỏ nhưng rất rõ này cũng là một dấu vết lưu niệm, hợp với mục đích.

Có 5 phụ bản gọi là ảnh "trang trí"

1 - trang 137, hai ảnh của người tình trăm năm.
2 - trang 164, ảnh một cô gái lượm tình cờ trên net.
3 - trang 265, ảnh tác giả đã được bạn nào đó (quên tên) làm lại khá nghệ thuật - sát dưới ảnh, nét chữ thư họa của họa sĩ Vũ Hối (in trắng đen) câu thơ:

"Còn vương trong hạt bụi bay hững hờ"
(không biết sẽ vương được thật không!)

4 - trang 425, ảnh ghép các sách đã in
5 - trang 503, ảnh tác giả.

Những trang thơ không chia theo chủ đề nội dung mà xếp theo thể loại:

* Lục bát: từ trang 10 đến trang 424, chiếm hơn nửa số trang, 410 trang, tương đương bằng 4 cuốn thi phẩm đầu tay Về Trời.

* Bảy hoặc tám chữ: từ trang 426 đến trang 502 (76 trang)

* Ngũ ngôn: từ trang 504 đến trang 562 (58 trang)

Bạn văn góp tay:

- Sỹ Liêm: Bước 68 lưu dấu trong Luân Hoán thơ.
- Đan Thanh: Vái sống Luân Hoán (hình thức văn tế)
- Thiên Hà: Đáp bài "làm thơ cùng Thiên Hà ", thơ LH phổ biến trên FB trước đó.

Phần Trích Thơ

LỤC BÁT = 410 trang, 311 bài

MỸ NỮ THỜI @

1. thoạt nhìn, chịu cái body - tiếp theo khoái dáng thân đi nhẹ nhàng - khoan thai thanh thoát dịu dàng - có sau có trước cưu mang đất trời - nhịp đường, chân gõ tuyệt vời - gót thơ gieo tiếng nhạc vui rộn ràng - nhìn em không kịp mơ màng - tâm thân tràn ngập xốn xang bất ngờ.

2. thi ca thật có nàng thơ - hiển thánh lồng lộng nhởn nhơ hiện hình - long lanh đường mắt ươm tình - phơn phớt hồng búp lung linh môi đào - trang má ẩn hiện bản sao - ngàn tình khúc thở dạt dào âm yêu - hình như có cả câu Kiều - sáng trên vầng trán mỹ miều ánh trăng

3. nhìn em chợt hiểu ra rằng - ông trời quả thật là thằng tinh khôn - nặn nhiều mỹ nữ thơm ngon - cốt để có đứa dốc lòng làm thơ - ta tên nát chữ dật dờ - ngộ em sáng dạ vẩn vơ được liền - lượm mót chữ nghĩa thánh tiên - dựng mình lạng quạng đảo điên theo tình

4. gặp em là ngộ thần linh - quyết tâm cù rủ theo mình vui chơi - ý nghĩa mục đích cuộc đời - đến sau khi có em ngồi trong ta - hoàn toàn em chẳng là hoa - không phải là rượu mà là cõi riêng - ta cất được những nỗi niềm - giữ tươi cốt lõi tự nhiên râu mày.

HÔN

"ông trời có đức hiếu sinh" - riêng tôi có đức hiếu tình nên chi - ai cho phép, hôn tức thì - tạo nguồn thương nhớ có gì phải lo = hôn trán, hôn má thăm dò - ai lim dim mắt lần mò hôn môi - hôn là uống bớt làn hơi - của người đang thở chơi vơi phiêu bồng = nếm hương nước bọt nồng nồng - lưỡi rà lưỡi ngọt lòng vòng đê mê - chạm vào răng nướu tê tê - gặp phải răng khểnh càng phê đậm đà = vụng về của thuở mười ba - vẫn còn lấp vấp hít hà đến nay - có phải tôi vẫn thơ ngây - hay lâu không có ai bày dạy thêm = vẫn chờ rộng lượng các em - cho tôi thực tập lại xem thế nào - môi tôi đầy ắp ca dao - hôn xong em sẽ làm thơ được liền - tôi đang dành sẵn ưu tiên.

GẦN NHƯ ĐÙA

sáng dậy dựa giấc chiêm bao - làm liền một lúc mươi bài thơ chơi - lúc buồn đọc lại vui vui - khi vui đọc lại ngậm ngùi thở ra = trong thơ thấp thoáng con ma - đa tình đến độ gần ra dâm tình - nhiều khi cũng thấy giật mình - nhưng thôi, thây kệ cái tình lẳng lơ = chưa thấy ai đặt bàn thờ - bài vị của gã làm thơ huê tình - nếu mai đời chọn trúng mình - tôn làm thần tượng, hoan nghinh vô cùng = nói chơi thôi đừng nổi khùng - mấy tay thơ giỏi lót lưng hoa đào - mấy ngài là những anh hào - tôi còn yếu kém tào lao rất nhiều = vịn vào thêm một em yêu - tôi cùng lắm chỉ dám liều sơ sơ - làm thơ không cần có thơ - mà cần có cái vẩn vơ nhớ hoài = em đừng giận lẫy nghiêng vai - chẳng qua nói giỡn cho oai vậy mà - yêu em hơn cả thân ta - dễ gì để lọt tình xa chỗ nằm = một giây cũng đủ trăm năm - ta lặp lại mãi có cần chứng minh - em cười rồi nhé, thật xinh - hàm răng trắng quá cắn tình... không đau!

BỆNH NHỚ

nỗi nhớ đâu đó trên trời - chọn sai điểm rớt nhằm tôi nẩy mầm - thịt da ướp nắng mưa dầm - nhớ thành vi khuẩn như tằm ăn dâu

= hình như nhớ ngự trên đầu - lan dần xuống trán chạy mau quanh mình - chọn tim làm tổng hành dinh - phổi nhiễm trùng nhớ rung rinh hơi buồn = biết mình trầm trọng chấn thương - ngồi im tìm bệnh nhớ, nguồn gốc đâu: - nhớ người quắn quíu xót đau - nhớ nhà nhè nhẹ mà sâu đậm hoài = tạm thời chế ngự lai rai - bằng thơ vớ vẩn vài bài mỗi hôm - khi nhớ ầm ĩ hung tàn - phải cần cầu viện mấy nàng mỹ nhân = hôn em hiệu nghiệm như thần - theo em quả thật giảm dần nhớ nhung - thơ và người đẹp cộng chung - liều thuốc trị nhớ vô cùng hiển linh.

BÌNH THƯỜNG HÓA

thất tình tạm bỏ làm thơ - đi thăm đồi núi sông hồ cho vui - cũng là một cách xả xui - yêu em không được yêu người nhiều hơn - yêu cho em biết sảng hồn - mau quay lại sớm may còn có nhau = thất tình chẳng chỗ mô đau - chỉ một cái chỗ dùng lâu đâm lờn - em yêu đừng nghĩ ba lơn - chỗ đó chứa máu để bơm nuôi người - tâm thất trong trái tim tôi - hình như nghẽn một đoạn đời tình thơ = thất tình thường khoái giang hồ - thường hay uống rượu đánh cờ giải khuây - thơ không cần viết cũng hay - dồn chứa trong bụng khi đầy trải ra - bấy giờ ta lại chính ta - một anh thi sĩ ba hoa gầy tình = thất tình tự nhiên thông minh - phải bình thường hóa thất tình nghe em - chẳng cần chi phải nói thêm!

CHỖ NÀO? RA SAO?

hôn em, hôn những chỗ nào? - coi kìa, sao hỏi tào lao vậy trời - câu hỏi không khó trả lời - ngặt là khó bảo đất trời ngó lơ = hôn em, đậm nhạt ra sao? - ngắn dài hơi thở thả vào thân hoa - bạn hỏi, là bạn thấy ra - câu trả lời của chúng ta thế nào = chỗ nào, là chỗ ra sao? - bạn không ẩn ý, tôi chào thua ngay - xin nhờ phe địch ra tay - đáp giùm chính xác thật hay coi nào!

CHỖ NGỒI NHỚ EM

khi đang yêu khó làm thơ - em choán hết chỗ chữ vô trong đầu - ngoài ra bận nuốt hương môi - rồi bận lót chỗ để ngồi nhớ em - và bận lắm thứ đi kèm - như nghe em nói như thèm vuốt lưng = đang yêu chỉ viết cầm chừng - thay mua hoa trái vui mừng tặng em - lúc này thơ ở ngoài tim - chuyên lo xu nịnh giữ em thôi à - thơ tình đích thực viết hoa

- từ khi em trở thành bà quản gia = bấy giờ câu kém văn hoa - chỉ còn cái lõi đậm đà thương yêu - thơ tình loại này không nhiều - tôi luyện chưa tới mức siêu để đời - em giúp tôi nhé, về chơi - và ở lại với cuộc đời thi nhân.

DẶN

"vắng mợ thì chợ vẫn đông" - vắng ta đời thiếu một ông ba trời - chẳng chết ai chỉ thiệt đời - mất đi một gã yêu đời quanh năm = mai mốt ta có mãn phần - thiêu sớm và nhớ không cần thắp hương - ghi chữ C trước cửa buồng - ta về khỏi lộn vô giường nhà bên = cho dù ghiền cái hương em - gặp mùi na ná dễ quên bất ngờ - mùi nào cũng phảng phất thơ - nếu như lỡ lộn đừng ngờ vực ta - yêu đời nên rất thiết tha - yêu luôn tất cả đàn bà đấy thôi - chỉ có em mới tuyệt vời - không cần nói em hiểu rồi đúng không - vắng ta đời vẫn rạng đông - vẫn hoàng hôn... đúng là không mất gì.

LẠI ĐÙA

nằm nghiêng bên phải ôm em - mỏi rồi nghiêng trái em lên tiếng liền – "hôi sao mà xoay qua bên?" - "thì em còn gác chân trên mình mà!" - nằm đây mà nhớ người ta - thì dậy mà ngó tạm qua màn hình – "em yêu này, được cái tinh - nhưng mà chẳng ngó buồn tình viết chơi - có ai nằm trong thơ đâu - anh chưa có được ba đầu sáu tay - linh tinh vớ vẩn cả ngày - tình trong thơ thẩn đều vay em mà - ôm em mà nhớ người ta - đôi khi cũng có nhưng mà ít thôi.

NGÀY TÌNH YÊU

tôi không có ngày tình yêu - lý do giản dị tôi yêu mỗi ngày - đúng ra mỗi phút mỗi giây - mỗi nhịp tim đập ngất ngây ngọt ngào = tôi yêu kiểu thời ca dao - gió trời thổi yếm váy đào bay xa - tôi yêu kiểu thời dân ca - đống rơm bờ ruộng trải hoa lên nằm = tôi yêu theo kiểu lâu năm - miệng hò mắt liếc bông lông gió đùa - và rồi ngựa võng đò đưa - cùng lên tuyệt đỉnh ngày vừa xuống đêm = lãng mạn cổ lỗ lem nhem - trăm năm em dưới anh trên dịu dàng - tình tinh khiết đượm nồng nàn - hương trời hương đất thơm sang hương người = ngày nay yêu thương tân thời - có ngày kỷ niệm cuộc đời đủ đôi - rượu bánh kim cương hoa tươi - tình đầy âm nhạc niềm vui chan hòa = tôi muốn bắt chước nhưng mà - không gì bằng cứ mặn mà hôn suông - ngày tình tôi lót mặt giường - thiết tha hai đứa cùng hùn làm thơ = trăm năm chẳng riêng ngày nào - nghĩa tình chăn gối thấm vào da xương - quen hơi không thấy mùi hương - thật ra thơm ngát yêu thương suốt đời.

NHẢY ĐẦM

ngày xưa không học nhảy đầm - dự party được đôi lần dìu em - lần đầu quả thật khó quên - hai tay cứng ngắc quấn bên mình hồng = không đeo gì ở cặp chân - đôi giày da mới có phần chật sao - nặng như mang hai cái bao - đưa lên hạ xuống chao chao chồng chềnh = dặn thầm ôm lỏng lưng em - ngón tay sợ rớt bám thêm vào hoài - nhạc êm dịu thoảng bên tai - cố nghe nên dễ bước sai nhịp buồn = điệu blues mỏng như sương - mà sao trong khói có nguồn lực cao - xuyên qua người những xôn xao - làm trật nhịp kéo suýt nhào bên em = chữa thẹn lí nhí gởi lên - tai em hơi thở ấm thêm bất ngờ - tuyệt vời hơn cả làm thơ - may sớm bỏ cuộc nên thơ vẫn làm = bài thơ viết muộn tặng nàng - "cái đêm hôm ấy" cư tang một thời - hai chân chặt một chân rồi - nhờ cái chân-phụ nhảy chơi cầm chừng.

THƠ TÌNH THỜI CÓ TUỔI

thơ tình yêu của người già - gần gần như tách nước trà sắp thiu - mặt đóng lớp váng nắng chiều - hâm lên hương vẫn bấy nhiêu mùi nồng = thơ tình quý vị lão ông - loại bất tài cỡ như lòng ta đây - chỉ là một nhúm bụi bay - từ hồi cổ đại đông tây lộn đường = ba hoa là chuyện bình thường - vô hồn trơ xác tầm thường hẳn ra - yêu em có thể còn là - ai cho yêu để mặn mà có thơ = nếu bá vơ thành vu vơ - đẻ ra thơ thẩn có cơ hội thành - những chùm con cóc loanh quanh - bu theo ngôn tự thiếu lành mạnh chung = từ ta trên bước đường cùng - ngẫm ta không dám điên khùng ngẫm ai - cũng xin lỗi trước quý ngài - tài hoa tha thứ, viết hoài thành hơi... - cung kính cảm tạ lượng đời.

VẼ EM TỪNG PHẦN DUNG NHAN

(Bài gồm 9 đoạn, gần như 9 bài liên quan đến người nữ: Cửa mình thần, Tòa vú hoa, Cánh chân sen, Búp tay ngà, Dòng mắt ngọt, Tháp cổ ngà, Bèo tai lụa, Phiến trán cao, Ngọn lưỡi nồng (không trích trọn bài) *"cổ nhân cung kính phong thần – cũng không thiếu kẻ tưởng lầm quỷ ma – ngai vàng của mọi chúng ta – ngàn đời nam tử hẳn là nơi đây - ... - ghiền thơ là chuyện đã đành – ghiền em vốn dĩ bất thành văn, thơ - một đời tôi đã dật dờ - còn mấy năm nữa hồ đồ siêu hơn"* (CMT)

"hai hòn núi ngọc rung rung - mạch ngầm sóng chảy về chung đỉnh trời – cái nơi để ngậm vào đời - để bàn tay trải những lời thương yêu" (TVH)

"... thon dài thanh quý cao sang – quê hương của cả muôn ngàn nụ thơ" (CCS)

"... cõi hoa được gọi là bàn - mặt sấp mặt ngửa đầy tràn bao dung... " (BTN)

"... rõ ràng tôi thấy tôi nằm – ngoan trong mắt ngọc những lần ngó tôi" (DMN)

"... mặc ai cư ngụ chân dài – riêng tôi ở đậu hoài hoài cổ em" (TCN)

"... hoa tai, lát chiếu khoen, tằm - thứ nào cũng sẽ có hồn riêng thôi - mọi thứ được xỏ tai rồi – thành linh vật hưởng suốt đời hương em... " (BTL)

"... như trang sách chép chuyện lòng – thánh thư vô tự mênh mông rạng ngời... " (PTC)

"... đảm nhiệm công tác tiền phương - mở đường đến những yêu thương tuyệt vời..." (NLN)

THƠ BẢY & TÁM CHỮ

YÊU NƯỚC

cháu hỏi ông về tình yêu nước - lòng lâng lâng giải thích thong dong - cháu cắc cớ hỏi: - ông yêu nước? - chợt xụi lơ như thể chạnh lòng = ông yêu nước hẳn nhiên là có - ít hay nhiều chưa đo, chưa cân - nhiều hay ít chắc không nặng lắm - đủ dây dưa một khoảng nợ nần = hồi bé con ông mê đánh đáo - đá banh lông từ ruộng đến thành - thích câu cá rất mê săn bắn - mê ao hồ đồi bãi cỏ tranh = qua gần khắp sân chơi nhỏ tuổi - ông trồng nhiều kỷ niệm ấu thơ - da-sứt máu tươm thành phân bón - nên ông thương tha thiết bụi bờ = lớn lên chút ông mê trường học - khoái cái bàn cái ghế chung riêng - bậc cửa sổ trụ cờ cái kiểng - quen thân như một đám bạn hiền = rồi đến lúc ông mang súng đạn - rất hiên ngang không phải tầm thường - lội núi băng đồng cùng lãng mạn - không bị thương mà có vết thương = chừng đó chuyện vu vơ hết thảy - nhưng như tuồng đúc một tình yêu - không hẳn sợ khi ông ngồi khóc - cuối tháng ba đốt bỏ rất nhiều… = rời đất nước chẳng là phản quốc - như lời chê ác ý hàm hồ - ông gói cả quê hương bỏ túi - nhớ thì chưng vào ít tâm thơ = rời tổ quốc cũng là yêu nước - một cách tẩy chay tố cáo ngụy quyền - ai xuyên tạc cho rằng ngụy biện - (kẻ đối đầu buộc tội đương nhiên) = tình yêu nước nằm trong không khí - thức ngủ gì cũng hít thở thôi - một nguồn sống vô hương vô ảnh - đến tự nhiên với mỗi đời người = - ông yêu nước hay không, nhiều ít? - đã nhiều khi ông tự hỏi ông - lúc buồn bã, khi đầy hãnh diện - mắc cỡ à? chắc chắn là không =

BÂNG KHUÂNG

ngày hết nắng nhưng lòng chưa ngưng gió - cõi tìm về trước mắt vẫn xa xăm - thắp ngọn nến nương nhờ nguồn ánh sáng - vọng cố hương xin một chỗ về nằm = quê tình đợi, người tình thơ có đợi - hồn mít tre tha thiết hướng quê nhà - em hãy gắng chìa tay cho ta vói - chạm hơi tình lấp bớt nỗi chia xa = hãy nhặt sẵn cho ta mươi hoa cỏ - rắc lên đường lồi lõm vết chân trâu - nhớ thả tóc thay dòng mây xóm cũ - cho ta theo về trước chiều phai màu = em Ái Nghĩa Tuý Loan hay An Hải... - cũng chỉ là một bóng dáng thơ hoa - đời hành tội mấy lần em nhận đủ - hẳn sẽ vui ta kèm bước lụa là =chưa biết chắc nghĩa là không dám chắc - có một người sẽ đợi ngó xem chơi - mặt mũi ta bây chừ dài hay ngắn - nhìn thoáng qua như đã vuốt mắt rồi.

HƯƠNG

nằm tắm ánh trăng tâm thoảng hương - hương trăng hay hoa lá thơm vườn - bên ta không có em nào cả - trên ngọn dây phơi chiếc yếm hường = trăng ngấm đầu dây đến cuối dây - mỗi đầu thắm thiết níu cành cây - mùi em có lẽ còn trong yếm - hay tự thân ta đã chứa đầy? = vườn rộng đêm sâu đất thở thầm - thịt da im ngậm ánh trăng trong - thơ se sẽ trở mình chờ đợi - hương ủy thác đưa những tiếng lòng.

LÒNG VUI

đời hữu hạn nhờ em thành vô hạn - thế nên thơ chẳng phải đến từ đâu - em là máu nuôi trái tim biết nói - tiếng thi ca theo phổi thở ra đời = ta tham dự vào em thành cuộc sống - của nhân gian ấm áp lẽ khóc cười - mỗi trạng thái nảy sinh nhiều ý nghĩa - hệ luận nào cũng ấm áp buồn vui = cần chi có thuốc trường sinh bất tử - có hay không thân xác chẳng hề chi - yêu được yêu đủ nhập vào vũ trụ - tinh huyết chúng ta sinh nở xuân thì =

MÊ GÁI

1. đâu có thằng nào không mê gái - sao mình ta cứ mãi khoe khoang - chắc hẳn cuộc đời toàn thất bại - nhờ yêu em mới được đàng hoàng = đúng như vậy còn chi để cãi - dù ta người chính thống Quảng Nam - không có em, tàn đời, chí phải - nên có em rồi vẫn cứ ham = ngoài háo sắc còn thinh thích vậy - cứ như tình liền với dung nhan - từ thuở theo em học thương nhớ - gặp được ai ta cũng xốn xang = lạ một nỗi mỗi em mỗi sắc - lòng tham lam ngốn hết vội vàng - nhưng được cái công bằng, tha thiết - yêu em nào cũng để lên trang = hương không thắp mà thờ đúng mức - cả sau khi chợt lạc nhẹ nhàng - không đá ai và không bị đá - chẳng hiểu sao bất tử mất khan = tình sót lại êm đềm nỗi nhớ - buồn thiếu giờ để kịp lây lan - hơi em khác giúp tình tiếp thở - hương em xưa còn thoáng mơ màng = yêu đâu phải nhất thời giai đoạn - mỗi một em một cõi nghiêm trang - sự thật này chính ta không biết - nay thấy ra có chút bàng hoàng.

2. vâng chẳng phải mình ta mê gái - mê cỡ ta chưa đáng huênh hoang - mừng không phải là tay dại gái - có nghĩa là yêu rất nghênh ngang = tật ưa khoe đã thành cái bệnh - dù biết chừ đã xuống dung nhan - gặp mỹ nữ sẵn sàng đợi lệnh - chuyện hôn em quả thật thanh nhàn = em nhan sắc khó chia đồng cảm - nhưng biết đâu trái tim bà hoàng - còn ta đây lấy thơ làm vốn - đổ thừa cho thơ chẳng phải ta xàm = ta mê gái là mê nghệ thuật - mà em là tranh của thế gian - giới thưởng ngoạn đâu cần hạn tuổi - và chính em cũng chẳng lấy làm...

THÂN TÌNH QUA VĂN TỰ

tình em chan chứa trong dòng chữ - giản dị như lời nói dễ thương - khuất mặt gần lòng như kề cận - tưởng chừng như ngấm cả mùi hương = lim dim mắt thấy tay quạt lửa - từng ngón lá tre mềm mại xanh - thương cả cuộc đời em cầm phấn - thánh hiền chưa cho cuộc tình lành = - chợt ngỡ như ai ngồi bên cạnh - dịu dàng chở hồn vía ca dao - qua lời ru khẽ buồn man mác - lòng ta như tắm ngọn sông đào = cảm ơn tình nghĩa thơm văn tự - tưởng rằng phù phiếm hóa ra không - dù chẳng cùng chung trong cuộc sống - vẫn có chung nhau một tấm lòng = thơ thẩn vui chơi nhiều khi thật - lắm lần rất thật hóa ra chơi - thật chơi ẩn hiện dòng văn tự - mong mơ hồ có một cõi ngồi.

THƠ NGŨ NGÔN

CON ĐƯỜNG THI CA TÔI

chính danh là thi sĩ - khi nhập cuộc chơi thơ - chữ nghĩa chưa kỳ vĩ - hồn vía thật dạt dào = trượt dài theo vốn sống - tôi trở thành nhà thơ - sách báo chất nhiều đống - thơm tâm đắc ngọt ngào = bây giờ sượng trân cả - tôi không còn nhà thơ - thi sĩ cũng đã hết - sót được chút dật dờ.

TÁC PHẨM

cột báo còn thừa giấy - viết vài dòng trám chơi - cõi hương em không đậy - dễ sáng tác liên hồi =

giấy trống thường viết ẩu - đôi ba điều vẩn vơ - vồng hoa em, kính cẩn - chữ trồng phải có thơ = hồn ta luôn tinh khiết - không ẩn dụ điều chi - giấy trắng khác da trắng - bút lông khác bút bi = trong tim phải có máu - nuôi khí lực dồi dào - ngọn bút phải đủ lượng - đậm đà yêu ngọt ngào = báo giấy in ra bán - người liếc mắt rồi xong - em cũng có ấn bản - lưu giữ gần trăm năm.

LẦM

hồi nhỏ tưởng đi tu - phải cắt bỏ con cu - và ngỡ rằng đi tù - hệ lụy bởi cái mu = bây giờ không lầm nữa - chấm dứt sợ đi tù - và hoàn toàn có thể - không xuống tóc cũng tu = cái lầm của thuở nhỏ - dễ thương hơn bây giờ - tuy hình tượng chữ viết - chắc chắn hại chân thơ.

HIỆN DIỆN

bỗng thấy ngại đám đông - từ ngày đi cà thọt - câu nói ngọng không xong - quên hẳn thú đấu hót = mọi chuyện phú cho thơ - đâm ra rối rắm chữ - càng ngày càng hồ đồ - ăn hại nguồn ngôn ngữ = mỗi lần thấy mọi người - vui vẻ trong ảnh chụp = hí hửng ké niềm vui - lấp bùi ngùi ẩn núp = sinh tật khoái xem hình - bất kể người quen, lạ - nhìn ai cũng thấy mình - ẩn hiện trong tất cả = ngời ngời từng nét tôi - thở cùng động thực vật - trời đãi ngộ niềm vui - tạ tình lòng thiên hạ.

YỂU ĐIỆU SẮC HƯƠNG

mỹ nhân hề mỹ nhân - đẹp từ đầu đến chân - mà cõi lộng lẫy nhất - không thấy và khó gần = ngợi ca em đôi mắt - tán thưởng em vòng eo - chỉ là chuyện lắt nhắt - mở đường khen núi đèo = ai nịnh em dẻo nhất - lạng quạng đám làm thơ - lãng đãng đám viết nhạc - thực tế đám vẽ vời = "lửa gần rơm dễ cháy" - mặt nổi hơn mặt chìm - tôi lép vế mặt nổi - nên cũng đành lim dim = yêu em chưa chắc lắm - mê em đã hẳn rồi - ơi những em nhan sắc - giàu hình thức tuyệt vời = em vui được xưng tụng - tôi không bé cái lầm - chỉ muốn lầm bé bé - để viết được viển vông =

KHEN

em hiền như tràng hạt - trong bàn tay ni cô - lặng thầm mà có nhạc - lành hơn giọt mưa rào = thân thể em ánh sáng - tâm hồn em hương hoa - tình cảm em sự sống - của vạn vật bao la = ví như ca ngợi vậy - để vinh danh cái tôi - chắc mọi người cười mỉm - nhưng thực tế mười mươi = biết tự khen mình đẹp - nhan sắc bớt xấu liền - cũng là một phương pháp - trang điểm rất tự nhiên.

TÂM CHÂN DUNG
NHÌN NGƯỜI MONG GẶP LẠI TA

Tuy không than phiền, nhưng tôi có phân trần cùng vài bạn về tập thơ khó phổ biến này. Cốt lõi kỷ niệm riêng của một nhóm chơi, khó có thể thuyết phục rộng. Người bạn nghe tôi nói xong, lạc quan gợi ý - bạn kêu gọi những người trong sách đãi một ly cà phê là ok liền. Dễ thật, nhưng tôi không thực hiện, vì vốn không hề muốn ăn chực ai bao giờ. Tuy vậy tôi không gác lại ý định. Từng khuôn mặt lần lượt tôi mời lên Vuông Chiếu theo thứ tự... tùy hứng riêng.

Người thứ nhất bị tôi nhớ và ngắm, là người bạn từng làm chung với tôi một bài thơ, hồi ở quân trường Bộ Binh, anh Cao Thoại Châu. Chính vì thế, tập thơ được in với thứ tự ABA, tôi vẫn sắp bạn Vưu của tôi trước nhất.

Tập thơ hoàn tất, thong dong nằm chơi trong ổ cứng đã chừng vài năm. Tôi biết ý em tôi, Lê Hân, không muốn in tập thơ này bao nhiêu. Chính tôi cũng muốn lơ. Anh Khánh Trường bất ngờ rủ góp tay, cùng anh Nguyễn Vy Khanh làm lại và bổ sung cho bộ Văn Học Việt Nam Hải Ngoại. Trong thời gian này, tôi nhờ anh

Khánh Trường trình bày trước cho ít bìa sách. Tâm Chân Dung là một trong ba bốn bìa đó. Điều này hình như làm Hân chợt nhớ ra. Chú nhắn gởi qua in sớm.

Lật đật tìm lại, lấp gấp viết thêm mươi bạn mới quen sau này, cuối cùng cũng ổn. Nhưng tìm mãi không ra lời mở tập. Đành gõ lại, không còn đủ giờ trình bày chi tiết cách vẽ, việc sử dụng chất liệu. Bài mở mới, không tên:

"Những trang giấy kết lại với nhau thành cuốn sách. Những cuốn sách như những ngôi nhà. Và với ngôi nhà mới này, tôi là nghiệp chủ.

Thông thường, trước khách sau chủ, nhưng tôi không học cách lịch sự tối thiểu đó. Để trình diện bạn đọc, tôi chưng cái tôi trước tiên. Lý do đơn giản, theo tôi, bạn đọc cần nên biết chút ít về người giới thiệu ra sao cái đã, rồi từ từ nhìn những người được đánh bóng, tuy dài dòng ba hoa, nhưng chân thực.

Dùng văn vần để viết về các nhân vật sinh hoạt văn học nghệ thuật, đã lắm người thực hiện. Nhưng đa số đều vận dụng sự vén khéo, có hoa tay của mình để chỉ phác họa một vài nét, bằng cách vịn vào một vài đặc điểm tiêu biểu của mỗi người được đề cập đến. Tôi cũng đã từng làm qua lối này trong Nuôi Thơm Chùm Kỷ Niệm Xanh và Giữ Riêng Vài Nét Như Là. Nhưng loạt bài dưới đây dông dài hơn, chi tiết hơn và chủ yếu vịn vào kỷ niệm. Điều căn bản, tôi viết về những nhân vật lúc họ còn tại thế. Và gần như hầu hết họ đều đã đọc qua bản vẽ về mình. Chứng tỏ tôi không hư cấu, nói xạo một điều gì. Một số bài đã được nhân vật liên quan đăng vào tác phẩm của họ.

Diện mạo dễ vẽ, nhưng mấy ai vẽ được tâm hồn. Tôi thử chơi, sai - đúng không chắc chắn, nhưng hy vọng sự sai lệch không nhiều. Mong khi vào "bảo tàng nhân vật" này trở ra, bạn đọc lạc quan cùng nụ cười bao dung hơn." - Luân Hoán.

Không cần thiết phải rập khuôn những anh hùng Lương Sơn Bạc. Tôi không định trước số lượng. Một trăm mười ba (113) người điểm dừng ngẫu nhiên.

Khởi sự, mỗi nhân vật tôi dự trù có ảnh khuôn mặt, vài dòng

tiểu sử. Nhưng sau đó nhớ trực ra bề dày của cuốn sách, nên kịp thời chỉ chưng ảnh đầy đủ. Rất mừng các ảnh in ra đều rõ nét.

Các bản vẽ của tôi dài ngắn, tùy thuộc vào kỷ niệm của tôi với người bị mang ra làm nhân vật. Những kỷ niệm này tôi đoan chắc đối tượng khi đọc sẽ thấy ra ngay. Mang đến cho bạn vài nụ cười là điều tôi tha thiết muốn thực hiện. Tôi luôn gắng dí dỏm qua chữ viết, bù vào cái vô duyên ngoài đời thường của mình. Và thật tuyệt vời tôi thật sự gặp lại tôi ở nhiều chặng đời khi được thỏ thẻ về bạn tôi. Giá tôi có ấn phí dồi dào hơn, tôi sẽ tái bản ngay, in nhiều hơn không chỉ gởi đến cho đương sự, mà cho tất cả mọi người đọc hiểu được tiếng Việt, để khoe với họ, để xác minh cùng họ, thế hệ chúng tôi được có và biết nuôi dưỡng tình bạn một cách vô cùng trân trọng và thân thương.

Không ai không biết tháng ngày bình thản trôi qua, mắt người không nhìn thấy mình già đi qua mỗi phút, rồi sẽ nhận ra không bất ngờ gì cả như tôi đây. Tôi đã bỏ lạc người tôi quen biết nhiều lắm rồi. Đến giai đoạn này khá dồn dập. Tin buồn không dám chờ vẫn cứ đến. Ở chung nhà cùng vợ con không hẳn không cô đơn. Tôi vẫn mong tiếng reo chuông điện thoại không phải là một giọng quảng cáo. Nhưng thật ngậm ngùi những tiếng reo làm ăn ấy cũng đã giúp tôi chợt vui, chợt bớt cách xa với sinh hoạt bên ngoài. Già rồi lười đi quá, ngay cả đi ăn, vợ con mua về cũng đã thấy thích hơn. Bạn tôi gần như không còn mấy ai gọi, dễ hiểu thôi, tôi cũng rứa có gọi thăm ai đâu. Tôi hiểu ra đây không phải là sự lạt lẽo. Có chăng là sự nghi ngại mình làm phiền người khác, cộng với những việc riêng không cần thiết mà hết lòng muốn thực hiện.

Tính hẹp số thân tình trong Tâm Chân Dung, cho đến nay tôi đã phải từ biệt Bùi Bảo Trúc, Chu Trầm Nguyên Minh, Du Tử Lê, Dương Kiền, Đinh Cường, Hoài Khanh, Nguyễn Đức Bạt Ngàn, Nguyễn Trọng Tạo, Nguyễn Xuân Hoàng, Phạm Ngọc Lư, Phan Duy Nhân, Tâm Thanh, Tô Thùy Yên, 13 người. Số nhân vật trong sách còn lại vị chi tròn một trăm. Ước rằng không anh nào nhanh chân hơn tôi, kể từ hôm nay, mười sáu tháng hai năm hai ngàn hai mươi.

Cuốn Tâm Chân Dung lẽ ra không có lời bạt, nếu không có vài bạn đùa, *bộ ông không quen nổi một bà mô ngoài bà nằm bên ông sao?* Đây mới chính xác với ý hỏi là đã trả lời. Vô vàn khó. Vạn sự hư. Im lặng là vàng!

Lời bạt cụ thể:

phải chăng là đồng tính
sao đực rựa hết trơn?
đời vốn giàu mỹ nữ
ta thiếu hẳn mỹ nhơn

chán phèo một cõi sống
an bình bọn đờn ông
sao không thử mơ mộng
vài ngọn lá thơm nồng

đờn bà khó có thể
phác họa nét dông dông
nói giỡn hay nói thật
đều có thể phật lòng

vẽ chơi một nhúm bạn
luôn có mình bên trong
ngỡ như thêm nhiều mạng
giàu thêm nhiều tâm hồn
Luân Hoán

Thật vui, người bạn layout giúp, nhà thơ Nguyễn Thành, thuận tay viết hai trang giới thiệu, nồng nàn lời khen. Chia cùng bạn đọc ở đây mấy dòng kết bài:

"... Rất trân trọng sự nỗ lực đầy tâm huyết của anh Luân Hoán đã thực hiện một tác phẩm Chân Tâm Dung nên dáng vóc, hình hài. Kính chúc anh luôn vui khỏe, hạnh phúc an lành và cống hiến cho đời nhiều tác phẩm giá trị hơn nữa." NT.

Để bài-ghi-kỷ-niệm-hình-thành cuốn Tâm Chân Dung này có chút thi vị văn chương, tôi xin trích trọn bài viết của nhà văn Hồ Đình Nghiêm. Bài anh chưa in sách, bài viết này cũng thay cho mục trích thơ. Thân tình gặp lại các bạn.

"Tôi phân vân trước khi đặt tựa. Những chữ đồng loạt dồn tới trong một lúc: Đại Gia. Ngũ Ngôn. Ông, Tôi. Nặng Tay Cầm...

Cuối tuần, không dưng ở đây trời làm mưa. Nhà thơ Luân Hoán dừng xe bên lề, chiếc quạt nước không làm rõ nhân diện, chỉ nhìn ra cái nón quen thuộc và cánh tay vừa dong lên vẫy. Phu nhân thi sĩ đã đứng ngay cửa, co ro để trao tặng "Tâm Chân Dung" được bảo bọc trong bao ny-lông khô ráo, ấm áp một lây lan đón nhận. Thời tiết một phần, phần khác do bởi tôi đang cảm động. Tôi nhớ có ai đó nói, ví von: "Mưa ngoài trời và mưa cả trong lòng". Nghịch lý ở chỗ: Đội mưa mà thân không ướt, thân bị dột đâu đó nên bất ngờ úng thủy, giọt ngắn giọt dài nằm đọng vũng, khó bề bốc hơi!

Vì sao Đại Gia? Vì đâu ai giàu có tác phẩm bằng người? Giàu có luôn cả bạn văn chương, không thể đếm được vẹn toàn trong nhất thời. Vì sao Ngũ Ngôn? Vì Tâm Chân Dung sử dụng thể thơ năm chữ khi khắc họa mặt mày bằng hữu. (Chỉ dăm bài cá biệt dùng tới lục bát).

Cớ sao Ông, Tôi? Cớ là dù già trẻ lớn bé, hạng tuổi chênh lệch thấp cao, đã là bạn, là đối tượng được nhắc đến, tôi đều thống nhất gọi bằng ông cả, chẳng phân biệt. (Tôi là tác giả).

Tại làm răng Nặng Tay Cầm? Dạ xin thưa vì Tâm Chân Dung có bề dày tới những 450 trang. Nhẹ răng được? Mỏi tay trước, nặng lòng sau.

"riêng tại Montréal
tuy rằng không lập nhóm
cũng chỉ chơi loanh quanh
sáu, bảy tên liều mạng".

Chữ liều mạng này rất hay, không cứ phải ở chung phường, khóm với nhà thơ mới ngộ ra. Khác địa phương, bạn có từng liều mạng vọc hoa, liều mạng không đi làm, ở không ngồi rung đùi làm thơ, xăm mình ra mắt sách, uống thuốc liều đủ loại. Khi bạn điếc bạn có sợ súng không?

Vậy thì thoát ra khỏi chốn nọ, đông đúc những ai có chút tên tuổi, nhà thơ Luân Hoán đều quen biết cả. Ấu thời đến hiện tại, trong nước tới biển ngoài, cắc cớ (không làm tính nhẩm được đâu) dùng máy điện toán có thể hiện ra kết quả: 2018. Năm tháng mà nói làm gì, người thân sơ kẻ chung đụng quen hơi, vẫy tay ở góc phố cho tới khề khà an tọa chung một mặt chiếu hoa dễ chừng cũng lên tới con số ngất ngưởng ấy, chẳng hàm hồ đâu. Thành thử "sáu, bảy tên liều mạng" như thưa thốt khiêm nhượng kia... nói dzậy chớ hổng phải dzậy đâu!

Lương Sơn Bạc: Đất chứa dách lệnh phạt (108) vị anh hùng, theo truyền thuyết giả tưởng.

Tâm Chân Dung: Sách chứa nhiều hơn trăm linh tám, đếm ra sương sương con số 113 đại trượng phu, đã mất hoặc còn tại thế giữa đời thực này.

Nhắc Lương Sơn Bạc, danh xưng làm nghĩ tới một thứ gì rất gió bụi, rất giang hồ, rất san cơm sẻ áo. Trong khi nghe đến Tâm Chân Dung, lại mường tượng ra hình ảnh một am tự, cõi miền mong được trú thân, giũ bỏ đao to búa lớn mà thuần chỉ chân chất xưng tụng để cao tâm lành.

Để làm rõ nghĩa hơn, xin đọc khổ cuối trong bài thơ mà tác giả tự vẽ lấy mình:

"nhớ, nhắc tôi nên gọi
ơi thằng Châu đủ rồi
hạn chế gọi bút hiệu
cha mẹ tôi nghỉ ngơi".

Một thứ tự trào vừa dí dỏm, vừa nhạy cảm, vừa ký gửi chút lòng thành. Tác giả tên thật là Lê Ngọc Châu, ông mượn tên Cha, Mẹ dùng làm bút danh. Và so với tên cúng cơm đầy cả châu ngọc giàu có, chữ Luân Hoán đã lỡ đi vào lòng người đọc kèm theo một hương mùi, thơm hơn cả sự trả hiếu. Một nhân vật trong truyện Tàu (chắc không nằm ở Lương Sơn Bạc) từng lập ngôn: Sinh ra ta là cha mẹ ta mà đứng vững trên giang hồ này cũng do công của song thân ta tác thành vậy! Nhân vật giả tưởng kia so với nhà thơ Luân Hoán cũng bên tám lạng người nửa cân, hồ dễ đã hơn nhau. Nhưng khổ nỗi, buồn miệng "ơi thằng Châu" thì chốn hồng trần này sẽ có 108 (?) vị cùng ngoái đầu dỏng tai lên: Đứa nào vừa gióng gọi ta thế? Bánh mì Ba Lẹ, phở Hòa, phở Bắc, phở 75 thì vô số tiệm mọc lan tràn trên từng cây số, rất dễ đụng hàng thật giả khó phân minh cãi chày cãi cối ưa làm chủ thương hiệu chính gốc. Dĩ thực vi tiên, ăn no bò cỡi, có thực mới vực được đạo. Đạo ấy cô đọng vào duy bốn chữ "Độc cô cầu bại". Bạn suy nghiệm xong chưa? Bạn làm ơn chỉ giúp tôi ở cuộc đời ba chìm bảy nổi này có người làm thơ thứ hai nào mang danh Luân Hoán? Không riêng mỹ danh người vừa cho chào đời "Tâm Chân Dung", cuốn sách này cũng thuộc dạng xưa nay hiếm "cổ lai hy". Anh Nguyễn Thành, hiện ở Sài Gòn, người được nhà thơ Luân Hoán giao layout cuốn Thơ Việt Đầu Thế Kỷ 21 (đã phát hành hai tuần trước) cũng sẵn trớn lo giúp dàn trang cuốn Tâm Chân Dung đã đưa nhận xét: "Đây là tập thơ độc nhất vô nhị". Dài dòng thêm đôi chút: "một tâm hồn lớn đối với văn thi hữu và chỉ từ trái tim yêu thương vô bờ bến mới có thể làm được như vậy" (ngưng trích).

Tôi mang đồng cảm với "người tốt bụng" kia. Tâm Chân Dung là một cuốn sưu tập "tiểu sử, cuộc đời và sự nghiệp" lạ thường, dùng thi ca để khắc họa, vẽ nên khuôn mặt của các bạn đồng hành chung lối trong cuộc lữ khát khao đi tìm cái đẹp vĩnh hằng núp bóng văn chương, xem thi ca là chiếc chìa khóa duy nhất nhằm vào việc mở, giới thiệu, trình bày, gạn lọc bớt ảo ảnh.

Đặc biệt trong Tâm Chân Dung chỉ vẽ dung mạo có 113 "anh hùng" quy tụ mà không có bóng mỹ nhân chen vào. Xưa nay, mỗi khi luận tới anh hùng người đời ắt không quên bàn tới mỹ nhân. Cớ sự "lôi thôi" xưa ba đời vương nọ còn dây dưa tới "triều đại" hôm nay. Một nhà thơ nữ đưa ra lời bình:

"Phát hờn khi không thấy bất kỳ một bóng hồng nào..." Một "bóng hồng" khác thỏ thẻ, sau khi uống ly nước chanh: "một đống mày râu!".

Một nữ lưu chơi chữ, súc tích, thâm thúy, nhiều ẩn ý: "Thế giới của đàn ông thật an bình giống như trên một hoang đảo..."

Chữ hoang đảo mà nhà thơ nữ dùng đúng là gợi hình theo kiểu thiên hình vạn trạng, thậm hàm dưỡng... (3 ý kiến trên, có thể thiếu sót, trích từ nguồn facebook). Muốn đừng giạt vào hoang đảo, nhằm tương quan lực lượng cương nhu thì phải nên có anh có em sánh vai đồng lòng tát biển Đông cũng cạn. Cho tôi mượn thơ của Lê Vĩnh Thọ (cũng 5 chữ cho khớp với thơ Luân Hoán) để thêm mắm dặm muối về bí quyết đừng ra hoang đảo:

"tôi không tin rằng có
cái gọi là tình nhân
nhưng chắc chắn em có
cái gì đó trong quần".

Một tình tự khác, cũng dễ thương của Lê Vĩnh Thọ:

"vào mật khu là dại
vẫn liều lĩnh dấn thân
tôi sa cơ thảm bại
rút quân và mặc quần".

Đối cực với hoang đảo chính là mật khu trong khi gò bồng đảo là bạn đồng minh của mật khu vậy! Thơ của Luân Hoán nhiều xiết cơ man nào là (đặc khu) "đắc địa những lời ve gái" tựa hai lá bùa trên. Nhưng trong Tâm Chân Dung, phần Bạt in ở trang 443, nhà thơ thổ lộ về điều thiếu sót không may (và không hay) nọ. Thày lay, ưa ăn chay, chẳng vén tay, xin tình ngay:

"phải chăng là đồng tính - sao đực rựa hết trơn? - đời vốn giàu mỹ nữ - ta thiếu hẳn mỹ nhơn! = chán phèo một cõi sống - an bình bọn đờn ông – sao không thử mơ mộng - vài ngọn lá thơm nồng = đờn bà khó có thể - phác họa nét dông dông - nói giỡn hay nói thật - đều có thể phật lòng = vẽ chơi một nhúm bạn - luôn có mình bên trong - ngỡ như thêm nhiều mạng - giàu thêm nhiều tâm hồn."

Nhà thơ Luân Hoán giàu có hơn kẻ hèn này nhiều mặt. Mặt súng ống, mặt va chạm, mặt lăn lóc, mặt gió sương, mặt vọc chữ, mặt thất tình, mặt nuôi chim, mặt ve gái – nói theo Bùi Giáng là "quen vui với chị thuộc phiền cùng em". Tôi nhớ lại ngày xưa, anh tôi mang lon Trung tá làm Tiểu đoàn trưởng một tiểu đoàn thuộc Sư đoàn 2 Bộ binh đóng quân ở Quảng Ngãi có đứa "đệ tử" nói lời chân chất cảm động: Trong gia đình thì có cha mẹ, ngoài mặt trận thì có "ông thầy", thầy bảo ban thì em xin nghe chớ em biết nghe ai bây chừ? Tôi nào khác gì thằng lính trơn ấy, vậy thì tôi xin học ngay câu chú "nói giỡn hay nói thật, đều có thể phật lòng" cho dù có bị đày ra hoang đảo. Phu nhân nhà thơ, chị Lý hẳn sẽ khen tôi "mi đã tu thân", thiện tai, lành thay, thậm chí lý thay! Mặt trận miền Montréal do vậy sẽ yên tĩnh suốt.

Rứa thì sinh hoạt của nhúm mày râu "chán phèo một cõi sống, sao đực rựa hết trơn" ấy nó tội nghiệp tới mức nào? Tôi xin kê ra đây đôi ba hoàn cảnh tượng trưng. Bức chân dung dụng công quẹt nhiều nét đường ngang nét dọc, tôi làm trái ý ông thầy tự tiện giản lược chỉ trong bốn câu nhằm "dem thèm" quý mỹ nhơn, đại khái:

"khởi từ một ánh mắt
của cô bé mê thơ
ông thả chữ tán gái
làm báo lớn, bất ngờ" (Lâm Chương)

"ngay trong khi ông động
vẫn cứ tĩnh như thường
không chi phối, tận hưởng
phút chao đảo chiếu giường" (Ngu Yên)

"ông vừa cõi tiên về
chúng tôi chờ ông hú
khoe em luôn một thể
chúng tôi vỗ tay mừng" (Lưu Nguyễn)

"ông cũng rất hào sảng
nghe tôi cần có em
làm đối tượng vớ vẩn
ông làm chim xanh liền" (Hồ Trường An)

"thằng nào không thế nhỉ
nhưng ông trội rất nhiều
đúng tim đen tất cả
khi mới lạng quạng yêu" (Đỗ Trung Quân)

"đám hậu sinh khả ái
có mặt khắp năm châu
rủi để ông gặp mặt
nhốt vào thơ làm hầu" (Hoàng Lộc)

"nhiều người giàu đạo đức
đánh giá: thơ ruồi bu
có thể rất chí lý
cu mu đều ba xu" (Đỗ Kh.)

"gặp ông là chắc chắn
được đãi bữa tiệc cười
chỉ chuyện đứt dây sướng
rầu thúi ruột cũng vui". (Hồ Thành Đức)

Bây chừ thì dài tới 6 câu, hòng gom đủ chút phận đờn ông, một tiểu sử không thể ngắn gọn hơn, nhờ động từ "Đi" dẫn lối:

"đi tu rồi đi học
đến tuổi, ừ đi lính
ông bị bức đi tù
xuất trại liền đi Mỹ
rồi đi làm đến chừ
may chưa mất con cu" (Nguyễn Ý Thuần)

Để tránh việc trích dẫn dài dòng, lòng thòng, mơ mòng, đừng hòng, rớt tròng. Tôi xin chốt lại ở phần nói về nhân vật Nguyễn Lệ Uyên, chỉ đưa ra bốn câu như chính tâm sự của tác giả. Nhà thơ Luân Hoán trải lòng:

"tôi cũng thường tọc mạch
khen người thật dài hơi
miễn là gắng khen đúng
không làm buồn cuộc chơi".

Cuộc chơi này chỉ buồn duy một chỗ, xưa nay vẫn thế, ấy là càng ngày chúng sinh càng vơi bớt việc chí thú ham bầu bạn cùng thơ văn (trong học đường thì có thầy cô mà ngoài cuộc sống đời thường nếu không nghe theo sách vở bày lối thì em biết học hỏi ở nơi mô?). Nhà thơ Luân Hoán vốn xem in thơ là một trò chơi lãng mạn tuyệt vời, vui thú nhưng ông cũng chao lòng bày tỏ, là Tâm Chân Dung nằm trong hạng mục thuộc loại khó bán. Và tôi đã từng thưa rằng, những ai còn để tâm muốn tìm hiểu dòm ngó chân dung, lý lịch trích ngang dị thường của các tác giả từng sinh hoạt trong lãnh vực nghệ thuật xứ mình, ắt họ sẽ nóng lòng tìm kiếm, đọc lấy, "ngâm cứu". Nó chẳng khô khan như nhờ vào Google đưa ra thông tin, nó ướt át hơn, nó sinh động hơn và trên hết, nó trình bày bằng một góc độ đầy thi vị hóa được phân tích qua ngòi bút dí dỏm, tinh tế của tâm vô lượng.

Tôi cũng giống như nhà thơ Luân Hoán, sợ mang "chứng bệnh" áo thụng vái nhau. Thú thật là khi viết văn làm thơ chúng tôi vẫn luôn cởi trần, trong lần trả lời cuộc phỏng vấn nhà thơ Luân Hoán cho hay là thích làm thơ trên giường. (Các bóng hồng có ai mắc cỡ chăng? Đực rựa vẫn có thứ đáng yêu của đực rựa, dễ gì lạc trôi ra ngoài hoang đảo). Trần trùng trục, xẻ ruột moi tim thì có đúng với quy trình vái nhau? Tuy vậy, sách dạy làm người vẫn khuyên "cẩn tắc vô ưu". Tôi rất ưu tư nếu không biết cách tán tụng người thơ Lê Ngọc Châu (tên như một bóng hồng không có râu ria) nhưng đành để dành vào dịp khác, bởi tôi tin chắc rằng "Ơi thằng Châu" đang rục rịch tuyệt vời lãng mạn để in thêm một Tâm Chân Dung nữa, chỉ gộp toàn các giai nhân tuyệt sắc, hoa nhường nguyệt thẹn, công dung ngôn hạnh, thi phú diễm lệ, điện nước đầy đủ và… ba đảm đang. Anh hùng đã nằm ở cuốn thượng vậy thì mỹ nhân ắt sẽ nằm trong cuốn hạ. Đời luôn bày ra thế, anh trên em dưới. Thượng đã minh thì hạ tất an lòng thôi phụng phịu dỗi hờn trên bảo mà dưới không nghe.

Tâm Chân Dung với bìa của Khánh Trường, bức tranh mang tên Trăng Đỏ. Trình bày: Nguyễn Thành. Đọc bản thảo: Trần Thị Nguyệt Mai. Kỹ thuật: Tạ Quốc Quang. Nhân Ảnh xuất bản

2018. Bìa sau ghi giá US $20. Liên lạc với nhà xuất bản Nhân Ảnh, bạn email cho: han.le3359@gmail.com hoặc (408) 722-5626. Nhược bằng muốn mua sách có chữ ký của nhà thơ Luân Hoán, xin vui lòng dùng địa chỉ điện thư: lebao_hoang@yahoo.com. Xin trân trọng cảm ơn quý bạn đọc yêu thơ, yêu công trình biên soạn đặc biệt mà nhà thơ Luân Hoán vừa trang trọng bày ra giữa "đời là bể khổ". Xin được hẹn gặp lại ở một lần được vái nhau, mai hậu (đời vắng vái nhau, vui với ai?). Thưa thốt thêm: Nếu quý vị có tác phẩm nào ưng ý muốn gửi mùi hương đi xa, tôi xin sẵn lòng được một phen "thắp tạ" (chữ của nhà thơ Tô Thùy Yên). Với tôi, văn chương chẳng bao giờ rẻ như bèo cả. Đừng hòng. Nó mắc cho phỏng tay. Tạm biệt bà con cô bác "năm châu bốn bể thảy đều nổi trôi", chỉ còn chữ viết là chung tình trụ lại. Mong lắm thay!".

Hồ Đình Nghiêm

13.10.2018

LIÊN HOA THI
MỘT CÁCH TỤNG KINH PHẬT

Năm 2016, với Ngao Du Cùng Vũ Khí và Khói Cuối Nguồn Hương, tôi nghĩ đã tự đặt dấu chấm dứt việc in sách của mình. Những bản thảo sẵn sàng lên khuôn: Nhánh Tình Thời Chưa Mê Gái, Tâm Chân Dung, Ba Hoa Huê Tình, Niệm Hương, Cáo Tồn... đành yên ngủ trong các usb, ổ cứng. Một diễn biến bất ngờ, nhờ sự tháo vát của em tôi trong việc điều hành nhà xuất bản Nhân Ảnh, tôi in được Liên Hoa Thi.

Trước đó, lúc 2:43 PM ngày 5/31/18, (theo tin nhắn trong Message của FB), anh bạn trẻ Uyên Nguyên Trần Triết đề nghị để anh tái bản tập Mời Em Lên Ngựa. Anh thích mấy bài có nội dung Phật học trong đó. Anh là một Phật tử thứ thiệt. Rất vui, nhưng tôi đề nghị, nếu có thể, in cho tập mới cũng có hương kinh kệ thì tốt hơn. Triết đồng ý, tôi xúc tiến. Tiếc, tôi không có duyên với Tủ sách Lotus, chắc chắn do nội dung không thích hợp.

Tập thơ định nhờ Triết in này có tên Bồ Đề Nở Nụ Sen Hoa. Đây chính là tên gọi đầu tiên của Liên Hoa Thi.

Tôi có tật xấu ít khi bỏ cuộc những gì định làm. Ý kiến của Trần Triết thật hay, mở đường cho một tập thơ lạ với một tay viết ba hoa huê tình như tôi. Ngoài chọn, sửa, viết thêm bài, tôi nắn nót làm bìa. Một vài mẫu nhìn được, nhưng thiếu tự tin, tôi gởi nhờ bạn Hồ Đình Nghiêm chấm giúp. Hồ Đình Nghiêm gởi lại lời khen, thật giả không rõ. Tuy thế vẫn không vừa lòng, tôi đành nhờ Trần Triết và có được mẫu bìa đẹp, trang trọng như các bạn đang thấy.

Muốn khỏi cô đơn trong những trang sách, tôi nghĩ đến các bạn có thể rủ rê được. Anh Song Thao bận đi du lịch. Anh Võ Kỳ Điền từ chối, anh đang ở cùng thời kỳ du dương. Anh Trang Châu lâu nay chỉ thỉnh thoảng gặp lúc đi ăn chung. Anh Hồ Đình Nghiêm (nhỏ tuổi hơn) cho chắc một suất. Nhưng như vậy chưa đủ, tôi cần một bạn phía trước, một bạn phía sau. Bồ tát có quở, tôi dư người đổ thừa. Bốn cái tên Phan Tấn Hải, Mang Viên Long, Nguyễn Lệ Uyên, Thiếu Khanh, tôi ghi lên giấy. Cuối cùng tôi chỉ làm phiền anh Mang Viên Long. Không dám gõ cửa ba anh kia. Tựa và bạt đã có đủ, tôi vẫn cảm thấy thiếu thiếu. Sao không có bàn tay hoa nào. Tôi lại nghĩ đến những cái tên. Nghĩ thoáng qua thôi không dám phiền các quý nương. Rất may người chịu khó sửa lỗi chính tả trong một số tác phẩm của tôi gần đây là một nhà thơ có viết văn. Tập Liên Hoa Thi chị cũng làm ơn này, tôi xin được bài chị viết.

Tuy vậy chưa hết lo. Không giỡn mặt với quý vị uyên thâm giáo lý, giàu đạo đức được, tôi cần thành thật rào đón, khéo léo ngụy biện chạy tội, về những sơ hở vô lễ bất ngờ, nên lúng túng lời đầu sách đã thưa:

"Liên Hoa Thi, gồm những bài viết có chủ đề thiên về tín ngưỡng, nhưng chỉ là những bày tỏ những cảm nhận riêng, không đủ sức cũng như không là mục đích đề cao một đức tin nào. Nội dung thi phẩm này không khác hơn tự sự tâm linh. Không triết không thiền. Tôi nguồn gốc thờ kính ông bà, thường được gọi là lương giáo, do đó có phần gần gũi với đạo Phật. Đơn giản chỉ vậy.

Về hình thức, tôi không bắt chước chạy theo những cách tân trong bộ môn mình chọn viết; trung thành với cái cũ nhưng vẫn gắng để không dừng lại. Dù sự thụt lùi đã rõ. Nhiều người đi theo lối mới của người khác, thích đánh giá những người không chịu "thức thời" là cùn, mòn. Nhận xét này có thể chính xác hoặc không.

Riêng tôi, bước trên đoạn đường cũ, nhưng đã bỏ qua những chờ đợi hứng thú bất chợt. Tránh phụ vào những cảm xúc vu vơ xuất thần. Viết bây giờ được chuyển qua kỹ thuật khéo léo sử dụng ngôn từ, đặt nặng điều cần nói đến, hướng về chủ đề là căn bản. Hình ảnh, màu sắc, âm điệu luôn cần có và cái hồn bài phải thực hơn, cụ thể hơn.

Trước đây cái hay quan trọng hơn cái khéo, nay tôi cố gắng giữ sự cân phân, và nếu cần cho cái khéo lấn chân. Điều quan trọng vẫn là chân thật trong tâm tư suy diễn. Hình thức mới của tôi là ưu tiên sự tỉ mỉ sắp xếp chữ viết".

Thật ra như thông thường, tôi đã có văn vần đi mở đường, "tận tình khai báo, báo cáo rõ ràng" rằng:

MỞ TRANG THƠ: *không tuệ giác nhà Phật - cũng bày trò làm thơ - kiểu pháp thoại, tự bạch - tôi quả thật hồ đồ = đạo tràng không sinh hoạt - thiền tọa, chánh tư duy - mơ hồ không rõ mặt - vô vấn tự thuyết chi? = giống như người nói ngọng - thả vần vè ăn theo - từ ngữ phật pháp sống - nhưng tư duy tôi nghèo = không phải thơ giáo lý - cũng chẳng phải thơ thiền - vần vè tùy hứng ý - bộc phát thật ngẫu nhiên = chữ nghĩa hơi hám Phật - thay chút ít cách chơi - không dám vịn triết thuyết - chỉ buôn chuyện cuộc tôi = thỉnh thoảng dựa tài liệu - hời hợt thiếu đuôi đầu - thật lòng cũng thấy lỗi - vuốt bụng kệ, hơi đâu = thơ là lời thành chữ - chữ mang ý thành câu - thơ là câu cùng chữ - tối nghĩa nông cùng sâu = ngay trong bài mở tập - cho tập thơ vụn này - cũng rất là kiểu cách - ngượng ngùng chưa nhuần tay = biết vậy vẫn chơi gượng - bởi mơ đọc Phật kinh - lờ mờ vài ý hiểu - cũng đủ tự cứu mình |*

Vì sự "khó khăn" đặc biệt của tập thơ, tôi xin phép làm trước việc trích thơ ngay bây giờ. Xong sẽ khoe các bài góp của quý bạn, khoe luôn bài của anh Song Thao cho, khi anh chấm dứt chuyến ngao du trong năm.

THƠ VÀ KINH: *không kinh và cũng chẳng thơ - lung linh tâm Phật phủ hờ lên trên - từng câu từng chữ lênh đênh - mõ chuông mang nhịp trái tim Phật Trời = sống trong đời biết yêu người - tự nhiên như thế khóc cười mềm môi - câu nam mô ấm áp lời - nuôi ngôn ngữ sống nguồn hơi phổi đầy = kính Phật từ đôi bàn tay - cánh chân ngài xếp dựa mây kiết già - bốn phương cõi ta bà ha - bài thơ vọng niệm thành ra dư thừa = nhưng không dám viết là chưa - thành người yêu nắng yêu mưa cuộc đời - và yêu nhân loại đủ đôi - làm ấm trái đất bầu trời tự nhiên - 2018*

ĐẠO: *hiểu Phật một cách chung chung - thờ Phật cũng thật mông lung mơ hồ - tôi nhìn nhận mình hồ đồ - khoái thờ đạo đức tối cao con người = Đức Mâu Ni Phật trong tôi - luôn là hình ảnh tuyệt vời ngôi trên - Phật nhập diệt pháp chênh vênh - sinh độ hoằng hóa ba bên bốn bề = gần như phân hóa nhiều phe - soạn kinh giảng đạo theo bè phái riêng - Nam Tông Bắc Tông tùy miền - may mà giáo lý đều hiền như nhau = Tiểu Thừa Đại Thừa nhiệm mầu? - tôi lơ mơ giữa chiều sâu đôi đường - thờ kiểu tôi là thắp hương - nhiều khi mê tín hoang đường vái van = bởi đạo khi vào Việt Nam - gộp ba nhánh triết gần ngang hiền tài - Phật, Lão, Khổng cùng sánh vai - tôi theo người trước lai rai cúng thờ = thờ lộn thờ trật thế nào - vẫn giữ giới luật nâng cao tâm hồn - tin mình chưa giỏi xảo ngôn - phù phép câu chữ ba lơn cuộc đời = nhìn chung Thần Thánh ông Trời - cũng khó hợp nhất buồn vui bằng người - riêng tôi tu đạo biết cười - và cũng biết khóc tùy thời khắc riêng.*

PHẬT: *đến chùa bái lạy Phật - tết nhất thành thói quen - xuất hành vào cõi phúc - với tấm lòng nhang đèn = Phật tại chùa không khác - hình tượng chưng ở nhà - khác không gian Phật ngự - càng trang nghiêm càng xa = trầm hương nhà không thiếu - chuông mõ chùa vang hơn - tịnh tâm không xuống tóc - một cách tu trong hồn = chưa hề là Phật tử - pháp danh chưa cùng tên - ngưỡng mộ đời đạo hạnh - nguyện biến lòng thay sen = em yêu không ăn mặn - mỗi tháng chỉ một ngày - tôi suốt năm ròng rã không ngày nào ăn chay = đến chùa em lên điện - lễ Phật với chân thành - tôi không dám hiện diện - vết bẩn chân không lành = nhưng nhiều đêm say ngủ - tôi mơ thấy Phật cười - tôi nghĩ em cũng thấy - vì Phật của mọi người.*

PHẬT TƯỢNG: *tâm tôi bớt động dần dần - khi lắng lòng ngắm Phật, không cầu gì - không thấu giáo lý vô vi - Bắc, Nam tông chẳng biết gì khác nhau: - Hoa Nghiêm lý giải nhiệm mầu - Kiến Tánh thực dụng tu hầu khai tâm- dòng nào cũng đến phương đông - phương đông thật sự khoảng không đất trời =*

tôi tiệm-ngộ chút chút thôi - nhưng quả ngắm Phật lòng tôi yên dần - "bổn lai vô nhất vật" lồng (1) *- đến không là một, mình còn lo chi - lờ mờ hai chữ từ bi - không hẳn tính - cảm, Phật thì sâu hơn - hẳn là một sự cảm thông - xẻ chia hoàn cảnh chung dòng đời trôi =*

nhà tôi chưng Phật nhiều nơi - chỗ nào trang trọng ngài ngồi lim dim - và ngay trong cả phổi tim - tôi đây cũng có ngài lim dim ngồi - buồn vui chuyện của cuộc đời - dựa vào mắt Phật để đời sáng ra - đôi khi tôi rất ba hoa - nhưng xảo ngôn ấy thật thà lòng tôi =

không hiểu Phật được nửa lời - nhưng tin kính Phật mạng người tôi riêng - ba ngàn thế giới đại thiên - tôi mong làm bụi lắng nghiên hoa đèn - từ bồ đề đến búp sen - trí tâm nhật nguyệt vĩnh hằng chúng sinh =

viết vu vơ chợt giật mình - kính mong thức giả lượng tình ngó lơ - không dám mời Phật vào thơ - nhưng chắc Ngài đến đang sờ đầu tôi
(1. thơ của thiền sư Huệ Năng)

Qua năm bài có tính cách chung chung trên, thử thách cho tôi hình như cao hơn, khi viết về quý ngài Bồ Tát thân quen giữa đời thường. Phật liệu không có, xem chỗ này, nhìn chỗ kia cũng chỉ liếc sơ qua, vội vã.

PHẬT THÍCH CA MÂU NI: *sáng lập đạo, phát khởi lòng - nhân hậu hạnh đức giàu công chính là - ngài Mâu Ni Phật Thích Ca - Năng Nhơn... Tịch Mặc* (1) *bao la bóng ngài = giữa chính điện cao sen đài - Ngài ngồi trong thế kiết già bình tâm - tay trái cùng hai bàn chân - xếp thành khối ngọc cân phân hài hòa = tay phải nâng cánh sen hoa - thập-độ-thủ-ấn* (2) *bao la nhiệm mầu - hai đầu trỏ cái giao nhau - vượt đáo-bỉ-ngạn* (3) *lắng sâu tượng hình = Phật ngồi hào quang lung linh - tôi đứng khép nép vọng nhìn xa xa - phục Ngài buông bỏ vinh hoa - đạp lên khổ nhục tìm ra đạo vàng = tôi vô phép chợt mơ màng - đắp y xuống tóc hân hoan theo hầu - hồn thanh thản chẳng về đâu - như mây muôn kiếp trắng màu phiêu du =|*

PHẬT A DI ĐÀ: *Vô Lượng Thọ, Vô Lượng Quang - Vô Lượng Công Đức dung nhan Di Đà - Ngài đứng trên tòa sen hoa - thòng tay phải thả vị tha xuống đời = bàn tay trái nắm hoa tươi - chúng sanh tụng niệm buồn vui dâng Ngài - thơm danh Bảo Tạng Như Lai - mười phương tịnh độ sáng soi mở đường = Pháp Hoa Kinh ngát trầm hương - Cực Lạc một cõi Tây Phương cứu người - câu kinh theo liền đời tôi - A Di Đà Phật thơm môi ấm lòng = giữ tự tin giữa long đong - níu phao trôi lạc theo dòng bình yên - tâm niệm đủ tan ưu phiền - A Di Đà Phật chẳng riêng người nào = nương theo vần điệu ca dao - viết câu kinh vụng làm thơ thuộc lòng - từ tâm Phật dễ cảm thông - tôi tập can đảm dẫu không chân tài = thiết tha tâm ý dâng Ngài - thọ quang công đức sáng hoài độ nhân. - nói loanh quanh nói lòng vòng - ý rối không mở hết tâm chân thành.|*

PHẬT DI LẶC: *từ Nam Thiên Trúc sinh ra - một đấng Di Lặc rất là vô tư - ngoài tâm địa rất hiền từ - Ngài luôn có vẻ như dư nụ cười = ngồi bệt dưới đất cõi người - phơi to cái bụng đựng đời bao dung - A Dật Đa hơi lạ lùng - thường có sáu bé chơi chung quanh mình = Ngài từ Ấn Độ lưu linh - qua Trung Hoa để ăn xin những gì - khó rõ Phật Hoan Hỷ ni - nhưng tôi kính khoái những gì Ngài chơi = Ngài và Bố Đại một người? - thường vác cái túi tới lui bất ngờ - biết tính Ngài thích làm thơ - ước gì thù tạc tình cờ, biết đâu |*

PHẬT QUÁN THẾ ÂM: *dân gian thường gọi Quan Âm - qua hình dạng một mỹ nhân tuyệt vời - trong đám ngưỡng mộ có tôi - ưu tiên thờ cúng cả đời thành tâm = Phật Bà hay là Phật Ông - không cần xác định chính tông làm gì - đạo hạnh công đức uy nghi - Ngài như chiếc bóng độ trì quanh ta = buồn khổ cầu cứu đến Bà - đã thành quen miệng gọi là Quan Âm = Quán là nghe bằng cái tâm - Thế là bao quát đại đồng chúng sinh - Âm là tiếng động u minh - Quán Thế Âm mới thật tình không sai = xin thưa không dám dông dài - văn vần chẳng thể nói hoài quên thôi - thật ra dành suốt cả đời - viết về Ngài, khó hết lời kính yêu. | 02-6-2018*

MƯỜI "CHÍN" VỊ LA HÁN: Tôi không những cũng viết đủ 18 vị La Hán, còn cả gan để cử thêm một vị nữa. Bài quá dài không thể đưa vào đây hết, mong thứ lỗi chỉ giới thiệu khuôn mặt mới, sau khi liệt kê đủ tên 18 vị La Hán.

Thập Bát Vị La Hán - là mười tám thiền sư - môn đệ của Phật Tổ - khổ hạnh đời chân tu:

Tôn Giả Bạt La Đọa, Tôn Giả Già Phạt Tha, Tôn-Giả-Nặc-Già, Tôn Giả Tô Tần Đà, Tôn Giả Nặc Cự La, Tôn Giả Bạt Đà La, Tôn Giả Già Lực Già, Tôn Giả Phật Đà La, Tôn Giả Tuất Bát Già, Tôn Giả Bạn Nặc Già, Tôn Giả La Hầu La, Tôn Giả Na Già Tê, Tôn Giả Nhân Già Đà, Tôn Giả Phạt Na Ba Tư, Tôn Giả A Thị Đa, Tôn-Giả-Hán-Đồ, Tôn Giả Vi Khánh Hữu, Tôn Giả Vi Tân Đầu Lô.

Vị La Hán mười chín - chưa được đời biết danh - không chừng tôi hay bạn - khéo tu có thể thành = hình như hơi kỳ thị - mười tám ngài chân tu - đắc đạo không một bóng - người làm mẹ hiền từ = xin mạn phép để cử - bà chúa của muôn hoa - với hồng diện trường túc - cùng tấm lòng vị tha = sẽ là vị La Hán - mười chín của chúng ta - thật dễ dàng chiêm ngưỡng - hương Phật tính bao la |

Nhúm thơ vừa trích dẫn mới chỉ đến trang thứ 39 trên tổng thể 240 trang của Liên Hoa Thi. Dĩ nhiên tôi tiếp tục trích thêm, nhưng không thể đi trọn vẹn mỗi bài.

Nghĩ, viết về Phật, điều tôi thấy sớm nhất trong tập thơ này là hoa sen. Đấng Chí tôn ra đời bước đi trên Sen theo truyền thuyết, sau đó ngài đến ngồi dựa Bồ Đề. Tôi lần theo thứ tự này để sắp xếp, không phải để viết.

Sen như chúng ta hầu hết biết, sen sống trong bùn, bùn này đi kèm với buồn kia không chừng. Điều chắc chắn sen nở hoa. Hoa thuộc loại ngoại hạng trong hoa. Tinh khiết hương. Nét đẹp vừa quý phái vừa đài các. Phần nào của Sen cũng đẹp. Lá tượng trưng cho bao la, bao dung. Cành ung dung thanh thoát. Thật tuyệt vời đời đã gọi tên Sen là Liên Hoa. Bình dân có, trí thức đầy. Không thể chọn gì hơn thay cho Liên Hoa Thi, chỉ ngại thơ mình chưa xứng tầm với cái tên, đây là một nhìn nhận chân thật.

Bên Sen quý, ngày nay chúng ta còn gặp khá nhiều nụ hoa biết nói chen vào, chắc cũng mong làm sen. Loại Sen mới này ít nhiều cũng ảnh hưởng đến câu chữ của tôi. Nhưng tập thơ có mùi sen chân chất ở các bài Sen Hoa Bước Phật 1, 2 và 3, Sen Hoa, Nỗi Niềm Hoa Sen:

"bồ đề nở nụ sen hoa - bước Phật thư thả nở hoa hay là - cung kính sen kết thành tòa - nâng vô lượng đấng vị tha vào đời ..." - (bài 1)

"... nuôi lòng thơm lựng yêu thương - Phật trong ta Phật muôn phương đều là - bồ đề nở nụ sen hoa - lặp lại để thấy mình là hoa sen" (bài 2).

"... Phật cao xa nhưng thật gần – không dám ỷ lại lòng nhân của ngài – tuy thường vọng niệm sơ sài - đức tin kính Phật khó phai nhạt lòng..." (bài 3)

"... sự hấp thụ chuyển hóa - rễ gốc thân cùng hoa - mỗi loài riêng kỳ bí – yêu quý mầu nhiệm ra = đã được thành biểu tượng – thuần khiết và thanh cao – "là tâm linh vô nhiễm" - trái tim ấm máu đào..." (Sen Hoa).

"... dẫu hồn nhiên cũng bất ngờ - trân quý người cắt tôi thờ những đâu – câu kinh dẫu có nhiệm mầu - Phật đâu hiểu thấu tôi sầu lìa quê = gắng nghiêm trang đứng chỉnh tề - trong bình thanh cảnh nhớ về đâu đâu – tay xinh trong áo lai bầu – nâng lên xuống chống xa màu lá xanh = rồi trong lòng thúng tròng trành - chụm nhau trong lạt buộc thành chùm hoa - được thật gần gũi người ta – sao không dứt được xót xa tầm thường..." (Nỗi Niềm Hoa Sen)

Sau Sen tôi chưng Bồ Đề. Loại cây có tên "Giác Ngộ" này tôi từng trân quý nuôi trong nhà, nhưng bất thành vào mùa đông. Tiếc quà của anh Phan Trần Đức tặng. Với 60 câu ngũ ngôn chia thành hai bài, tôi thật sự không chọn được 5 câu nào ưng ý, nên không dám bày ra.

Những ưu tư của tôi về nguồn tín ngưỡng hoa sen luôn đi

kèm kỷ niệm. Trước khi nhắc lại, tôi trích ít bài có niềm u hoài chung chung:

"đánh một dùi chuông nhỏ - dộng một chày chuông to – âm thanh tiễn buồn khổ - ai nhận và ai cho.

gõ rời từng nhịp mõ – đưa chân dòng tâm kinh - lời cầu tan trong gió – loãng giữa nắng thủy tinh.

người tụng chú tâm nguyện - người nghe lẳng lặng buồn – ai được Phật cứu rỗi – đưa hồn về tây phương" (Pháp Khí).

"nhà sư ôm bình bát - thiền đứng trước hiên nhà – bên trong cửa tịch mịch - thiền ngồi tôi ngó ra = nhà sư chắc không thấy – có người ngồi trong nhà – và tôi không kịp thấy – lòng mình có vị tha = xế chiều êm ả nắng - vạn vật lặng theo đời – tôi cùng sư hít thở - hòa hợp cùng đất trời" (Sống).

"đốt, cắm hương vào bát nhang – mơ màng theo ngọn khói tan nhạt nhòa – khói không đủ sức bay xa – ngoài mùi thơm sướt nhẹ qua lòng mình = cõi trên cõi âm u minh - hưởng mùi nhang khói hiển linh thế nào – không buồn chỉ thoáng nao nao – đến ngày ta cũng tan vào cõi không - được chăng ngọn khói phiêu bồng..." (Thắp Hương)

Thật ra không có bài nào trong sách tôi tự rơi ra ngoài chủ đề. Có điều tôi vẫn giữ bản tính riêng tư. Dung dưỡng cái tôi tham dự vào mọi hình ảnh, sự việc được nhắc kể lại bằng thơ. Áo cà sa, bình bát, tràng hạt, bàn thờ, ngũ quả... đến sám hối, nguyện cầu, tụng niệm, vái lạy, pháp danh, buông bỏ... tôi đều sờ nắn thành hình ảnh. Thành công chính của tôi là, lấp những thao thức tôi chợt gặp trong khi viết. Chừng đó cũng đã khó nhưng tôi luôn cố gắng tận tình.

Chùa là hình ảnh đã được tôi nhắc nhở nhiều. Có lẽ có căn nguyên từ bổn mạng được bán vào Chùa Cầu khi mới ra đời. Thời lên mười, khi còn ở làng quê nội tôi đã dám rủ đám bạn bé con ra tận Đà Nẵng để xem đúc tượng Phật ở chùa Phổ Đà trên đường Hoàng Diệu (tên chùa, tên đường về sau này tôi mới biết). Tôi lầm tưởng Phật với các vị thần tôi đã gặp trong các miếu đình tại Tiên Phước, nơi tôi được ba tôi cõng tản cư năm 1947. Năm 1952 tôi chính thức ra Đà Nẵng. Vẫn chỉ hai cha con ngủ nhờ chái hiên nhà người, gần Nghĩa Trũng Phước Ninh. Chính nơi đây *"lần đầu tôi thấy chùm bông - ở trên thánh thể đàn ông tôn thờ"*. Xô bồ như thế nên cha tôi phải dời chỗ trú. Chúng tôi có chỗ kê giường trong một ngôi nhà trong diện tích của Chùa Tĩnh Hội. Tôi bị chuông mõ mê hoặc từ đó. Không nhớ hết những ngôi chùa tôi đã thăm trên nửa lãnh thổ Việt Nam. Thật tình, tôi như tuồng thân thiết với miếu đình hơn. Tôi có vẻ thích hoang vắng hơn lộng lẫy cao rộng. Tại Montréal, chùa xa chùa gần tôi đều tìm đến. Mời xem thử tôi đã thấy những gì cũng như ngắm một chút tôi ở những nơi trang nghiêm này:

"thăm chùa từ thuở lên năm – nhìn từng viên gạch lót sân nhìn vào - những bậc tam cấp cao cao – trưa nghiêng nắng trải thảm chào vàng hiên = ... - những chư Phật thật lạ lùng - nâu vàng từng vị sáng trưng ánh đèn – hương thẳng hương vòng đứng chen - đầu đội ngọn khói giăng giăng bay mờ - đều đều vọng tiếng nam mô – chuông ngân mõ nhịp nao nao u trầm – cõi trần giáp giới cõi âm – run run khi mẹ tay cầm lạy theo – chùa đông người, ngỡ vắng teo – lén nhìn sư sãi đang đeo nỗi buồn - thắc mắc: lòng có vết thương - xuống tóc có gặp con đường sáng đi?..." (ấu thơ thăm Phật môn)

"trầm tiếng mõ thanh giọng chuông - quyện nhau lan rộng nỗi buồn mang mang – áo sư huyền hoặc nâu vàng – khói hương tha thướt không gian bay mờ - lung linh đèn nến chiêm bao - người lim dim ngó mắt vô lòng mình =

từng bàn chân của câu kinh - bước từ một cõi hiển linh nào về - lòng mơ hồ giữa tỉnh mê – trăm ngàn hình ảnh chưa hề gặp qua – hình như từng mỗi sát na - đổi thay liên tục cảnh hoa mộng tình =

ngỡ như thế giới hữu hình – đang thành siêu thể vô hình bao la – không người không vật không ma – thanh thoát cõi ánh sáng và sắc hương - lục đạo tái sinh sáu đường – luân hồi sáu thể dạng thường chúng sinh =

mơ hồ một thoáng run mình - từ bi trí tuệ an bình bọc quanh - ước thầm chợt được vãng sanh - sống mà nhẹ bước an lành ra đi – nghe ra đất dưới chân quỳ - sức nâng huyền bí lạ kỳ đẩy lên =

càng cao càng lạc xác mình – tôi như hương khói lênh đênh nhẹ nhàng – không thiên thai chẳng suối vàng – dòng kinh Phật chảy lan tràn quanh tôi – mai đi không nhớ tiếc đời..."(Trước Phật môn)

"*chùa hẳn là chỗ Phật ngồi? – riêng tôi không chắc ngài ngồi nơi đây - Phật thoát xác dưới gốc cây - hồn thơm về ngự trên mây xanh trời - ... – mong đừng nặng tay chắt chiu - tạo ngôi chùa quá mỹ miều xa hoa - Phật bỏ hoàng cung ngọc ngà - hẳn không vui với nguy nga lầu rồng...*" (Chùa).

"*lên chùa ai cũng dâng hương – lên chùa tôi ngắm thập phương tụ về - ngồi im một góc chỉnh tề - y như con khỉ từ quê Chùa Cầu – ai bưng qua đã từ lâu - đặt bên cửa Phật ngồi chầu bà con = ... lên chùa tôi mới gặp tôi – rõ nét trong một con người cô đơn - ngồi im như chết chưa chôn – nhìn nhưng không thấy đời còn quá vui...*" (Lên Chùa).

"*... nhà tôi là một mái chùa - tượng Phật, ảnh Phật còn chưa đủ nhiều – may dành dụm được thương yêu - Phật ngự trong đó sớm chiều dạy tôi – tu giản dị là cách chơi - thực hành nhân nghĩa vậy thôi, dễ dàng – tuy dễ mà khó muôn vàn – nên gắng ngắm Phật bình an mỗi ngày*" (Nhà là chùa)

Tôi không thuộc câu kinh nào khác câu "Nam mô A Di Đà Phật" quen thuộc của nhiều người. Riêng tôi vẫn thường nghe giọng tụng lặp đi lặp lại, phát ra từ một cái máy nhỏ. Một giọng nam trầm buồn cuốn hút, hay hơn bất cứ câu ru nào khác:

"*từ NAM giọng đọc kéo dài - chữ MÔ vẫn giữ khoan thai ấm lời - A DI ĐÀ ngân thảnh thơi - PHẬT vang gọn nhẹ trong hơi thở buồn - một tiếng mõ, - một giọng chuông - loang trong không khí ngàn đường lên mây - ... - không cần hiểu nghĩa câu kinh - tôi nghe tràn ngập đức tin trong lòng - chừng như gió tỏa mênh mông - mây vờn trước trán ẵm bồng tôi bay - lâm râm lặp lại câu này - hồn tôi đang tụng vơi đầy kính yêu - vốn kinh kệ tôi bấy nhiêu - mà luôn có Phật độ nhiều phúc hoa – Nam mô A Di Đà - Phật trong tâm Phật trong nhà chúng tôi*". (Theo một câu kinh)

Có thể cảm nhận của các bạn sẽ khác.

Để tài về Phật giáo vô cùng. Tôi không đủ trình độ xớ rớ vào những lãnh vực tư tưởng, đạo lý... Để làm thơ tôi chọn những hình ảnh quen thuộc, từng được đóng góp hơi thở, được nhìn qua, nghe thấy. Cảm nhận từ mọi việc nhân nghĩa bình thường nếu có thể. Tôi quan niệm *"đi tu không phải xa đời – mà mang cái đạo vào đời sâu hơn"* và cũng nhận ra *"ở nhà tu, chuyện như đùa – nhưng nhiều khi thấy lòng thừa bình an"*. Tôi cũng không quên ba lơn về chuyện trọng đại tu hành *"chẳng làm sư làm tiểu gì - gắng làm một gã hiền thi sĩ tình"*. Đời ít ra cũng đẹp hơn đó với tôi.

Có ai dám tự so sánh mình với đức Phật không? Chắc chắn là không. Thật ra mỗi người đều có sự đọ chiếu với đấng mình tôn sùng kính bái để từ đó tu sửa. Hành động này không phải là ngông cuồng hay cao ngạo. Tôi thỉnh thoảng cũng mượn thơ để bạo gan *"Phật hơn tôi, hồn sống đời – còn tôi hồn xác bụi rơi vô thường"* hoặc *"Phật ngồi trên đóa hoa sen – còn tôi quỳ giữa bóng trăng ngắm người - ngẫm ra Phật có khác tôi – vì tôi tâm động buồn vui với đời"*. Để liền sau đó hoảng hồn *"tôi vô phép quá mất rồi – đem mình so sánh Phật Trời, rõ ngông - trải tình tạ lỗi thinh không – thánh tiên ai trách kẻ trồng thi ca"*. Rõ là ba hoa.

Để có đề tài viết, tôi gợi nhớ đến những tác phẩm văn chương trước đây, với Lửa Từ Bi của thi sĩ Vũ Hoàng Chương:

"mấy mươi năm đọc lại – bài thơ Lửa Từ Bi – quá khứ như hiện tại - thấy Phật trong tâm thi - ...- nhà sư tâm con Phật – da thịt xác phàm người - lửa tạo nên xá lợi – nghìn muôn năm ngậm ngùi - ... - một trang đời trang sử - còn mãi đó bóng đời - trước khi già theo tuổi – tôi già theo tình người".

Với Ánh Đạo Vàng, một tác phẩm nổi tiếng của nhà văn Võ Đình Cường:

"... từ mùi trầm nhang thành câu - từ hương hoa quả kết nhau thành vần – và từ thanh khiết thành tâm - tạo nguồn ngôn ngữ chuông ngân mõ buồn - ... - hiểu lơ mơ Ánh Đạo Vàng – lòng như hé mở đường sang cõi mầu – đã nhìn ra hướng về đâu - trước mặt những đóa sen hầu Như Lai".

Một thú vị khác, tôi dựa vào đại tác phẩm Tây Du Ký của tác giả Ngô Thừa Ân (1500 - 1581) người Trung Hoa để diễn giải bằng ngũ ngôn. Chuyện kể quả không dễ thành thơ, dù câu chữ có vần đúng điệu.

"vào thời Tùy Dưỡng Đế - chùa Tổ đình Lạc Dương – sát hạch chọn người rước – kinh Phật ấm trầm hương - ... - một trăm hăm tám nước - lớn nhỏ ngài ghé qua - mười tám năm ròng rã - sống dọc đường cỏ hoa - ... - thuyết giáo cùng tranh luận – làm xiêu Bà La Môn – Cưu Ma La hoàng đế - cũng thắp lòng hương thơm - ... – tròn trăm hồi tiểu thuyết - mắt đọc hoặc xem phim – tôi hiểu tôi chính xác -gọn nhẹ một chữ "ghiền" – cũng rất muốn chuyển thể - văn xuôi qua văn vần - Việt ngữ qua Việt ngữ - ngại ngùng thành bâng khuâng - ...-"

92 câu, tôi gặp lại những Đường Tam Tạng, Tôn Ngộ Không, Trư Bát Giới, Sa Tăng, và kết luận chắc nịch *"hồi (chương) nào tôi cũng thích - tám mươi mốt nạn đều hay – khoái nhất những yêu nữ - nếu gặp tôi, biết tay!".*

Phách lối hơn nữa, tôi cũng tính chuyện đi Thỉnh Kinh, *"dẫu bộ kinh tôi thỉnh - to tướng một chữ tình - ... – và nơi có kinh thỉnh – không hẳn chỉ Tây phương – kinh Yêu này hiện diện - mọi ngõ ngách ngã đường – kinh không có số lượng - bởi khó đếm nhà thơ - mỗi thi sĩ ngàn quyển – kinh buồn tình vẩn vơ ...".*

Ngay sau đó 29 nhà thơ Việt Nam, cổ kim, được tôi réo đến hài tội lãng mạn si tình của họ, để rồi kết luận:

"... xin chân tình tạ lỗi – khó kể hết nhà thơ - tặng kinh cho cuộc sống – tôi thỉnh được tình cờ - kinh và thơ như một - người và tình chung đôi – tôi con ong hút mật - thỉnh kinh thơ suốt đời".

Trong cuộc chơi thơ thỉnh thoảng được những tình cờ như thế này thật là thú vị.

Nhân vật trong đời có dính dáng hơi hám cõi từ bi, tôi đều nhắc đến, ví như thân mẫu tôi tạ thế đúng ngày rằm tháng tư:

"... dòng kinh siêu độ ngậm ngùi – ai tụng? không phải lòng tôi đâu mà - tiếng chuông mõ mơ hồ xa – loãng tan như giọt lệ sa xuống

lòng..." || "mẹ đi biệt giữa tháng tư - vầng trăng tròn lắm, hình như tròn hoài... ngậm câu kinh Phật trong lòng – hóa ra tôi khóc bằng dòng khói hương - mẹ tôi chừ ở mười phương? - không đâu, mẹ vẫn ngồi đầu giường tôi..." || "mẹ là Phật của riêng tôi - chỉ cần biết vậy, tôi yên sống đời - vọng cao mắt ngó lên trời – mây không bay cũng ngừng trôi bất ngờ - vói tay xin một nhúm thơ – thay hương khói kính hư vô mẹ hiền".

Viết về cái tôi, thì nhiều lắm. Trước nhất là Pháp Danh:

"chưa quy y, thọ giới - lấy gì có Pháp danh – không tu sĩ, đạo hữu - chẳng lẽ thiếu tâm thành? – ... – chấm hai chữ "Chân Giả" – sát thật với bản thân - phảng phất mùi triết học - lẫn lộn chuyện phong trần - ...- "

Và "Đạo Tôi" là:

"... đạo tôi theo đậm chữ tình – ngoài tình trai gái, linh tinh tình người - ảnh hưởng Phật Khổng tinh khôi – Lão Trang đều có phà hơi thở vào..."

Nếu hồi nhỏ chưa tu, tôi đắc đạo kiểu *"xếp bằng ngồi dưới bụi tre - tập làm bồ tát lắng nghe nhạc trời..."* thì bây giờ "Chánh Quả Tôi" không hẳn không tốt:

"không niệm Phật, chẳng ăn chay – ngày ngày tìm ngắm gió bay áo dài – ngó em từ gót mang hài - vẩn vơ lên ống quyển đài các cao - ... - tĩnh tu một cõi riêng đời – vui đạt chánh quả một người có tâm - sứ mệnh gieo giống tỉa mầm - chẳng chi sai trái lỗi lầm, yêu em!".

122 bài thơ đại loại như trên, nhưng bè bạn đã thương tôi hỗ trợ và khuyến khích:

NÓI RẰNG KHÔNG PHẬT MÀ PHẬT HIỆN TIỀN.
MANG VIÊN LONG.

Thật sự là tôi đã rất ngạc nhiên, và hạnh phúc, khi chỉ đọc 10 bài thơ đầu của toàn tập (gồm 110 bài thơ nhiều thể loại chung quanh "chủ đề" có liên quan đến Phật). Ngạc nhiên trước hết, là tôi đã có dịp đọc rất nhiều bài thơ, tập thơ, của những người làm thơ là Phật tử thuần thành (đã quy y Tam bảo, có pháp danh, thậm chí có quan hệ mật thiết với Quý tu sĩ, chùa chiền), tôi đã giữ chuyên mục "Hoa Tâm Trong Vườn Đạo" của Ts Vô Ưu trên 18 năm - nhưng hầu như chưa có ai "đường đột" làm thơ về các đề tài "to lớn" như Nhà thơ Luân Hoán: Nói về "Đạo", Nghĩ về "Phật":

Tiếp theo là các bài thơ dành riêng cho "Phật Thích Ca Mâu Ni/ Phật A Di Đà/ Phật Di Lặc/ Phật Quán Thế Âm" và "19 vị la Hán". Điều thú vị và ngạc nhiên tiếp theo đó là mười bài thơ đã "nêu danh" chư Phật và chư Bồ Tát của Nhà thơ đều trong trạng thái "nhất tâm" - một lòng ngưỡng vọng, rất chơn phác, khiêm tốn! Mở rộng tâm hồn nhiên đến với Phật, là sẽ "gặp Phật" vậy - Phật hiện tiền! Đơn giản là vậy!

Trong tĩnh lặng "nhất tâm", tôi tìm thấy hương vị của tấm lòng chân thành ngưỡng vọng, kính tin (Tín).

Sau cùng, dường như căn duyên với Phật cũng đã bén rễ trong tâm hồn Nhà thơ từ thuở nào (Hạnh) như một "bản tính" như nhiên không thay đổi.

Hơn 100 bài thơ trong "Liên Hoa Thi" đã thể hiện rõ ba "yếu tố" Tín - Nguyện - Hạnh căn bản để đi vào cửa Đạo, tuy sự thể hiện có phong cách riêng, nhưng tựu trung đã giãi bầy được sự chí tình, chí nguyện khẩn thiết, thì hỏi chi là "Có/Không"?.

Ghi vội đến đây, tôi chợt nhớ đến một câu thơ của Nguyễn Du trong bài "Lỗi Dương Đỗ Thiếu Lăng Mộ (Bắc Hành Tạp Lục): "... Nhất cùng chí thử khởi công thi?" (Một đời cùng khổ đến thế phải chăng là vì thơ?)

Một đời thăng trầm của Nhà thơ đã đưa Luân Hoán đến với Phật, tự nhiên như vậy chăng?

Quê nhà, những ngày đầu năm Kỷ Hợi

MANG VIÊN LONG

NGỌC CHÂU
HỒ ĐÌNH NGHIÊM

Gia đình tôi theo đạo (nếu có thể xem đó là đạo) thờ cúng ông bà. Góc khuất trong nhà, khuất nhưng cao ráo sạch sẽ nhất, đặt để một cái bàn khá lớn dùng chưng ảnh những người đã khuất núi, bày biện hoa quả lễ vật nhang đèn có màn che bên ngoài. Đã là nơi dùng làm chỗ thờ phụng thì tự khắc giang sơn nhỏ bé kia vẫn toát ra được chút trang nghiêm, ai bước tới thảy kính cẩn cúi đầu, vụng dại tỏ bày thành tâm, lâm râm chừng như muốn sám hối một điều gì.

Tôi nghĩ những ai thờ cúng ông bà, không nhiều thì ít, họ có hấp thụ đôi điều cơ bản về triết thuyết Phật giáo. Từ nhà họ đến chùa, lối đi ngắn hơn so với những kẻ vô thần. Nếu muốn chứng nghiệm nỗi đau để tìm cách giải thoát, chỉ bảy bước họ có thể chuyển đổi cảnh giới để làm Tỳ Khưu (Bhiksu), là người phát nguyện tu hành, xuất gia theo giới luật của Phật. Đắc đạo hay không lại là chuyện khác. Đổ thừa cho phận mỏng, chẳng có căn tu. Tôi nhớ Bùi Giáng có hai câu, lạm bàn sự lầm lạc nọ:

tôi về nhà cửa sương thâu
bước đi mà chẳng thấy đâu con đường.

Lại có bốn câu khác, đọc lên là biết ngay do Trung niên Thi sĩ làm ra:

Phật ngồi dưới gốc bồ đề - Tiên nương dừng bước tóc thề chấm vai - Thưa rằng: "Phật thật là tài - Thấy mà như chẳng, tự ngoài vào trong."

Nói tới Phật, buộc phải nghĩ tới Tây Tạng, xứ cheo leo trầm lắng với độ cao khắc nghiệt nọ, từ 1960 họ đã xây dựng hơn 6000 ngôi chùa, hơn hai trăm tu viện chất đầy kinh sách hiếm quý. Thử nghe một bài ca của dân du mục hát, cũng đủ chứng nghiệm ra đôi điều (mượn tư liệu từ cuốn Hoa Sen Trên Tuyết do Nguyên Phong phóng tác. Nxb Văn Nghệ, Cali. 1990):

tôi không tìm thấy người yêu - tôi đã cất công dọ kiếm khắp nơi - tôi lên núi tuyết, tôi xuống lũng sâu - tôi đi từ Đông qua Tây - từ Nam lên phương Bắc tôi tìm kiếm… tôi kiếm tìm… - rốt cuộc tôi thấy - người tôi yêu đang ở - ngay trong xó bếp.

Họ thôi hát. Họ đọc một câu chú quen thuộc mà đã là người Tây Tạng thì dường như ai cũng biết: "Om Mani Padme Hum".

Người Việt thì có vô số chữ chứa đầy thơm thảo: Duyên, Rằm, Nhập Thế, Buông Bỏ, Cà Sa, Từ Bi, Tràng Hạt, Bình Bát, Từ Thiện, Bồ Đề, Hoa Sen, La Hán… Bao nhiêu đó chừng cũng chưa vừa cho một người vừa viết nên ngàn trang thơ mang đủ Phật tánh. Một thi sĩ từng kể cho "chúng sinh" nghe về đề tài chiến tranh, về hòa bình, về ngàn lẻ một con đường tình, về Ngơ Ngác Cõi Người, về đời ngập chìm trong bể khổ… và giờ đây, với từ tâm, anh dắt tôi tới chốn an trú bình yên nhất, Nam Mô A Di Đà Phật! Anh trao vào lòng sân si tôi những hình ảnh dễ thương, ví như:

Không dám mời Phật vào thơ
nhưng chắc Ngài đến đang sờ đầu tôi.

Anh là ai? Dạ thưa, tôi đang nói đến nhà thơ Luân Hoán. Hồi nhỏ nhà thơ được mẹ cho đeo lá bùa ở cổ, qua bao loạn lạc giờ này thế chỗ bằng tượng Phật ngọc xanh. Nhà thơ tâm sự, rằng vấp hồ đồ và dễ nói ngọng khi dùng chữ nghĩa mang hơi hám Phật. Nhà thơ chỉ hiểu lờ mờ tới những rao giảng của kinh sách, biết chung chung rồi tự trào "thế cũng đủ tự cứu mình".

đôi khi tôi rất ba hoa
nhưng xảo ngôn ấy thật thà lòng tôi.

Với thật thà dùng làm kim chỉ nam, nên thi tập sắp ra đời mang tên Liên Hoa Thi biến thành một bài kệ dài dung dị, dễ hấp thụ. Trang sách sẽ mở ra, tụng nó mà chẳng cần nương vào tiếng mõ hồi chuông. Thi sĩ tự lập ra một am tự bằng vào những con chữ hiền hòa thường gặp trong cuộc sống. Do từng được Phật sờ đầu nên thi sĩ quay lưng với những rao giảng cao xa tối nghĩa. Thơ như trốn trong bình bát, đầy tràn vì "khất thực" đã lâu trên cuộc lữ, lời trải theo chân đi bình thản, khác hẳn cảnh giới mà Tuệ Sỹ từng trăn trở vẽ nên:

"Đá mòn phơi nẻo tà dương
Nằm nghe con nước khóc chừng cuộc chơi".

Khác, do bởi Luân Hoán chưa từng bước lên những bậc thềm của thiền viện. Nhà thơ cũng chỉ là người riêng biết "thờ cúng ông bà" giống như tôi. Nhà thơ luôn đè nén tiếng khóc khi đứng bên cuộc chơi sắp tràn bóng tà dương. Tôi mến lời thơ thật thà kèm theo chút lạc quan của thi sĩ, an tâm khi chung hưởng với mộc mạc, hít thở được hương sen để nghe tâm tịnh đôi phần. Từ nhà tôi đến chùa, dọc đường được thi sĩ Luân Hoán đã đưa tay dẫn dắt, cho quá giang. Tôi u mê ám chướng trước câu nói của Lão Tử: "Người sáng suốt nghe đạo thì gắng sức mà thi hành, người bình thường nghe đạo thì nửa tin nửa ngờ, người tăm tối nghe đạo thì cười rộ. Nếu không cười thì đạo đâu còn là đạo nữa". Qua tới nhà thơ Luân Hoán, anh cho hay:

Riêng tôi tu đạo biết cười
Và cũng biết khóc tùy thời khắc riêng.

Đạo đó, với tôi e dễ tu tập, dễ thành "chánh quả", để ăn nằm qua vài đêm sẽ bỏ sa mù mà đắc đạo sáu phần. Tiêu biểu một vài lời kinh lạ:

đi tu không phải xa đời
mà mang cái đạo vào đời sâu hơn
...
ngã lòng nhiều lúc bon chen
xách thân bụi đất mon men cửa chùa
...
em nào còn tính ham chơi
muốn tu cứ ghé cùng ngồi viết kinh.

Muốn viết kinh liền lạc, có nên tập cho em đó ngồi xếp bằng trên bồ đoàn mà ngó lá rụng? Ngoài động từ rụng, thông báo việc lìa đời, nhà thơ Luân Hoán giải thích cho "em ham chơi" biết rằng:

lá rơi khác với lá bay
lá rơi chao đảo lăn quay rớt liền
...

lá rơi rụng một cái vèo
lá bay thong thả gắng gieo nỗi buồn

tôi khi hoàn tất vai tuồng
rơi bay quả thật chưa tường ra sao.

Đọc qua một vài bài bàn sơ chuyện vô thường của khổ nạn rơi, rời, bay, rụng; không dưng tôi lại nhớ đến thơ Bùi Giáng:

Cõi đời con én đưa thoi - Buồn rầu tôi định ra ngoài trăm năm - Bỏ vui gượng bỏ đau ngầm - Bỏ tình yêu bỏ điệu vần ngũ ngôn - Tuy nhiên tận đáy linh hồn - Tưởng chừng chẳng bỏ bồn chồn được tim.

Đời và đạo, suy ra chỉ là hai mặt của một hình tướng bất di bất dịch, muốn tách rời làm đôi, tùy thuộc vào nhân duyên của mỗi người. Liên Hoa Thi là một trong muôn ngàn cách tỏ bày bằng thơ ca khi nhà thơ vọng tưởng về điều khó bề dứt bỏ giữa cõi hồng trần này. Trang bị một lòng thành, không rõ có nghe ra lòng thôi vẩn đục? Đơn cử một bài, với giọng kể đặc thù của riêng nhà thơ, bài Đạo Tôi:

nhớ thời "nhất quỷ nhì ma..." - bạn bè thường hỏi nhau sa đạo gì? - nhiều thằng bợm trợn chai lì - phán ngay đạo dụ, không tùy công văn = vốn nho nhã tôi thưa rằng - thích tu ở cõi gió trăng bãi cồn - gần gần như "Bà La Môn" - mơ hồ khoái đạo độc tôn độc quyền = tín hữu phái nữ ưu tiên - dành cho nhan sắc có duyên mượt mà - đạo không từ gốc chà và - căn bản thờ cúng cỏ hoa đứng đầu = khỏi xuống tóc được để râu - dù chỉ lún phún ngọn sầu vu vơ - miễn là có đượm chất thơ - yêu em chữ dựng tượng thờ nghiêm minh = đạo tôi theo đậm chữ tình - ngoài tình trai gái linh tinh tình người - ảnh hưởng Phật Khổng tinh khôi - Lão Trang đều có phà hơi thở vào = cái thời học trò ồn ào - nay còn lưu lại những nao nao buồn - đạo tôi học ở nhà trường - xã hội thu hẹp yêu thương đậm đà = thầy cô nghiêm khắc nhưng mà - bọn tôi xếp loại thứ ba vẫn thành - nhân sĩ một cách ngon lành - đa phần rạng rỡ công danh đàng hoàng = dù bắt đầu rất nghịch hoang - thôi không kể nữa, sắp an kiếp rồi - trả lời câu hỏi một thời - thật tình chưa thấu đạo tôi rõ ràng...

Trong tập Liên Hoa Thi, nhà thơ sử dụng nhiều giọng kể mà hầu hết đều cố tránh chất u hoài, gạn bỏ phiền muộn. Có bài thơ 5 chữ Mười "Chín" Vị La Hán xem chừng là dài hơi nhất. Nhưng theo cảm nhận của đứa tăm tối mãi lần khân trước sân chùa như tôi, trong một sát na tôi đã đối diện với "thần sầu quỷ khóc" khi vấp phải bài Màu Hoa Vu Lan Chợt Gặp. Thần sầu quỷ khóc chỉ là cách nói đầy ước lệ, thực ra tôi đang quỳ gối:

mãn phần, mẹ mất thật chăng? - không đâu, mẹ lặn theo trăng trên trời - tròn sáu mươi năm cuộc đời - tôi sống thiếu vắng bóng người sinh tôi = mênh mông trong nỗi ngậm ngùi - tôi lẩn tránh chỗ lắm người cài hoa - lòng cầm không nổi xót xa - chừng như mỗi bước đều là chiêm bao = tôi đi đến những nơi nào - tiếng chuông chùa mãi nao nao chạm lòng - phảng phất hình bóng hoa hồng - hiện cùng giọng hát tay bồng ru tôi= dụi mắt xốn xang nụ cười - trán non nớt ấm hương môi mẹ hiền - tay thơm mùi sữa hồn nhiên - tôi sờ má mẹ như ghiền đã lâu - rõ ràng đã biết gì đâu - kính yêu lòng đã ăn sâu khi nào - vượt qua đầu đạn mũi dao - cũng nhờ có mẹ luôn bao che mình = người mất càng thêm hiển linh - suy nghiệm theo những sự tình chính tôi - càng tin mẹ vẫn trong đời - khi tôi còn được làm người thế gian = và hoa cho lễ vu lan - không chỉ hồng trắng trang hoàng áo ai - tôi nghe thoảng tiếng thở dài - tiếng cười khe khẽ hoa cài áo em = tôi chợt có hoa không tên - nở từ thương nhớ ngày đêm thơm lừng - khó ca ngợi nỗi mông lung - với hư ảo với vô cùng linh thiêng = cha là thánh mẹ là tiên - nôm na chỉ vậy tùy duyên mỗi người - bước tôi bất chợt thảnh thơi - về đến nhà xếp bằng ngồi bình tâm. (Vu Lan năm Mậu Tuất 2018).

Tựa đề bài viết tôi dùng chữ Ngọc Châu. Tên gọi đó thường được các cửa hiệu chuyên bán kim cương, ngọc quý, vàng bạc dùng cầu chứng môn bài, rất mực ăn khớp. Tuy nhiên từ xa xưa cũng có một nhà thơ đã mượn lấy, làm nhan bài "Những hàng châu ngọc" khi cất công sưu tập, ca ngợi tới những vần thơ tuyệt cú. Cũng xẩy ra trường hợp có kẻ đọc kinh không thông, khi lãnh hội ra, họ ví cái sự "hiểu" nọ là nhờ vào phút linh cầu sáng ánh ngọc soi. Và sau hết, Ngọc Châu cũng là tên thật của nhà thơ Luân Hoán.

Chú thích: Tôi chưa kiểm chứng được độ dày mà Liên Hoa Thi mang, bởi thi tập sắp hoàn tất việc in ấn này chứa đựng rất nhiều bài liên quan tới chủ đề (Phật ở đâu xa? Phật ở ngay tâm mình). Tôi cũng không biết là bài tôi "vụng tu" có được nhà thơ Luân Hoán sắp cho nằm chung trong cõi thơm ngát hương sen, bài kệ nhập môn sâu lắng nhưng dung dị cho những ai, như tôi, tìm học lấy sự tử tế cuối đời. Cảm ơn anh Ngọc Châu, thi sĩ Luân Hoán.

Hồ Đình Nghiêm

17 tháng 2, 2019

VÀI CẢM NGHĨ KHI ĐỌC LIÊN HOA THI TRẦN THỊ NGUYỆT MAI

"Liên Hoa Thi" là tập thơ mới nhất của thi sĩ Luân Hoán mà tôi được đọc. Trước nay hình như anh chỉ "chuyên trị" thơ tình. Nhưng tập thơ này đặc biệt viết cho đạo, theo tôi, đó là Đạo Làm Người, với cảm nhận của một người lương giáo thờ kính Ông Bà như tác giả đã đề cập trong Lời Đầu Tập:

Liên Hoa Thi, gồm những bài viết có chủ đề thiên về tín ngưỡng, nhưng chỉ là những bày tỏ những cảm nhận riêng, không đủ sức cũng như không là mục đích đề cao một đức tin nào. Nội dung thi phẩm này không khác hơn tự sự tâm linh. Không triết không thiền.

Những bài thơ giản dị, hiền hòa, mang tâm lành của anh chia sẻ cùng mọi người, ray rứt giữa cái thiện và cái ác, như việc anh đã giết một con rắn lục khi hành quân ở vùng núi Văn Bâng, Quảng Ngãi, ngày nào:

".... mươi phút... giật mình, lạnh tanh - một con rắn lục nằm khoanh gần đầu - phản ứng ngốc nghếch gì đâu - lăn ra nổ súng để rồi buồn tênh = đêm nằm ái ngại cả đêm - giết con rắn độc, khó quên tội

mình - rắn ơi mày chết thình lình - trong khi mơ giấc mộng tình, biết đâu?... " (Nhớ con rắn lục ở núi Văn Bâng Quảng Ngãi)

Sau bao nhiêu năm, anh cứ mãi ám ảnh với chuyện buồn đó, bâng khuâng tự hỏi:

giết một con rắn độc - là làm một điều lành? - trừ được mối hiểm họa - xảy đến cho chúng sanh! = sao ta ám ảnh mãi = về rắn núi Văn Bâng - thường nhớ cụ Nguyễn Trãi - giọt máu thấm ba trang - lờ mờ thuyết nhân quả - báo ứng trong cuộc đời - mỗi cử động là nghiệp - vay trả kiếp luân hồi?= Phật dạy báo là quả - nghiệp của quả từ nhân - thiện ác thường lẫn lộn - thật không dễ tránh lầm - con rắn mang nọc độc - là do trời sinh ra - bản chất nó vốn thiện - đâu có tấn công ta... - tội lỗi tôi giết rắn - đã rành rành mười mươi - xin sám hối lần nữa - rắn đầu thai làm người (Ám ảnh)

Tác giả đã "*Nuôi cây "giác ngộ"*" hay cũng là nuôi tâm giác ngộ từng ngày:

bây giờ trời vào mùa hạ - cây bồ đề xanh mượt mà = nhẹ tay sang ra chậu lớn - mơ cây sớm ngày trổ hoa - ước mơ ngây thơ lặng lẽ - cùng với tuổi già dần qua - rửa tay nâng niu từng lá - trân trọng chan lòng thiết tha = chợt nhớ một người đắc đạo - trở thành Phật Tổ Thích Ca - lúc ấy trên cây hoa nở - hay chỉ hào quang chan hòa?... bồ đề tôi nuôi xanh lá - tôi thờ Phật ngự tại gia - đạo-tràng-lòng-tôi hẹp quá - Phật xoa đầu tôi cười xòa! (Nuôi cây "giác ngộ")

Tìm Phật ở đâu?

Phật ở ngay trong nhà, chính là hai Đấng Sinh Thành.

Lại nhớ những câu ca dao Việt Nam từ ngàn xưa mà ai cũng thuộc nằm lòng:

Công cha như núi Thái Sơn - Nghĩa mẹ như nước trong nguồn chảy ra - Một lòng thờ mẹ kính cha - Cho tròn chữ hiếu mới là đạo con

Đức Phật cũng đã dạy: "Tâm hiếu là tâm Phật, hạnh hiếu là hạnh Phật... Sinh đời không gặp Phật, thì khéo thờ cha mẹ chính là thờ Phật." Theo Kinh Nhẫn Nhục:

Cùng tột điều thiện không gì hơn hiếu - Cùng tột điều ác không gì hơn bất hiếu.

Tôi thích vô cùng những bài thơ anh viết cho Mẹ và cho Cha thật cảm động:

đêm nay sáng rực trăng rằm - ngày mẹ theo Phật hay gần chư tiên - mẹ là Phật của tôi riêng - chỉ cần biết vậy tôi yên sống đời - vọng cao mắt ngó lên trời - mây không bay cũng ngừng trôi bất ngờ - vói tay xin một nhúm thơ - thay hương khói kính hư vô mẹ hiền

...

cha tôi cũng là bụt - của riêng mấy chục người - một gia đình ít khóc - nhưng chưa dư nụ cười = mẹ tôi còn roi vọt - cha tôi chẳng bao giờ - làm con cháu đau nhẹ - ngoài bồng và hát thơ... = cõi lưng cha từ nhỏ - nhìn cha khuất cuối đời - nỗi đau không thành sẹo - rỉ rả buồn khơi khơi = thương cha để trong bụng - kính cha để trên đầu - làm sao quên cho được – "con thương cha để đâu?" (Báo Hiếu)

Ghép tên Cha và tên Mẹ thành bút hiệu cho chính mình và làm thành danh tên đó. Có phải đây cũng là báo hiếu Cha Mẹ theo cách rất riêng của mình không hở anh Lê Ngọc Châu?

Trong tương quan giữa người với người, nhà thơ nhắc đừng quên những lời "cám ơn" và "không có chi":

tôi mong sẽ được nói - mỗi ngày thật nhiều lần - với vỏn vẹn hai chữ - đầy tha thiết "cảm ơn" - và cũng mơ được nhận - ba chữ "không có chi" - thật nhẹ nhàng ấm áp - từ môi cười từ bi (Tương quan)

Và cũng đừng nên vướng thói "ăn cắp" tạo nghiệp, nhất là khi vào đền chùa:

sống trong cộng đồng đông người - chưa quy y cũng nên lưu ý giùm - chùa đình là tài sản chung - dẫu yêu nghệ thuật cũng đừng quá tay. (Ăn cắp)

Đặc biệt ở những nơi tôn nghiêm, phụ nữ nên ăn mặc kín đáo, tránh hở hang:

không dám nhắc khéo quý nương - cử chỉ trang phục sắc hương nhẹ nhàng - quý phái trong nét đoan trang - khi quỳ lúc lạy tâm an thân bình - tránh thả rông ngọn u minh - hay tinh nghịch lộ cõi tình chứa thơ = vóc hình khép mở phất phơ - mầm bệnh tội lỗi vẩn vơ bắt đầu - tiểu, sãi xuống tóc khỏi đầu - nhưng đâu xuống được nhiệm mầu gốc râu - hồn vía lỡ lạc đâu đâu - vài sát na đã tội sâu vô cùng ... = kính mong quý nương đừng quên - thập phương tín hữu bốn bên nhìn vào - vẻ đẹp da thịt thanh cao - đúng nơi hợp chỗ mới ngào ngạt hương. (Vào nơi tôn nghiêm)

Và khi đóng sách lại, những câu thơ này vẫn đọng lại trong tâm trí tôi:

Giáng Sinh vốn của riêng người - Tin Lành Công Giáo nhưng tôi nhón lòng - theo quỳ xưng tội lưu vong - xin mai mốt còn núi sông để về = tôi và cựu thù để huề - ôm nhau dưới Chúa Phật thề thương nhau - điều đơn sơ tôi nguyện cầu - ước mong bè bạn năm châu nguyện cùng (Ba phải)

Vâng, ước chi tất cả chúng ta, từ mọi miền đất nước, từ biển trong cũng như biển ngoài, đều nhớ rằng chúng ta là giòng giống Rồng Tiên, cùng trong một bọc trăm trứng của Mẹ Âu Cơ và Cha Lạc Long Quân, để đối xử với nhau bằng Tình Anh Em, Tình Người mà không chém giết, bức hại nhau... như thi sĩ Đỗ Nghê đã viết từ năm 1964 cho đến nay vẫn còn thích hợp:

Đốt hết sách vở, xé hết cờ xí đi - Rồi đứng ôm nhau mà khóc - Nước mắt sẽ làm tươi lại cỏ cây - Nước mắt sẽ làm phì nhiêu mảnh đất (Đỗ Nghê - Tâm sự Lạc Long Quân)

Trần Thị Nguyệt Mai

CẢM THEO LIÊN HOA THI CỦA LUÂN HOÁN

Song Thao

"Liên Hoa Thi" là tập thơ mới nhất của ông nhà thơ Luân Hoán. Bìa sách là một bông sen trắng nằm dưới khuôn mặt Đức Phật. Nghe tên, nhìn hình bìa, biết ngay là tập thơ... chùa.

Lạ! Ông Luân Hoán, theo tôi biết, chuyên môn đứng trước cửa chùa sao bây giờ lại có nguyên một tập thơ chùa. Bạn đã tặng sách, cũng phải vào coi, xem chùa của ông Luân Hoán ra sao.

nhớ mẹ cha từng nhắc
sống nhân cách là tu
ngôi chùa to lớn nhất
đó chính là cuộc đời

Có vậy chứ. Tôi cũng nghĩ như ông bạn thi sĩ. Ngôi chùa to lớn nhất chính là lòng chúng ta. Thế giới chúng ta sống đang loạn chùa. Chùa lớn chùa nhỏ. Chùa nhỏ nhiều hơn nhưng hình như chùa nào cũng muốn thành chùa lớn. Tôi đã từng đi vãn những cảnh chùa lớn bất thường. Như một thế giới nguy nga nhiều màu sắc, đi mỏi chân cũng không khắp. Tính tôi vốn ưa cà rỡn, có lần đã nói với một ông bạn: "Chùa lớn như thế này chắc Phật cũng đi lạc!". Mà đã có Phật đi lạc thiệt. Tôi dẫn ông bạn tới một tượng Phật, phía dưới có đề: "Phật Di Lạc"!

Cà rỡn như vậy có vẻ phạm thượng nhưng chắc Phật Di Lạc cũng biết bông đùa.

từ Nam Thiên Trúc sinh ra
một đấng Di Lạc rất là vô tư
ngoài tâm địa rất hiền từ
Ngài luôn có vẻ như dư nụ cười.

Đó là Phật Di Lặc dưới con mắt ông Luân Hoán. Một ông Phật ngồi bệt dưới đất, phơi bụng với một nụ cười không bao giờ dứt. Phật đã ngồi bệt dưới đất nên ông Luân Hoán cũng cà rỡn: "biết tính Ngài thích làm thơ / ước gì thù tạc tình cờ biết đâu".

Phật của ông Luân Hoán rất cõi người, rất dễ thương. "không dám mời Phật vào thơ / nhưng chắc Ngài đến đang sờ đầu tôi".

Phật trong chùa, trên bàn thờ, ngồi giữa khói hương nghi ngút, giữa ánh nến lung linh, trông rất xa cách nhưng Phật chính ra rất gần gũi.

Kinh Pháp Hoa ghi: "Ta là Phật đã thành, các người là Phật sẽ thành". Ai cũng có thể thành Phật được cả nếu có Phật tánh.

Trong chùa có 18 ông La Hán nhưng ông Luân Hoán nhìn ra có tới 19 ông. Ông Luân Hoán, giống tôi, đều có bệnh về mắt, nhưng tôi nghĩ ông không nhìn lộn.

vị La Hán mười chín
chưa được đời biết danh
không chừng tôi hay bạn
khéo tu có thể thành.

Không chừng ông Luân Hoán thành Phật, không chừng tôi cũng thành Phật, không chừng bạn cũng thành Phật. Tôi đọc được trong website "Tâm An Lạc" lời khuyến khích mọi người thành Phật: "Đức Phật vốn là một người bình thường như bao con người khác. Người vẫn đi, đứng, nằm, ngồi, ăn cơm, đi vệ sinh… nhưng Phật là người đã hoàn toàn giác ngộ hay tỉnh thức, còn chúng sinh vẫn còn đang phập phồng giữa giác và mê, nhưng khi chúng sinh thực tập và giác ngộ, chúng sinh sẽ thành Phật. Phật không có quyền năng ban bố, thưởng phạt chúng sinh mà Phật chỉ là Phật, người đã thành tựu đạo quả do tự mình tu tập, tự mình chứng ngộ. Chúng sinh cũng vậy, nếu biết buông bỏ những đòi hỏi của bản thân quay về bản chất thanh tịnh của chính mình, chúng sinh sẽ thành tựu giống như vậy. Trong vũ trụ có hằng hà sa số đức Phật và vị Phật nào cũng chỉ dạy duy nhất một cách là hành trì thoát khổ, tìm hạnh phúc chân thật trong hiện tại".

Phật hiện diện tá lả mọi nơi như vậy, nhìn quanh ta chắc có Phật bên mình. Tiểu truyện "Pho Tượng và Tấm Lòng" ghi như sau: "Như mọi ngày, hai ông bà cùng đi dạo một vòng, đi hóng mát buổi tối cho tiêu cơm trước khi đi ngủ. Đấy là thói quen của hai cụ từ nhiều năm nay. Trời tuy đã chập tối nhưng vẫn còn đủ sáng để cụ ông nhìn thấy vật gì nằm ngay dưới đất bên lối đi của mình. Cụ ông cúi xuống nâng lên và thấy một khối đất trông giống như một tượng Phật. Cụ ông chỉ cho cụ bà xem. Cụ bà cầm lấy trên tay và mang đặt cung kính ở tảng đá ngay ngã ba đường, miệng lẩm bẩm nói: mang tội chết. Trước khi quay đi cụ bà còn cung kính chắp tay vái tượng ba bái. Rồi ngày hôm sau, kẻ qua người lại, có người dừng lại chỉ để ngắm một vật lạ, có người gật gù mỉm cười, có người chắp tay vái. Cục đất sình hôm qua bây giờ đã thành một tượng Phật, và người ta lạy. Nghĩ xem họ lạy ai? Không ai lạy cục đất cả, người ta chỉ lạy tượng. Mà tượng mới chiều qua cũng chỉ là cục đất. Vậy Phật ở đâu? Hay Phật ở trong tâm người lạy? Cục đất chưa khô hẳn kia cũng chỉ là một biểu tượng".

Cục đất đã có thể là Phật thì (xin lỗi!), cục cứt cũng có thể có Phật tính. Trong một giờ dậy Triết Đông phương của Giáo sư Nguyễn Đăng Thục tại giảng đường Đại Học Văn Khoa Sài Gòn khi tôi theo học, ông nói: "Cục cứt bên đường cũng là Phật" khiến đám sinh viên chúng tôi dội. Khi đó chúng tôi chưa ngộ nên sốc, thực ra đó chỉ là một công án của Hòa Thượng Vân Môn. Một vị tăng hỏi: "Phật là gì?". Ngài trả lời: "Que cứt khô!".

Tôi không là Phật tử nhưng thích chưng tượng Phật trong nhà. Ngắm tượng, tôi thấy lòng bình thản, yên ắng, mọi thúc phọc của cuộc sống dường như biến mất. Như vậy tôi vẫn phải dựa vào tượng để ru lòng. Lòng tôi vẫn chưa định. Khi định thì tượng ở trong lòng. Như câu của các nhà thiền: "Khi chưa học đạo thấy núi là núi, sông là sông. Học đạo một thời gian thấy núi không phải là núi, sông không phải là sông. Học và hiểu đạo rồi lại thấy núi là núi, sông là sông!".

Thiền của ông Luân Hoán cũng vậy:

quỳ chân thiếp giữa thiền đường
lơ mơ gặp Phật như tuồng rất thân

bàn tay Phật nhẹ nhàng nâng
tôi lên lưng ngọn bạch vân bay hoài
chẳng gặp ai, chẳng thấy ai
chỉ nghe thoảng tiếng thở dài của tôi

Ông Luân Hoán cũng như tôi, dù có dốc lòng thiền, vẫn bị cuộc đời níu kéo. Có chăng là có những giây phút lắng hồn xuống để rồi lại thả lòng lên. Lòng ông Luân Hoán muôn đời vẫn hướng về những trái thơm tho ngọt ngào của cuộc sống. Như đã từng. Như vẫn từng.

dựa vách chùa ngồi làm thơ
muốn đem hơi đạo nhập vào đời chơi
Phật học tuy chẳng trên trời
nhưng không thấu hiểu đành thôi vẽ trò
định dựa lời kinh vòng vo
thêm bớt chút ít thành thơ chân thiền
bất tài cộng với vô duyên
câu chữ chỉ lộ cái ghiền yêu em

Khi về với em, ông Luân Hoán mới trở lại là ông Luân Hoán. Em như một đóa liên hoa!

Song Thao

04/2019

BA HOA HUÊ TÌNH
NHỮNG NỤ HOA TỪ TÌNH YÊU NAM NỮ

Nụ hoa tôi dùng trên, không dám chắc do thơ mà có, nhưng chính xác có nhờ những ràng buộc yêu thương giữa trai và gái. Linh hồn tập thơ thuần nhất nỗi tình này. Dưới đây là Lời Chào Hàng, tôi trân quý gởi đến bạn đọc, được đi từ trang thứ :

"Trò chơi gọi là "làm thơ" của tôi là một con đường khá dài và tương đối ít bị gián đoạn bởi biến động xã hội cũng như đời sống tình cảm riêng. Tuy thế, việc quen tay theo năm tháng không giúp thơ tôi mới ra. Và khi đã đứng thì thường đi thụt lùi. Ông bà xưa cũng xác định như thế. Nói rõ ngắn gọn cụ thể hơn:

1. Thơ tôi không có sự trưởng thành rõ ràng.

2. Thơ tôi là những tấm ảnh chụp cảnh vật, con người cùng những loại chung đụng với họ.

3. Thơ tôi không thiếu những chân dung tâm ảnh. (Tiếc một điều, kho tư liệu ảnh này không được thực hiện bởi một nhiếp ảnh gia thành danh, hoặc một thợ ảnh chuyên nghiệp có học qua trường lớp nhiếp ảnh, mà chỉ thành ảnh từ một người nôn nóng hời hợt quan sát, dễ dãi khi đưa bút).

4. Nắm bắt đường nét của cuộc sống là một nghệ thuật, dàn trải chúng tượng hình dù bằng chữ nghĩa thêm một nghệ thuật nữa. Nhưng tôi chệch choạc non tay vì:

- Tôi nhập nghề không văn bằng và hành nghề thiếu khá nhiều cổ động trực tiếp.

- Tôi hoàn toàn không có sự hỗ trợ của mặt nổi. Ví dụ như chưa bao giờ trình bày thơ trước đám đông, nói chuyện thi ca văn chương, ngay với năm mười bè bạn.

- Viết và in âm thầm, chưa đứng lên sân khấu ra mắt sách lần nào.

- Bù lại, tôi được nhiều, rất nhiều nhà văn, nhà thơ, người am hiểu văn học, cả bạn đọc viết khích lệ; tất cả trên dưới ngàn trang trong ba cuốn:

. Chân Dung Thơ Luân Hoán (30 tác giả, nxb Kinh Đô Hoa Kỳ 1991),

. Luân Hoán Một Đời Thơ (92 tác giả, nxb Sông Thu Hoa Kỳ 2005),

. Đọc Nhịp Thở Luân Hoán (50 tác giả, NXB Nhân Ảnh Hoa Kỳ, 2014; và còn một số bài chờ in). - Tôi là người lười biếng làm ra tiền, dù khởi đầu nghề bàn giấy lương bổng khá tốt. Lười làm ra vật chất nên cũng không biết tiêu tiền. Chưa bỏ tiền túi in sách. Nhưng có số lượng đầu sách tương đối khá nhiều. (Đa tạ quý ân nhân). Số sách này, ngoài ít cuốn đầu mỏng mảnh. Về sau nhất là những năm gần đây đều là những cuốn nặng ký lô giấy vụn, có khả năng bán cân ký được. Để tự quảng cáo cuốn thơ mới này, tôi đã dông dài như trên, nên công việc chính "chào hàng" đại khái như sau: *- Thoạt đầu tôi dự định in những bài gọi là thơ tình vớ vẩn, ba trời ở cách viết, nằm ngoài sự cho phép của thi ca. Những bài này gợi nghĩ về những vật thể tình dục, sinh hoạt chăn chiếu... nên tôi chọn tên sách là Tà Ma Đôi Điệu Huê Tình.*

- Tiếc là tôi còn biết sợ. Trước nhất là sợ với vợ con và tiếng đời mơ hồ sau đó. Nên tôi chơi giải pháp dung hòa thanh tục, vốn cũng là bản sắc của đa số con người. Tập thơ do đó có tên nhẹ hơn BA HOA HUÊ TÌNH.

- Và nhờ sự tài hoa của người bạn họa sĩ, anh Khánh Trường đưa đường. Một nửa nội dung như đã lộ ra. Bạn đọc có thể đọc ít nhiều qua bìa sách.

- Tôi cũng áy náy nhiều bài viết sẽ không tránh khỏi những nhíu mày, bĩu môi của các bậc đạo đức thật giả. Đành xin lỗi khoảng không vậy.

- Như đã nói trên, tôi còn biết sợ nên thật nhẹ tay trong lúc dùng từ. Tránh không viết những chữ đáng dùng như các anh chị làm thơ tân tiến hơn sau lưng.

- Thơ tôi sống đời không có tư tưởng, triết thuyết nào ngoài một chữ Chơi. - Con đường thơ tôi khởi đi từ đời tôi lên chín cho đến khi tôi trả lại hơi thở cho trời đất. Nhất định như thế, nên chắc chắn tôi khó tự tay thực hiện tập thơ cuối cùng như các tập đã trình làng.

Đa tạ các bạn để tâm đến chuyện chơi thơ của tôi."

Luân Hoán 6g28 thứ năm, 19-12-2019 ở 11351 Armand Lavergne Montréal Nord P. Québec H1H 5W3 Canada | trời tốt.

Thế nào là Ba Hoa? Ra sao là Huê Tình? Thật ngớ ngẩn, điều ai cũng biết nhưng hình như riêng tôi còn lơ mơ. Tra cứu thấy, ba hoa là phóng đại sự việc, nói nhiều với mục đích khoác lác, khoe khoang. Huê Tình là tình cảm giữa nam nữ có tính cách lẳng lơ, thiếu nghiêm túc theo lễ giáo Khổng Mạnh cho phép. Từ này khá thông dụng trong dân gian vào nhiều thập niên trước.

Hiểu như trên, tên tập thơ này hoàn toàn chính xác. Thơ có hồn điều căn bản phải có sự chân thật. Câu thơ hay nhất khi trai gái đã phải lòng nhau, đơn giản và hiệu quả là "anh yêu em, em yêu anh". Cần và đủ, nhưng liệu đã ra thơ chưa? Thật ra hình như ông bà chúng ta phần đông còn bỏ qua việc sử dụng ngôn từ mà chỉ thẳng tiến đến hành động. Ngày nay nếu chúng ta cũng áp dụng cách im lặng tỏ tình bằng hành động, hóa chẳng bị cho thiên về tình dục?

Thơ, nói lui nói tới cũng là một cách nói khác với ngôn ngữ thường dùng giao tiếp một chút. Hãy xem như một cách ba hoa dễ thương.

Trong thi phẩm này có những gì để gọi được là Huê Tình? Huê còn có nghĩa là hoa. Hoa là hoa của cây. Người nữ của cuộc đời cũng có hoa. Hoa của phái đẹp, ông bà Việt Nam xưa thỉnh thoảng còn gọi là Huê. Các bạn từng chơi bài trùng (bài tới) hẳn không quên con Bạch Huê.

Trong một trắc nghiệm, xem thử mình được bao nhiêu người quen biết không chê kiểu chơi thơ bừa bãi, tôi dán lên facebook Lời Chào Hàng (đã nêu trên) và mong sẽ nhận được vài lời nhận xét thay cho lời bạt tập thơ, (mà chỉ cần đọc một bài dán kèm). Bất ngờ quá vui, tôi đã nhận được 31 nụ cười gồm thơ và văn.

Phần thơ có: Lê Vĩnh Thọ, Trần Yên Hòa, Phan Trần Đức, Nguyễn Văn Nhân, Nguyễn Hữu Thụy, Lý Ngọc Lê Thanh, Hoàng Xuân Sơn - Sử Mặc, Nguyễn Hàn Chung, Nguyễn Vũ Sinh, Phan Huyền Thư, Hồ Chí Bửu, Nguyễn Sông Trẹm, Hồ Đình Nghiêm, Trần Hạ Vi, Cao Nguyên, Gia Nguyễn, Đức Phổ, Dư Mỹ.

Phần văn có : Phan Trang Hy, Mang Viên Long, Trần Trung Thuần (Trần Vấn Lệ), Hồ Xoa, Kimberly Phạm, Trần Vạn Giã, Trần Hoàng Vy, Tiểu Nguyệt, Song Thao, Triều Hoa Đại, Hạnh Đàm, Phạm Hiền Mây.

Một tư liệu kỷ niệm quý như vậy, đương nhiên tôi muốn mang vào cất trong bài viết này, sau khi cân nhắc, không thể bỏ bớt chút gì. Nhưng để quý bạn đọc mới của tôi không bị ảnh hưởng, khi muốn đọc thơ chơi cho biết, tôi xin đi phần trích đoạn. Phần trích đoạn này tôi cố tình chọn những bài hơi ngổ ngáo trong tập. Số bài tôi không trích nhiều hơn và nhẹ nhàng hơn. Bài của các bạn chia vui, khuyến khích tôi đi sau cùng.

Khởi tập, giữ thói quen cũ, tôi viết văn vần để làm duyên cho tập thơ:

tình trai gái thánh thiện – có thể ở mọi người – riêng tôi có phần khác – chánh tà luôn đi đôi = vì thế thơ ảnh hưởng – ý tục trong lời thanh – ý thanh trong lời tục -thường đảo lộn loanh quanh = ba hoa là phóng đại – trên sự thật ít nhiều – riêng tôi thường ngược lại – khai thật thà hơi nhiều = đa tạ nhiều nhân vật – giúp đời tôi có thơ – tôi tin người gặp lại – ngày xưa không cần mơ = rất cảm ơn người đọc - chợt thấy có chính mình – hiện hữu cùng nhân vật – qua nhiều góc cạnh tình = tình người và tình dục - cộng chung thành tình yêu – thơ như lời tường thuật - buồn vui cùng dập dìu = mở ra tùy hứng nhé - nhẹ tay như bói Kiều - đọc đôi câu ít đoạn – đã cho tôi rất nhiều *(Bài đầu tập)*

ba hoa đôi điệu huê tình - nổ nghe ghê vậy thật tình hiền khô - dữ mấy mà dính đến thơ - vần vè tức khắc ngọt ngào thanh tao - ... – làm thơ lúc mới lớn lên - nguyện đến lúc đất đắp trên thân mình - giữ thuần túy một chữ tình - tụng miên man suốt hành trình nhân sinh *(Mở ra cánh cửa ba hoa huê tình)*

"em về học lấy chữ "đê" - cộng thêm dấu nặng nằm kề chữ u – câu ca "cách mạng mùa thu" – "bình dân học vụ" chống mù, bay - thời học "i tờ" mỗi ngày – tôi khờ không biết câu này nói chi... *(Chữ có thần).*

"bình dân học vụ em ơi – không đi thời dốt đi thời bụng to" - chữ thần cách mạng dạy cho - học ngồi học đứng khỏi lo mù mờ = hậu quả việc học "i, tờ" – non vài ba tháng nụ thơ chớm chồi – chính phủ khai trí con người - đọc được khẩu hiệu thật xuôi để xài = càng cởi mở mau thuộc bài – "i ngắn có chấm tờ dài có ngang" – "có ngang" đưa đến có mang - mấy cái nhúc nhích "chuyển sang" tức thì... *(Học)* |

hồi trẻ mê "cage sans g" – bây chừ vẫn vậy chưa hề đổi thay - đất lành mong được trồng cây - trồng thêm vớ vẩn nở đầy hoa thơ... *(cage có nghĩa cái lồng - Tâm hoa tâm ma)*

lúng túng dán môi chừng nửa phút - rồi thì ngọ nguậy lưỡi bên răng – tôi hít môi em từng chút một - nước bọt hòa nhau vị ấm tăng - chợt nhận ra em đang nhắm mắt – đê mê mềm oặt cõi thôi miên – ôm siết vai em cùng tất cả - mọi vùng tiếp cận thật hồn nhiên – hoàn toàn không có tâm tạp niệm - chẳng mảy may nào nghĩ vẩn vơ – toàn thân nhất quán bay lơ lửng - mọi cử động như rất mơ hồ *(Nụ hôn môi đầu đời)* |

khí-quan-phồn-thực nhân sinh - cặp sinh-thực-khí hiển linh đời đời – dương âm tạo luật đất trời – cơ bản triết lý vật người sinh sôi - ... – cái gì gần hơn mả cha - hiếu thảo đến mấy khi ma ám vào - ... – hiện vật hay gây án này – không từ đạo hạnh đến bầy du côn - chẳng may ngộ cõi sinh tồn - yếu bóng vía dễ thả hồn gió bay *(Ví von về cõi hoang đường)*

làm thơ ngang ngửa làm tình – dù chỉ thao tác một mình hưởng vui – nhưng không hề chỉ một người - luôn có hồn vía nhiều người trong ta *(Vị trí làm thơ)*.

sắc đẹp tụ những điểm nào - hấp dẫn thu hút đỉnh cao tuyệt vời - gần trước mắt xa cuối trời – lòng phàm mắt tục khó ngồi ngó trân = ngọc tinh khôi gồm mấy phần – nóng nguồn điện dẫn tinh thần liền tay – tôi nho nhã chọn mặt mày – dù kín đáo liếc đó đây vội vàng... *(Diện kiến mỹ nhân)*

tuổi niên thiếu ta trưởng thành vội vã – cũng tại em hay chớp nháy lông mi – em con nít cớ sao mà hay quá - giấu cái chi sau ngực áo kỳ kỳ = tại em hết làm ta mau lớn quá – trái tim đi hối hả chợt như dừng - mỗi lúc em môi trề con mắt háy - nắng còn run huống chi đứa chớm xuân = thật bối rối thịt da gì trắng bóc - cứ y như tờ giấy trắng mịn bân - buộc ta ngó như mắt thèm được đọc – lòng vô tư vấp phải mộng bâng khuâng – chưa kể hết tội em còn nhiều lắm – áo quần gì như giấy quyến gió bay - ngộ một phút cả tháng trời ta thấy – lòng dạ mình uống hương nắng say say - chỉ chừng đó tuổi tình ta đậu xuống - những đêm mưa ngày nắng nối chân nhau – lá đếm bước gió vu vơ trò chuyện - trời chung quanh rủ nhau đổi sắc màu = cứ như thế từng giây ta mỗi khác - chạm thanh xuân ta rực rỡ đẹp trai – nét đẹp ấy chẳng may còn mãi mãi - đọng y nguyên qua năm tháng thở dài = lỗi em hết còn đổ thừa ai được – em một người và cả đám mỹ nhân – ôi nhan sắc đích thị là gian ác – lũ mày râu trúng gió vẫn cam lòng *(Lỗi tại em hoàn toàn)* mặt lành tâm địa bất lương – nhìn em thường mộng chiếu giường về đêm – mơ toàn chỗ bí hiểm em – hình dung tưởng tượng vẽ lên rõ ràng – trâm anh dân dã ngàn vàng – xê xích đôi chút, dung nhan vẫn là – khuôn đúc tạo hóa nặn ra – hương mùi na ná mặn mà như nhau – có thần thánh quỷ chi đâu - vẫn sai khiến đám mày râu vục đầu – cõi riêng hết dạ theo hầu – còn mơ cõi lạ giải sầu-không-tên... *(Mâu thuẫn).*

mong em kín đáo xiêm y – nuôi hứng thú đoán cái chi méo tròn – em bày xả láng hết trơn – thi vị nghệ thuật bị lờn mặt theo = làm trơ trẽn hồn cánh bèo – lá bài nhân phẩm cũng nghèo hẳn đi - tội nghiệp cái đẹp phương phi - vốn được kính cẩn thành chì thau thôi - được vinh danh cái sự đời - cửa mình quả thật tuyệt vời biết bao – khai thác triệt để thành sao – hay tự làm gã ma cô cho mình?... *(Đề nghị).*

hiền nhân quân tử ngày xưa - Khổng Mạnh một bụng vẫn ưa đặt bày – nào là "sờ béo hưởng gầy" - dẫu chanh hay quít cũng say mù trời – đúng là các cụ trời ơi - trời ơi một cách tuyệt vời làm sao - hậu sinh bá đạo cũng cao – nhưng chưa lưu được câu nào trúng y... *(Hậu sinh hời hợt).*

cái chuyện "ngày bảy đêm ba" - từng thực hành thử hóa ra bình thường – thua chăng câu thêm dễ thương – "vào ra chưa kể" chiếu giường vu vi... *(Khả năng)*

... kể xa không thể quên gần – con người hành xử nợ nần kiểu chi? - trời sinh cung cách chính quy – dương âm trên dưới gối quỳ đẩy đưa = đã từng được gọi "mây mưa" – "trăng hoa", "sũng hạnh" (kiểu vua đương triều) – con người sáng tạo nhiều chiêu - cộng thêm phụ kiện cao siêu tưng bừng... *(Mây Mưa).*

"cũ người nhưng luôn mới ta – khen câu chân lý thật thà trúng y – riêng tôi chẳng hề suy bì - mới cũ vẫn cứ tinh vi nuột nà = thuốc tiên: nhan sắc đàn bà – không dám nghĩ vậy nhưng mà hình như - tuổi già bệnh lú lẫn tôi – nhìn thuyền quyên ngắm tiểu thư vẫn tài... *(Nữ Giới)* "enchanté", chẳng nói gì – khi em cười chỉ dưới đì xẹp ta - thế mà cũng vầy trăng hoa – "monotone" kiểu ông bà loay hoay – tính từ hôm đó đến nay - một lần duy nhất khuỳnh tay qua cầu – làm hỏng giấc mộng trong đầu – "trả thù dân tộc" từ lâu ngắm hoài – mình chân ngắn, họ chân dài - bước "đi" tuy vững khó xài tự nhiên - giữ tính mặc cảm di truyền – hóa ra nhờ vậy ngả nghiêng khá bền... *(Trả thù dân tộc).*

nhớ thời phơi phới quân trường (trong sách in sai phơi nắng) – thỉnh thoảng cả đám tắm truồng thật vui - thằng trắng nõn đứa đen thui – đong đưa vò nước chảy xuôi nền nhà = chỉ địa đồng loạt con ma – trang bị súng có bao da ngắn nòng – nam nhi chi chí tang bồng – không chỉ thiên ẩu khi không tối cần... *(Thời làm sinh viên sĩ quan)*

lần đầu thực tập tình yêu – ta như thằng bé thả diều không bay – mù từ chỗ đặt bàn tay – run từ chỗ thấy dày dày sưng sưng = ai bày ra sợi dây lưng - vụng cột thắt gút, ngập ngừng rút sai? – đương nhiên không dại thở dài - dốt chi cũng học xong bài đầu tiên = ta thằng oắt hiền thật hiền – dám châm ngọn lửa vô biên suốt đời – ta yêu, chẳng chi tuyệt vời – bình thường như thể mọi người biết yêu *(Kỷ niệm tình)*

khỏa thân là chỉ ở truồng – phơi thân ngà ngọc, sắc hương trưng bày – tơ măng chỗ mỏng nơi dày – thong dong tự tại tròn đầy tự nhiên -...- sao không phân biệt tùy nghi – "khỏa thân nghệ thuật" khác chi ở truồng ? - gợi tình gợi dục luôn luôn – đi cùng sống cạnh nhau thường trực thôi - chẳng qua lòng dạ con người - sợ tiền nhân sống dậy cười hậu sinh *(Dung tục và nghệ thuật)*

LÊ VĨNH THỌ:

"... Em là một pho sex - Bí hiểm từ trang bìa - Kết thúc như bi kịch - Con này và cái kia..."

PHAN TRANG HY:

"... Nhan đề tập thơ có tên là "Ba hoa huê tình". Ba hoa ở đây, theo tôi hiểu, là dóc tướng, nói quá sự thật, có ý khoe khoang ta đây, dù chẳng được chút tí tẹo nào. Còn huê tình, có thể hiểu nôm na là chuyện tình trai gái, nam nữ có tính không nghiêm túc, đúng đắn. Như vậy, riêng tôi cảm nhận đề bài tập thơ đã thể hiện được chút đùa vui của người "thất thập cổ lai hy", coi như những gì viết ra là cười cợt với chính mình nhằm mua vui cùng thiên hạ. Và khi đọc Lời Chào Hàng của nhà thơ Luân Hoán về tập thơ "Ba hoa huê tình" trên Facebook, tôi thấy mình phần nào cũng cảm nhận được cái hồn của tập thơ như ông đã "thú nhận": "*... Thoạt đầu tôi dự định in những bài gọi là thơ tình vớ vẩn, ba trời ở cách viết, nằm ngoài sự cho phép của thi ca. Những bài này gợi nghĩ về những vật thể tình dục, sinh hoạt chăn chiếu... nên tôi chọn tên sách là Tà Ma Đôi Điệu Huê Tình. Tiếc là tôi còn biết sợ. Trước nhất là sợ với vợ con và tiếng đời mơ hồ sau đó. Nên tôi chơi giải pháp dung hòa thanh tục, vốn cũng là bản sắc của đa số con người. Tập thơ do đó có tên nhẹ hơn: BA HOA HUÊ TÌNH*"...

Quả thật cái nhan đề ấy đã bộc lộ được cái tôi của con người, trong đó có nhà thơ Luân Hoán. Theo S. Freud, tính cách con người có mang tính dục (libido). Tính dục ấy làm rõ cái tôi. Cái tôi ấy vừa chứa cái nó và cái siêu tôi. Và trong cái nhan đề "Ba hoa huê tình", tôi cảm nhận và tin là Luân Hoán đã thể hiện chất người hơn bao giờ hết là nhờ "biết sợ". Chính "biết sợ", con người mới là người thiện lương. Chính "biết sợ", nhà thơ mới có những câu thơ không thô tục. Xin cảm ơn cái sợ đáng yêu đầy chất thi sĩ để có "Ba hoa huê tình"! "Ba hoa huê tình" là thứ ba hoa ngẫm đi ngẫm lại chẳng chết ai. Cái thứ ba hoa dành cho gái, cho em sao mà đáng yêu đến vậy! Theo tôi nghĩ, thứ ba hoa này chỉ làm cho mấy “nường” “sướng rêm mé đìu hiu” khi được nghe lời thầm thì bên tai, khi được thi sĩ khen lấy khen để. Thử đọc 4 câu sau: *“vắng em thơ thiếu linh hồn/ dù em linh hiển cõi chôn sống người/ rước em về quản thúc tôi/ làm vua làm tớ tùy thời yêu nhau”*, để thấy lời ba hoa đâu chỉ mua vui, mà qua đó là lời khen thật, lời thật tình khi yêu, khi nên duyên chồng vợ. Người yêu nào, người vợ nào không sướng cái bụng khi có người yêu, người chồng nịnh như vậy? Đọc tập thơ, tôi còn bắt gặp nhà thơ ba hoa về những lần Kiều đánh đàn. Đặc biệt lần Kiều đánh đàn cho Kim Trọng nghe, nhà thơ như thấu cái lòng Kim Trọng. Tưởng là “ba hoa chích chòe” cho vui, ai ngờ viết đúng tim đen của thằng con trai, viết trúng phóc cái bản năng của giống đực đang cố kìm nén libido: *“đàn lòng trổ từ ngón hoa/ nhịp tim vỗ cánh chim qua cõi đời/ thương chàng Kim Trọng lặng ngồi/ sầu theo không dám hít hơi vào lòng”*. Khi nói đến Kim Trọng, tôi lại nhớ đến Truyện Kiều. Và đâu thể nào quên được khi Nguyễn Du viết về Thúy Kiều đẹp lạ đẹp lùng khi buông bỏ xiêm y: “Rõ ràng trong ngọc trắng ngà/ Dày dày sẵn đúc một tòa thiên nhiên”. Còn trong “Ba hoa huê tình”, Luân Hoán lại viết: *“khi em buông bỏ xiêm y/ không riêng thi sĩ ta quỳ trước hoa/ chính thượng đế tạo em ra/ cũng sững chừng trước nõn nà tinh khôi”*. Thật là đã con mắt trước “tòa thiên nhiên” cũng như “trước nõn nà tinh khôi”! Một thời, người yêu thơ biết được nhiều hình ảnh ẩn dụ, liên tưởng đến sinh thực khí nữ. Hồ Xuân Hương đắc địa với hình ảnh “quả mít”. Hàn Mặc Tử kỳ diệu với hình ảnh “cái khuôn vàng”. Bùi Giáng cà chớn với câu thơ “Mai sau còn một tí gì/ Ấy là khu vực nhu mì của em”. Còn trong “Ba hoa huê tình”, đó là “vùng cỏ hoa”: *“mời em lên ngựa phiêu bồng/ giữa mây thái cổ trời trồng thanh xuân/ nghìn thu lưng nối nghìn trùng/ búp sen em nắm thơm vùng cỏ hoa”*. Hoặc đó là một địa danh cụ thể *“cửa Thượng Tứ”*: *“danh xưng để trên vọng lâu: Đông Nam Môn cửa đã lâu quên dùng/ dân gian gọi một tên chung/ cửa Thượng Tứ quan quân ra vào/ em, “Con Ngựa Thượng Tứ” sao?/ tôi lên yên giữa chiêm bao nhiều lần/ đã xa ngàn dặm phù vân/ vẫn còn phảng phất hương trầm Huế em”*. Và ba hoa nhất có lẽ là hình ảnh “càn khôn” để chỉ cái ấy: *“vành trái đất ấm mặt trời/ tay chân em mở tuyệt vời càn khôn/ ta hạt nguyên tử bồn chồn/ bay quanh chưa chắc chỉ còn đầu lâu"*. Viết rời như vậy, quả là tôi cũng ba hoa chi chương như hòa điệu cùng nhà thơ Luân Hoán. Mong là đem chút vui đến với bạn đọc được chừng nào hay chừng đó. Và tôi tin một điều, khi đọc "Ba hoa huê tình", các bạn sẽ thấy được một Luân Hoán "viết vậy, nhưng không phải là vậy, mà là vậy". (chữ nghiêng thơ LH trong BHHT- Tháng 12/ 2019- Phan Trang Hy)

MANG VIÊN LONG:

Thơ Tình - không mới, bởi vì tính chất "thơ tình" đã có từ thuở loài người vừa biết sử dụng ngôn ngữ, để bày tỏ cảm xúc về mối quan hệ đời sống, tình cảm chung quanh mình. Cuộc tình giữa Adam và Eva trong Kinh Thánh, cũng cho thấy "chuyện tình" là việc tự nhiên, cần có của con Người trên trái đất này. Nhà thơ Luân Hoán gần như đã dành nhiều thời gian "chơi thơ" để lan man thơ tình trong nhiều thi phẩm của anh. Đặc biệt,"BA HOA HUÊ TÌNH" thể hiện "chất thơ tình" muôn thuở của con Người một cách mới mẻ, tự nhiên - đôi khi (có người) coi như thô tục, lộ liễu; nhưng rất trung thực: *"Quạt nan đậy quạt mỹ nhân Em an bình tạo dáng chân dung hiền, Kín hở phong thái thanh tiên. Người xem tự giác tâm thiền vô ưu!"* Ba hoa - theo nguyên ngữ là "nói nhiều, phóng đại quá sự thật, có ý khoe khoang". Còn huê tình là "quan hệ trai gái lẳng lơ, ngoài khuôn phép".

Từ xưa, ca dao đã nhìn nhận: Gặp lúc trăng thanh gió mát, Thú vui nào bằng thú hát huê tình." (Ca dao). Nhà thơ Luân Hoán cũng đã chọn cho chính mình "thú vui chơi thơ" qua "Ba Hoa Huê Tình", rất chí tình, chí lý: *Khi em chưa thoát xiêm y, Dịu dàng đức hạnh nhu mì thanh cao, Khi em phơi phới hồng đào, Khó ngăn nguồn mạch thơ dào dạt dâng"*. Xét theo "nguyên ngữ" (cũng như phong tục xưa), thì sự "ba hoa" của Nhà thơ rất giới hạn, rất chí tình - nhất là rất tự nhiên vì cái Đẹp (và sự thật). Sự thành thật giãi bày cảm xúc, không hề che giấu, là một điều đáng trân trọng. Đó là một "cái mới" trong rừng thơ tình (đôi khi trùng lặp) của nhân loại. Tính "lẳng lơ" (chữ huê tình - mà người xưa nói) trong Ba Hoa Huê

Tình, cho đến thế kỷ nầy, theo tôi, chỉ là "gió thoảng/ mây bay" thôi! Cốt lõi của hồn thơ, vẫn luôn là sự ca ngợi tình yêu & cái đẹp. Sự quan hệ trai gái (dù tinh thần/ thể xác) đều là mối quan hệ sinh tồn thiêng liêng, mầu nhiệm của vạn vật! Xin mời quý bạn đọc lời tâm sự qua bài "Nhụy Hoa":

"sinh ra để làm nhụy - của muôn loài dị hoa - ta một đời hoan hỉ - làm lá noãn đậm đà - mỹ nhân là chỉ nhị - là bao phấn mượt mà - vây quanh ta tha thiết - nuột nà mở lòng ra - nhịp tim ta phơi phới - các em cùng góp hương - mọi mùi thơm lan tỏa - cùng theo lên thiên đường - ta chỉ duy có một - các em muôn vạn loài - mỗi nhan sắc mỗi vẻ - không dành ai hơn ai - nhi nữ trong cuộc sống - hẳn nhiên cũng là hoa - mượn tình ta làm phấn - thụ giống nở thi ca - ngoa ngôn cùng loạn ngữ - chưa bày trọn thiết tha - một đời ta sống chết - đa phần cùng nõn nà". (14-12-2019)

Xin cảm ơn Nhà thơ Luân Hoán đã cho tôi nhiều niềm vui & cảm hứng sáng tác, khi đọc thơ anh! Tặng anh thêm mấy câu: Nhà thơ Luân Hoán mần thơ, Ba hoa trời đất, nhưng mà rất hay! Huê tình nặng nợ xưa nay, Bi giờ mới được giãi bày bà con, Phơi tim, moi óc ví von, Nhận về hai chữ "..." vuông tròn trước sau! – (chữ nghiêng thơ LH trong BHHT- MVL)

TRẦN YÊN HÒA

Xưa mẹ dắt chơi bài chòi - Có người gọi đến quân bài bạch huê - Bạch huê là cái... hê hê - Tức là cái "nứ" của bề nữ nhi - Cái "nứ" mà trống trơn thì... - Là xui tận mạng... rậm rì vẫn hơn. - Bây giờ Luân Hoán hiền ngoan - Dùng chữ nhỏ nhẹ ba hoa huê tình - Huê tình là tình linh tinh - Là hoa, củ, quả, của mình đó thôi - Là tình, tình thiệt, tình lơi - Tình nóng, tình lạnh, tình mời, tình trơ - Tình chân, tình giả, tình hờ - Luân Hoán đã viết với thơ và hồn - Hình bìa đã thấy lên cơn - Màu đỏ của bưởi màu son của lờ -Nhìn qua đã thấy quay đơ - Tim như muốn xỉu, còn "cờ" nóng ran - Nói vậy cũng thật là oan - Biết Luân Hoán chỉ ăn toàn đậu tương - Thơ anh, hiền, ngọt, như đường - Chỉ lên gân chút ra phường tay chơi -

Thơ anh thanh thoát, âm, lời - Một đời dựng, một đời chơi thôi mà - Gần ba mươi thi phẩm ra - Nhìn chung có vẻ đều là gió trăng - Cứ như vậy cười... chi bằng? - Cuộc chơi nào cũng nhọc nhằn trái tim.

TRẦN TRUNG THUẦN (trần vấn lệ):

Tôi không còn trẻ nữa. Lẽ ra tôi nên viết Tôi Đã Già. Nhưng tôi thích chữ Trẻ hơn chữ Già. Tôi sống bình thường như mọi người đang sống, thở, ăn uống, nghỉ, ngủ... Tôi chẳng lo nghĩ gì về ngày mai. Tôi vẫn như hồi nào ra trường Bộ Binh Thủ Đức, ra đơn vị và đi đánh giặc - hồi đó gọi là Đơn Vị Tác Chiến - ngó lui lại, bạn bè cùng khóa ra trường đi tứ tán... Chúng tôi vui vẻ chào nhau rồi về nhà nghỉ phép hai tuần rồi sau ra sao kệ nó... Cuối năm 1967, tôi còn sống, nghe tin vài đứa tử trận.

Tôi nghĩ đến mình, mai mốt cũng vậy thôi. Thế mà tôi không sao. Một hôm đọc báo, hình như báo Văn, nửa tháng ra một số thì phải, thấy có mấy dòng mừng Luân Hoán có đứa con gái mới sinh ở Đà Nẵng, năm đó 1970, đặt tên là Lê Ngọc Hòa Bình. Đọc kỹ thêm chút, biết Luân Hoán, một "nhà thơ" có nhiều bài đăng báo, có tiếng tăm hơi nhiều nhiều, thương binh cụt giò, giải ngũ, hết đánh giặc, về nhà, sinh con... kỷ niệm mình hết "đánh giặc", coi như hòa bình...

Lòng thầm mừng cho bạn, người cùng khóa, còn "tồn tại", trong khi đó, trước đó, sớm nhất là Chuẩn úy Tôn Thất Mẫn, chỉ một ngày trình diện đại đội, rồi Trần Hữu Thanh, rồi Hồ Minh Nhựt... lâu lâu hơn nhưng cũng đều quá vãng bởi những viên đạn vô hình, vô tình, vô cảm! Còn đây, thưa thớt những thằng bạn đồng khoa không còn trẻ nữa... Tình riêng, tôi nghĩ tới Luân Hoán không ít trong đời này. Hầu như ai thương yêu, trìu mến chế độ Việt Nam Cộng Hòa, đều thường xuyên nhắc nhở những Quân-Dân Cán-Chính đã hy sinh cho chế độ, hàng năm ở quốc ngoại (đúng ra là tại Mỹ), tổ chức nhiều buổi Ca Múa Nhạc Cảm Ơn Anh thu tiền nói tặng cho anh em Thương... Phế Binh Việt Nam Cộng Hòa, tuyệt nhiên tôi không nghe ai nhắc tới tên những thương binh đang còn sống trước mặt họ (có người cụt tay, có người cụt giò, hai giò luôn...) như Lê Văn Chiểu Đại úy xuất thân Võ Bị Quốc Gia khóa 19 đang ở Virginia, như Trung úy Trần Thy Vân khóa 21 Thủ Đức, như Đại úy Phạm Ngọc Tấn bị thương bể xương đùi đang ở Ohio, như Chuẩn úy Phan Xuân Sinh khóa 6/68 mất một bàn chân đang ở Houston Texas... nhất là nhà thơ Luân Hoán, cụt giò, đang ở Canada làm thơ mút chỉ cà sa... Tôi buồn chớ! Tôi chẳng cụt gì, chỉ hơi hụt hơi vì ở tù cải tạo hơi lâu, qua Mỹ làm thơ viết báo ba mươi năm nay không có một đồng nhuận bút! Tôi cảm ơn cơ quan Xã Hội Mỹ nuôi tôi lớn thêm với tuổi tàn. Tôi tự cho mình chút "quyền" nhắc tới anh em mà tôi quen biết, vậy thôi. Tôi dạo chơi trên Facebook, thấy Luân Hoán sắp ra một tập thơ mới, đặt cái nhan đề khá "gồng mình": Ba Hoa Huê Tình. Sách sắp ra, là tôi chưa có, nhưng tôi nghĩ mình nên mừng bạn cùng khóa Bộ Binh, tôi vội viết bài này thay cho bức thư chào mừng tác phẩm mới của bạn nhân dịp Lễ Mừng Chúa Giáng Sinh năm 2019, nhân dịp sắp qua Năm Mới 2020... Với tôi, thơ Luân Hoán đậm đà trong lòng tôi đã hơn nửa Thế Kỷ (thật sự là hai Thế Kỷ, 20 và 21) từ những năm cuối 1960 tới bây giờ cuối năm 2019. Đậm đà mang ý nghĩa là "nhớ" chớ không phải "nhớ nằm lòng". Đậm đà là thơ Luân Hoán hồn nhiên như con trai mới lớn, muốn yêu, biết yêu và thèm thuồng yêu đương. Đậm đà là thơ Luân Hoán có khi thấy cũng "bực cái mình" mà chịu thua vì mình cũng có những ý nghĩ... tầm bậy chớ bộ! Tôi không "lầm" thì qua FB, tôi biết Luân Hoán cùng bà Huyện sắp về quê có việc trong thân tộc dịp đầu năm 2020, thời gian ngắn. Luân Hoán sẽ xa Canada trong vòng một tháng, trong thời gian đó cuốn thơ Ba Hoa Huê Tình gửi tới nhà in, Luân Hoán trở lại nơi tái-định-cư Canada có sách mới ngay và gửi đi tùm lum ngay... Chúng tôi, Luân Hoán và tôi (và các bạn, những ai cùng trang-lứa-chúng-mình) sự sống đang nhiều "hạn chế". Vội hay vội vàng... kẻo trễ nha! Thật tình tôi có thấy ngồ ngộ mấy chữ Ba Hoa Huê Tình. Hiểu nhanh như chớp: thơ nghịch ngợm rồi đây! Tại sao không Ba Bông Bông Tình? Tại sao không Ba Huê Hoa Tình? Tại sao không Ba Hoa Chích Chòe? Ôi, cái gì cũng được! Đời thơ ai cũng nhờ Cái Ấy mà tiến thân. Hơn nữa là Lính Việt Nam Cộng

Hòa thì trong tình huống nào mà phải hô "Tan Hàng" ai cũng đều hạ quyết tâm "Cố Gắng"... cho có cái gì với núi sông!

Tôi muốn ôm ghì vào lòng tôi cuốn thơ mới nhất của Luân Hoán, Ba Huê Hoa Tình! Tôi muốn nó... có ngay trước mặt (hay mai mốt trong đầu năm 2020) để tôi hôn thắm thiết cái chân cụt của tác giả... hơn năm mươi năm rồi nó nằm ở đâu? Bao nhiêu chiến trường đã thành bình địa, thành vũng lầy, thành nhà máy, công trường... coi như "nó" từ đi vào nơi gió cát, đêm trăng ngà nghỉ mát nơi nao... Anh Chị Luân Hoán ơi, đến năm nay cháu Lê Ngọc Hòa Bình cho anh chị mấy đứa cháu ngoại rồi hả anh chị?

TRẦN VẠN GIÃ:

1. Đến bây giờ tôi mới biết tại sao nhà thơ siêu chơi chữ Luân Hoán lấy bút hiệu Luân Hoán, nhà thơ siêu chơi chữ lấy tên mẹ (tên bà cụ Nguyễn Thị LUÂN) và tên cha (tên ông cụ Lê HOÁN) thành bút hiệu của mình: LUÂN HOÁN, trên cõi đời này người làm thơ thương cha, nhớ mẹ như anh rất được người đời mến phục, từ đó tên Luân Hoán suốt đời đông đặc trong ngôn ngữ thơ Việt của anh đã lan tỏa khắp mọi miền trong và ngoài nước. Anh khởi viết từ năm 1958, năm tôi còn học Tiểu học, thơ anh nổi tiếng trước 1975 ở miền Nam Việt Nam, đến nay anh đã xuất bản, cũng như đã được giới thiệu trong các tác phẩm và góp mặt trong các tuyển tập, thống kê in đầy trên trang giấy A4. Nhà thơ siêu chơi chữ Luân Hoán vẫn tiếp tục "hăng hái lên đường nhập ngũ với đội quân thơ" tăng tốc bay bướm trên con đường cao tốc thơ. Nàng thơ sung sức mời gọi:

"... Mỹ nhân đến tự đất trời/ Càng ngày càng đẹp mỗi thời mỗi hơn". Nhưng nhà thơ siêu chơi chữ Luân Hoán nghiêm khắc như thầy tu: *"Chữ nghĩa vọng xảo hết trơn/ Lẽ nào sử dụng xảo ngôn để đùa"*. Thật thà, nguyên nhân thật thà nên "tá hỏa tam tinh" để rồi: *"Em cởi mà chẳng chi chừa/ Mà thơ bạo lắm cũng chưa chắc bằng/ Leo lét ta một ngọn đèn/ Soi đời thêm tiếc gió trăng của trời"* (những câu thơ trên trích trong bài Ít câu cho có ngày đầu tháng, thơ Luân Hoán).

2. Tôi nhớ năm 1971 nhạc sĩ Phạm Thế Mỹ, nhà thơ Vũ Hữu Định, nhà thơ Trần Dzạ Lữ... và tôi đến thăm anh nhưng không gặp, sau đó đi lên chùa thăm họa sĩ Hồ Đắc Ngọc, qua Sơn Trà tìm Đoàn Huy Giao và đến nơi đóng quân hỏi họa sĩ, võ sư Hạ Quốc Huy, lên đường rầy uống rượu thâu đêm với A Khuê. Lâu quá, tôi nhớ nhớ, quên quên nhà sách của nhà thơ siêu chơi chữ Luân Hoán tên Ngôn Ngữ (?) và có lẽ tên Ngôn Ngữ tái bản đặt tên một tạp chí ở nước ngoài do anh và các ông Song Thao, Nguyễn Vy Khanh, Hồ Đình Nghiêm, Lê Hân chủ trương đang xuất bản. Không chịu thấm đòn: văn chương hạ giới rẻ như bèo, nhà thơ siêu chơi chữ Luân Hoán dù không ai đặt hàng nhưng vẫn đang CHÀO HÀNG: Ba hoa huê tình và Cái tôi, hai tập thơ này mỗi tập dày tối thiểu 300 trang. Đúng là siêu chơi chữ. Thiên hạ nói rằng: "Một người làm quan cả họ được nhờ/ Một người làm thơ ba họ bơ phờ". Thế mà, nhà thơ siêu chơi chữ Luân Hoán này, vẫn cứ tỉnh bơ: Đường thơ ta cứ đi/ Ruộng thơ ta cứ cày. Do đó, CÁI TÔI cứ BA HOA HUÊ TÌNH mở toang cánh cửa thơ vang lên thi khúc Vui là chính vì đời mấy khi vui phải không THƠ?

TRẦN HOÀNG VY

Đã là "huê tình" nên chắc chắn luôn thương hoa, tiếc ngọc, luôn muốn nâng niu bao lớp "mỹ nhân" mà mỹ nhân "vây quanh ta tha thiết" thì lại càng... đắc ý chí mà "nhịp tim ta phơi phới", rồi "cùng theo lên thiên đường". Đúng là đào huê nhất bậc, ví von của ước mơ vừa... viển vông nhưng cũng rất thật lòng? Đâu chỉ "duy có một" trong "muôn vạn loài" hoa "nhan sắc", mà "nhi nữ trong cuộc sống" cũng chính là hoa, mà hoa thì rất cần ong, bướm, con người nâng lên thành tình yêu để... thụ phấn, truyền giống cho đời. Song trong câu chữ, thi sỹ lại mơ màng gọi là "thụ giống thi ca", khiến cái huê tình, cuộc đời càng lung linh màu sắc, đắm chìm vào sức sống, sự sáng tạo mới của ngôn ngữ? Ngôn ngữ, với thi sỹ dẫu "ngoa ngôn" hay "loạn ngữ" cũng chỉ là sự sống chết, mê đắm với cái... "nõn nà" của trời đất ban tặng, là EM hay là HOA, dù sắc, dù hương, cũng góp phần cho cuộc sống tràn đầy, vuông tròn, mà các bậc quân tử ai chẳng mê HOA, đắm EM cho cuộc đời mãi cứ sinh sôi nảy nở... Thi ca?

PHAN TRẦN ĐỨC

Huê Tình là cái Ba Hoa - viết dăm ba chữ vì mê Huê Tình...

NGUYỄN VĂN NHÂN

"Ghe lui khỏi bến còn dằm - Người thương đâu mất chỗ nằm còn đây" (Câu hát huê tình) - Xưa anh Sáu Giáng - Láng cháng huê tình - Nay anh Luân Hoán - Huê gì thất kinh - Tính tỉnh tình tinh - Tim mình mình biết - Cứ đập thình thình - Cứ thương tha thiết - Cứ da cứ diết - Huê nào chẳng ưa - Trăng thanh mắt liếc - Đất trời mây mưa - Lá đổ từa lưa - Ờ Ba la mật - Tiểu thừa đại thừa - Thừa Duy ma cật - Mắc chi đem cất - Trái tim nồng nàn - Tình huê lật đật - Tình đời riêng mang. (Sàigon 21-12-2019)

NGUYỄN HỮU THỤY

Thơ chơi không phải tuột quần - Chơi thơ cởi cái tinh thần huê ngôn - Khi vui gieo cái vần ôn - Lành câu lục bát cho hồn thơm lây - Đời so tựa thoáng gió mây - Mưa sa hoa xuống trên cây già người - Chỉ mong nở những nụ cười - Như ông Luân Hoán trổ trời sống dai. (SG - 21-12-2019

KIMBERLY PHAM

Thơ anh Luân Hoán mộc mạc bình dân chân thật rất là dễ thương. Em cũng tìm thấy trong thơ Luân Hoán tính nhân văn và nhân bản. Em nghĩ cái tựa đề và hình bìa có vẻ hấp dẫn như Playboy. Đời là thế; C'est la vie, la vie est belle, belle toujours...

Kimberly Pham - Hoa Kỳ - 21-12-2019

LÝ NGỌC LÊ THANH

hàng ông còn chi để chào - không cong cũng quẹo khó vào tới nơi - làm thơ không phải chuyện chơi - lẹt quẹt ngoài cửa trơi đời mất vui - cũng may chân chất rất người - vừa Châu vừa đính Ngọc trời ngon ơ.

(Việt Nam - 21-12-2019)

HOÀNG XUÂN SƠN

Sừng cong - Trăng mới nhú non - Mà mình thì đã già hom mất rồi - Thôi đành vịn bạn thơ. Rơi - Tưởng tượng - tưởng tượng bồi hồi chút xuân.

(Montréal - 21 dec 2019)

NGUYỄN HÀN CHUNG

hỏi minh mông - cảm khái những điều anh viết - nghĩ đời mình rồi cũng ra bụi tro - việc gì còn sức còn chơi - đến khi nằm liệt giường thì ôi thôi - có muốn ba hoa huê tình - cũng đâu còn được nữa - kệ mấy tên giả cao đạo - không chấp làm gì... - tạm diễn vần đại khái:

"thì cứ chơi đi cho mãn cuộc - cuối rồi dè dặt cũng hư không - khắc mấy chữ thơ vào khói thuốc - mất còn sau trước hỏi minh mông!"

(Hoa Kỳ - 21-12-2019)

SỬ MẶC

Huê tình mấy nụ ba hoa - Chích chòe có chết cũng là đương nhiên - Mấy ai đi ngủ trùm mền - Mà nằm chộ được thiên nhiên một tòa.

(Sử Mặc Canada - 21 dec 2019)

HỒ XOA

Ba hoa huê tình, một kiểu tự tình " dũng cảm" của Luân Hoán = Tôi quen biết thi sĩ Luân Hoán qua tạp chí Ngôn Ngữ, mà chính anh là một trong số những người chủ trương, và sau này tương tác với nhau trên facebook. Là người đi sau anh nhiều chặng đường "Tang hải thương điền", tôi không dám nói về khen chê, chỉ viết với anh "Ba hoa huê tình" một vài cảm tưởng. Trong mỗi chúng ta ai cũng hiểu rằng tự thân cái "cơ chế" nhục dục có những đòi hỏi đặc thù như bản năng vốn có. Từ những nền tảng đó kết hợp với những khát khao về mỹ học trong tâm hồn tạo nên những sáng tác nghệ thuật vĩ đại. Nếu không khát nhục dục thì sáng tạo nghệ thuật là không thể. Nhưng người sáng tác thường giấu đi (hay để nó ẩn rất sâu) trong sáng tạo của mình. Luân Hoán "dũng cảm" hơn, khi anh không giấu nó quá sâu, vì thế với "Ba hoa huê tình" có một nét thơ hấp dẫn, rất riêng và mới. Nhân những cảm xúc đó, xin tặng anh mấy câu thơ mà khi viết tôi đã bớt phần nào bỡ ngỡ.

Nhớ người đôi núi rung rinh - Bờ khe rêu mọc huê tình rong chơi - Nhục vinh cũng một kiếp người - Bờ môi thục nữ, nụ cười hồng nhan...

(Đại Lộc VN - 22-12-2019)

NGUYỄN VŨ SINH

Nhờ cái chân gỗ đi cùng - Bàn tay táy máy nơi vùng chữ thơm - Một đời nặng nợ ba lơn - Nên thơ cùng thẩn trải hồn nhẹ tênh - "Châu lật đật", bạn đặt tên - Mông ngồi chưa nóng vội lên yên rồi - Dễ đâu anh bỏ cuộc chơi - Vì men thi ngấm tận nơi tim mình.

(Việt Nam, 22-12-2019)

PHAN HUYỀN THƯ

Luân Hoán giấu Bảo Hoàng trong tóc - Thỉnh thoảng ùa ra lênh láng thi đàn - Chữ tình mới thật đa đoan - Chữ duyên, chữ nợ giữa đàng thi nhân - Giở huê tình tán tỉnh xuân - Ba hoa với ngọn sầu đông một mình - Trăm năm trong cõi lặng thinh - Có một tiếng vọng cầu tình phất phơ - Như ngọn gió cõng bơ vơ - Ngàn năm Luân Hoán khói chờ nguồn hương.

(Sài Gòn, 22-12-2019)

TIỂU NGUYỆT

(ba hoa huê tình, những bài ca dao mới)

Đọc thơ Luân Hoán - nhất là thơ tình, tôi từng có suy nghĩ: Thơ của anh có nhiều tính chất của ca dao, tính chất rõ nét đặc biệt là "Huê tình". Cách nay nhiều thế kỷ, ca dao đã thể hiện chất huê tình khá đậm nét, nhất là nội dung phản ảnh: Thẳng thắn và hồn nhiên - ngoài "quy luật đạo đức" cũ. "BA HOA HUÊ TÌNH" của Nhà thơ Luân Hoán ở thế kỷ 21, có sự trưởng thành vượt bậc về sự tiến bộ của nhận thức tình cảm, cảm xúc và cái "Đẹp"! Tôi đã tìm thấy trong thơ Luân Hoán sự gần gũi, tự nhiên của ca dao xưa. *"đêm mênh mông lặng như tờ - nghe em ú ớ ngủ mơ trong mùng - cái mền chưa thể đắp chung - nhưng trong cái nhớ có cùng cả hai"*. (Nhớ Nhung - Luân Hoán) "nghe em ú ớ ngủ mơ trong mùng", chúng ta có thể thấy rõ ràng, người con gái nằm ngủ "mơ" trong mùng tự nhiên, giữa đêm mênh mông vắng lặng, thật gần gũi, thật hiện thực. "cái mền chưa thể đắp chung/nhưng trong cái nhớ có cùng cả hai" - cho dù chưa nên duyên chồng vợ, nhưng trong nỗi nhớ nhung sâu lắng, luôn có đôi, dù là trong giấc ngủ. Lời thơ tình ý nhẹ nhàng nhưng mặn nồng, mộc mạc; như những câu ca dao rất hồn nhiên - vì có cái hồn nhiên mà cảm động đến lời thơ. "ầu ơ… thò tay mà ngắt ngọn ngò thương em đứt ruột giả đò ngó lơ". (ca dao) "thương em đứt ruột", nhưng vẫn cứ "giả đò ngó lơ"; để rồi lén nhìn, yêu thương canh cánh bên lòng. Những câu hát huê tình là những câu thơ, những đoạn thơ rất đáng yêu, với tình ý nhẹ nhàng mà những nhà thơ vô danh của miệt ruộng, miệt vườn đã phổ vào mỗi câu mỗi chữ. "Lan huệ sầu ai lan huệ héo Lan huệ sầu tình trong héo ngoài tươi" (ca dao) Chúng ta hãy nghe nhà thơ Luân Hoán "thả thơ trên biển": *"mây cao chốc chốc muốn sa, nắng soi từng góc thân hoa thiên thần. câu thơ biết phận cù lần, rút lui vào trái tim trần nằm mơ"*. (Thả Thơ Trên Biển - Luân Hoán). Mây trên cao, chốc chốc muốn sa xuống, nắng thì "soi từng góc thân hoa thiên thần" - trước một khung cảnh đẹp trời mây, hoa nắng; có lẽ nhà thơ rung cảm theo cái nắng, theo áng mây xa; rồi tự ví câu thơ mình có phận "cù lần", rồi rút lui - không phải vào nơi chốn nào khác, mà là vào "trái tim trần nằm mơ", sự ví von thật đẹp!

Thơ Luân Hoán không triết lý, tư tưởng cao siêu, mà dung hòa Chân Thiện Mỹ (thanh tục), để thấy rõ "bản thể" của sự việc vốn cũng là bản chất chung của đa số con người có ý thức. Sự thành thật giãi bày cảm xúc, ghi nhận về huê tình, không che giấu, là một điều đáng trân trọng; bởi đó là mối quan hệ sinh tồn thiêng liêng của loài người. "... *Không ra đường chẳng gặp ai - Họa hoằn ngắm các chân dài ti vi - Vài chồng bánh tráng thùng mì - Lai rai đủ có thơ tùy hứng thôi - Đi ít bữa không có đôi - Ngủ ít bữa có thiếu hơi cũng thường...*" (Đôi Bạn Lẩm Cẩm - Luân Hoán). Nhà thơ hứa với vợ *"không ra đường chẳng gặp ai"* cho vợ yên tâm mà về thăm quê; nhưng "đùa vui" một chút rằng, *"họa hoằn ngắm các chân dài ti vi"* - chỉ ngắm nhìn trên ti vi thôi, không hề gì! Đã có "bánh tráng, thùng mì", đủ no lòng, để có thơ tùy hứng. Sự dí dỏm dễ thương trong thơ Luân Hoán thường tạo sự bất ngờ thú vị cho người đọc. Vậy mà: "... *em cứ lo dại cho ta bên này - Rủi ro không kịp giờ bay - Trở qua vuốt mắt nắn tay cuối cùng*". (Đôi Bạn Lẩm Cẩm - Luân Hoán) Lời thơ như đùa, nhưng lại rất chí tình, chân phác. Cái lo sợ không có mặt trong giây phút "tử biệt sinh ly", ray rứt, nao lòng, tình nghĩa. "Ba Hoa Huê Tình" của Nhà thơ Luân Hoán, thể hiện thơ tình mới mẻ, tự nhiên, giàu cảm xúc - *"đi ít bữa không có đôi/ ngủ ít bữa có thiếu hơi cũng thường"*. Có khi nào, nhà thơ cũng như lời trong câu ca dao: "đêm nằm tơ tưởng, tưởng tơ/ chiêm bao thấy bậu, dậy rờ chiếu không" (ca dao) chăng? Ngay đến đại thi hào Lý Bạch của Trung Quốc, cũng làm bài thơ Tương tư để nhớ một mỹ nhân: "Mỹ nhân tại thời hoa mãn đường, Mỹ nhân khứ hậu dư không sàng. Sàng trung tú bị quyển bất tẩm, Chí kim tam tải văn dư hương". Ngô Tất Tố dịch là: "Người đẹp khi còn hoa đầy phòng, Người đẹp đi rồi giường bỏ không. Trên giường mền gấm cuốn không đắp, Đến nay ba năm hương còn nồng". "Ba Hoa Huê

Tình" - những bài ca dao mới, thật mới, thật tự nhiên, cho người đọc nhiều cảm hứng, yêu thích. "... nhi nữ trong cuộc sống - Hẳn nhiên cũng là hoa - Mượn tình ta làm phấn - Thụ giống nở thi ca - Ngoa ngôn cùng loạn ngữ - Chưa bày trọn thiết tha - Một đời ta sống chết - Đa phần cũng nõn nà". (Nhụy Hoa - Luân Hoán) Tiểu Nguyệt, Bên dòng sông Tắc, Việt Nam, 12-2019

HỒ CHÍ BỬU

một chút xíu về nhà thơ Luân Hoán

Thơ nội lực và cũng hay dí dỏm - Thích chọc người mà cũng rất sâu xa - Vừa điêu luyện nhưng cũng vừa khinh mạn - Thơ của ngài chẳng giống của người ta = Tôi quen biết anh mười năm có lẽ - Và mười năm anh hoạt động không ngừng - Trời sinh anh ra để làm nghệ thuật - Thất thập lục niên coi bộ dửng dưng = Thơ anh có Tú Xương – Cao Bá Quát - Có Tản Đà có cả Lưu Trọng Lư - Một tay chơi mà thơ không quá đát - Thơ cháy lên, nên cháo cũng phải nhừ - Là bậc đàn anh – cũng là chiến hữu - Tôi rất quý anh vì một người tài - Hy vọng có ngày cùng nâng chén rượu - Nói chuyện huê tình và nhậu lai rai...

(Tây Ninh, Việt Nam 22-12-2019)

NGUYỄN SÔNG TRẸM

Tôi đọc "Lời Chào Hàng" của anh Luân Hoán viết cho BA HOA HUÊ TÌNH, ở đoạn cuối có câu: "Thơ tôi sống đời không có tư tưởng, triết thuyết nào ngoài một chữ Chơi". Tôi rất thích câu này, vì đọc những bài thơ anh viết thể hiện rõ điều ấy. Tự nhiên như trong một cuộc chơi chữ nghĩa. Và tôi nghĩ, Ba Hoa Huê Tình cũng là tiếp nối cuộc chơi ấy của anh. Một Người Chơi lão luyện! Chúc mừng anh!

HỒ ĐÌNH NGHIÊM

độ rày mình thích - văn đổi sang thơ - có thể mang tật - ba hoa huê tình - học đòi từ anh - châu dư phong độ - trăng sao trên trời - là phương viễn mộng - thân cận bên mình - diễm lệ đài hoa - nhờ anh dẫn lối - rộng lòng chỉ bày - dựa hơi cho ấm - theo vào địa cấm - mỹ nữ trời ban - cũng trao tài năng - đại gia Luân Hoán - nghe thi sĩ nói - giấy cân ki-lô - ức triệu bài thơ - buồn vui kỷ niệm - mình đong gờ-ram - từng trang mộng rách - giờ vụng nói năng - bắt chước nào dễ - thơ anh rượu quý - ủ từ ngày xanh - cưa đổ hằng hà - quê xưa đất mới - hương xô mộng lệ - mình say viết càn - mong anh không màng - chấp nhận điểm danh - sắp hàng sau bóng - đổ dài tình thơ.

(Montréal, 22-12-2019)

TRẦN HẠ VI

Gã làm thơ thích lang thang - Theo gót thục nữ giữa đàng làm quen - Hỏi tên ấm ớ vờ quên - Yêu chưa mà đã mông mênh huê tình - Một đời chữ đuổi bắt hình - Bóng ai giúp gã thất tình làm thơ - Montréal đội tuyết ngẩn ngơ - Câu thơ thắp ngọn lửa chờ mỹ nhân.

Trần Hạ Vi, 2019

ĐỨC PHỔ

đêm qua mơ ngọn huê tình - sáng ra cánh ướt rõ mình chiêm bao - thơ nghiêng nét. giữa trăng sao - tờ xiêm mỏng quá. ôi chao nỗi đời! - vẽ người lắm núi lẫn đồi - triền cao lũng thấp rạng ngời sắc hương - tặng anh cả phố cùng phường - trèo lên tụt xuống chiếu giường reo vui!...

(23-12-2019)

TRIỀU HOA ĐẠI

Với một người đã quá cái tuổi thất thập cổ lai hi và đã có một bề dày những tác phẩm. Sinh hoạt trong giới chữ nghĩa ngót nghét gần 70 năm chuyên làm thơ tôi nghĩ nếu có viết ra cho "CHÀNG" bất cứ điều gì cũng chẳng quan trọng, nói như nhà văn Song Thao thì chuyện viết tựa, viết bạt cũng không cần thiết nữa. Có điều, ở một cái tuổi như vậy mà "Chàng" vẫn Ba Hoa Huê Tình một cách huỵch toẹt thì đó mới là chuyện lạ. Chuyện xưa và chuyện nay và chắc chắn còn dài dài chuyện GÁI, TRAI không khi nào chấm dứt, xưa ông Tản Đà đã phán: "Một trà một rượu một đàn bà/ Ba cái lăng nhăng nó quấy ta/ Có chăng chừa rượu với chừa trà". Tôi nghĩ: Ông Luân Hoán bạn tôi lại còn hơn ông Tản Đà một bực là đã dám "cả gan" rủ người đẹp về ngủ với ông: "Em về ngủ với tôi không" thì thật là một chuyện "lọa".

Ông in sách, tôi gửi lời mừng ông, ông cứ việc: BA HOA HUÊ TÌNH thỏa thích, rồi mai kia mốt nọ dẫu có về một cõi khác lúc đó dù có đứng nấp sau nải chuối tôi chắc thế nào mà ông chẳng ngắm mông con gà. Hợp tình với câu nghe quen: "Đến nay súng đã tịt ngòi/ gia tài còn lại một vòi nước trong/ mai này về với cha, ông/ nấp sau nải chuối ngắm mông con gà".

(24-12-2019)

CAO NGUYÊN

Sao anh? - Sao anh lang thang hoài ở cõi thơ? - Để tìm em! - Để làm gì anh hỡi? - Quên mất rồi em ơi! - Sao mãi chập chờn chốn chiêm bao - tội nghiệp anh lạc lối - không tìm được ngõ ra? Không, anh vẫn còn đang kiếm ngả vô! - Sao anh cứ loay hoay ở vô thường? - Để tìm nhau! - Để làm chi anh hỡi? - Để được đau, em ơi!

(23-12-2019)

SONG THAO

Thật khó mà kiếm được bài thơ nào của ông nhà thơ Luân

Hoán mà không chạm tới cái tình. Tôi dùng chữ "cái" trước chữ tình để nhấn mạnh thứ "tình" của ông bạn nhà thơ chỉ là một loại "cái". Tình của ông không là thứ mơ mộng như của các ông bà nhà thơ khác mà rất thực tế, rõ ràng. Có thể nhiều người cho là "tình" của ông Luân Hoán là thứ tình bỗ bã, sống sượng. Ông coi bộ chẳng cần để ý tới. Ông cứ đường ta ta đi. Đường của ông là đường trần. Đường trần nên chẳng cần e ấp. Cứ nhè đúng cái chỗ tình mà ghiền. Thơ ông vì vậy rất huê tình. Nay ông lại chơi ngay một cuốn thơ dày cộm chỉ chuyên chuyện "ba hoa huê tình" thì ai mà chịu nổi. Nhưng chỉ đọc cái đề nhiều người đã hóng sách. Tôi ở trong số đó!

(Montréal, 23-12-2019)

GIA NGUYỄN

(nói ba trợn với ông anh làm thơ và yêu nhiều người)

Anh có thể yêu rất nhiều người để làm thơ - nhưng chắc chỉ yêu trơn - Ôi ông anh làm thơ của tôi vừa hiền lại rất non gan - Dám chắc yêu ai anh chỉ yêu cái phần hồn - Thế gian khi nói đến chữ tình - thường chỉ ngay đến chỗ trái tim - Yêu không thể yêu khan - và xem chuyện-nớ là thứ-cấm-kỵ-vô-ngôn - Nếu hổng có gan và hổng có khả năng - làm đến nơi đến chốn - Thơ dẫu hay tới trời người ta cũng lơ luôn! - Rồi trách ai kia chẳng biết chi đến cái tâm hồn! - Thằng em đây - ngó rứa đó mà lại lanh và bạo hơn anh (Dẫu nhiều lúc anh coi thường thằng nớ khờ khờ khạo khạo) - Xưa chưa được như anh - từng cầm quân ra mặt trận - Nhưng thằng em lại biết đánh mạnh đánh nhanh - Và biết rút lui rất đỗi gọn gàng (Khiến cả địch lẫn ta lắm phen cũng ngơ ngác hoang mang!) - Chuyện làm thơ - em xin vái anh ba vái tôn anh làm đại sư huynh - Còn chuyện yêu đương và ba-cái-chuyện-liên-quan-tới-cái-vần-ồn-nớ - Xin anh đừng có tự ái chi mà không xem thằng em là sư phụ của mình - Rồi em sẽ tặng riêng anh một số bí-kiếp-ai-đọc-cũng-phải-thất-kinh (Ôi xin lỗi anh! thằng em chỉ ba hoa nói dóc tựa anh mình!).

(Đà Nẵng, 23-12-2019)

NGUYỄN THÀNH

(lãng tử râu bạc)

Nếu ai chưa biết anh Luân Hoán mà đọc tựa "Ba hoa huê tình" thì chắc chắn sẽ nghĩ rằng có một gã du tử chuyên đi mây về gió với cái thói trăng hoa vốn dĩ của những đàn ông chuyên đi chinh phục phụ nữ và luôn ba hoa khoe chiến tích với bạn bè... Nhưng không...! Tất cả chỉ như trong giấc mộng và người thi sĩ có quyền mơ. Lãng mạn là chất xúc tác để tạo ra nguồn cảm xúc, và nội lực để có những vần thơ đi vào lòng người. Thanh chẳng thanh mà tục chẳng tục, trong "Ba hoa huê tình", thơ anh Luân Hoán ở cái ngưỡng mà chỉ cần tư tưởng nghiêng về hướng nào thì suy nghĩ sẽ trượt về hướng đó... nhưng điều đó chẳng ảnh hưởng gì tới cuộc chơi của anh. Cuộc chơi chữ nghĩa! Như cái nợ văn chương vô hình, chẳng ai đòi mà "con tằm cứ rút ruột nhả tơ mãi...", hình như ai mang nghiệp "cầm bút" đều vậy. Ở anh Luân Hoán dòng thơ anh như suối nguồn bất tận, thơ anh mở ra nhiều chủ đề, riêng "Ba hoa huê tình" mang một nét rất riêng, rất Luân Hoán... Anh đem thực vào mộng và từ mộng trở về đời thường mà ung dung như đời vốn dĩ là vậy, thuận thiên theo cái bản năng mà tạo hóa đã ban cho loài người. Thơ anh đôi khi có chút liêu trai cho thêm thi vị thú huê tình giữa ảo ảnh và hiện thực để thi sĩ bay bổng trong những vần điệu. Hầu như trong tất cả tâm hồn của các thi sĩ luôn lãng đãng một bóng hình nào đó mang tất cả những nét quyến rũ tuyệt mỹ, những gợi cảm làm sôi sục hỏa diệm sơn... nhưng không rõ nét, chỉ như những cái bóng ẩn hiện trong tiềm thức mà không chạm vào được, phải chăng vì vậy mà thi sĩ có quyền ba hoa theo cách tưởng tượng của mình, mỗi người mỗi vẻ góp phần phong phú cho văn chương cõi tình... Đọc "Ba hoa huê tình" thật dữ dội, nhưng đôi lúc tôi chợt cười thầm vì cái cách nịnh vợ chẳng giống ai của anh với cái cười cầu tài thật hiền "Chỉ là thơ thôi mà...". Có lẽ chị nhà hiểu và rất hiểu... nên qua những năm tháng dài anh vẫn tung tăng với nhữnng con chữ của mình một cách mãn nguyện và sẽ còn tiếp tục mãi... Với tôi, anh như một lãng tử trên con tàu đi chinh phục những giấc mơ, giấc mơ của hiện thực nhưng không bờ bến từ khi tóc còn xanh đến lúc tóc điểm phong sương nhuốm màu thời gian và có lẽ sẽ chẳng có một bến nào vì anh đã có một bến bờ bình yên vững chắc rồi...

(Sài Gòn, Noel 2019)

HẠNH ĐÀM

Già râu già tóc chẳng già... - đọc thơ Luân Hoán cứ là thanh niên. - Rất thích những dòng thơ tình tếu táo và có duyên của anh. Khi đọc không ai nghĩ đó là thơ của bậc trưởng lão, vì thơ anh dí dỏm như của chàng trai đang tuổi đôi mươi khi mới bước vào ngưỡng cửa của tình yêu... Và đâu đó trong hầu hết những bài thơ tình anh viết đều thấp thoáng bóng dáng người phụ nữ mà anh đã phải lòng. Phải nói anh là một nhà thơ đa dạng, có nhiều bài anh viết thật táo bạo, nhưng không phải vì vậy mà ta vội gán cho anh là kẻ đào hoa lãng tử.

(12-2019)

DƯ MỸ

Đọc câu "ba hoa huê tình" - Sắp khú đế vẫn thấy mình được yêu - Cho dù yêu có yếu xìu - Câu thơ xà nẹo phiêu phiêu trong hồn - Lục bát lạc vào vần ôn - Giai nhân mở cõi càn khôn hồng trần.

(Boston USA, 2019)

PHẠM HIỀN MÂY

Ngắm chân dung trên bìa sau tập thơ, thật khó để không buột miệng, người trong ảnh quả là đẹp giai...

Đẹp từ mái tóc phiêu bồng đến đôi mắt sâu đăm đắm, hút hồn; đẹp từ cái nhếch môi cười khẽ, nửa ẩn chút cao ngạo, nửa rất đỗi hiền lành, cái hiền đã sẵn từ mẹ cho, từ cha nặn... đến cái cằm nhìn rất phong sương, đẫm màu điện ảnh...

Chân dung ấy chính là chân dung của nhà thơ Luân Hoán … . Mươi ngày trước, anh ngỏ lời, rủ rê tôi đến chung vui cùng anh và nhiều bạn văn khác ở một cõi có cái tên rất gợi, do anh đặt - BA HOA HUÊ TÌNH.

Làm sao có thể từ chối được trước hấp lực anh, trước vẻ đẹp đa tình anh, trước chữ nghĩa hào hoa anh, trước một người đàn ông rất manly như anh … :

em về ngủ với tôi không - giường tre chiếu cói ủ nồng tình hoa - tôi không có cánh tay ngà - nhưng có thơ bọc mượt-mà lót chân - em tha hồ nằm khỏa thân - thảnh thơi nhẩm đọc thúy vân thúy kiều - không cần tâm sự tình yêu - cùng nhau thoải mái phiêu diêu tuyệt rồi - câu huê tình ướt cánh môi - mớm cho bốn hướng đất trời ba hoa.

Thơ Luân Hoán đấy, rặt tình. Tình trong thơ anh ngồn ngộn. Tình trong thơ anh, lần nào cũng như lần ấy, không lưng chừng, chúng ngất ngưởng, đạt đến chót vót, tột đỉnh của chất ngất đam mê.

Lạ ở chỗ, anh dùng từ rất huê tình, thậm chí có cả những tả thực cảnh làm tình, vậy mà khi đọc lên, thơ anh chưa bao giờ bị người ta phàn nàn, chê trách … rằng nó bỗ bã hay sống sượng mà trái lại, khác hẳn với rất nhiều giọng thơ thuần túy tình xưa nay, thơ anh đến bây giờ vẫn giữ nguyên được cội rễ á đông, thơm mùi lúa rạ, chân chất mà hồn nhiên, quấn riết vào nhau mà vô cùng thoát tục: *mời em lên ngựa phiêu bồng - giữa mây thái cổ trời trồng thanh xuân - nghìn thu lưng nối nghìn trùng - búp sen em nắm thơm vùng cỏ hoa.*

Lơi lả của anh là lơi lả thần tiên hạ giới, hoang tính của anh là hoang tính địa đàng tự nhiên vốn sẵn và tinh túy của nó chính là … càn khôn của đất trời, cái làm điên đảo gió mây, làm say khướt ngày đêm bọn giang hồ, lãng tử:

khi em buông bỏ xiêm y - không riêng thi sĩ ta quỳ trước hoa - chính thượng đế tạo em ra - cũng sững chừng trước nõn nà tinh khôi

Không chỉ làm thơ hay, viết phê bình giỏi, với tôi, anh còn là một người làm văn chương đáng kính. Cái đáng kính ấy nằm ở chỗ anh chân thành, giản đơn, không tô vẽ, không làm dáng, làm điệu, không vay mượn áo mặc vào giả làm người khác. Anh sống như anh thở. Anh làm nghệ thuật như anh... làm tình. Không phải thế sao chứ - "thơ tôi sống đời không có tư tưởng, triết thuyết nào ngoài một chữ CHƠI":

đêm mênh mông lặng như tờ - nghe em ú ớ ngủ mơ trong mùng - cái mền chưa thể đắp chung - nhưng trong cái nhớ có cùng cả hai

Tóm lại, trong các bậc làm văn chương của thế hệ kế trên, anh là một trong những người gây được ấn tượng với tôi, làm tôi thích. Phải, tôi thích anh, thích thái độ với chữ nghĩa của anh, thích tính cách của anh đối với đời, đối với thơ và tất nhiên, đối với cả gái... đẹp:

mây cao chốc chốc muốn sa - nắng soi từng góc thân hoa thiên thần - câu thơ biết phận cù lần - rút lui vào trái tim trần nằm mơ

BA HOA HUÊ TÌNH, sao lại không... Bởi vì, nói cho cùng, chúng ta đến cõi này cũng chỉ là tham dự vào một cuộc chơi ngắn, mà khi rời, lòng ai cũng muốn thênh thênh, khẽ cười nhẹ nhõm: vui thôi mà...

BA HOA HUÊ TÌNH, một thi phẩm tuyệt vời, với tôi và với nhiều bạn yêu thơ khác.

QUÁ KHỨ TRƯỚC MẶT
TẬP HỒI KÝ RỜI THỨ NHẤT – 2006

Trước 1975, tôi có viết truyện ngắn, ít ra cũng được trên mười truyện. Ra hải ngoại, tôi dùng bút hiệu giống con gái nhưng không lót chữ thị, đi báo chợ vài lần, không có tiền, phí thì giờ, nghỉ chơi. Tôi cũng viết truyện xám cho một trang web, truyện thuộc "loại sang", ấm chất nghệ thuật, nhiều bạn đọc, nhưng trang chủ cũng quịt, tôi bỏ luôn.

Trần Gia Nam đứng tên trên những truyện ngắn đi tạp chí, cụ thể như Bà Mẹ Quốc Tế, Thở Với Trời Xanh, Vào Thành (truyện này nhà văn Nguyễn Sao Mai có chuyển qua Anh ngữ). Lượng tài mình không đến đâu tôi không làm mỏi xương sống nữa.

Theo tôi làm thơ như nói tiếng ngoại quốc. Viết văn như nói tiếng nước nhà. Trong thơ có thể không nói gì. Mọi chuyện vu vơ cũng nên thơ được, tha thứ được. Còn viết truyện không thể vậy. Từ trải nghiệm cuộc sống, mục kích hoạt cảnh trong đời, muốn nói lại, dựng nên cần sống động không như thật nhưng vẫn phải là đời sống. Quan điểm, tư tưởng, tinh tế, dí dỏm... cần đủ cả. Mệt ghê lắm chẳng chơi như làm thơ. Tuy vậy đã có lúc tôi ngứa tay và biết chọn chuyện nhẹ hơn. Ghi hồi ký. Nhưng phải là hồi ký tùy hứng từng đoạn mới được. Tôi sinh ra Hồi Ký Rời, để viết Quá Khứ Trước Mặt.

Bài Trình Làng Cái Tôi trong sách như sau:

"Tôi không là một nhà văn hóa lỗi lạc. Không là một chính trị gia hay một nhà quân sự có cấp bậc cùng chức vụ cao. Tôi cũng không là một ai khác. Tôi chỉ là một người ham chơi thơ, làm thơ trong suốt cuộc chơi tự nguyện. Theo tôi, bất cứ ai đã ra đời, đã làm người, đều có thể ghi lại những năm tháng sống của mình, nếu cảm thấy thích thú.

Ông vua Bảo Đại, ông thương gia Nguyễn Tấn Đời, các ông tướng Trần Văn Đôn, Đỗ Mậu..., ông nhạc sĩ Phạm Duy, ông họa sĩ Bùi Xuân Phái... vân vân và vân vân đã viết hồi ký. Đó là chuyện bình thường, chẳng phải là một phong trào. Tất cả các hồi ký đã được viết, được ấn hành đều nghiêm túc và chuyên chở nhiều mục đích của người viết.

Quá Khứ Trước Mặt, cũng không thiếu nghiêm chỉnh, dù mục đích, đương nhiên nhỏ nhoi hơn, chỉ bao gồm trong các điểm:

- Một là, để trắc nghiệm trí nhớ của mình, khi số tuổi đời đã đủ xếp vào loại già. Đây cũng là một phương pháp tập thể dục trí não tốt, chắc chắn mang lại nhiều kết quả khả quan.

- Hai là, làm một món quà kỷ niệm ngày chính phủ quốc gia Canada, gởi lần đầu tiên khoản tiền, nuôi suốt những năm tháng sống còn lại cho một người đã sống trên đất nước họ 20 năm và đã mang quốc tịch, làm công dân của quốc gia họ 17 năm.

- Ba là, một cách tiêu thì giờ được nhận thêm của cuộc sống một cách không lãng xẹt.

- Bốn là, đánh dấu cụ thể sự hiện diện của mình trong cuộc đời, để kiếp sau trở lại, tìm đến, sống tiếp, làm tiếp, những gì mình chưa thực hiện được.

Ngoài bốn mục đích chính trên, có thể còn có một số lẻ tẻ nữa, ví dụ để làm giàu thêm danh sách những gì mình đã viết, để khoe khoang một chút gì đó v.v...

Điểm đặc biệt trong QUÁ KHỨ TRƯỚC MẶT là thiếu mạch lạc, diễn tiến không mấy ăn khớp với đường đi thường tình của tháng *năm cùng những nguyên tắc nên có của một cuốn hồi ký. Vì thế, tôi gọi đây là **hồi ký rời**, với từng đoạn tùy hứng.*

QUÁ KHỨ TRƯỚC MẶT cũng không có văn phong văn học. Câu văn có giản dị và cũng có màu mè, làm dáng, lây nhiễm từ cái bệnh làm thơ đã lâu năm. Nói gọn: đây như là một cuộc kể chuyện với rất nhiều vụng về. Đang thuật lại chuyện "đời xưa" có thể chen ngay vào đó những cảm nghĩ, cảnh sắc đang có trong khi viết. Hoặc lợi dụng trích dẫn những bài thơ, một số hình ảnh (quá nhiều như một album) nhằm mục đích nhấn mạnh những chuyện, những nơi mình rất tâm đắc và vẫn còn nhiều quan tâm, mà chính những dòng hồi ký vẫn chưa thấy là đủ.

Cuối cùng, nói dông dài như trên, thật ra chẳng để làm gì, ngoài việc thực hiện cái thường thường hay có của một cuốn sách là lời vào tập, lời nói đầu v.v... như một cách làm duyên.

Xin cảm ơn các nhân vật, các cảnh vật, các động vật... có mặt trong những hồn chữ tôi, bởi qua tất cả những nguồn hình ảnh, tôi thấy lại chính mình. Đây chính là một xảo thuật để sống lại thời đã qua, bằng cặp mắt, bàn tay của một người già, nhìn lại cảnh cũ, người xưa với tâm hồn, và nghĩ suy trẻ thơ.

thân tình.

Quá Khứ Trước Mặt với 13 bài Viết:
01. Hội An Nơi Chôn Cuống Rún Thơ
từ trang 11 đến trang 28.
02. Tiên Phước, Một Nhánh Ấu Thơ Tôi
từ trang 29 đến trang 66
ghi chú: nhờ bài viết này phổ biến rộng từ năm 2001 trên internet nên tôi nhận được thư của vài ba người dân địa phương Tiên Phước. Qua họ, tôi biết đa phần điều tôi nhớ và nhắc đều chính xác. Tôi cũng liên lạc được thầy dạy học cũ của mình đang định cư tại Hoa Kỳ, vô cùng thú vị.
03. Liêm Lạc, Làng Quê Nội
từ trang 67 đến trang 92
ghi chú: nhờ bài viết này, ngày nay tôi còn giữ được hình ảnh

ngôi nhà xưa, ngày nay đã bị san bằng đất ruộng nơi ở của gia đình chúng tôi hoàn toàn mất.

Trong mỗi bài viết đều có vài ảnh kỷ niệm.
Bìa sách Tranh Đinh Cường, do chính anh gởi cho,
Luân Hoán trình bày

Bìa sau in 7 ảnh nhỏ và 1 ảnh lớn LH cùng 9 bìa sách. Sách in trong thời Lê Hân còn ở 3359 Scotch Pine Gate Mississauga, Canada.

DỰA HƠI BÈ BẠN 1

Tập hồi ký rời liên quan đến những người cùng chơi, được mở đầu bằng những dòng:

"Dựa là động từ biểu thị động tác tựa vào một vật gì, một người nào, với mục đích để cho khỏi ngã, để được đi, đứng vững vàng, hoặc ngồi an toàn, thoải mái - Hơi là danh từ chỉ chất khí tỏa ra, xông lên, bốc ra, lan ra... từ nguồn nào đó. Hơi dùng ở đây có nghĩa là hơi thở của con người. Vì là chất khí nên hơi thường có mùi thơm hoặc thối. Dựa Hơi có nghĩa đen là vịn vào một thế lực, một uy tín, một danh giá của một người khác, để cho mình được thơm lây, được oai hơn, đúng như câu tục ngữ dựa hơi hùm vểnh râu cáo. Nghĩa bóng hay lối giải thích ngụy biện ở đây là dựa vào hơi thở, sức sống của người khác để ăn theo, hưởng theo một loại lợi tức nào đó. Với cuốn sách này, nghĩa đen hay nghĩa bóng đều đúng.

*Khi có ý định bỏ đi tên sách dự trù ban đầu: **Bằng Hữu Một Thời** để chọn **Dựa Hơi Bè Bạn**, tôi tình cờ có cho nhà văn Nguyễn Sao Mai biết tên sách trong một dịp nói chuyện hằng ngày bằng điện thoại viễn liên. Anh Nguyễn Sao Mai tỏ ra không đồng ý. Anh không giải thích lý do, nhưng tôi hiểu anh cho rằng tên sách thiếu nghiêm chỉnh. Sau đó vài giờ, cũng trong câu chuyện trao đổi hàng ngày, cũng bằng điện thoại. Tôi có thuật ý kiến của anh Nguyễn Sao Mai với nhà văn Song Thao. Tác giả những chuyện Phiếm lẫy lừng nhất hiện nay, tuy không bày tỏ nhận xét như ông chủ nhà xuất bản Sóng Văn ở Hoa Kỳ, nhưng đề nghị lấy tên: Hơi Thở Bạn Bè. Với tôi, tên sách này không tệ,* *nhưng không có gì đặc biệt, không sát cái thực chất vốn có, hơn nữa tôi đã có một Hơi Thở Việt Nam được xuất bản năm 1985 rồi.* ***Dựa Hơi Bè Bạn*** *do đó vẫn được tôi chọn để cõng những linh tinh, vụn vặt của tôi có được từ bạn bè đến những người hiếu kỳ.*

Dựa Hơi Bè Bạn *là những chuyện có thật, không hư cấu, vẽ vời gì. Những kỷ niệm được nhắc đến có thể rất vô duyên, nhạt nhẽo với nhiều bạn đọc, nhưng với riêng tôi thì rất quý. Những kỷ niệm này cũng không mang được chút giá trị văn học nghệ thuật nào, nhưng cũng có thể gọi là vài mảnh vụn tài liệu về một vài người tôi có dịp sống, thở ké.*

Sách có phân đoạn, từng nhân vật đàng hoàng. Nhưng viết về một người tôi không nhất thiết chỉ vẽ ra người đó. Phần tiểu sử cũng không được đặc biệt, bởi một vài bạn, tôi đã làm công việc này trong cuốn ***Tác Giả Việt Nam****. Bạn đọc có thể đưa ra nhận định: mỗi người bị tôi trình ra trong cuốn sách là một điểm tựa để tôi nói về cái tôi, vốn không cùng. Đúng. Nhưng không hẳn chỉ như thế. Các bạn gắng đọc kỹ, sẽ gặp giải thích của tôi. Ngoài ra khi nhắc đến kỷ niệm cùng bằng hữu, tôi còn cấp sự vụ lệnh cho tôi để lang thang khắp đó đây, tha hồ lạc đề. Có thể tạt qua một thành phố, một công viên rất dông dài, hoặc một sinh hoạt không mấy gì cần thiết. Mọi chuyện với tôi đều ngẫu nhiên và tùy hứng. Và tôi xin được trân trọng mời bạn đọc cùng tùy hứng với tôi khi mở ra trang sách. Chân thành cảm ơn".*

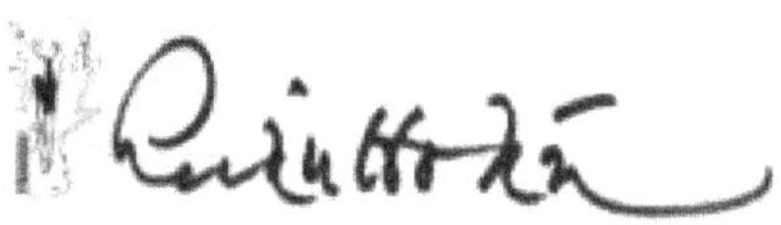

Mười bốn năm sau, kể từ ngày phát hành Dựa Hơi Bè Bạn, tôi vẫn rất vừa lòng với việc chọn và dùng tên sách. Cũng như việc tôi hoàn toàn không dám dùng đến mấy chữ "Hồi Ký Văn Học". Nếu trước 1975, tôi sinh sống tại thủ đô Sài Gòn thì việc gia nhập những sinh hoạt viết lách sẽ khác đi nhiều. Có thể khá hơn hoặc ngược lại. Thôi xin bắt chước nhiều người lặp lại "mọi sự tùy duyên!".

Dù thường ngày dính vào những con chữ, từ đọc nhật báo đến viết thư, tập làm thơ, việc động bút của tôi không phải là hoạt động văn học. Những công việc này chợt nảy sinh trong cuộc sống tôi như những tình cờ. Tôi giao du hạn chế, ít bạn bè. Ngay trong thời kỳ Đà Nẵng có nhiều thi văn đoàn tôi cũng không gia nhập nhóm nào. Những cái tên tôi sớm biết như Mặc Mai Nhân, Yến Nguyên Thanh, Phương Tấn, Đoàn Minh Hải... đều quen mặt, có gặp qua nhưng không trao đổi chuyện nhóm đoàn, thơ văn. Thậm chí đến việc các bạn cùng trường, cùng lớp như Lam Hồ, Phan Duy Nhân, Huy Giang... lập ra nhóm Cùng Đi Một Đường tôi cũng không lai vãng gì tới. Mặc dù lúc này Huy Giang lui tới nhà tôi nhiều hơn. Tôi cũng thường nằm ở vựa củi nhà anh ở đường Thống Nhất. Huy Giang thất tình, tôi lên nhìn mặt Kim Hường ở Chợ Mới. Huy Giang tình nguyện nhập ngũ, tôi đi đưa. Chơi trong tinh thần bạn cùng trường. Bạn thân của anh, Nguyễn Tùng (du học và hiện ở Pháp) ở cách nhà tôi chừng 100 mét. Những Vương Thanh, Đynh Hoàng Sa, Nguyễn Nho Sa Mạc, Vũ Hữu Định... tôi quen về sau này.

Dựa Hơi Bè Bạn là những chuyện kể về những kỷ niệm giữa tôi và một số bạn tôi đã được quen trong nhiều thập kỷ. Đúng ra là viết cho có viết gần như không đặt ra mục đích. Thứ tự trong sách ưu tiên cho người đã qua đời.

Sau danh xưng, tôi gắn tên bài viết, dựa vào những nét từng liên quan với họ, cụ thể:

15- Lê Hân
Một Người Thơ Cô Đơn Giàu Hạnh Phúc
từ trang 233 đến trang 246

16- Lưu Nguyễn
Và Cõi Thiên Thai Giữa Đời Thường
từ trang 247 đến trang 260

17- Đinh Cường
"Mộng Du Những Nhan Sắc"
từ trang 261 đến trang 280

18- Trang Châu
Người Mang Nhiều Thứ Sĩ
từ trang 281 đến trang 294

19- Lê Vĩnh Thọ
Và Bài Ai Điếu Cho Người Còn Sống
từ trang 295 đến trang 312

20- Võ Kỳ Điền
Kẻ Đưa Đường Lãng Trí
từ trang 313 đến trang 328

21- Song Vinh
Người Dựng Nền Cho Web Vuông Chiếu
từ trang 329 đến trang 344

22- Hồ Đình Nghiêm
Gã Nhị Sĩ Nội Thành
từ trang 345 đến trang 362

Trong mỗi bài viết có đi kèm ảnh chân dung cùng vài ảnh lưu niệm khác. Cũng có trích thơ, (nhưng xếp câu chữ hàng ngang để không tốn giấy).

Ngoài ra tôi thực hiện 3 tấm ảnh, mỗi tấm chưng chung một số khuôn mặt quen thân ngoài đời, dùng tên Bạn Xưa Ảnh Mới, như những phụ bản.

* tấm 1 có:

- Châu Văn Tùng, bạn thân cùng lớp, cùng khóa 24 BB, đồng đơn vị tác chiến, đồng nghiệp.

- Đặng Văn Hải, bạn từ trường tiểu học Hoàng Diệu ĐN, người anh che chở cho cuộc tình Châu Lý đầu tiên.

- Nguyễn Văn Xuân, bạn cùng trường, cùng sinh hoạt hội đoàn Thương Phế Binh vừa qua đời năm 2020 tại Đà Nẵng.

- Phan Quảng, bạn cùng lớp cùng trường, khóa đàn anh, ngành thiết giáp, người dạy nghề buôn bán sau 1975.

- Đỗ Thị Hoa, đồng nghiệp thân thiết, có gặp lại năm 2002.

- Nguyễn Thị Ngọc, đồng nghiệp, từ Bắc vào, như em.

- Lam Hồ Nguyễn Hữu Nuối, bạn cùng lớp PCT, cùng sinh hoạt báo chí, hiện vẫn liên lạc.

- Châu Văn Tường, em trai Châu Văn Tùng, cùng dân Ngân Hàng, người mang tập thơ HTVN cho Lê Vĩnh Thọ.

- Nguyễn Phú Dũng, người em cùng dãy phố, thường đi mồi chim chung, hiện ở ĐN, vẫn liên lạc.

* tấm 2 có:

- Hoàng Trọng Bân: bạn thân, họa sĩ, vừa mới định cư tại Hoa Kỳ.

- Nguyễn Văn Pháp, cùng trường PCT và khóa BB, đã mất.

- Scotte Jeanne, đồng nghiệp từ VNTT đến Ngân Hàng Thành Phố, hiện ở Pháp.

- Nguyễn Phụng, cùng lớp PCT, Quốc Gia Hành Chánh.

- Vĩnh Điện, nhạc sĩ, phổ lục bát ca và nhiều bài thơ khác.

- Phạm Văn Qui, bạn thời tiểu học Hoàng Diệu, một tay bắn bi hạng nhất, định cư tại Mỹ.

- Trần Công Viên, bạn thời Hoàng Diệu, người đỗ đầu cuộc thi vào đệ thất PCT, Sĩ quan Công binh, hiện ở San Jose.

- Nguyễn Chí Thiệp, cùng lớp 2 năm nhì, nhất tiểu học Hoàng Diệu, Quốc Gia Hành Chánh, tác giả Trại Kiêm Giam...

- Nguyễn Văn Ngọc, nhà thơ Nguyễn Đông Giang, bạn thời tiểu học HD, thời thương phế binh, hiện ở San Jose.

* tấm 3 có:

- Ỷ Vân, bạn học (hiện ở Hoa Kỳ, ảnh này tôi đã gởi cho lại đương sự).

- Ngô Thị Ân, bạn học.

- Nguyễn Thị Vinh, bạn học.

- Hoàng Trọng Biền, anh HTB, cùng lớp, mất sớm.

- Trần Ngọc Giao, bạn thời tiểu học, phi công trực thăng quân lực VNCH, đã sớm hy sinh.

- Châu Văn Tùng, bạn học, còn ở Việt Nam

- Phan Quảng, bạn học, còn ở Việt Nam.

- Ngũ Hồ Hải, bạn học PCT, người viết chữ rất đẹp nhất là chữ lập thể, hiện ở Hoa Kỳ.

Về hình thức:

Bìa trước, chân dung tác giả (tự trình bày), bìa sau ảnh nhỏ của những người giới thiệu trong sách.

Phụ bản:

phác họa thiếu nữ Nghiêu Đề.

phác họa tác giả Trịnh Cung.

tranh sơn dầu in màu của Đinh Cường.

Ngoài những bản thường, Hân cho thực hiện một số bản ruột in màu, hình ảnh rõ và đẹp.

Nhiều bài trong sách đã được phổ biến lại trên nhiều trang web.

DỰA HƠI BÈ BẠN - 2

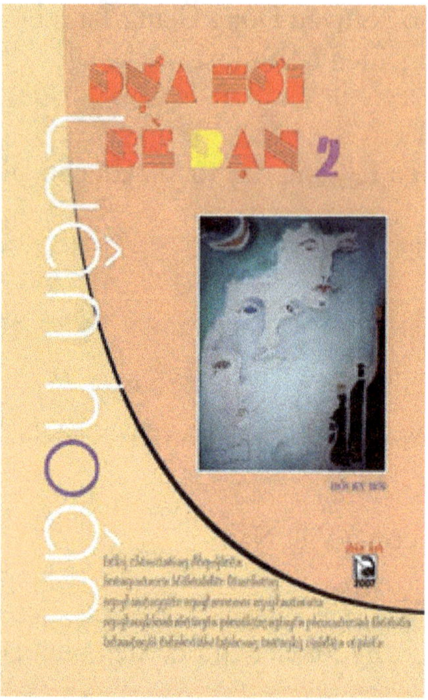

Dù vui tiếp cuộc chơi Dựa Hơi, sách vẫn có một đoạn "vào tập" như sau:

"Ở tập thứ nhất, tôi có luận đại khái về bốn chữ DỰA HƠI

BÈ BẠN, nên ở đây không dám bàn thêm. Tuy vậy, tôi thấy cần có vài ghi chú:

Tuy không có ý định mon men vào lãnh vực Văn Học Nghệ Thuật, nhưng một số tác giả được tôi dựa hơi trong tập này, có gia tài văn học quá lớn, tôi không thể không nhắc đến. Và mỗi lần như vậy, tôi chọn giải pháp trích đăng của chính họ hoặc của những người khác viết về họ là tiện nhất. Từ những bài đã đánh máy sẵn trên các trang web, chỉ cần chọn, copy những dòng nào thích hợp và pass vào bài là xong ngay. Dĩ nhiên tôi có ghi chú xuất xứ ngay tại chỗ. Xin được chân thành cảm ơn tất cả.

Những người tôi chọn và cho phép tôi dựa hơi còn nhiều, như thi sĩ Du Tử Lê (người đã có sự "vẫy tay chào nhau" từ đầu thập niên 60 và có những giao hảo sau này), như họa sĩ Khánh Trường (ông bạn dzàng, lúc nào cũng rộng lòng cho tôi những nét tài hoa của anh) và nhiều bạn khác nữa. Nhưng tôi chưa thực hiện kịp. Hy vọng sức khỏe giúp tôi tiếp tục ở những trang chữ sắp đến".

Từ đó (2007) đến nay 2020, mười ba năm tôi chưa có đầu sách hồi ký rời nào thêm. Thật ra năm 2008, tôi đã gõ thêm được những Du Tử Lê, Cao Thoại Châu, Khắc Minh... Chuẩn bị gần gần nửa cuốn thứ 3. Bài viết hồi đó lưu vào máy, chưa có tiền mua USB, ổ cứng rời. Và một hôm máy bị dính bệnh, phải format lại, mất hết. Cái gì đã làm rồi bỗng bị mất, vừa chán vừa tức, mất hẳn hứng thú làm lại. Ý đồ chơi "chuyện dài nhân dân tự vệ" đành chuyển qua trò lẩm cẩm nghĩ và viết về thơ của bè bạn để về sau cũng in được vài đầu sách.

Với cuốn thứ hai Dựa Hơi Bè Bạn, có được 20 nhân vật trong 19 bài cho phép tôi dựa hơi. Thứ tự trong sách:

01- Nguyễn Văn Xuân
Từ "Bão Rừng" đến bão Con Voi
trang 11 đến trang 36

02- Võ Phiến
Cuối Cùng Tôi Được Gặp
trang 37 đến trang 52

03- Vĩnh Điện
Dấu Lặng Giữa Dòng Tình Ca
trang 53 đến trang 70

04- Hoàng Xuân Sơn
Con Đò Khẳm Nặng Tình Ni Nớ
trang 71 đến trang 92

05- Châu Văn Tùng
Người Độc Giả Thứ Hai
trang 93 đến trang 108

06- Nguyễn Sao Mai
Cùng Hẹn, Cùng Chờ Đợi
trang 109 đến trang 126

07- Nhật Ngân
Người "Đưa Em Sang Sông"
trang 127 đến trang 148

08- Bé Ký - Hồ Thành Đức
"Song Kiếm Hợp Bích"
trang 149 đến trang 176

19- Trường Kỳ Nhạc Trẻ
Viết Theo Từng Chặng Đường
trang 427 đến trang 446

Hình thức
Tranh Trịnh Cung
trình bày và layout: Lê Bảo Hoàng
phác họa Luân Hoán bởi Nguyễn Tuấn (từ Việt Nam)
sửa chính tả: Song Thao
chăm sóc ấn loát: Lê Hân
Nhân Ảnh ấn hành - 2007
bìa sau: chân dung 20 người hiện diện cho dựa hơi
sách dày 450 trang

THEO GÓT THƠ - 1

Trước khi kể lại diễn tiến của Theo Gót Thơ, tôi xin khoe về bút danh đứng nghiệp chủ của nó.

Vào những thập niên 60, 70 tại thành phố Đà Nẵng có năm, bảy trường trung học. Có trường phải có học sinh. Có học sinh phải đủ nam nữ. Và khi có nữ sinh phải có người đẹp. Nỗi phiền toái đầy hạnh phúc của đám nam sinh thời bấy giờ, là có quá nhiều nhan sắc trong tà áo dài trắng. Phan Châu Trinh, Nữ Trung Học, Bồ Đề, Bán Công, Phan Thanh Giản, Nguyễn Công Trứ, Nguyễn Hiền, Thọ Nhơn, Tây Hồ, Sao Mai, Thánh Tâm... không trường nào thiếu giai nhân còn ôm cặp. "Một đồn mười, mười đồn trăm", sự nổi danh làm "chết" những cái tên ấn tượng trong lòng các gã "*lang thang đi dạo cả ngày - con đường nhẵn gót ngọn cây nhẵn mày...*" chỉ để "*chờ em không để gọi tên - chỉ để liếc mắt một bên hông và... - cái lưng khi em vượt qua - nếu trời có gió thật là thần tiên – hai tà áo trắng bay nghiêng - khoảnh lưng da sáp ong hiền, hiện ra...*" (thơ LH trong giai đoạn này trong Trôi Sông), rồi thôi, rồi "*đứng lên, tôi trở lại tôi - thảnh thơi về ngược hướng nơi em về...*".

Thật sự có những cái tên đã không thể phô diễn hết vẻ đẹp của người mang chúng. Huỳnh Thị P., Hồ Thị H., ví dụ. Có thể gọi kiểm chứng từ Phan Nhật Nam, Hà Nguyên Thạch, Hoàng Trọng Bân, Tuyền Linh Nguyễn Văn Thơ... (các bạn này còn yêu đời tại thế). Và dĩ nhiên không thiếu những quý danh song hành đẹp theo người. Nếu bạn có tập Trôi Sông, bạn sẽ thấy được những ảnh chụp trong đó, dù chỉ một phần nhỏ, khi tôi *"Qua Ngõ Mỹ Nhân"*, cung kính *"Nghiêng Chào Đà Nẵng Tiểu Thư"* – Xin vài giây để lặp lại cho đỡ-nhớ-một-thời: Minh Xuân, Như Thoa, Trân Châu, Lâm An, Thu Hà, Phước Khánh, Bích Quân, Thu Liên, Quỳnh Chi, Quỳnh Cư, Thúy Oanh, Quý Phẩm, Thạch Trúc, Quỳnh Như, Ngọc Lan, Kim Uyên, Bích Hà, Như Hảo, Phước Hạnh... Thời đó, trước những quý danh này, tôi đã học theo nhà thơ Hoài Khanh, ngậm ngùi nhìn mây bay.

Quá may, sau nhiều năm nổi trôi cùng âm điệu, tôi được diện kiến, chuyện trò viễn liên, trực tiếp, để rồi một ngày bất ngờ đề nghị ba phương cho gom thành một tên gọi. Hà, Quân vốn là chính danh. Khánh là tên đi kèm. Được phép cả ba mỹ nhân, tuy không văn bản, nhưng lời vàng ngọc còn hơn chữ viết lên giấy.

Làm gì với bút danh mới này. Tôi vẫn muốn mỗi hình thức điều động chữ có một tên riêng. Và tên này nên cho mật thiết với thi ca. Tuy mang tiếng mất gốc nhưng tôi lại cục bộ trong việc chọn những gương mặt thơ để theo gót, toàn Quảng Nam. Một kỷ niệm vui, qua điện thư nhà phê bình Đặng Tiến nhắn gọn: (đại khái thế) tìm đọc bài về Phan Duy Nhân, người này lạ mà viết được lắm. Thấy tên lạ, rất quen lòng rõ vui. Và nhà thơ Phan Xuân Sinh, trong một bài viết sau này có đoạn:

"*... Cách đây mấy năm, Hà Khánh Quân có viết về một số anh em văn nghệ trong đó có tôi. Hà Khánh Quân gửi cho tôi đọc trước, thật tình lúc ấy tôi không biết Hà Khánh Quân là ai, lần đầu tiên tôi mới nghe tên, nhưng cách viết rất chuyên nghiệp. Tôi ngờ ngợ một người nào đó rất quen vì khi viết về tôi có những chi tiết mà anh em bạn bè mới biết, còn người khác làm sao biết được. Tôi có trả lời cám ơn và khen bài viết rất súc tích. Anh có hỏi tôi về một số anh em văn nghệ khác. Tôi tình thật thưa với anh bằng những gì tôi biết về họ. Sau đó tôi hỏi Trần Trung Đạo về Hà Khánh Quân, nhưng Trần Trung Đạo* *cũng mù tịt như tôi. Vài tháng sau, tôi gọi điện thoại thăm anh Thành Tôn và trong những câu chuyện trao đổi tôi có hỏi anh Thành Tôn về Hà Khánh Quân. Anh Thành Tôn lúc đầu cũng ầm ờ, tôi biết anh Thành Tôn biết mà không nói, nên tôi hỏi riết, anh Thành Tôn mới bật mí cho biết đó là một bút hiệu khác của anh Luân Hoán. Tôi giật mình, cũng may cho tôi thấy tên lạ mà không khoác lác ba hoa, nếu có, thì bây giờ không biết ăn nói làm sao. Anh Luân Hoán chơi "ngẳng" như vậy, thiệt chết người chứ không phải chơi...".* (LH Đùa Với Thơ)

Theo Gót Thơ ấn hành, bìa do tôi trình bày với tranh của họa sĩ Đinh Cường do chính anh chọn cho. Kiểu trình bày thô thiển nhưng nghiêm túc theo tinh thần những bài viết. Sách dày 426 trang. Được in sau khi sửa lỗi chính tả bởi nhà thơ và nghiên cứu sử Mai Khắc Ứng.

Vài dòng vào sách:

"Theo Gót Thơ, không có mục đích điểm sách hay phê bình. Loạt bài này thuần túy ghi lại những cảm nhận khi đọc thơ.

Thi sĩ Bùi Giáng từng nói, đại ý: tìm hiểu thơ tốt nhất là làm một bài thơ khác. Tôi tuân theo lời khuyên của ông. Chỉ khác một điểm, những bài tản mạn này là một loại thơ không giống ai, kể cả thơ xuôi.

Nói rằng viết chơi, không đúng. Viết thiệt cũng không chính xác. Tôi viết tùy hứng như là ghi chép. Với hai mục đích:

1. tìm hiểu thêm về thi ca.

2. kiểm nghiệm lại lòng mình trong cái tuổi 69.

Đọc thơ là một cái thú. Vừa đọc vừa ghi một vài điểm đánh động tâm hồn, thêm được một cái thú nữa.

Những bài viết xong, tôi đã gởi đến từng nhà thơ bị tôi làm phiền, xin ý kiến (trừ hai người không liên lạc được). Rất may các nhà thơ, đều vui vẻ đồng ý với những ghi nhận đơn giản, giàu tính cách giải trí của tôi.

Nhà thơ Hoàng Lộc không bằng lòng dùng câu ca dao *"gai đâm vô thịt thì đau - thịt đâm vô thịt nhớ nhau suốt đời"*, tôi trích dẫn để đề cập đến tình nghĩa chăn gối. Anh cho là thô. Tôi loại ngay trích dẫn đó. Cũng Hoàng Lộc không đồng tình với nhận xét: mỹ nhân là phân bón của thi ca. Tôi giữ nguyên ý mình, vì theo tôi được làm phân bón cho thơ xanh tốt là tuyệt lắm rồi. Không nên kỳ thị với từ phân.

Trong phần trích thơ, xin cảm ơn nhà thơ Thành Tôn đã nhắc sửa đúng những chữ tác giả đã dùng ở bản đã phổ biến đầu tiên. Ví dụ như câu:

"Nói khôi hài kinh kệ những ai xưa (bản mới)

"Nói khôi hài kinh kệ Mã Khắc Tư (bản cũ)

Vì không rõ câu được sửa do tác giả hay người biên tập, nên tôi nghe theo anh Thành Tôn. Thật ra, nếu biết chắc sự sửa đổi do chính tác giả, tôi sẽ tôn trọng những đổi mới.

Xin thưa thêm chuyện bên lề:

Tôi bắt đầu cuộc chơi ngày 01 tháng 9 năm 2009. Sau khi theo gót thơ được 9 tác giả, tôi tạm dừng vào ngày 24 tháng 9 năm 2009. Một cái hẹn của bệnh viện Jean Talon để giải phẫu chứng sa ruột, tôi không thể rề rà.

Gần một tháng rưỡi ngồi không, tôi thực hiện gần 100 pps về thơ. Ngày 08 tháng 4 năm 2010, tôi bắt đầu gõ lại. Và cũng sau chín nhà thơ, tôi tạm ngưng lang thang vào ngày 04-6-2010. Dưỡng sức để xem túc cầu thế giới.

Trong lúc ngồi chờ đợi bóng lăn, tôi layout thử được 370 trang. Tin cho chú em trai. Không muốn anh mất vui, chú chịu chi phí in ấn, bạn Đinh Cường gởi tặng bản chụp một họa phẩm để làm bìa.

Và Theo Gót Thơ tập 1, có mặt trên tay bạn.

Xin chân thành cảm ơn những tấm lòng

Hà Khánh Quân
(Sau khi hoàn tất mẫu bìa)

Năm 2018, Theo Gót Thơ - tập 1 được nhà xuất bản Nhân Ảnh tái bản với mẫu bìa của họa sĩ Khánh Trường (gồm tranh vẽ và trình bày) - Lê Hân trình bày trang trọng. Đọc bản thảo Trần Thị Nguyệt Mai, kỹ thuật Tạ Quốc Quang, hoàn tất trước khi tái bản ngày 14-11-2017.

Mục lục tác giả giới thiệu trong sách (cuốn tái bản):

Montréal,
6 giờ 38 chiều 19-02-2020.

THEO GÓT THƠ - 2

Trong cuốn thứ nhất cùng chủ đề, tôi chỉ theo gót những chân thơ gốc người Quảng Nam. Thật tình không có tinh thần địa phương, chẳng qua nghĩ rằng, người cùng xứ có phiền hà, chê trách gì cũng còn chút hơi hám đồng hương mà nhẹ tay. Những lo lắng này chung quy ở sự thiếu tự tin mà có. Quen tay viết văn vần không có nghĩa hiểu được thơ. Đặt miệng để tay vào những sáng tác của người khác, chẳng qua là tiêu pha sự ba hoa. Nhưng nếu cắm đầu viết nhảm hoài cũng chán, tôi thử ngao du chút đỉnh về thơ bên ngoài mình sau khi đề ra nguyên tắc.

Viết về thơ để mà khen ngợi
tìm trầm đâu lượm rác làm chi
vàng ngọc quý vẫn cần phân đãi
chữ nghĩa ai khỏi vướng vết tì.

Đọc thơ là đi tìm cái đẹp. Ý không đẹp có lời đẹp. Lời chưa đẹp có ý đẹp. Trong mọi bài gọi được là thơ ắt gặp một trong hai hoặc gặp cả đôi này.

Như đã thưa, lẽ ra Theo Gót Thơ 2 sẽ sớm có, nếu tôi không mất đi một số bài trong máy. Số bài này vốn là những dấu chân bước ra ngoài lãnh thổ thơ Quảng Nam. Mất trớn tôi nghỉ chơi đến những 8 năm. Nói cho ngay, cuốn thứ hai này không còn tinh thần như cuốn thứ nhất. Kỳ này tôi không có chủ đích, kế hoạch thực hiện một lúc đồng loạt. Trong cả tập 21 bài chỉ có đúng 10 bài đi theo hướng của cuốn đầu. 10 bài vốn là những lời giới thiệu thi phẩm lai rai lâu nay. 1 bài tôi tán dóc về cơ hội để có một số thơ xuân của tôi. Tuy nhiên nhìn chung vẫn đúng là nhìn ngắm thơ. Do đó dồn chung vào Theo Gót Thơ cũng là hợp lý.

Những nhà thơ tôi hân hạnh được ăn theo trong tập này đi cùng các tên bài sau đây:

10- Chu Trầm Nguyên Minh sống trong "Lời Tình Buồn"
từ trang 182 đến trang 207.

11- Gặp Hồ Chí Bửu qua thơ
từ trang 208 đến trang 213.

12- Xuân và Tết trong thơ Luân Hoán
từ trang 215 đến trang 229.

13- "Tri Âm" thơ Lưu Nguyễn
từ trang 231 đến trang 234.

14- Trải hoa cho "Câu Thơ Về Người" của Phan Ni Tấn
từ trang 235 đến trang 240.

15- Thái Tú Hạp, "Hạt Bụi Nào Bay Qua"
từ trang 241 đến trang 246.

16- Lục bát Ngô Tịnh Yên
từ trang 247 đến trang 252.

17- Mở thơ Cao Mỵ Nhân
từ trang 253 đến trang 258.

18- Vài dòng giới thiệu "Tìm Lại Tuổi Thơ" của Hạnh Đàm
từ trang 259 đến trang 262.

19- Giới thiệu "Chơi Giữa Thường Hằng" của Ngã Du Tử
từ trang 263 đến trang 266.

20- Một chút tình ăn theo lục bát Phương Tấn
từ trang 267 đến trang 274.

21- Nguyễn Đông Giang: "Vô Lượng Tình Sầu"
từ trang 275 đến trang 278.

Lời Trình Sách của tôi in ở trang số 9:

Thi Ca hay Thơ là tên gọi của một bộ môn nghệ thuật, chuyên nghề chọn lọc ý tưởng, phô diễn cảm xúc qua việc phù phép lắp ghép ngôn từ. Thi Ca có phần sang cả, chải chuốt và trang trọng. Thơ, gọn nhẹ, gần gũi đầy thân tình. Chọn tên gọi cho cuốn sách, dính dáng về môn nghệ thuật giàu tiếng và nghèo miếng này, năm

2010, tôi đã ưng với từ gọn nhẹ Thơ.

Có Thơ rồi sẽ thêm những từ gì đi kèm cho thấy bóng dáng nội dung những bài viết. Thơ dù hay hoặc dở đều nằm trong xác chữ khi được in. Thơ nằm đó, có thể ngủ mà không chết. Thơ sẽ vùng dậy đi khi có người mở ra đọc.

Người đọc có cao hứng ngâm nga hoặc thầm lặng đưa mắt thì thơ vẫn có dịp được thở, được đi cùng nhãn quan và lòng dạ của người thưởng ngoạn. Thơ không bước cho ta thấy, rõ như thế, nhưng riêng tôi cảm được cái bóng của nó, thấy cả cái gót yểu điệu uyển chuyển của nó, nên tôi không ngần ngại chọn vỏn vẹn ba chữ THEO GÓT THƠ.

Ở tập thứ nhất, trong tinh thần cục bộ địa phương, tôi đã đi theo một số gót thơ của xứ ngũ phụng: Tường Linh, Kiều Chinh, Trần Hoan Trinh, Phan Duy Nhân, Hà Nguyên Dũng, Thành Tôn, Phan Xuân Sinh, Lê Hân, Khánh Trường, Mạc Phương Đình, Hoàng Định Nam, Trần Yên Hòa, Nguyễn Nam An, Thái Tú Hạp, Hoàng Lộc, Trần Trung Đạo, Nguyễn Đông Giang.

Ở tập này, tùy duyên có đọc thơ, tôi ăn theo tài hoa của Cao Thoại Châu, Thiếu Khanh, Đinh Cường, Bắc Phong, Đinh Thị Thu Vân, Nguyễn Văn Gia, Nguyễn Văn Nhân, Chu Trầm Nguyên Minh, Hồ Chí Bửu, Trần Hoài Thư... bên cạnh đó những đoạn ngắn ăn ké với những thi phẩm đã ra đời, tôi gom lại như một kỷ niệm. Cảm ơn các bạn: Lưu Nguyễn, Phan Ni Tấn, Ngô Tịnh Yên, Nguyễn Đông Giang, Thái Tú Hạp, Cao Mỵ Nhân, Ngã Du Tử, Hạnh Đàm, Phương Tấn.

Tiện còn vui tay thưa thêm:

Bên cạnh Thi Ca và Thơ, người sinh thành ra chúng, thường được gọi là Thi Sĩ hoặc Nhà Thơ. Có hai quan niệm cho cách dùng hai danh xưng trên.

Hình như anh Du Tử Lê cho rằng người được gọi Thi Sĩ, phải là người có sáng tác giàu có chất thơ và đều tay. Trong một bài giới thiệu tôi, anh than phiền lúc này nhiều Nhà Thơ mà ít Thi Sĩ.

Anh ưu ái xếp tôi vào thành phần thiểu số. Anh Nguyên Sa, trong một tạp chí Văn Học và một bài giới thiệu sách, cũng thiên vị cho người bạn cùng khóa quân sự, lãnh hai chữ trang trọng. Anh Đỗ Quý Toàn cũng thế trong một bài bạt. Trong một lần chuyện trò anh còn thêm, thi sĩ phải là người thường xuyên ràng buộc với thơ, vẫn viết ra thơ được cho tới khi sắp sửa mãn phần. Chuyện này tôi có nhiều hy vọng.

Riêng tôi, gọi Thi Sĩ cho một ai đó làm thơ xuất thần, ít nhất từ 5 bài trở lại. Nhiều hơn thì càng tốt. Gọi Nhà Thơ là người làm thơ đạt tiêu chuẩn của thơ, được nhiều người tìm đọc và có sức sáng tác bền bỉ. Có thành quả để lại cụ thể. Tôi cũng giống như anh Cao Thoại Châu từng bộc trực thích được gọi là Nhà Thơ. Nhưng ai gọi Thi Sĩ cũng sẵn sàng khoái.

Thi Sĩ, Nhà Thơ nghĩ cho cùng cũng là một danh xưng. Nên rất nhiều lần tôi tự cho mình là một Người Làm Thơ. Trong tập sách này, có lúc tôi gọi Thi Sĩ, có khi tôi dùng Nhà Thơ, mong các bạn đừng phiền về sự không thống nhất này. Mong tất cả chúng ta đều là những Người Làm Thơ có hồn vía, có sức sống của chữ nghĩa.

Hà Khánh Quân
Montréal, tháng 9 năm 2017

Về hình thức:

Bìa và phụ bản: Khánh Trường.
Trình bày: Lê Hân
Đọc bản thảo: Trần Thị Nguyệt Mai
Kỹ thuật: Tạ Quốc Quang
Nhà xuất bản Nhân Ảnh
ISBN: 978-1979625173

Hy vọng với vài bài đã viết: "Mây Của Trời Và Mây Của Thơ" (viết về thơ Phạm Hiền Mây - tháng 5-2019) và "Xem Bản Vẽ Thanh Xuân Đi Vắng" của Đặng Tường Vi (04-11-2019), một ngày gần đây tôi sẽ có hứng để dạo tiếp cõi thơ của bè bạn bốn phương.

9 giờ 05 chiều 20-02-2020.

TÁC GIẢ VIỆT NAM

Lê Bảo Hoàng

Đây là một công việc sưu tập, không có tính cách sáng tác, tuy vậy tốn nhiều thời gian và công sức.

Tháng 6-1985, tôi nhận được thư của nhà văn Võ Phiến hỏi xin một số tư liệu tác giả miền Trung dùng cho phần phụ lục trong cuốn Văn Học Miền Nam-Tổng Quan... của ông. Công việc của ông Võ Phiến đã nhen trong tôi việc sưu tầm tiểu sử của những người viết. Và khi tôi bắt tay sưu tập, tôi không hạn chế trong lãnh vực thơ văn. Tôi thỉnh hết tất cả tác giả trong mọi bộ môn, kể cả cải lương, chèo cổ. Dĩ nhiên chỉ dành cho giới sáng tác, không đụng vào những người trình diễn.

Việc sưu tập chỉ lai rai, lưu giữ để đó. Cơ hội tự nhiên đến khi nhà văn Nguyễn Sao Mai ở Miami Hoa Kỳ, rủ cộng tác cùng Sóng Văn, một tạp chí Văn học Nghệ thuật do chính anh chủ trương. Tác Giả Việt Nam được anh bật đèn xanh để có thể thành sách. Trong lúc này nhà văn Nguyễn Sao Mai cũng chuyển sang Anh ngữ một ít TGVN, phổ biến trên hai tờ The Writers Post (báo giấy) và The Wordbridge (báo mạng) của anh.

Hình thức cuốn sách, tôi thực hiện theo kiểu tự điển. Mỗi tác giả có ảnh chân dung, tiểu sử gồm những nét chính như:

Tên thật, các bút hiệu, năm bắt đầu sinh hoạt, sáng tác phổ biến nơi đâu, và đầy đủ chính xác phần tác phẩm đã xuất bản. Tôi từ chối đưa tin những công trình sẽ xuất bản, vì tôi nghĩ, yếu tố này ít khi chính xác bởi khó biết những gì trong tương lai; chỉ việc thay đổi tên tác phẩm đã trở thành không chính xác, chưa nói đến những phóng đại trước.

Nhà xuất bản Sóng Văn, làm việc bằng tinh thần Văn học Nghệ thuật, ra cùng lúc hai tờ báo giấy Anh và Việt, nên tài chính cũng hạn chế. Thêm vào đó, kỹ thuật in ảnh lúc bấy giờ còn khó khăn, nên cuốn TGVN chỉ in với khổ nhỏ và không có ảnh tác giả. Dù sao tôi cũng nhận được nhiều khích lệ, cổ vũ của bạn văn nhiều nơi. Đặc biệt từ nhà văn Hoàng Khởi Phong, đài Á Châu Tự Do (Radio Free Asia-RFA) và nhà văn Phạm Xuân Đài (Phạm Phú Minh) chủ biên tạp chí Thế Kỷ 21.

Chỉ một năm sau, nhân em trai tôi, Lê Hân điều hành giúp nhà xuất bản Nhân Ảnh do tôi lập, có điều kiện tái bản với khổ lớn và có ảnh tác giả.

Việc sưu tập luôn vấp vào những sai lầm và thiếu sót, nên khi có cách thức in sách thuận lợi, chúng tôi lại tái bản lần thứ hai. Lần này hoàn hảo hơn lần trước. Kỹ thuật in sách từ Amazon là có thể tùy nghi in với một số lượng nhỏ và in dần dần theo nhu cầu. Chính nhờ sự in dần dần kiểu nhỏ giọt này, cho phép sửa sai bổ túc rất tiện lợi. Hiện nay có một số tác giả cần cập nhật ở phần tác phẩm đã xuất bản, cũng như cần thêm một số mới thành danh, mới sưu tập được nên Nhân Ảnh đang nghĩ sẽ tái bản. Thật ra tái bản là một hình thức sửa sai và thay bìa mới. Không phải tiêu thụ khả quan. Những thay đổi thêm bớt từ vài năm nay do chính Lê Hân thực hiện.

Nhìn lại các lần đã phát hành:

*Xuất bản lần đầu:

bìa của họa sĩ Rừng, sách khổ 13 x 21 cm | dày 774 trang | Songvan Magazine xuất bản, tháng 5-2005.

đánh máy sắp trang Lý Ngọc

- Vào sách Lời Nhà Xuất Bản

- Vài dòng của người sưu tập:

"Tác Giả Việt Nam là một sưu tập, góp nhặt những nét chính về tiểu sử của những người sáng tác trong các bộ môn nghệ thuật thơ, văn, biên khảo, âm nhạc, hội họa, nhiếp ảnh, cải lương, chèo, thoại kịch...

Tác giả hiện diện trong sưu tập gồm những người có tác phẩm được phổ biến khởi từ năm 1905, và tạm dừng ở giữa năm 2005.

Nguồn tư liệu sưu tập được góp nhặt từ: những tác phẩm văn học, những tạp chí, nguyệt san, tuần báo, những trang điện toán trong và ngoài Việt Nam, cùng những tư liệu nhận từ chính tác giả, gia đình, thân hữu của tác giả.

...

Nhân đây chúng tôi xin chân thành kính gởi lời cảm ơn đến tất cả các nguồn tài liệu mà chúng tôi đã dựa vào, gom lại thành sưu tập này. Vì nguồn tài liệu quá lớn, chúng tôi thành thật xin lỗi đã không đưa ra rõ ràng danh xưng những nguồn tài liệu ấy ở đây.

Chúng tôi đặc biệt cảm ơn những họa sĩ Bé Ký, Bùi Xuân Phái, Chóe, Đinh Cường, Đinh Trường Chinh, Đỗ Trung Quân, Hồ Thành Đức, Khánh Trường, La Toàn Vinh, Ngọc Dũng, Nguyên Hạo, Nguyễn Trọng Khôi, Nguyễn Tuyên, PKhai, PMinh Hải, Tạ Ty, Thái Tuấn, Trịnh Cung, Trịnh Công Sơn, ViVi, Võ Đình... về những phác họa một số chân dung tác giả mà chúng tôi đã sử dụng để làm phần trình bày ở mỗi đầu vần.

Một lần nữa chúng tôi xin đa tạ tất cả quý vị."

Lê Bảo Hoàng

Montréal, tháng 4-2005.

Tái bản lần thứ nhất:

bìa của họa sĩ Đinh Cường | khổ 16.05 x24 cm | dày 800 trang | Nhân Ảnh tái bản tại Canada.

bìa sau đi hai trích đoạn giới thiệu của nhà văn Phạm Xuân Đài và nhà văn Hoàng Khởi Phong:

"...Việt Nam do bị chia rẽ về chính trị từ 1945, và sau đó đất nước bị chia cắt trong 20 năm, các sinh hoạt tinh thần hầu như cũng bị chia làm hai, theo hai khuynh hướng quốc, cộng, bên này không muốn nhắc tới phe bên kia, hoặc nếu có muốn cũng thiếu thông tin, vì chế độ nào cũng cấm đoán sách vở của phe đối nghịch. Rất nhiều người trẻ ở Hà Nội lớn lên không biết đến Nhất Linh và Nguyễn Tường Tam là một người, cũng thế, nhiều người quốc gia không biết tác giả bài quốc ca mình hát suốt hai thập niên là một nhân vật quan trọng trong chính quyền miền Bắc. Những người danh tiếng lẫy lừng còn thế, nói gì đến "quần chúng văn nghệ" rất đông đảo ở khắp nước? Rồi tiếp đến trong ba thập niên trở lại đây còn có sự kiện mấy triệu người Việt Nam đi ra sống ở nhiều nước trên thế giới, họ cũng tiếp tục viết lách, sáng tác, biên khảo, nếu không "điểm danh" thì cũng khó lòng biết hết ai với ai.

Nguyên cái ý định làm công việc điểm danh này đã là đáng phục. Soạn giả Lê Bảo Hoàng đã bỏ ra năm năm trời để tìm tòi, thu thập, liên lạc, hỏi han mới có được con số gần 1500 tác giả được đề cập trong cuốn sách này.

Cái khó của sự khởi đầu đã có người gánh vác, người đó là soạn giả Lê Bảo Hoàng, một bút hiệu của nhà thơ Luân Hoán, với cuốn Tác Giả Việt Nam đầy công phu. Mong rằng tác phẩm này sẽ được tất cả chúng ta đón nhận với một tình cảm quý trọng lẫn bao dung, vì nó rất xứng đáng được dành cho những cảm tình ấy".

Phạm Xuân Đài

(Tạp chí Thế Kỷ 21 # 196, August 2005)

"Trong năm 2005 có hai cuốn sách tương đối quan trọng với những người quan tâm đến Văn Học Việt Nam. Đó là cuốn Tự Điển Văn Học được nhà xuất bản Thế Kỷ ở trong nước phát hành và cuốn Tác Giả Việt Nam của Lê Bảo Hoàng sưu tập được cơ sở xuất bản Sóng Văn phát hành tại Mỹ

Dầu có những khuyết điểm đã nêu trên, Tác Giả Việt Nam cũng như Tự Điển Văn Học là hai cuốn sách nên có trong tủ sách gia đình. Nếu để ý kỹ thì dường như hai cuốn sách này đã bổ sung những cái yếu cho nhau. Nếu độc giả cần tìm tòi các tác giả của dòng Văn Học Hán Nôm Việt Nam nhiều thế kỷ trước thì Tự Điển Văn Học là một cuốn sách rất tốt mà trong đó người đọc có thể thấy Văn Học Việt Nam hầu như bắt đầu cùng lúc với nền tự chủ nước nhà. Nếu tác giả cần tìm tài liệu liên quan đến các tác giả xuất thân từ miền Nam, một nhánh lớn của Văn Học Việt Nam từ năm 1954 đến năm 1975 ở trong nước, và cho tới tận bây giờ là dòng Văn chương của người Việt hải ngoại thì Tác Giả Việt Nam đã cung ứng cho quý vị những nét tiêu biểu nhất của các tác giả cũng như những tác phẩm chính của các tác giả này".

Hoàng Khởi Phong
(Radio Free Asia - RFA)

Tái bản lần thứ 2:
bìa của họa sĩ Khánh Trường
khổ 17 x 24,05 cm
trình bày: Luân Hoán & Lê Hân
sửa bản in: Thành Tôn & Phạm Vũ Thịnh
dày 812 trang
Nhân Ảnh
ISBN: 978-1512065244

NHỮNG TẬP THƠ CHƯA XUẤT BẢN

NHÁNH TÌNH THỜI CHƯA MÊ GÁI

Một tập thơ viết đã lâu, chừng mười năm trước đã phổ biến một ít trên web Vuông Chiếu, nhưng mãi đến nay vẫn chưa có dịp ấn hành. Những chần chừ có từ việc chọn tên sách. Nội dung quy tụ những đoạn hồi ký ghi lại Một Thời U Mọi Bắn Bi. Sáu chữ này có thể là một cái tên thích hợp vì tính cách minh bạch của nó. Nhưng cũng vì điểm này, tôi không chọn.

Nhánh Tình Thời Chưa Mê Gái ma mị, tạo sự tò mò và cũng có chút thơ thơ hơn. Có bạn thắc mắc "chưa mê gái làm sao có tình?". Xin thưa, Nhánh Tình được dùng ở đây không mang sự luyến ái giữa nam nữ. Thương cha mẹ anh em, bà con bạn bè, mê cỏ cây hoa lá chim cá linh tinh đều là tình cả. Cái khuyết điểm không nêu ngay được thơ của thời con nít. Lý Phước Ninh có đề nghị gọi Thơ Của Thời Trẻ Con. Cũng hay, nhưng tên sách ít nhất phải được chính tác giả vừa ý trước tiên. Nhánh Tình Thời Chưa Mê Gái được lên bìa, phơi phới nằm chơi là vậy.

MỤC LỤC NỘI DUNG:

Thay lời tựa (có đến 2 bài):

MỞ:

"hôn bàn tay gầy yếu - giàu vảy đời tháng năm - thay rửa trước khi mở - rổ ấu thơ thơm ngầm =

chẳng có gì quý cả - ngoại trừ một cái tâm - không hẳn tĩnh hay động - bát ngát một khoảng không =

như hồi ký đứt khúc - nhẹ nhàng thở từ từ - hình ảnh hư lẫn thực - nguồn kỷ niệm riêng tư =

chẳng thể nào gom hết - cái nhớ, mười cái quên - cái lành cùng cái sứt - người vật có không tên =

cố gắng chưng đầy đủ - đồng đều cả buồn vui - kỷ vật ôm kỷ niệm - mắn đẻ trong cuộc đời =

tôi vẫn đang còn sống - ít nhiều còn lai rai - nhớ chuyện này, chuyện nọ - phong phú bổ sung hoài =

có thể hơi lẩn thẩn - vụng tay thành lòng thòng - nhưng những góc cạnh sống - riêng tư rất thật lòng =

một điều xin lưu ý - tên địa danh tên người - tất cả đều có thật - và rất gần sát tôi =

người hỏi về mục đích ? - cho tôi xin mỉm cười - vẫn đi không mong đến - bởi đi sẽ đến thôi =

kính cảm ơn, xin lỗi - mọi chê khen tình cờ - ai có tuổi không nhớ - ít nhiều về ấu thơ ? =

hạnh phúc tôi lấp lánh - với thú hưởng nhàn này - lòng người như mây trắng - xa xưa giống hôm nay" |

THỞ CÙNG HƯƠNG ẤU THƠ

"cùng cỏ dại tôi trổ hoa - ấu thơ cá lội chim hòa nhạc bay - nắng mưa lúc mỏng khi dày - thấm vào da thịt tháng ngày ủ hương =

ấu thơ tôi rất bình thường - chẳng chi khác lạ bạn đường cùng đi - giữa thời bom đạn loạn ly - quê nhà mấy cõi sớm đi phiêu bồng =

hành trang nặng một tấm lòng - học thương học nhớ viển vông đất trời - dấu chân vách dựa chỗ ngồi - có da có thịt nhờ đời từ tâm =

chẳng tám năm, không mười năm - ấu thơ tôi lố vài năm đầu đời - bây giờ sống lại lấy hơi - ấu thơ tôi trải suốt đời cũng nên =

hình ảnh diễn tiến ngỡ quên - tinh khôi sống lại tăng thêm nồng nàn - sắc màu không gian thời gian - nhịp tim tôi đập nhẹ nhàng bên trong =

chưa dám mừng có tấm lòng - xin vui vì được thong dong theo đời =

ngó ra trời đất có tôi - nhìn lại tôi có đất trời bên trong".

* Phần 1: Thời ở Hội An Quảng Nam

có 3 bài:

1. Lý lịch chiều dọc, đoạn đầu đời ở Faifo

2. Trăng thuở lên năm

3. Ngôi nhà xóm mới

* Phần 2: Thời ở Tiên Phước

có 30 bài:

1. Vài dòng đầu về Tiên Phước – 2. Ngôi nhà chị Bé – 3. Lớp học thời ở Tiên Châu – 4. Nhi đồng tôi – 5. Tắm mưa rừng – 6. Tắm giếng Tiên Hội – 7. Tắm nước mưa trong lu – 8. Tắm sông Tứ Hòa – 9. Gia đình tôi thời ở Tiên Châu – 10. Thân phụ - 11. Mẹ hiền – 12. Lằn roi – 3. Lẫy – 14. Sợ ma đắp chiếu – 15. Mót củi – 16. Xem rắn rồng bắt chuột - 17. Bắt ve – 18. Ngõ đá – 19. Xưởng

chè Tiên Phước – 20. Lội ruộng – 21. Chơi cá lia thia – 22. Hoa dủ dẻ - 23. Xem săn thú rừng – 24. Vây cọp đầu năm – 25. Người bạn rắn mối – 26. Bắt chuột nhắt – 27. Chuồng gà – 28. Nuôi gà tự túc – 29. Vạt đất tăng gia – 30. Củ khoai mụt.

* Phần 3: Thời Ở Liêm Lạc Hòa Đa

có 23 bài:

1. Về tới quê nội – 2. Tổng quan làng nội – 3. Sông làng – 4. Sân gạch – 5. Ông tôi và cỗ quan tài – 6. Chỗ ngồi ấu thơ – 7. Tam cấp ngày xưa – 8. Chim Chột dột – 9. Kỷ niệm thời chơi ná – 10. Bè bạn thời quê nội – 11. Cái lờ đồng xanh – 12. Câu cá thời trẻ con – 13. Xem tát đìa – 14. Chân tàu bay tay cờ gánh – 15. Đồng bạc gánh dưa – 16. Chơi trốn tìm – 17. Lần đầu thăm Ngũ Hành Sơn – 18. Tắm sông tập thể - 19. Hầm trong nhà – 20. Một góc cô đơn bất ngờ - 21. Như là mạch thơ – 22. Lần đầu gặp lính Lê Dương.

* Phần 4: Những Năm Đầu Ở Tourane:

có 20 bài:

1. Nghĩa trũng Phước Ninh – 2. Chạy theo xe bò – 3. Một ngôi nhà rất lạ - 4. Ăn cà rem – 5. Lượm nắp ken – 6. Nhìn lén Phật tượng – 7. Ở bên dốc Cầu Vồng – 8. Bón phân dương liễu xanh – 9. Phóng uế trên cồn - 10. Đường về xóm Thuận Thành – 11. Tắm biển Thanh Bình – 12. Học chơi đàn – 13. Quán sách Ngày Mai – 14. Kệ sách gia đình – 15. Tập vẽ - 16. Trước sân rạp Chợ Cồn – 17. Sưu tập tờ rơi chương trình – 18. Ca hát nghêu ngao – 19. Xem phim giờ "thả cửa" – 20. Tập đi xe đạp.

Dĩ nhiên mọi bài viết đều thực hiện sau này. Vẫn có cảm xúc nhưng viết khéo hơn viết hay và khác hẳn những bài viết cho báo Tuổi Xanh đường Da Bà Dàu ngày nào.

+

ghi chú:

1. Mẫu bìa do họa sĩ Khánh Trường thực hiện, anh ấy xin tranh của họa sĩ Trương Đình Uyên. Bìa này sẽ là bìa sẽ dùng khi cho bản thảo thành sách.

NIỆM HƯƠNG VÀ CÁO TỒN

Thơ thương tiếc, tiễn hồn người quá vãng, không ngờ trở thành một trong những đề tài của tôi. Nhìn lại, chủ đề này tôi có khá nhiều bài. Có thể nói gần như toàn bộ đã được phổ biến trên tạp chí theo thời gian thích hợp, và đa phần đã được tôi in lại trong nhiều thi phẩm đã xuất bản.

Tôi đang ở trong lứa tuổi mà bè bạn, người quen thân theo nhau đi về cõi vô cùng, không thể không ngậm ngùi nghĩ về chính mình. Việc làm thơ tiễn đưa bỗng trở nên dồn dập. Không còn mấy tạp chí để thông tin, ngoài tấm lòng của trang Facebook. Việc thơ thẩn này cũng khiến tôi nghĩ đến chuyện sưu tập và in một cuốn riêng biệt, ít nhất là giữ trong tủ sách gia đình.

In thơ không còn là nhu cầu để bán lấy, và cũng đã nhẹ việc mưu có thêm mươi người nữa biết đến mình. Không việc gì phải minh hóa điều này, nhưng ngón tay đã tự nhiên gõ rồi, cứ để vậy đi.

Nhớ không thể sai, bài đầu tiên tôi viết trong chủ đề này là bài tiễn đưa Phan Độ. Một người em của bạn học tôi, anh Phan Quảng. Cả hai là con chú Phan Cháu, thợ may có hiệu may ở Đà Nẵng. Phan Độ, hình như lớn hơn Lê Hân mấy tuổi, cũng "dân Phan Châu

Trinh Đà Nẵng" chúng tôi. Tốt nghiệp Sĩ Quan Đà Lạt và thăng cấp Cố Trung Úy đâu chừng một tháng sau khi ra trường. Độ ra đi không ở đâu xa. Thanh Quýt là nơi em ấy trút hơi thở sau cùng. Bài tiếp sau là bài làm cốt đăng báo Văn Học về nhà văn Nhất Linh (Có in lại trong Về Trời). Bài nhiều xúc động từ sự đột ngột ra đi của nhà thơ Nguyễn Nho Sa Mạc, người bạn thân của tôi thời bấy giờ. Người thứ tư lại là một quân nhân, cố Thiếu úy Trần Mỹ Lộc.

(Năm 1966 là năm gần như tổng động viên. Tôi và hai người bạn thân, Châu Văn Tùng, Nguyễn Văn Pháp, cùng tuổi, phải đến trại Nhập ngũ số 1 đợt này. Trần Mỹ Lộc sắp là em rể của Tùng. Con nhà khá giả nhưng không muốn vào đại học, cũng nôn nóng chơi súng không vào Võ bị chuyên nghiệp, cậu ấy tình nguyện theo khóa Thủ Đức cùng chúng tôi. Tại quân trường, Trần Mỹ Lộc ở cùng Trung đội 40 trong giai đoạn 1, và trung đội 5 trong giai đoạn 2 với tôi. Tùng và Pháp ở hai trung đội khác nhau. Tôi và Lộc trở thành bạn thân. Thật ra sau giai đoạn 1, Lộc được chọn chuyển qua Không quân nhờ vóc dáng cao to, đẹp trai, nhưng cậu ấy cũng từ chối, có chăng là một định mệnh. Vì có sự thân thiết, bốn chúng tôi đã quyết định cùng chọn về một đơn vị, bất kể vị trí thuận lợi riêng. Và Sư đoàn 2 là điểm đến của chúng tôi. Cá nhân tôi, từ bỏ một vài chỗ mát hơn. Trước khi trình diện đơn vị, Lộc làm lễ cưới, sớm hơn cả ba ông anh Châu, Tùng, Pháp. Không kịp chờ xem ảnh cưới, chúng tôi trình diện vì đã trễ hạn khá lâu. Trừ Pháp, nhờ là thầy dạy kèm Anh ngữ cho con bà bố tướng Toàn ở lại Trung Đoàn, ba chúng tôi đều được bổ sung về cùng Tiểu đoàn 1 – Trung đoàn 4BB. Ở tiểu đoàn, tôi nắm Trung đội trưởng trung đội 2 của đại đội 2. Tùng và Lộc nắm hai trung đội của đại đội 3. Chúng tôi nhận nhiệm vụ vào gần nửa đêm, vì lúc ấy Tiểu đoàn mới hành quân về. Chúng tôi chưa nhìn rõ mặt những quân nhân của mình, ngay mờ sáng hôm sau đã phải hành quân vùng Xuân Lộc, nhân khi nước lụt rút. Cuộc hành quân này, tôi đặt tên là Cuộc Hành Quân Mở Đầu Đời Binh Nghiệp, ghi lại trong tập Quá Khứ Trước Mặt.

Nửa ngày đầu của cuộc săn người thứ nhất, chỉ có tiếng súng

lẻ tẻ của phe chúng tôi. Một lần bố trí chờ lệnh, Lộc ghé ngang qua chỗ tôi, cười bảo "hành quân cũng không có gì anh hỉ". Không có gì ở đây ngụ ý không nguy hiểm, gian nan chi. Khoảng 5 giờ chiều, cả tiểu đoàn đến một vạt sắn đã thu hoạch, để bố trí qua đêm. Tôi và chuẩn úy Nguyễn Văn Bảy, cùng khóa nhưng không biết nhau trong quân trường, cùng theo đại đội trưởng nhận phần đất để đóng quân, thành một vòng đai tròn, tôi nghĩ vậy. Nhận chỗ chưa xong, trời chạng vạng và địch quân khai hỏa sát rạt. Gần như bốn sĩ quan của đại đội 2 đều ở chung một chỗ. Chúng tôi không thể bắn vì chung quanh là lính của mình. Phản ứng tự nhiên chúng tôi bò về đám "con cái" mình nắm chức thẩm quyền. Tôi vừa sợ vừa buồn cười nhìn Bảy vừa bò vừa tháo mắt kính ra lau. Trực thăng tăng viện kịp thời cứu tiểu đoàn chúng tôi. Việt cộng chết khá nhiều vì nằm phơi giữa ánh hỏa châu, làm mồi cho đại liên 30 từ nhiều trực thăng. Chưa tới nửa đêm, chúng tôi đã xong phòng tuyến, cũng là lúc tôi phải nhiều lần cầm ống liên hợp nghe hỏi tin về Tùng và Lộc. Chẳng mấy phút sau lính đại đội 3 khiêng Lộc qua ngang chỗ tôi. Tôi ôm Lộc, cậu ấy đã chết. Tôi không tìm thấy vết đạn. Phần Tùng khi súng nổ đã bò lạc vào rãnh phục kích của địch, nhưng an toàn trở ra. Thơ tôi tiễn Lộc, được viết khi về nhà trọ Trùng Khánh, trong lúc Tùng được phép theo trực thăng đưa xác Lộc về Đà Nẵng. (Trong bài thơ tôi đã xem Thơ Là Quan Tài. Chính vì thế tôi đã dùng cỗ áo quan này cho những người thân quen biết về sau.)

Kể lại sự hy sinh của Trần Mỹ Lộc, có phải là minh chứng một ám ảnh, tôi hay viết về đề tài không vui này. Có khiếm nhã chăng? Có độc ác chực chờ cơ hội chăng? Dù thế nào cũng đã viết. Tôi muốn sưu tập in lại cho trang trọng. Tôi muốn xem tập thơ như một Nghĩa Trang. Có gì sai trái, thành thật tạ lỗi cùng thân quyến những người đã quá vãng.

*

Vào năm một ngàn mấy? đã qua, trong một ngày, ngồi nghĩ vớ vẩn: nếu mình chết trước, một số bạn mình ra đi sau, sẽ thiếu lời phân ưu của mình. Tiếc, nên tôi buồn tay viết trước một số bài.

Để viết những bài nhạy cảm, tế nhị này dĩ nhiên tôi phải xin phép trước các đương sự. Tôi được bật đèn xanh từ các bạn: Võ Kỳ Điền, Song Thao, Hồ Đình Nghiêm, Phước Khánh (nữ), Thu Hà (nữ), Cao Thoại Châu, Nam Dao (nhà văn), Vĩnh Điện, Bích Quân (nữ), Quan Dương, Hồ Chí Bửu, Nguyễn Trọng Khôi, Phan Ni Tấn, Lưu Nguyễn, Minh Duy (nhạc sĩ), Nguyễn Đông Giang, Trần Mộng Tú, Thành Tôn, Phạm Phú Minh, Ngu Yên, Trần Huiền Ân, Phan Xuân Sinh.

Những người tôi cậy vào thân tình, viết ẩu: Lê Hân, Trịnh Cung, Khánh Trường, Lê Vĩnh Thọ, Đặng Văn Ngoạn, Hoàng Trọng Bân.

Độc nhất một người không cho phép: nhà thơ Hoàng Xuân Sơn.

Thơ viết xong, tất cả đều phổ biến trang Trang Web Vuông Chiếu của tôi, Trong Mục Nhật Ký Vớ vẩn.

Có hai trường hợp lúc đầu không trở ngại gì sau có trục trặc:

- Chị Trần Mộng Tú, yêu cầu lấy xuống sau chừng một tháng giữ bài trên net, chị cho rằng như vậy đủ rồi, bởi bạn bè chị đông, cứ gởi email nhờ xác nhận dữ lành.

- Nhà văn Phạm Phú Minh thì than phiền qua nhà thơ Thành Tôn, đại ý bà con bên Việt Nam nóng lòng hư thiệt.

Tôi đã xóa mất hẳn bài về chị Tú, dù rất tiếc, bài này tôi thích, bạn Hồ Đình Nghiêm chắc biết. Bài đùa cùng anh Minh hãy còn. Tôi đang phân vân có nên giữ lại nếu in.

Chính trường hợp phân vân này, tôi đang lưỡng lự có nên để phần khóc trước, (người xưa gọi là Cáo Tồn) làm phần phụ phục cho tập Niệm Hương hay loại bỏ hẳn. Người bạn tích cực ủng hộ là anh Thành Tôn. Có lẽ cần xin lại ý kiến của quý bạn đã nêu trên. Có một điều kỳ diệu những người tôi khóc trước, cho đến lúc này vẫn "an toàn xa lộ" trong cuộc sống. Như vậy rõ là không phải một trù ếm, gây xui rủi. Sống chết xem ra có số thật.

Tập Niệm Hương và Cáo Tồn, dù định in nhưng chưa phải sẽ in nay mai. Tôi sẽ layout sẵn để đó. Phần nội dung, được sắp xếp theo thứ tự ngày, tháng, năm qua đời của mỗi người. Cũng không có sự phân biệt giữa bạn bè và người thân yêu nhất trong gia đình tôi (hạn chế từ cha mẹ và anh chị ruột thịt). Ngoài ra cũng có một ít nhân vật nổi tiếng không phân biệt quốc gia, từ tài tử, đến em bé qua đời một cách bất ngờ, tạo xúc động chung.

Danh sách mục lục cụ thể:

(chị song sinh, thân mẫu, Phan Độ, Nhất Linh, Nguyễn Nho Sa Mạc, Trần Mỹ Lộc, Huỳnh Bá Dũng, Nguyễn Nam, Hồ Văn Minh, Nguyễn Âu, Doãn Dân, nhạc mẫu, thân phụ, dưỡng mẫu, Đynh Hoàng Sa, Nguyễn Tất Nhiên, Hoàng Phúc, Phan Như Thức, Nguyên Đông Ngạc, Nguyễn Văn Ba, Mai Thảo, Nguyên Sa, chị cả Giáo, Trịnh Công Sơn, nhạc phụ, nv Nguyễn Văn Xuân, Phương Triều, Minh Quân, Quỳnh Cư, Võ Đình, Vương Thanh, Phạm Thế Mỹ, Trường Kỳ, Nguyễn Thanh Ngân, Trương Bảo Sơn, Nguyễn Tôn Nhan, Elizabeth Taylor, Nguyễn Tăng Chương, Nguyễn Mộng Giác, Nhật Ngân, Phạm Duy, Nguyễn Quốc Tuấn, Trần Hoan Trinh, Aylan Kurdi, Võ Phiến, Anh Bằng, Dương Kiền, Phùng Nguyễn, Đinh Cường, Réné Angélil, thân mẫu BP, Hoài Khanh, Phan Lạc Phúc, Hồ Công Lộ, Lê Ngọc Hiển, Lê Thị Kim Anh, Lê Hữu Mục, Nguyễn Văn Pháp, Phan Duy Nhân, Phạm Ngọc Lư, Bùi Bảo Trúc, Dương Nghiễm Mậu, Nguyễn Tấn Hồng, Nguyễn Thiếu Dũng, Hugh Hefner, Trần Văn Nam, Hàn Song Tường, bà Lê Nguyên Diệm, Nguyễn Văn Bán, Vũ Hồ, Trần Hữu Hội, Mai Khắc Ứng, Trịnh Viết Đức, Hoàng Ngọc Biên, Tô Thùy Yên, Thái Lãng, Nguyễn Đức Bạt Ngàn, Du Tử Lê, Lê Phương Nguyên, Dr. Li Wenliang) các bài viết chưa tìm lại được, TT Nguyễn Cao Kỳ, Uyên Nguyên Lê Hiếu Đằng, Huy Uyên...

CÁI TÔI

Cho đến lúc này vẫn còn là bản thảo, nhưng đã rất nhiều bài. Đây sẽ là tập thơ cuối cùng trong đời, có thể tôi không nhìn được nó.

PHẦN PHỤ LỤC:
SÁCH VIẾT VỀ LUÂN HOÁN | NHIỀU TÁC GIẢ

CHÂN DUNG THƠ LUÂN HOÁN

Lời Vào Tập của nhà xuất bản:

Chân Dung Thơ Luân Hoán không phải là một tác phẩm phê bình văn học. Đây là một tập họp những cảm nhận của một số bạn đọc, bạn văn thơ, sau khi thưởng thức, những thi phẩm của một người, đã có một quá trình vui chơi với thi ca một thời gian khá lâu dài.

Chúng tôi góp nhặt, không phân biệt, không chọn lựa và in thành sách với mục đích giản dị: làm một món quà kỷ niệm tặng người thơ Luân Hoán vừa tròn 28 năm có tác phẩm đã ấn hành. Tính từ "Về Trời" năm 1964 đến "Cảm ơn đất đá trổ thơ - lòng ta hạt bụi vu vơ bám hoài" năm 1991. (28 năm cũng là con số thời gian mà tác giả đã đi đứng được với hai bàn chân như mọi người).

Chúng tôi xin chân thành cảm ơn những tác giả có bài viết trong sách này, cũng như tất cả các họa sĩ tài danh đã góp tình cảm cho Luân Hoán qua các bản vẽ linh hoạt, đơn giản nhưng đầy chân tình. Chúng tôi cũng thành thật xin lỗi những tác giả có bài viết, tranh vẽ nhưng chúng tôi không tìm lại được.

Hy vọng trong tương lai, những cuốn sách tương tự sẽ được thực hiện cho những tác giả khác với đủ các bộ môn khác nhau như: họa, nhạc, tiểu thuyết...

Nhà xuất bản Sông Thu

Hoa Kỳ.

Thái Tú Hạp:
Giới thiệu và trích dẫn những thi phẩm
của Luân Hoán đã ấn hành trước năm 1975
từ 7 đến trang 38

Đinh Cường: phác họa Luân Hoán
Nguyễn Đông Ngạc:
Một tấm lòng thơ qua "Hơi Thở Việt Nam, Đưa Nhau Về Đến Đâu, Ngơ Ngác Cõi Người, Cảm Ơn Đất Đá Trổ Thơ"
từ 43 đến trang 62

Hoàng Trọng Bân: phác họa Luân Hoán
Bùi Bảo Trúc:
Hơi Thở Việt Nam, Thơ của người thừa trái tim
từ trang 67 đến trang 74

Chu Vương Miện:
Trình diện "Hơi Thở Việt Nam"
từ trang 75 đến trang 78

Hồ Công Tâm:
Hơi Thở Việt Nam trong dòng hiện thực đấu tranh
từ trang 79 đến trang 86

Khánh Trường: phác họa Luân Hoán
Nguyên Sa:
Hơi Thở Việt Nam, Thơ viết hoa
từ trang 91 đến trang 94

Nguyễn Mạnh Trinh:
1. Hơi Thở Việt Nam Chứng nhân của cơn hồng thủy
2.Theo chân "cảm ơn đất đá trổ thơ..."
từ trang 95 đến trang 110

nhiều tác giả

bìa chân dung LH tranh màu Đinh Cường

Lê Hân trình bày, chăm sóc ấn loát

sửa chính tả Đoàn Phế

kỹ thuật Central Perfect Bindery Toronto

phụ bản, phác họa LH từ:

Bé Ký, Đinh Cường, Hoàng Trọng Bân, Khánh Trường, La Toàn Vinh, Nghiêu Đề, Nguyên Hạo, Nguyễn Quốc Tuấn, Phạm Thế Trung, Thái Tuấn, Trịnh Cung, Trịnh Công Sơn, ViVi, Võ Đình, Vũ Hối.

Sách dày 604 trang
khổ 14 x 22cm
Nhà xuất bản Sông Thu - 2004

Mục Lục

LH để lời cảm ơn bạn văn
chân dung LH trước tranh sơn dầu của Hoàng Trọng Bân
danh sách tác giả
18 bìa sách Luân Hoán

Lời vào tập của Nhà Xuất Bản:

"Có lẽ không có cuốn sách nào được in ấn không mang ít nhiều ước vọng. Luân Hoán Một Đời Thơ cũng có đầy đủ những thường tình này.

Chúng tôi rất mừng đã có kết quả đầu tiên, đó là sự hưởng ứng khá nhiều của các bạn văn, bằng hữu. Luân Hoán Một Đời Thơ ít ra đã là một tư liệu quý của gia đình nhà thơ Luân Hoán.

Chúng tôi xin chân thành cảm ơn những nhà văn, nhà thơ và bè bạn đã góp tay thực hiện. Chúng tôi cũng xin được gửi lời tri ân đến độc giả tìm đọc.

Những sai sót trong cuốn sách sẽ không ít, mong được thông cảm và chỉ dẫn bổ sung cho những lần có cơ hội tái bản.

Kính,"

Nhà xuất bản Sông Thu

Nội Dung:

Hoàng Lộc
. Luân Hoán, Ông Anh Phía Trước

Hoàng Yên Lưu
. LH Và Thơ

Hồ Đình Nghiêm
. Cái Đêm Hôm Ấy Đêm Gì?

Khắc Minh
. Quảng Ngãi Khúc Rẽ Một Dòng Thơ

Lâm Chương
. Tán Gẫu Về Một Người Làm Thơ

Lê Hân
. Anh Tôi, Người Vui Thú Chơi Thơ

Lê Vĩnh Thọ
. Từ Bình Dương xuống Sàigòn
. Nhận Rượu Đà Nẵng

Lương Thư Trung
. Ngoài 60 Đọc Thơ Người Đồng Tuổi

Lưu Nguyễn
. LH trong Truyện Phiếm Của Song Thao

Mạc Phương Đình
. Mùa Xuân và Nét Hồn Nhiên Phóng Khoáng Trong Thơ LH

Nguyễn Chí Thiệp
. Tình thơ LH

Nguyễn Đông Giang
. Sống Đời Với Thơ

Nguyễn Mạnh Trinh
. Nói Chuyện Cùng Luân Hoán

Nguyễn Nam An
. Hiên Nhà Cũ Và Thơ Tình Luân Hoán

Nguyễn Quốc Tường
. Luân Hoán Nhìn Từ Bên Hông

Nguyễn Sao Mai
. Cõi Thơ Luân Hoán

Nguyễn Văn Diên
. Người Bạn Lính Làm Thơ

Nguyễn Vy Khanh
. LH Nơi Cõi Người Ngơ Ngác

Nguyễn Xuân Hoàng
. Thơ Khai Sinh Từ Những Gợi Tình

Phạm Thế Mỹ
. Bàn Chân Nối Liền Nam Bắc (nhạc)

Phan Nhật Nam
. Người Vẫn Sống Mãi Trong Thơ

Phan Ni Tấn
. Người Bạn Đời Trong Thơ LH

Phan Thị Trọng Tuyến
. Những Giòng Thơ Phơi Phới

Phan Xuân Sinh
. Luân Hoán Và Đà Nẵng

Quan Dương
. Lục Bát Luân Hoán

Song Vinh
. Chỗ Ngồi Của Bằng Hữu

Song Thao
. Luân Hoán, Thường Ngày

Thái Tú Hạp
. Người Gối Đầu Cỏ Hoa

Thảo Nguyên
. Về Một Bút Hiệu

Thu Thuyền
. LH Nhà Thơ Của Những Gốc Chanh Gốc Cà

Trang Châu
. Nói Về Chân Dung Thơ LH

Trần Gia Phụng
. Làm thơ như nói chuyện

Trần Huiền Ân
. Những Mỹ Nhân Trong Thơ LH

Trần Mộng Tú
. Luân Hoán Và Thơ

Trần Trung Đạo
. LH Thơ Yêu Đất Như Yêu Người

Trần Văn Hùng
. Cũng Sắp "Tình Già"

Trần Yên Hòa
. Một Kẻ Lạ Rất Quen

Triều Hoa Đại
. Thơ Dài Như Dòng Sông

Trương Đức Thủy
. Từ Một Bất Ngờ Lý Thú Nhớ Một Thời Được Mê Gái

Vĩnh Điện
. Nhắc lại Thời Phổ Lục bát Ca

Võ Kỳ Điền
. Buổi Đầu Gặp Người Làm Thơ

Vũ Đình Trường
. Đi Rong Trong Cõi Thơ Tình

Vương Ngọc Long
. Loanh Quanh Trong Sân Trường Bữa Ấy

Vương Trùng Dương
. Nhìn Lại 40 Năm Luân Hoán

Nhiều Người Viết
. Qua tạp chí, Sách

Nhiều Người Viết
. Tặng Phẩm Kỷ Niệm

Từ Tạp Chí Nhân Văn, Văn Học, Khởi Hành, Tạp Chí Thơ, Saigon Times, Hợp Lưu, (Trả lời phỏng vấn)

Tặng phẩm Kỷ niệm (thơ) từ:
Bắc Phong, Châu Văn Tùng, Chu Vương Miện, Đynh Hoàng Sa, Giang, Hà Nguyên Du, Hoàng Chiều Nhân, Hoàng Xuân Sơn, Hồ Đình Nghiêm, Hồ L., Lê Vĩnh Thọ, Nam Chi, Nghiêu Minh, Nguyễn Dũng Tiến, Phan Ni Tấn, Phương Triều, Song Thao, Song Vinh, Thành Tôn, TT Mây Trên Ngàn, Trần Hoan Trinh, Trần Gia Phụng.

Phụ trang:
Luân Hoán (thơ)
Giữ Riêng Vài Nét Như Là
một trang ảnh LH cùng bè bạn

ĐỌC NHỊP THỞ LUÂN HOÁN
47 tác giả

Tranh bìa Luân Hoán qua nét vẽ Đinh Cường (màu)
bìa sau Nguyễn Thu Hà (Việt Nam) trình bày.
chăm sóc tổng quát Lê Hân
nhà xuất bản Nhân Ảnh
năm 2014

Mục lục nội dung:

Đinh Cường:
. Hai bài tặng Luân Hoán

Thiếu Khanh:
. Gởi Bạn Luân Hoán

Cao Thoại Châu:
. Luân Hoán, Lặng Lẽ Tìm Lấy Đường Mà Đi

Du Tử Lê:
. Những Tế Bào Gốc Trong Thơ Luân Hoán

Mai Khắc Ứng:
. Đọc Thơ Luân Hoán

Hoàng Yên Lưu:
. Đọc Rước Mẹ Đầu Năm và
. Trong Sân Trường Bữa Ấy

Nguyễn Mạnh Trinh:
. Giới Thiệu Ổ Tình Lận Lưng Của Luân Hoán

Phan Xuân Sinh:
. Luân Hoán Đùa Với Thơ

Trần Thị Nguyệt Mai:
. Giới thiệu "Thơ thơm từ gốc rễ tình" của Luân Hoán

Kim Chi:
. Đọc để cười mím mím

Bích Ngâu:
. Đời đẹp thêm nhờ thơ hồn nhiên

Thục Nguyên:
. Chia Sẻ

Đồng Thị Chúc:
. Tình Quê Trong Thơ Luân Hoán (qua Thơ Thơm Từ Gốc Rễ Tình)

Nguyễn Thu Hà:
. Cảm Xúc Của Một Người Thơ Làm Lính Chiến

Tuyền Linh Nguyễn Văn Thơ:
. Luân Hoán với Giai Nhân

Nguyễn Thị Thanh Dương:
. Đôi Điều Khi Đọc Luân Hoán

Võ Công Liêm:
. Luân Hoán, Nhà Thơ Đương Đại

Châu Ngọc Bích:
. "Mua Vui Cũng Được..."

Gs Phan Văn Giưỡng và hai sinh viên:
. Hai bài thi môn Văn chương Việt Nam của sinh viên năm 2013

Lê Vĩnh Thọ:
. Bi Hài Cú Tặng Luân Hoán

Cao Thoại Châu:
. Gửi Bạn Hiền Luân Hoán

Huy Uyên:
. Qua cầu de Lattre nhớ LH

Đông Hương:
. Về Một Bài Thơ Tặng Ông Anh Luân Hoán

Nguyễn An Bình:
. Bài Rao Vặt Cuối Đời Mình "Thơ Thơm Từ Gốc Rễ Tình" trầm hương

Nguyễn Tùng (CTNM):
. Lục Bát Ca

Đặng Châu Long:
. Bình Yên Mộng Tưởng Và Thơ Khát Vọng

Đỗ Trường:
. Luân Hoán, Người Kể Chuyện Bằng Thơ

MH Hoài Linh Phương:
. Một Thuở... Ngựa Hồng Trên Đời Thơ Luân Hoán

Lại Quảng Nam:
. Đùa cùng chữ nghĩa Qua Dòng Lục Bát Luân Hoán

Cao Thoại Châu:
. "em từ lục bát bước ra" cõi đời dâu bể có ta đi cùng

Hoàng Xuân Sơn - Sử Mặc:
. Dựa Hơi Châu Ngọc / Đếm 1=2

Trần Trung Thuần:
. Luân Hoán Một Nhà Thơ Xưa Nay Hiếm

Nguyễn Thị Tuyết Đào:
. Luân Hoán Đã Yêu Như Thế Nào?

Nguyễn Phụng:
. Người Học Trò Lê Ngọc Châu Và Thơ Luân Hoán

Hoàng Dục:
. Đà Nẵng - Cõi Bén Tình Thơ Luân Hoán

Nguyễn thị Hải Hà:
. Đi Tìm Bóng Dáng Nhà Thơ Luân Hoán qua tập thơ Thanh Thi

Phạm Văn Nhàn:
. Luân Hoán, Nhà Thơ Của Thế Hệ Chiến Tranh

Trần Văn Nam:
. Nghĩ Về Đề Tài Chiến Tranh, Tình Yêu Và Siêu Hình, Trong Thơ Luân Hoán

Phước Khánh:
. Thơ Luân Hoán, từ tôi, một bạn đọc

Nguyễn Lệ Uyên:
. Chân Dung Luân Hoán Trong Bóng Chữ

Hồ Đình Nghiêm:
. Tản Mạn Về Thơ Luân Hoán

Lãm Thúy:
. Đọc thơ Luân Hoán bằng trái tim nhạy cảm của một người phụ nữ

Diên Nghị:
. Đọc 6 Đoạn Ngũ Ngôn Của Luân Hoán

Việt Hải:
. Nghĩ sao viết vậy: "Tán gẫu về Luân Hoán"

Phương Triều:
. Em Từ Lục Bát Bước Ra Anh Từ Sương Gió Té Vô Góc Trời

Nguyễn Đức Tùng:
. Luân Hoán: Cái chữ vốn đã có tình

Bích Phương:
. Tản Mạn Về Thơ Luân Hoán

Trần Yên Hòa:
. Một Đời Thơ LH

Võ Kỳ Điền:
. Luân Hoán, Một Đời Thơ

Luân Hoán:
. Khép Mở

CÁC BÀI VIẾT KHÁC :

Mang Viên Long: Buồn Như Tết
Mang Viên Long: Đọc thơ Luân Hoán
Phan Việt Thủy: Ngôn ngữ thơ Luân Hoán
Như Không: Luân Hoán cánh chim trong Văn học miền Nam.
Nam Dao: Từ một bài thơ
Vương Trùng Dương: LH Gối súng tìm thơ
Thanh Vân: Một góc thơ tình LH
Hà Thúc Sinh: thơ tặng
Dư Mỹ: thơ tặng
Trần Thoại Nguyên: thơ tặng

Đường Chữ Sau Lưng

hồi ký rời Luân Hoán
sửa chính tả Tiểu Nguyệt & Nguyệt Mai
nhà xuất bản Nhân Ảnh
2020

đànẵng
1961
phanquảng
châuvăntùng
guyễn văn thơ
trầnhữu chí

đànẵng 1963
dynhhoàngsa
luânhoán

quán
tho
đinhthànhlam
caothoaichâu
nguyễnminh

thời ở
43
PBC
quảng
ngãi

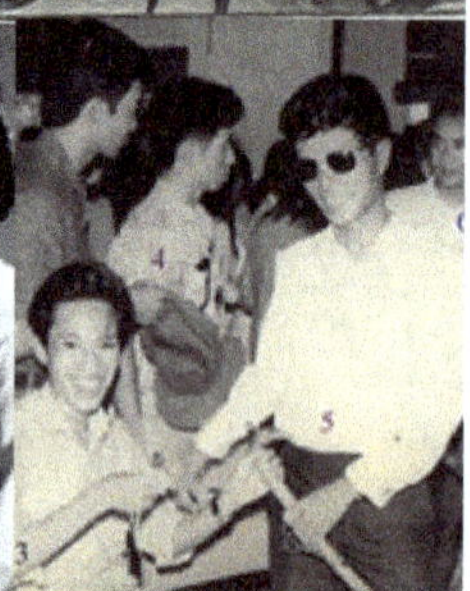
4
5
3

CHAU (LH)
HAO

nhà văn NGUYỄN ĐÔNG NGẠC
nhạc sĩ, họa sĩ TRỊNH CÔNG SƠN
họa sĩ, nhà văn VÕ ĐÌNH

nhà văn NGUYỄN XUÂN HOÀNG
giáo sư, nhạc sĩ TRẦN VĂN KHÊ
họa sĩ THÁI TUẤN

6 anh đều đã qua đời

nhà thơ, nhà văn DU TỬ LÊ
nhà sử học, nhà thơ MAI KHẮC ỨNG
họa sĩ, nhà văn NGHIÊU ĐỀ

nhà văn, luật sư DƯƠNG KIỀN
ký giả, nhạc sĩ TRƯỜNG KỲ
họa sĩ, nhà thơ ĐINH CƯỜNG

6 anh đều đã qua đời

nhà báo NGUYỄN TẰNG CHƯƠNG
nhà báo NGÔ VƯƠNG TOẠI
nhà văn MINH QUÂN
nhà cách mạng, dịch giả
TRƯƠNG BẢO SƠN (vòng hoa)

nhà báo BÙI BẢO TRÚC
nhà văn VÕ PHIẾN (áo xanh)
nhà thơ NGUYỄN ĐỨC BẠT NGÀN
(đứng gần LH)

7 anh, chị ghi tên đều đã qua đời

giáo sư NGUYỄN VĂN TRUNG

nhà văn NGUYỄN VĂN LỤC

họa sĩ, nhà văn PHAN NGUYÊN

nhà văn SONG THAO

nhà văn KIỆT TẤN

nhà văn HỒ ĐÌNH NGHIÊM

nv Nguyễn Mạnh Trinh nv Phạm Xuân Đài
hs Nguyễn Đình Thuần LH nt Thành Tôn
nt Đặng Hiền (áo xanh) và đầu tóc nv Trần Văn Nam

Hòa Bình Lê Hân LH và Lý
(hôn lễ Bích + Dũng)

ns Từ Công Phụng, lhoán, Song Thao,
Lê Hân (áo đỏ)

Lhoán, Tô Thùy Yên, Phan Ni Tấn, Trần
Hoài Thư, Nguyễn Hữu Chung, Trang Châu

lh, TrầnGiaPhụng Võ Kỳ Điền SongThao

Trịnh Thanh Thủy Khải Minh Châu Lý

Từ trái:Song Thao, Luân Hoán, Lê Quang Xuân, Trần Trung Đạo, Hồ Đình Nghiêm,
PNT & Tiểu Thu, Montréal 2010

HồĐìnhNghiêm,Hoàng ChiềuNhân,NguyễnMinhĐức, Lưu Nguyễn, SThao, Lhoán

Hoàng Xuân Sơn HĐN VKĐ PNT Nguyên (đứng) TC ST (đứng) LH

Khánh Trường
Nguyễn Vy Khanh
Lâm Chương
Ngu Yên
Trần Yên Hòa
Song Vinh

nhà thơ THÁI TÚ HẠP
nhà thơ THÀNH TÔN
nhà văn PHAN THỊ TRỌNG TUYẾN

anh chị NHẬT NGÂN
nhà thơ ĐỖ QÚY TOÀN (Ngô Nhân Dụng)
ẢNH TẠI NHÀ THÀNH TÔN:

Ái Cầm TTH nv Trần Văn Nam, LH, Mỹ, Lý, Trinh, Tôn, Tấn, PhạmXuânĐài, TYH

VKĐ MKƯ LH HOÀNG BẢO VIỆT HOÀNG XUÂN SƠN LH SONG THAO

TRIỀU HOA ĐẠI

LH VIVI TRVTUYÊN LÊQUANGXUÂN

nhà thơ THỤY KHANH

nv PHAN THị TRỌNG TUYẾN

ban biên tập Bộ Binh Thủ Đức
khóa 23 và 24 -
năm 1966
scan từ bản gốc cỡ nhỏ
khóa 24 Thủ Đức

TIỂU SỬ

Luân Hoán tên thật **Lê Ngọc Châu**, các bút hiệu khác Châu Hải Châu, Cự Hải, Lý Phước Ninh, Trần Gia Nam, Lê Bảo Hoàng, Hà Khánh Quân..., sinh ngày 10 tháng 01 năm 1941 tại thị xã Hội An, Quảng Nam. Con ông Lê Hoán (gốc làng Liêm Lạc, xã Hòa Đa, huyện Hòa Vang, tỉnh Quảng Nam) và bà Nguyễn thị Luân (Vĩnh Điện, Quảng Nam). Định cư và trưởng thành tại Đà Nẵng từ 1953. Khóa 24 Sĩ quan trừ bị Thủ Đức. Giải ngũ năm 1969. Làm việc tại ngân hàng Việt Nam Thương Tín Đà Nẵng. Định cư tại Montréal Canada từ ngày 02 tháng 02 năm 1985. Khởi viết năm 1958, có bài trên các tạp chí: Tuổi Xanh, Gió Mới, Thời Nay, Mai, Bách Khoa, Văn Học, Ngàn Khơi, Kỷ Nguyên Mới, Đối Diện, Bộ Binh, Trình Bầy, Văn... (trước 1975); Văn, Văn Học, Nắng Mới, Hợp Lưu, Thế Kỷ 21, Nhân Văn, Thời Tập, Khởi Hành, Phố Văn, Chủ Đề, Việt Báo, Hồn Quê, Canh Tân, Quê Mẹ, Gió Văn, Nguồn... (sau 1975). Trong Ban Biên Tập của các tạp chí: Văn Học - Sài Gòn (1964 - 1975), Nhận Thức - Huế, Trước Mặt - Quảng Ngãi, Làng Văn - Canada (1986-1990), Sóng - Canada (1986-1991), Quê Mẹ - Pháp (từ 1986), Sóng Văn - Hoa Kỳ (từ 1996), Wordbridge - Hoa Kỳ (từ 2002). Cùng Đynh Hoàng Sa, Hà Nguyên Thạch, Thành Tôn, Lê Vĩnh Thọ chủ trương nhà xuất bản Ngưỡng Cửa và nhà xuất bản Thơ (đã xuất bản các thi phẩm của: Hà Nguyên Thạch, Phan Nhự Thức, Đynh Hoàng Sa, Thành Tôn, Khắc Minh, Luân Hoán, Lê Vĩnh Thọ, Phạm Thế Mỹ, Vĩnh Điện...). Thành lập nhà xuất bản Nhân Ảnh, Lê Hân đang điều hành. Cùng Lê Hân, Khánh Trường thực hiện tuyển tập "Thơ Việt Đầu Thế Kỷ 21" (155 tác giả, 820 trang khổ lớn). Cùng Khánh Trường, Nguyễn Vy Khanh thực hiện bộ sách "44 Năm Văn Học Hải Ngoại" (gồm 7 cuốn, mỗi cuốn trên 600 trang khổ lớn). Cùng Lê Hân thực hiện tuyển tập thơ "Ổ Thơ Giữ Ấm Tình Cha Mẹ" (2020). Hiện đang cùng Song Thao, Lê Hân, Nguyễn Vy Khanh, Hồ Đình Nghiêm chủ trương tạp chí Ngôn Ngữ tại Hoa Kỳ (đang đến số 7)

Sách viết về Luân Hoán:

Chân Dung Thơ Luân Hoán (nhiều tác giả, nxb Kinh Đô Hoa Kỳ, 1991), Luân Hoán, Một Đời Thơ (nhiều tác giả, nxb Sông Thu, 2005), Đọc Nhịp Thở Luân Hoán (nhiều tác giả, nxb Nhân Ảnh, 2014).

Tác phẩm đã xuất bản: * thơ: (17 thi phẩm in riêng - 6 thi phẩm in chung): Về Trời (thơ, nxb Văn Học - Sài Gòn, 1964), Trôi Sông (thơ, nxb Văn Học Sài Gòn, 1966), Chết Trong Lòng Người (thơ, nxb Ngưỡng Cửa, 1967), Viên Đạn Cho Người Yêu Dấu (thơ, nxb Thơ 1969 - tái bản 1995), Hòa Bình Ơi Hãy Đến (thơ 1970, cùng Lê Vĩnh Thọ, Phạm Thế Mỹ), Nén Hương Cho Bàn Chân Trái (thơ 1970, với nhiều bạn văn), Thơ Tình (in cùng Khắc Minh, nxb Thơ 1970), Ca Dao Tình Yêu (nxb Thơ 1970, in cùng Khắc Minh), Lục Bát Ca (nxb Thơ 1970, cùng Lê Vĩnh Thọ, nhạc Vĩnh Điện), Rượu Hồng Đã Rót (thơ, nxb Thơ 1974, tái bản 1995), Hơi Thở Việt Nam (thơ, nxb Sông Thu - Hoa Kỳ, 1986), Ngơ Ngác Cõi Người (thơ, nxb Nhân Văn - Hoa Kỳ, 1989), Đưa Nhau Về Đến Đâu (thơ, nxb Sông Thu, 1989), Cảm Ơn Đất Đá Trổ Thơ Lòng Ta Hạt Bụi Vu Vơ Bám Hoài (thơ, nxb Kinh Đô - Hoa Kỳ, 1991), Mời Em Lên Ngựa (thơ, nxb Sông Thu - Hoa Kỳ, 1994), Nuôi Thơm Chùm Kỷ Niệm Xanh (thơ, nxb Thơ, Canada, 1995), Cỏ Hoa Gối Đầu (thơ nxb Sóng Văn - Hoa Kỳ, 1997), Sông Núi Cùng Người Thơm Ngát Thơ (nxb Thơ, Canada, 2002), Ổ Tình Lận Lưng (thơ, 600 trang, nxb Nhân Ảnh, 2007), Em Từ Lục Bát Bước Ra (trường ca, nxb Nhân Ảnh, 2008), Thanh Thi (thơ nxb Thư Ấn Quán, 2011), Thơ Thơm Từ Gốc Rễ Tình (thơ, nxb Nhân Ảnh, 2014) | * văn: Quá Khứ Trước Mặt (hồi ký, nxb Nhân Ảnh, 2006), Dựa Hơi Bè Bạn 1 (hồi ký giới thiệu, nxb Nhân Ảnh, 2006), Dựa Hơi Bè Bạn 2 (hồi ký giới thiệu, nxb Nhân Ảnh, 2007), Theo Gót Thơ (cảm nhận giới thiệu, dùng bút hiệu Hà Khánh Quân, nxb Nhân Ảnh, 2010), Tác Giả Việt Nam (sưu tập, dùng bút danh Lê Bảo Hoàng, nxb Sóng Văn, Hoa Kỳ, 2005, Nhân Ảnh tái bản 2006)

DẤU TAY MỘT THỜI
(tên những cuốn sách, có góp bài hoặc được nói đến)

1964: TIN SÁCH
1969: VĂN HỌC HIỆN ĐẠI, THI NHÂN - Cao Thế Dung
1970: VĂN NGHỆ XÁM - Thái Độ
1975: NGƯỜI CỦA NĂM 1974 - Phổ Thông 30 và 31
1985: ĐẠI HỌC MÁU - Hà Thúc Sinh
1986: HỘI TUYỂN THI CA - nhóm sinh hoạt VN tại Pháp
1986: NGỌN CỎ KHÔ TRÊN THUNG LŨNG... - Làng Văn
1988: TÌM HIỂU NGHỆ THUẬT THƠ - Nguyễn Hưng Quốc
1988: VĂN BÚT: trung tâm Québec
1989: NGHĨ VỀ THƠ - Nguyễn Hưng Quốc
1990: TRI ÂM - Lưu Nguyễn
1992: TÌM THƠ TRONG TIẾNG NÓI - Đỗ Quý Toàn
1993: VIỆT NAM QUÊ HƯƠNG TÔI - Lê Quang Xuân
1993: TUYỂN TẬP THƠ VĂN PHẬT GIÁO – Thái Tú Hạp
1993: THƠ VIỆT NAM HIỆN ĐẠI - từ Việt Nam
1994: TUYỂN TẬP THƠ LỤC BÁT VIỆT NAM - từ VN
1994: T.T THƠ TÌNH BỐN PHƯƠNG - Thái Doãn Hiểu
1995: HAI MƯƠI NGƯỜI VIẾT CANADA - Việt Thường
1995: 20 NĂM VĂN HỌC VN HẢI NGOẠI - Khánh Trường
1995: 10 THI SĨ QUẢNG NAM – Nhật Ngân phổ nhạc
1996: CÂU THƠ VỀ NGƯỜI - Phan Ni Tấn
1996: AN ANTHOLOGY OF VIETNAMESE POEMS From the Eleventh through the Twentieth Centuries - Huỳnh Sanh Thông.
1997: 40 NĂM CHIẾN TRANH VN - Nguyễn Vy Khanh
1997: LỤC BÁT TÌNH - từ Việt Nam
1998: NGUYÊN SA TÁC GIẢ TÁC PHẨM - nhiều tác giả
1998: THƠ TÌNH VN VÀ THẾ GIỚI - Nguyễn Hùng Trương
1999: VĂN HỌC MIỀN NAM, THƠ - Võ Phiến
1999: NHỮNG CÂY BÚT QUẢNG NAM - tuyển tập
1999: NHÀ THƠ NHÀ VĂN HẢI NGOẠI - Nguyễn Đ. Tuyến
1999: ĐỌC THƠ THÁI TÚ HẠP - nhiều tác giả
2000: THƠ VĂN VN NĂM 2000 - Việt Thường

2000: VỀ DƯỚI HIÊN XƯA - Song Vinh
2000: GIỮA TRỜI THƠ BAY - Thái Tú Hạp
2001: VƯỜN THƠ HẢI NGOẠI - tủ sách Phụ Nữ Ngày Nay
2001: THỦ ĐỨC GỌI TA VỀ - Trần Hoài Thư
2002: GỬI VỀ BÊN ẤY - Người Việt hải ngoại Vancouver
2003: TÌNH THƠM MẤY NHÁNH - Lê Hân
2004: VĂN HỌC VN THẾ KỶ 20 - Nguyễn Vy Khanh
2004: VIỆT NAM THI VĂN HẢI NGOẠI - Nguyễn Hải Hà
2004: XX NGHĨ VỀ VĂN HỌC VNHN - Nguyễn Mộng Giác
2004: HƯƠNG MƯA - Song Vinh
2004: MỘT PHẦN TƯ THẾ KỶ TCVN - Võ Đức Trung
2004: 20 TÁC PHẨM PHIẾM - Song Thao
2005: LÊN RỪNG ĐẾM LÁ - Triều Hoa Đại
2005: VÔ LƯỢNG TÌNH SẦU - Nguyễn Đông Giang
2005: TÁC GIẢ VIỆT NAM - Lê Bảo Hoàng
2006: TÁC GIẢ VIỆT NAM (tái bản)- Lê Bảo Hoàng
2007: KỶ NIỆM VỀ DOÃN QUỐC SỸ -
2007: THƠ VN TRONG THỜI CHIẾN 1 - Trần Hoài Thư
2007: THƠ VN TRONG THỜI CHIẾN 2 - Trần Hoài Thư
2007: TẠP GHI VĂN NGHỆ - Nguyễn Mạnh Trinh
2008: MỘT THỜI LỤC BÁT MIỀN NAM - Trần Hoài Thư
2008: CÕI THƠ TÌM GẶP - Diên Nghị
2008: 36 BÀI THƠ RƯỢU – từ Việt Nam
2008: KÝ ỨC QUÊ HƯƠNG - Người Việt hải ngoại Vancouver
2009: VH VN NƠI MIỀN ĐẤT MỚI - Nguyễn Q. Thắng
2009: THƠ ĐẾN TỪ ĐÂU - Nguyễn Đức Tùng
2009: QUÊ HƯƠNG QUA THI CA - Nguyễn Hữu Lý
2009: QUÊ NHÀ QUÊ NGƯỜI - Trung tâm Văn bút Québec
2010: TƯỞNG NHỚ NS PHẠM THẾ MỸ (từ VN)
2010: BẢN TÌNH CA CŨ - Nguyễn Đông Giang
2010: TRƯỜNG KỲ RONG CHƠI CUỐI ĐỜI LÃNG QUÊN
2011: TỪ CÔNG PHỤNG DƯỚI MẮT BẰNG HỮU
2011: NHÀ THƠ LUÂN HOÁN - Thư Quán Bản Thảo 47
2012: TRANG SÁCH & NHỮNG GIẤC MƠ BAY - Nguyễn Lệ Uyên
2012: NGUYỄN MỘNG GIÁC & BẰNG HỮU - nhiều tác giả.

2012: MÙA XUÂN Ở TRÊN CAO - Mang Viên Long
2013: TT THƠ HẠC THÀNH HOA
2013: CŨNG CẦN CÓ NHAU - Hoàng Xuân Sơn.
2013: NHỚ VỀ NHỮNG BẾN SÔNG – Hai Trầu Lương Thư Trung
2013: TẤT CẠN ĐỜI SÔNG - Phan Xuân Sinh
2014: CÀO LÁ NGOÀI SÂN ĐÊM - Đinh Cường
2014: RỚT XUỐNG TUỔI THƠ, TÔI - Trần Yên Hòa
2015: LẶNG LẼ PHÙ SA - Nguyễn Văn Gia
2015: KHUYẾT NGUYỆT - Đan Thanh
2015: THƠ TÌNH HỒ CHÍ BỬU 3.
2015: TỪ HỘ CHIẾU BUỒN ĐẾN ĐAU... - Đỗ Trường
2015: PHAN DUY NHÂN, THƠ VÀ ĐỜI – nhiều tác giả
2015: HẸN MỘT NGÀY VỀ... - CLB Tình Nghệ Sĩ
2015: 101 BÀI THƠ TÌNH TRÊN TỜ LỊCH CŨ - Thiên Hà
2015: 21 KHUÔN MẶT VĂN NGHỆ MIỀN NAM - Phạm Văn Nhàn
2016: TIẾP NỐI DÒNG CẢM THỨC... - Trần Văn Nam
2016: SẤP NGỬA - Trần Yên Hòa
2016: ĐINH CƯỜNG RA ĐI MỚI BIẾT LÒNG VÔ HẠN
2016: NHỊP TIM THƠ - Cao Mỵ Nhân
2016: THƠ LÍNH CHIẾN MIỀN NAM ARVN SOLDIERS' POETRY - Nguyễn Hữu Thời
2016: VĂN HỌC MIỀN NAM - Nguyễn Vy Khanh
2016: 33 NHÀ VĂN NHÀ THƠ - Nguyễn Vy Khanh
2016: NHỮNG CON CHỮ LANG THANG... - Lữ Quỳnh
2016: BIỂN LỬA - Phan Việt Thủy
2016: TÌM LẠI TUỔI THƠ - Hạnh Đàm
2016: NHỚ TIẾNG À ƠI - Hoàng Quân
2016: NGỌN TÌNH LỤC BÁT - Lê Hân
2016: CHÂN DUNG VĂN NGHỆ SĨ QUA GÓC NHÌN N.N. NGHIỄM - Ngô Nguyên Nghiễm
2016: VĂN HỌC MIỀN NAM 54-75 (t.4) - Huỳnh Ái Tông
2017: 40 NĂM THƠ VH HẢI NGOẠI - Nguyễn Đức Tùng
2017: PHÁC HỌA TOÀN CẢNH SINH HOẠT 20 NĂM VHNT MIỀN NAM 54-75 (tập 2) - Du Tử Lê
2017: CHƠI GIỮA THƯỜNG HẰNG - Ngã Du Tử

2017: NGƯỜI ĐỌC VÀ NGƯỜI VIẾT - Lương Thư Trung
2017: ÂM SẮC PHƯƠNG ĐÔNG - Ngô Nguyên Nghiễm
2017: TÁC GIẢ VIỆT NAM (tái bản) - Lê Bảo Hoàng
2018: THƠ VIỆT ĐẦU THẾ KỶ 21 – 155 tác giả,
Luân Hoán – Khánh Trường – Lê Hân.
2018: TÌNH SẦU - Xuân Thao & Thu Phong
2018: LỤC BÁT HIỀN MÂY - Hiền Mây
2018: CÂU HỎI KIẾP NGƯỜI - Võ Kỳ Điền
2018: HƠN 55 NĂM THƠ - Trần Yên Hòa
2018: TÌNH MUỘN - Cao Mỵ Nhân
2018: THEO TA CHỮ NGHĨA LÊN TRỜI... - Sỹ Liêm
2018: LỤC BÁT PHƯƠNG TẤN
2019: 44 NĂM VĂN HỌC HẢI NGOẠI (1975-2019) 7 cuốn
Khánh Trường – Luân Hoán - Nguyễn Vy Khanh
2019: VĂN HỌC MIỀN NAM - Nguyễn Vy Khanh
2019: THƠ BẠN THƠ - 9 Thơ Việt Hải Ngoại, 99 tác giả
2019: CÁI NỢ GIANG HỒ CHƯA TRẢ HẾT - thơ rượu 108 tác giả
2019: UYÊN ƯƠNG – Phạm Hiền Mây (tựa)
2019: SUỐI NGUỒN TÂM THỨC – Thái Tú Hạp (tuyển tập)
2019: NGỒI VIẾT LANG THANG – tùy bút Phan Ni Tấn
2020: POEMS BY SELECTED VIETNAMESE ANTHOLOGY
dịch giả Thanh Thanh
2020: NHÀ VĂN VIỆT NAM HẢI NGOẠI - Nguyễn Vy Khanh
2020: THANH XUÂN ĐI VẮNG – thơ Đặng Tường Vy (thay lời tựa)

BÀI TRÊN TẠP CHÍ VĂN HỌC
của Phan Kim Thịnh
tài liệu của nhà văn Trần Hoài Thư
từ bài viết của Trần Hoài Thư: MỘ BIA CÁO CHUNG MỘT NỀN VĂN HỌC ĐÔ THỊ

LUÂN HOÁN

1. Tạ lỗi một người tình / Luân Hoán// Văn học. – 1972. – Số 46. – Tr. 76 – 78. – 3.

2. Trên vuông chiếu đời ta / Luân Hoán// Văn học. – 1974. – Số 186. – Tr. 52 – 56. – 5.

3. Thơ cứ mọc như râu như tóc / Luân Hoán// Văn học. – 1970 Số 151. – Tr. 1 – 2. – 2.

4. Thơ nhạc Việt Nam / Luân Hoán// Văn học. – 1967. – Số 74. – Tr. 86 – 86. – 1.

5. Mùa xuân / Luân Hoán// Văn học. – 1964 Số 1516. – Tr. 1 – 1. – 1.

6. Mùa xuân mời em ngồi lại / Luân Hoán// Văn học. – 1974. – Số 178. – Tr. 102 – 103. – 2.

7. Vỗ về / Luân Hoán// Văn học. – 1966. – Số 55. – Tr. 52 – 52. – 1.

8. Ra phố / Luân Hoán// Văn học. – 1971. – Số 128. – Tr. 78. – 1.

9. Trái tim hành quân; Trên thềm tim ai / Hà Nguyên Thạch, Luân Hoán// Văn học. – 1968. – Số 84.

10. Lời xin / Luân Hoán// Văn học. – 1965. – Số 49. – Tr. 1 – 2. – 2.

11. Lục bát trong trại nhập ngũ số 1 / Luân Hoán// Văn học. – 1967. – Số 78. – Tr. 31 – 32. – 2.

12. Mừng có ba mươi tuổi / Luân Hoán// Văn học. – 1971. – Số 125. – Tr. 69 – 71. – 3.

13. Khúc ca buồn / Luân Hoán// Văn học. – 1951. – Số 34. – Tr. 48 – 48. – 1.

14. Ca dao tình yêu / Luân Hoán// Văn học. – 1965. – Số 51. – Tr. 88 – 89. – 2.

15. Đoạn kết cho người tình / Luân Hoán// Văn học. – 1966. – Số 59. – Tr. 31. – 1.

16. Trả lời thư xuân hậu phương / Luân Hoán// Văn học. – 1967. – Số 81. – Tr. 43 – 44. – 2.

17. Đầu thai / Luân Hoán// Văn học. – 1964 Số 1516. – Tr. 1 – 1. – 1.

18. Thi ca / Luân Hoán// Văn học. – 1964. – Số 22. – Tr. 1 – 2. – 2.

19. Đầu tay mùa xuân / Luân Hoán// Văn học. – 1966. – Số 53. – Tr. 33

– 34. – 2.

20. Vết thương cho người thân yêu / Luân Hoán// Văn. – 1969 Số 133. – Tr. 59 – 64. – 6.

21. Chúc mừng của người lên đường / Luân Hoán// Văn học. – 1945. – Số 47. – Tr. 1 – 2. – 2.

22. Tháng bảy nhớ người / Luân Hoán// Văn học. – 1964. – Số 21. – Tr. 1 – 1. – 1.

23. Thắp một ngọn hương cho bàn chân trái / Luân Hoán// Văn học. – 1969. – Số 91. – Tr. 88 – 91. – 4.

24. Nội chiều / Luân Hoán// Văn học. – 1968. – Số 82 – 83. – Tr. 1 – 1. – 1.

25. Về nằm lại nơi mới cưới / Luân Hoán// Văn học. – 1972. – Số 157. – Tr. 52. – 1.

26. Tâm sự cùng em trai / Luân Hoán// Văn học. – 1964. – Số 22. – Tr. 49 – 51. – 3.

27. Thư tình trên rừng cao / Luân Hoán// Văn học. – 1965. – Số 38. – Tr. 1 – 1. – 1.

28. Chiến tranh / Luân Hoán// Văn học. – 1968. – Số 0. – Tr. 1 – 1. – 1.

29. Rước mẹ đầu năm / Luân Hoán// Văn học. – 1971. – Số 120. – Tr. 123 - 124. – 2.

30. Đầu quân / Luân Hoán// Văn học. – 1964. – Số 24. – Tr. 1 – 1. – 1.

31. Gọi / Luân Hoán// Văn học. – 1973. – Số 172. – Tr. 111 – 112. – 2.

32. Giọng buồn lang thang / Luân Hoán// Văn học. – 1951. – Số 35. – Tr. 75 – 75. – 1.

33. Xin Huế một người tình / Luân Hoán// Văn học. – 1974. – Số 182. – Tr. 32 – 33. – 2.

34. Tiệc mừng anh lên đường / Luân Hoán// Văn học. – 1967. – Số 78. – Tr. 1 – 1. – 1.

35. Lễ vật giỗ Mẹ / Luân Hoán// Văn học. – 1965. – Số 38. – Tr. 1 – 2. – 2.

36. Tỏ tình trong mùa xuân / Luân Hoán// Văn học. – 1968. – Số 85 – 86. – Tr. 1 – 8. – 8.

37. Từ lòng chiến trận / Luân Hoán// Văn học. – 1964. – Số 30. – Tr. 58 – 59. – 2.

38. Choàng hoa cho quê hương / Luân Hoán// Văn học. – 1969. – Số 96. – Tr. 1 – 4. – 4.

39. Đêm 30 trên đồi lâm lộc / Luân Hoán// Văn học. – 1967. – Số 80. – Tr. 43 – 44. – 2.

40. Hạnh phúc bắt gặp / Luân Hoán// Văn học. – 1967. – Số 78. – Tr. 1 – 1. – 1.

41. Luân Hoán Cao Thoại Châu và tình khúc cuối ở KBC 4100 / Luân Hoán, Cao Thoại Châu// Văn học. – 1967. – Số 79. – Tr. 97 – 101. – 5.

42. Bình minh hạnh phúc / Luân Hoán// Văn học. – 1974. – Số 193. – Tr. 30 – 31. – 2.

43. Lời đầu xuân / Luân Hoán// Văn học. – 1951. – Số 31. – Tr. 6 – 6. – 1.

44. Thân phận / Luân Hoán// Văn học. – 1951. – Số 33. – Tr. 37 – 37. – 1.

45. Đối thủ / Luân Hoán// Văn học. – 1951. – Số 33. – Tr. 48 – 48. – 1.

46. Chiếc quan tài cho Trần Mỹ Lộc / Luân Hoán// Văn học. – 1967. – Số 80. – Tr. 36 – 37. – 2.

47. Đính hôn / Luân Hoán// Văn học. – 1965. – Số 45. – Tr. 46 – 47. – 2.

48. Bậc đàn anh / Luân Hoán// Văn học. – 1964. – Số 24. – Tr. 1 – 1. – 1.

49. Gia đình tôi / Luân Hoán// Bách khoa. – 1963 Số 148. – Tr. 70 – 70. – 1.

50. Mắt chiều / Luân Hoán// Văn. – 1964. – Số 11. – Tr. 14 – 14. – 1.

51. Cánh cửa lớn / Luân Hoán// Bách khoa. – 1964 Số 190. – Tr. 52 – 53. – 2.

52. Gốc cây núp đạn / Luân Hoán// Bách khoa. – 1964 Số 192. – Tr. 59 – 59. – 1.

53. Di cư trên sông / Luân Hoán// Bách khoa. – 1964 Số 192. – Tr. 59 – 59. – 1.

54. Chân cầu thanh xuân / Luân Hoán// Bách khoa. – 1964 Số 192. – Tr. 59 – 59. – 1.

55. Hoài Niệm / Luân Hoán// Bách khoa. – 1964 Số 172. – Tr. 66 – 66. – 1.

(Luân Hoán qua nét vẽ Trương Đình Uyên)

mục lục

Liên lạc Tác giả
Luân Hoán
lebao_hoang@yahoo.com

Liên lạc Nhà xuất bản
Nhân Ảnh
han.le3359@gmail.com
(408) 722-5626

www.ingramcontent.com/pod-product-compliance
Lightning Source LLC
LaVergne TN
LVHW012023041026
849558LV00003B/120
* 9 7 8 1 9 8 9 7 0 5 8 3 4 *